சினிமாவின்

இரண்டாம் நூற்றாண்டு

சினிமாவின்
இரண்டாம் நூற்றாண்டு

எம்.சிவகுமார்

கோணம்

CINEMAVIN IRANDAAM NOOTRANDU (In Tamil)

S.SIVAKUMAR

First Published: December, 2013

Published by

PUTHIYAKONAM
(im print of Bharathi Puthakalayam)
7, Elanko Salai, Teynampet, Chennai - 600 018
Email: thamizhbooks@gmail.com | www.thamizhbooks.com

சினிமாவின் இரண்டாம் நூற்றாண்டு

எம்.சிவகுமார்
முதல் பதிப்பு: நவம்பர், 2013

வெளியீடு:

கோணம்

புதிய கோணம்
பாரதி புத்தகாலயத்தின் ஓர் அங்கம்

7, இளங்கோ சாலை, தேனாம்பேட்டை, சென்னை - 600 018
தொலைபேசி : 044 24332424, 24332924, 24356935

விற்பனை நிலையம்
7, இளங்கோ சாலை, தேனாம்பேட்டை, சென்னை - 600 018

பாரதி புத்தகாலயம்

திருவல்லிக்கேணி: 48, தேரடி தெரு | **வடபழனி:** பேருந்து நிலையம் எதிரில் அடையார் ஆனந்தபவன் மாடியில் | **பெரம்பூர்:** 52, குக்ஸ் ரோடு | **ஈரோடு:** 39, ஸ்டேட் பாங்க் சாலை
திண்டுக்கல்: பேருந்து நிலையம் | **நாகை:** 1, ஆரியபத்திரபிள்ளை தெரு
திருப்பூர்: 447, அவினாசி சாலை | **திருவாரூர்:** 35, நேதாஜி சாலை
சேலம்: பாலம் 36/1 அத்வைத ஆஸ்ரமம் சாலை, | **சேலம்:** 15, வித்யாலயா சாலை
மயிலாடுதுறை: ரசாக் டவர், 1, கச்சேரி சாலை | **புதுக்கோட்டை:** வடக்கு ராஜா வீதி
மதுரை: 37A, பெரியார் பேருந்து நிலையம் **அருப்புக்கோட்டை:** 31, அகமுடையார் மகால்
மதுரை: சர்வோதயா மெயின்ரோடு, | **குன்னூர்:** N.K.N வணிகவளாகம் பெட்போர்ட்
செங்கற்பட்டு:1 டி., ஜி.எஸ்.டி சாலை | **விழுப்புரம்:** 26/1, பவானி தெரு
திருநெல்வேலி: 25A, ராஜேந்திரநகர் | **விருதுநகர்:** 131, கச்சேரி சாலை
கும்பகோணம்: 352, பச்சையப்பன் தெரு | **நெய்வேலி:** பேருந்து நிலையம் அருகில்
வேலூர்: S.P. Plaza 264, பேஸ் II, சத்துவாச்சாரி | **விருதாசலம்:** 511A, ஆலடி ரோடு
தஞ்சாவூர்: காந்திஜி வணிக வளாகம் காந்திஜி சாலை | **தேனி:** 12,பி, மீனாட்சி அம்மாள் சந்து, இடமால் தெரு | **கடலூர்:** பாரதி பஜார், பழைய அண்ணா மேம்பாலம்
கோவை: 77, மசக்காளிபாளையம் ரோடு, பீளமேடு | **திருச்சி:** வெண்மணி இல்லம், கரூர் புறவழிச்சாலை
திருவண்ணாமலை: முத்தம்மாள் நகர், | **நாகர்கோவில்:** கேவ் தெரு, டோத்தி பள்ளி ஜங்ஷன் |
பழனி: பேருந்துநிலையம் | **சிதம்பரம்:** 22A/ 18B தேரடி கடைத் தெரு, கீழவீதி அருகில்
மன்னார்குடி: 12, மாரியம்மன் கோவில் நடுத்தெரு, கீழப்பாலம்

அச்சு: பிரிண்டெக், சென்னை - 5

இன்னும் நெருக்கமாக சினிமாவைப் புரிந்து கொள்ள..

இயக்குநர் எம். சிவக்குமார் 'செம்மலர்' இலக்கிய மாத இதழில் தொடராக எழுதிய 'சினிமாவின் இரண்டாம் நூற்றாண்டு' கட்டுரைகள் இந்நூலில் முழுமையாகத் தொகுக்கப்பட்டுள்ளன. தொடராக வந்தபோது எழுத்தாளர்கள் மத்தியிலும் பரவலான வாசகர்களிடத்திலும் வரவேற்பையும் எதிர்ப்பையும் உருவாக்கியது.

சினிமாவை உண்டு செரித்து வாழும் நம் தமிழ்ச் சமூகத்தில் சினிமாகுறித்த அக்கறையான, ஆரோக்கியமான விவாதங்கள் பரவலாக நடைபெறுவதில்லை. வியாபார ஓலைக்குள் சிக்கிக் கொண்டுள்ள தமிழ்த் திரைப்படத்துறைக்குள்ளேயும் அப்படி உரையாடல்கள் நிகழ்வதில்லை.

எம்.சிவக்குமார், நானறிய கடந்த முப்பது ஆண்டுகளுக்கு மேலாக சினிமா குறித்த ஆழமான புரிதலை ஏற்படுத்தத் தொடர்ந்து முயற்சிகளை மேற்கொண்டு வருகிறார். ஹங்கேரியைச் சேர்ந்த திரைப்பட இயக்குநரும் மார்க்சிய அறிஞருமான 'பேல பெலாஸ்' எழுதிய 'சினிமா கோட்பாடு' என்கிற நூலை 80களின் துவக்கத்திலேயே தமிழில் மொழிபெயர்த்தவர் எம்.சிவக்குமார், "நல்ல இசை உணர்வுக்கு அடிப்படை சூழ்நிலையும், இசை உணர்வுக்கான மூலமும், இசையறிவும் தேவைப்படுகின்றன. அதே நேரத்தில் இசை நம் காதுகளை அதை ரசிப்பதற்கேற்றவாறு வளப்படுத்துகிறது. மாற்றுகிறது." என்ற காரல் மார்க்சின் அற்புதமான கூற்று சினிமாவுக்கும் பொருந்தும் என்று கூறியவர் பேல பெலாஸ்.

தனிப்பட்ட முறையில் என்னுடைய சினிமா புரிதலை, சினிமா உணர்வை வளர்த்தெடுத்த, என்னை தகவமைத்த ஆளுமையாக எம்.சிவக்குமார் அவர்களை எப்போதும் நினைப்பேன்.

சினிமா கோட்பாட்டைத் தொடர்ந்து "மிருணான்சென் சினிமா ஒரு பார்வை" நூல் வந்தது. தொடர்ந்து அவர் சினிமா குறித்து எழுதிக்கொண்டும் பேசிக்கொண்டும் இன்று மாணவர்களுக்குச் சினிமா கற்பித்துக்கொண்டும் படங்கள் எடுத்துக்கொண்டும் நூறுசதம் ஒரு 'சினிமா மனிதராகத் தன் வாழ்வை அமைத்துக் கொண்டுள்ளார்.

பிற சினிமாக்காரர்களிடம் காணக்கிடைக்காத சமூகப் பார்வையும் சமூக அக்கறையும் இயக்குநர் சிவக்குமாரின் தனித்த அடையாளங் களாகும். இந்நூலும் அவருடைய ஆளுமைக்கு வண்ணம் சேர்க்கும் ஒரு படைப்பாகும். லூமியர் சகோதரர்களின் முதல் திரைப்பாடலில் துவங்கிய வரலாறு இன்று 115 ஆண்டுகள் தாண்டி இரண்டாம் நூற்றாண்டில் அடியெடுத்து வைத்துள்ளது.

இரண்டாம் நூற்றாண்டின் சினிமா சந்திக்கும் சவால்களையும் அதன் சாதனைகளையும் இந்நூலில் ஆழமாகவும் விரிவாகவும் சிவக்குமார் விவாதித்துள்ளார். முக்கியமாக, கதையும் திரைக்கதையும் சினிமாவில் வசிக்கும் மையமான பாத்திரம் பற்றியும் நுட்பமாகப் பேசுகிறார். அடிப்படையில் கதை என்பது என்ன? வாழ்வில் ஒரு மாற்றம் ஏன் எப்படி நிகழ்கிறது என்பதை விளக்குவதுதான் கதை என்கிறார். உலகின் மிகச் சிறந்த திரைப்படங்களின் கதைகளை முன் வைத்து அதை விளக்குகிறார்.

'கதையின் வீழ்ச்சி, சமூகத்தின் வீழ்ச்சி' என்கிற அரிஸ்டாட்டிலின் வாசகம் எவ்விதம் சினிமாவில் தொழிற்படுகிறது என்பதைப் பேசுகிறார். மக்களை நம்பி சினிமா எடுப்பவர்கள் கதையில் மையம் கொண்டு இயங்குவதையும் சந்தையை மைய நோக்காகக் கொண்டு படம் எடுப்பவர்கள் கதைகளைத் தொலைப்பதையும் கவலையோடு கவனப்படுத்துகிறார்.

இந்நூல் நெடுகிலும் சினிமாபற்றி மட்டும் அவர் பேசவில்லை. சினிமாவை முன் வைத்து இந்த வாழ்வு குறித்தும் வாழ்வின் சாரம் குறித்தும் கலைகளின் நோக்கம் குறித்தும் நவீன தொழில் நுட்ப வருகை ஏற்படுத்தியுள்ள மாற்றங்கள், தாக்கங்கள் குறித்தும் உலகமய, தாராளமயப் பாதை சினிமாவில் ஏற்படுத்திவரும் பாதிப்புகள் என விரிந்து விரிந்து செல்கிறது பேசும் பொருள்.

கதையும் தொழில் நுட்பமும் பற்றிப் பேசியதுடன் இரண்டாம் நூற்றாண்டின் மகத்தான இயக்குநர்களை கலை ஆளுமைகள் சிலரை விரிவாக அறிமுகம் செய்து வைத்து இதுவரை பேசிய கலைக் கோட்பாடுகளும் வாழ்க்கைப் பார்வைகளும் அவர்களுடைய படங்களில் இயங்கிய விதம் பற்றி விளக்குகிறார்.

எந்த முன் முடிவும் இன்றி, திறந்த மனதோடு எல்லாவற்றையும் அணுகுகின்ற அவரது அணுகுமுறை எனக்கு எப்போதும் அவர்

மீதான அன்பையும் மதிப்பையும் கூட்டும். இப்புத்தகம் அவர் மீதான மரியாதையையும் எதிர்பார்ப்பையும் இன்னும் உயர்த்தியுள்ளது.

சினிமா குறித்த புரிதலை இன்னும் ஆழப்படுத்துகின்ற இந்நூல் சினிமா ரசிகர்கள், படைப்பாளிகள், இளம் திரைப்படத்துறையினர் எனப் பலருடைய கைகளுக்கும் சென்று சேர வேண்டிய புத்தகம்.

பத்தமடை
19.12.2013

ச. தமிழ்ச்செல்வன்

பொருளடக்கம்

ஆசிரியர் குறிப்பு

திரைப்படக் கல்லூரியில் இருந்த நாட்களிலிருந்து 25 ஆண்டுகளுக்கும் மேலாக என் வாழ்வின் பெரும்பகுதியை சினிமாவும், சினிமா மீதான ஈர்ப்புமே எடுத்துக் கொண்டது. ஒரு விதத்தில் சினிமா மீதான ஈர்ப்பின் தொடக்கப்புள்ளியாக அமைந்தது சினிமா குறித்த ஒரு புத்தகம்தான்.

80களின் துவக்கத்தில் சினிமா மீதிருந்த என் ஆர்வத்தை அறிந்தவராய் தோழர் பாலாஜி மிருணாள் சென்னின் "Views on Cinema" ஆங்கிலப் புத்தகத்தை தமிழில் மொழி பெயர்க்கச் சொன்னார். "சினிமா ஒரு பார்வை" எனும் தலைப்பில் மிக நேர்த்தியாக வெளியிடப்பட்ட அப்புத்தகத்தின் விலை வெறும் ரூ.12 தான் என்பதை இப்போது நினைக்கும்போது ஆச்சர்யமாக உள்ளது.

இப்புத்தகத்தை மொழி பெயர்த்ததின் தொடர்ச்சியாய் பூனா திரைப்படக் கல்லூரியில் தேசிய திரைப்பட ஆவணப் பாதுகாப்பகம் நடத்திய ஒரு மாத திரைப்பட ரசனை முகாமில் பங்கு கொள்ள வாய்ப்பு கிடைத்தது. அப்போது பூனா செல்ல உதவியதும் தோழர் பாலாஜிதான்.

அந்தத் திரைப்பட ரசனை வகுப்புக்குப் பின், சினிமாதான் எல்லாம் என்றாகிவிட்ட நிலையில் அடையாறு திரைப்படக் கல்லூரியில் சேர்ந்தேன். கல்லூரியில் சேர்ந்த முதல் வாரத்திலேயே, நூலகத்தில் 1948ல் வெளியிடப்பட்ட ஒரு ஆங்கிலப் புத்தகத்தை நைந்து போன நிலையில் பார்த்தேன். அப்புத்தகத்தின் தலைப்பு "The Theory of the Film" அதை எழுதியவர் ஹங்கேரி நாட்டை சேர்ந்த பேல பெலாஸ். அப்புத்தகத்தைப் படித்தபோது எனக்கு பிரமிப்பாக இருந்தது. சினிமா கோட்பாடு, அழகியல் குறித்து அத்தனை ஆழமான, அதே நேரத்தில் எளிமையான புத்தகத்தை அதுவரை நான் படித்ததில்லை. உடனே அப்புத்தகம் குறித்து தோழர் பாலாஜியிடம் பேசினேன். நீ மொழி பெயர்த்தால் தமிழில்

வெளியிடுவோம் என உண்மையான ஆர்வம் காட்டினார். திரைப்பட கல்லூரியில் என் முதலாண்டில் ஆறு மாதத்தை இப்புத்தக பணிக்காகவே செலவழித்தேன். அது தான் "சினிமா கோட்பாடு" என்ற பெயரில் வெளிவந்தது. சினிமா குறித்து தமிழில் வெளிவந்த முதல் சீரியஸ் புத்தகம் என அதை இன்றும் பலர் சொல்கின்றனர்.

1996ல் சினிமாவின் நூற்றாண்டை கொண்டாடும் வகையில் ஏதாவது எழுத வேண்டும் என்ற ஆர்வத்தில் நான் எழுதிய "சினிமா ஒரு அற்புத மொழி" என்ற புத்தகத்தை பெருமையோடு வெளியிட்டவரும் தோழர் பாலாஜிதான்.

இந்த நேரத்தில் தோழர் பாலாஜியை நேசம் பொங்க நினைத்துக் கொள்கிறேன். பின்னர் கார்ப்பரேட் வீடியோக்கள், விளம்பர படங்கள், ஆவணப் படங்கள்... என பல ஆண்டுகள் பிழைப்புக்காக செலவிட வேண்டியிருந்தது.

ஐந்து ஆண்டுகளுக்கு முன்பாக தோழரும் எழுத்தாளருமான ச.தமிழ்ச்செல்வனின் தலைமையில் தமிழ்நாடு முற்போக்கு எழுத்தாளர் மற்றும் கலைஞர்கள் சங்கம் தங்களின் பல்வேறு பண்பாட்டு நடவடிக்கைகளில் சினிமாவை மீண்டும் கையிலெடுத்த போது, பல்வேறு சினிமா குறித்த முகாம்களுக்கு அவர்களுக்கு உதவினேன். அப்போது தோழர் தமிழ்ச்செல்வனும் மற்றத் தோழர்களும் சினிமா குறித்து 'செம்மலர்' இதழில் ஒரு தொடர் எழுத கேட்டுக் கொண்டார்கள். அதே நேரத்தில் நண்பர் ஹரிஹரன், தான் இயக்குநராக உள்ள எல்.வி. பிரசாத், ஃபிலிம் அன்ட் டிவி அகெடெமியில் என்னை வகுப்புகள் எடுக்க கேட்டுக் கொண்டார்.

கடந்த மூன்று ஆண்டுகளாக அங்கு திரைப்பட இயக்கம், திரைக்கதை அமைப்புக் குறித்து வகுப்புகள் எடுக்கும் ஆலோசகர் ஆசிரியராகவும் பணிபுரிகிறேன். இந்தியாவின் பல்வேறு பகுதிகளில் இருந்து வந்து அங்கு சினிமா பயிலும் மாணவர்களோடு பழகியதில் சினிமா குறித்த என் பார்வை புதிய செழுமையை பெற்றது.

இதன் தொடர்ச்சியாய் நான் எழுதிய தொடர்தான் மூன்று ஆண்டுகளாக செம்மலரில் வெளிவந்த "சினிமாவின் இரண்டாம் நூற்றாண்டு" அது தான் இப்போது புத்தகமாக வெளிவருகிறது.

இந்த நேரத்தில் தோழர் தமிழ்ச் செல்வனுக்கும், என் அன்பையும், நன்றியையும் தெரிவித்துக் கொள்கிறேன்.

ஒவ்வொருமாதமும் தொடரை எழுதி விட்டீர்களா என்று ஞாபகப்படுத்திக் கொண்டேயிருந்த செம்மலரை சேர்ந்த தோழர் வரதராஜனுக்கும், என் கோழிக்கிறுக்கல் கையெழுத்தை புரிந்துக்

கொண்டு, தவறில்லாமல் தமிழில் டைப் அடித்த தோழர் சூரிய சந்திரனுக்கும் இப்புத்தகத்தை வெளியிடும் பாரதி புத்தகாலயத்தின் தோழர் நாகராஜனுக்கும் என் நன்றியை தெரிவித்துக் கொள்கிறேன்.

27 டிசம்பர் 2013

எம். சிவகுமார்
sivafilms@gmail.com
கைபேசி: 9952023060

அறிமுகம்

உலகெங்கும் சினிமா பார்ப்பதற்காக வாங்கப்படும் டிக்கெட்டுகளில் மூன்றில் ஒரு பங்கு இந்தியாவில்தான் வாங்கப்படுகிறது.

டிக்கெட்டு வாங்கிப் பார்க்கப்படும் சினிமாவைப்போல, டிக்கெட்டே வாங்காமல் பார்க்கப்படும் சினிமா பல மடங்கு. டெலிவிஷனில், DVD-யில், கம்ப்யூட்டரில்... என பல ரூபங்களில் பலர் உலகெங்கும் சினிமாவை, ஒலியோடு கூடிய அசையும் பிம்பங்களை எப்போதும் பார்த்துக் கொண்டிருக்கிறார்கள்.

டிக்கெட் வாங்கிப் பார்த்தாலும் சரி, டிக்கெட் வாங்காமல் பார்த்தாலும் சரி, டிஜிட்டல் தொழில்நுட்பத்தில் ஏற்பட்ட மாபெரும் புரட்சி நம் வாழ்க்கையையே புரட்டிப் போட்டுள்ளது. சினிமாவைப் பொறுத்தவரை இந்த தொழில்நுட்ப புரட்சி சினிமாவின் வளர்ச்சி ஒரு முழு வட்டத்தைப் பூர்த்தி செய்துவிட்டதோ என நினைக்கும் அளவுக்கு வளர்ச்சியடைந்துள்ளது.

சினிமாவின் வயது இன்று வெறும் 115 ஆண்டுகள்தான். ஆனால், இந்த 115 ஆண்டுகள் மனித குல வரலாற்றையே சினிமாவுக்கு முன், சினிமாவுக்குப் பின் என பிரிக்கும் அளவு சக்தி வாய்ந்ததாக மாற்றிவிட்டது. சமீபத்தில் ஒரு வரலாற்றாசிரியர் "சினிமாவுக்கு முந்திய இருண்ட காலங்களில் மக்கள்... இதைத்தான் செய்து கொண்டிருந்தார்கள்" என வேடிக்கையாகக் குறிப்பிட்டுள்ளார்.

ஒலியோடு கூடிய அசையும் பிம்பங்கள் இடைவிடாமல், நம்மைச் சுற்றிக்கொண்டும் துரத்திக் கொண்டும் இருக்கும் இந்தக் காலகட்டத்தில், வெறும் நூறு ஆண்டுகளுக்கு முன், உலகில் சினிமா என்ற ஒன்று இல்லாமல் இருந்தது என்பதையே பலரால் நம்ப முடியவில்லை. சினிமா இல்லாத அந்தக் காலகட்டத்தில் காலம்

என்பதையே, மக்கள் வேறுவிதமாகத்தான் உணர்ந்திருக்க வேண்டும். கால ஓட்டத்தின் ஒரு குறிப்பிட்ட வேகத்திற்கு பழகிவிட்ட நமக்கு அதை கற்பனை செய்வது கடினமான பணியாகும்.

சினிமா மட்டுமல்ல, எந்த ஒரு கலையுமே, தொடர்ந்து தன்னைத் தக்க வைத்துக்கொள்ள இன்று டிஜிட்டல் தொழில்நுட்பத்தையே சார்ந்து இருக்கவேண்டியுள்ளது. (நான் எழுதிக்கொண்டிருக்கும் இந்தக் கட்டுரையும் கம்ப்யூட்டரில் அடிக்கப்பட்டு, மின்னஞ்சல் வழியாகத்தான் பதிப்பகத்தை அடையப் போகிறது.)

சில மாதங்களுக்குமுன் சர்வதேச குறும்படத் தொகுப்பு ஒன்றில், ஒரு குறும்படத்தைக் காண நேர்ந்தது. அதன் மூலம் அற்புதமான ஸ்வீடன் நாட்டு இயக்குநர் லூகாஸ் மூடிசன் (Luckas Moodison)-ஐ அறிய நேர்ந்தது. உடனே அவர் பெயரை இன்டர்நெட்டில் கூகுளில் தட்டினேன். அவர் பற்றிய, அவர் இயக்கிய படங்கள் பற்றிய மொத்த விவரமும் என் கம்ப்யூட்டர் திரையில் வந்து விழுந்தன. அவரது படமான லில்யா ஃபார் எவர் (Lilya for ever) பற்றி படித்தவுடன் அதைப் பார்க்க விரும்பினேன். டோரண்ட் (Torrent) வலைதளத்தில் அப்படப் பெயரைத் தட்டித் தேடினேன். உடனே கிடைத்தது. முழுப்படத்தையும் என் கம்ப்யூட்டரில் இறக்க (இலவசமாக) வலைதளத்தில் கட்டளையிட்டேன். சில மணி நேரங்களில் முழுப்படமும் என் கம்ப்யூட்டருக்குள் வந்து சேர்ந்தது. பின்னர் என் கம்ப்யூட்டருக்குள்ளேயே உள்ள வேறொரு மென்பொருள் துணைகொண்டு, அதை DVDயாக மாற்றினேன். என் வீட்டுத் திரையில் அந்த DVD-ஐ திரையிட்டுப் பார்த்து மகிழ்ந்தேன்.

15 ஆண்டுகளுக்கு முன், இது போன்றதொரு செயல், என் மனதில் வெறும் கற்பனையாய், கனவாய் மட்டுமே இருந்தது. கலைகள் மாத்திரம் அல்ல, கனவு, கற்பனை, தேடல்... கூட இன்று தொழில் நுட்பத்தை சார்ந்திருக்க வேண்டியுள்ளதோ எனத் தோன்றுகிறது. அதே நேரத்தில், டிஜிட்டல் தொழில்நுட்பத்தின் வளர்ச்சியைப் பார்க்கும்போது, ஒருவித பயமும் தோன்றுகிறது. எங்கே இந்த தொழில்நுட்பம் ஓர் உச்சத்தை அடைந்து முடிந்துவிடுமோ என்கின்ற பயம்தான் அது.

19ஆம் நூற்றாண்டின் இறுதியில் வாழ்ந்த உலகப் புகழ் பெற்ற ஓவியர் பால் கேகன், பாரிஸ் நகரின் பரபரப்பும் சப்தமும் பிடிக்காமல் தனிமையான, புராதன வாழ்வைத் தேடி தஹிரி தீவிற்குச் சென்றார். 1903ல் தான் இறக்கும் வரையில் அங்கேயே இருந்தார். அங்குதான் தன் அற்புத படைப்புகளான 'நாம் யார்?' 'நாம் எங்கிருந்து வருகிறோம்?' 'நாம் எங்கே போகிறோம்?' போன்ற படைப்புகளைப்

படைத்தார். இந்த டிஜிட்டல் யுகம் விரைவிலேயே நம்மையும் பால் கேகனைப் போல அமைதியான, எளிமையான, மகிழ்ச்சியான வாழ்வைத் தேடி ஓட வைத்துவிடுமோ என்கின்ற பயம் எழுகிறது.

அதே நேரத்தில், இந்த டிஜிட்டல் தொழில்நுட்பத்தால் நாம் அடைந்த பயன்கள், சுகங்கள் ஏராளம். இப்போது வாழும் இளம் தலைமுறையைப் போல, இதற்கு முந்திய எந்த தலைமுறையும் இத்தனை வசதிகளோடு, வாய்ப்புகளோடு வாழ்ந்ததில்லை.

முந்திய நூற்றாண்டுகளில் பெரும் பிரச்சனையாக இருந்தது, நோய் தீர்க்கும் மருந்துகள், கல்வி, யுத்தம்... போன்றவை. இந்த நூற்றாண்டின் பெரும் பிரச்சனையாக இருப்பது "சலிப்பு" (boredom). இரண்டு வயது குழந்தைக்குக்கூட 'எனக்கு போரடிக்கிறது' என சொல்லத் தெரிகிறது. குறிப்பாக இளம் தலைமுறையினர் மிக விரைவாக எல்லாவற்றிலும் சலிப்படைந்து விடுகிறார்கள். அவர்கள் எப்போதும், எல்லாவற்றிலும் தேடுவது சுவாரஸ்யம். அவர்களுக்கு பார்க்கின்ற காட்சியில், கேட்கின்ற ஒலியில், உண்ணும் உணவில், சுற்றுச்சூழலில் எல்லாவற்றிலும் ஒரு சுவாரஸ்யம் வேண்டும். அதனால்தான் இன்று பெரும் மல்டிஃப்ளெக்ஸ் சினிமா தியேட்டர்கள், ஷாப்பிங் மால்கள் நாளுக்கு நாள் பிரபலமாகி வருகின்றது. சினிமாவில் மட்டும் சுவாரஸ்யம் தேடுவதில்லை, சினிமா பார்க்கும் தியேட்டரில்கூட சுவாரஸ்யம் தேடுகிறார்கள். சுவாரஸ்யம் இல்லாவிட்டால் டெலிவிஷன் ரிமோட்டில் சேனலை மாற்றுவதைப் போல் எல்லாவற்றையும் மாற்றிக் கொள்கிறார்கள். தங்கள் எண்ணங்களை, கருத்துகளை, கோட்பாடுகளை, அரசியலை எல்லாவற்றையும் மாற்றிக் கொள்கிறார்கள்.

இப்படிப்பட்ட சூழலில், சினிமா மீதான அக்கறை, ஆர்வம் எல்லாமே புதிய பரிமாணங்களைப் பெறுகின்றன.

சினிமா மீதான மக்களின் ஆர்வம் ஒன்றும் புதிதல்ல. ஆனால், சமீப ஐந்து ஆண்டுகளில் அந்த ஆர்வம் பல்வேறு மட்டங்களில் புதிய பரிமாணங்களைப் பெற்றுள்ளது. சினிமா ஆர்வம் என்பது இன்று சினிமா பார்க்கும் ஆர்வம் மட்டுமல்ல, சினிமாவைத் தெரிந்து கொள்ளும் ஆர்வம், சினிமாவின் ரகசியங்களைத் தெரிந்துகொள்ளும் ஆர்வம், சினிமாவின் தொழில்நுட்பத்தை தெரிந்துகொள்ளும் ஆர்வம், ஏன் அந்த சினிமாவை நாமே எடுத்துப் பார்க்கலாமே என்கின்ற படைப்பார்வம்... என பல மட்டங்களில் அது விரிந்துள்ளது.

பதிமூன்று ஆண்டுகளுக்கு முன், சினிமாவின் முதல் நூற்றாண்டு முடிந்ததை ஒட்டி 'சினிமா ஓர் அற்புதமொழி' எனும் புத்தகத்தை எழுதினேன். அப்புத்தகத்தைப் படித்த பலர், இன்றளவும் சினிமா

பற்றிய தெரிந்த, தெரியாத பல ரகசியங்களைத் தெரிந்துகொண்டதாகச் சொல்கிறார்கள். அப்புத்தகத்தை இப்போது படித்துப் பார்த்தபோது, சினிமாவின் அடிப்படை ரகசியங்கள் இன்றும் அப்படியேதான் உள்ளது. ஆனால், சினிமாவை ஒரு கலாபூர்வமான, சக்திவாய்ந்த ஓர் ஆயுதமாக எடுத்து பண்பாட்டு தளத்தில் இயங்க வேண்டுமானால், தற்போதைய சூழலை மனதில் கொண்டு, சினிமாவைப் பற்றிய புதிய ரகசியங்களை, புதிய கோணத்தில், மீண்டும் ஒரு முறை பார்க்க வேண்டியுள்ளது.

சினிமாவின் தோற்றம், வளர்ச்சி, பயன்பாடு, டிஜிட்டல் யுகத்தில் அதன் பல்வேறு ரூபங்கள் குறித்து, சுவாரஸ்யம் குன்றாமல் புதிய கோணத்தில் பார்க்கின்ற முயற்சியாகவும் இப்புத்தகம் அமையும் என நம்புகிறேன். குறிப்பாக பண்பாட்டு தளத்தில் இயங்கும் படைப்பாளிகள், ஊழியர்கள் தங்களின் பல்வேறு பணிகளுக்காக, சினிமாவின் பல்வேறு ரூபங்களைக் கையில் எடுக்க வேண்டியுள்ளது. அவர்களை மனதிற்கொண்டும், இப்புத்தகத்தின் சில பார்வைகள் அமையும்.

சினிமாவின் ஆரம்பக்காலந்தொட்டே படித்த பேராசிரியர்களும் சரி, பண்பாட்டுத் தளத்தில் தீவிரமாக இயங்குபவர்களும் சரி, சினிமாவை முறையாக கையில் எடுத்ததே இல்லை. காரணம், சினிமா நம்மையறியாமலேயே நம்முடைய பல்வேறு பார்வைகளில், அணுகுமுறைகளில் பெரும் பாதிப்பை ஏற்படுத்தியதை அவர்கள் அறியாததுதான்.

அறுபத்தைந்து ஆண்டுகளுக்கு முன்பே, இதை உணர்ந்து, இதற்காக கவலைப்பட்ட ஒரு மனிதர் இருந்தார். அவர் பெயர் பேல பெலாஸ் (Bela Balazs). ஹங்கேரி நாட்டைச் சேர்ந்த மார்க்சிய அறிஞரான இவர் ஒரு திரைப்பட இயக்குநரும் ஆவார். சினிமா குறித்த முதல் கோட்பாட்டு புத்தகத்தை எழுதியவர் இவர். மேற்கூறிய கவலை குறித்து 1948ல் இவர் சினிமாவின் பொன்விழா கொண்டாட வலியுறுத்தி பல்கலைக்கழக பேராசிரியருக்கு கடிதம் ஒன்றை எழுதினார். என்னுடைய இந்த அறிமுகத்திற்கு அவரின் கடிதத்தை கீழே முழுமையாகப் பிரசுரிப்பது முத்தாய்ப்பாக இருக்கும் என நம்புகிறேன்.

> *என் இனிய நண்பரே,*
>
> *பண்பாட்டு வரலாறு குறித்த ஆய்வில் தாங்கள் மும்முரமாய் இருப்பதை அறிவேன். அதன் இடையே என் தொந்தரவுக்கு மன்னிக்கவும். உலக வரலாற்றில் ஒரு முக்கிய நிகழ்வின் பொன்விழா வருவது குறித்து தங்களுக்கு நினைவூட்ட விரும்புகிறேன். துரதிருஷ்டவசமாக அதை தங்களுக்கு நினைவூட்ட வேண்டியது என் கடமையாகிறது. வரலாறு*

குறித்த தங்களின் அறிவை யாரும் குறைசொல்ல முடியாது. ஆனாலும், சரியாக ஐம்பது ஆண்டுகளுக்கு முன் நிகழ்ந்த ஒரு மாபெரும் நிகழ்ச்சியை தாங்கள் கவனிக்கத் தவறிவிட்டீர்கள். அது மட்டுமல்ல, தொடர்ந்த 50 ஆண்டுகளிலும் அது குறித்து தாங்கள் அக்கறை கொண்டதாகத் தெரியவில்லை. ஆனால், அந்த நிகழ்வு கடந்த 50 ஆண்டுகளில் நம் காலத்தையே மாற்றியமைக்கக்கூடிய அளவில் மாபெரும் வளர்ச்சி கண்டுள்ளது. இந்நிகழ்ச்சி நடந்த தினத்தை தாங்கள் குறித்து வைத்திருப்பீர்கள் என நான் எதிர்பார்க்க முடியாதுதான்.

மானுட வளர்ச்சியின் புதிய அத்தியாயம் இந்நிகழ்ச்சி. நீங்கள் இதை கவனிக்கத் தவறியதற்கு காரணம் உண்டு. அது, உங்கள் பல்கலைக்கழக ஆய்வுகள் இந்நிகழ்ச்சியை அங்கீகரிக்க மறுத்ததுதான். 50 ஆண்டுகளுக்கு முன் ஒரு புதிய கலை பிறந்தது என்பதையே உங்கள் பல்கலைக் கழகங்கள் கண்டு கொள்ளவில்லை. அது, சிறந்த கலைகளின் வரிசையில் புதிய ஒன்றாக வந்து சேர்ந்தது. ஆயிரமாயிரம் ஆண்டுகளாக நாம் நினைத்துக்கூட பார்க்கமுடியாத கலை அது. முதல் அசையும் படம் சினிமா 1895ஆம் ஆண்டு வெளிவந்தது.

மாபெரும் வரலாற்று நிகழ்வு என்று இதை நான் சொல்வதை அதிகபட்சம் என்று நீங்கள் நினைக்கலாம். உண்மையில் அது அதற்கும் மேலானது. ஈடு இணையற்ற பரபரப்பான நிகழ்ச்சி அது. உலக வரலாற்றில் அதற்கு முன்பு அதுபோல் நிகழ்ந்ததில்லை. மனித குலம் அதுபோல் அதற்கு முன் பார்த்ததில்லை. காரணம், வரலாற்றைப் பதிவு செய்வது தொடங்கியது முதல் எந்த ஒரு புதிய கலையும் பிறக்கவில்லை. நீங்கள் வரலாற்றாசிரியர். உங்களுக்கு நான் சொல்லத் தேவையில்லை. மற்ற கலைகளின் தொடக்கம் வரலாற்றுக்கு முந்திய குழப்பமான அனுமானமாகத்தான் உள்ளது. அந்த அனுமானங்கள் காலந்தோறும் மாறிக்கொண்டே வந்துள்ளன. ஆனால் 1985ஆம் ஆண்டு முற்றிலும் புத்தம் புதிய கலை, வித்தியாசமான கலை பிறந்ததை மனிதகுலம் நேரடியாக காண நேரிட்டது.

50 ஆண்டுகளுக்கு முந்திய இந்த நிகழ்ச்சி வெகுவேகமாக வளர்ந்தது. மனிதன் அதை முழுமையான புதிய பன்முக கலையாக வளர்த்தான். அதன் வளர்ச்சியினூடே, மற்ற எந்த கலைகளைக் காட்டிலும் அது சமூகத்தை அதிகமாக பாதித்தது.

இக்கலை குறித்து பல்கலைக்கழகங்களில் எப்போதாவது பேசப்படலாம். ஆனால், அதற்குரிய கல்வி அந்தஸ்து தரப்படவில்லை. அறிவியல் மற்றும் ஆராய்ச்சிகள் நிகழும் இடங்களில் இக்கலை ஏற்புடையதாக இல்லை. நம் இளைய தலைமுறையினர் ஏதாவது ஒரு கலையின் அழகியல் குறித்து நேரடியாக அனுபவப்பட்டிருக்கிறார்கள் என்றால், அது சினிமாதான். ஆனால், பள்ளிப் பாடத்திட்டத்தில் சினிமா, அதன் அழகியல் பற்றி எதுவுமே கிடையாது. ஆனாலும், சினிமா மக்கள் கலையாக உள்ளது. காரணம் மக்கள் அதை பயன்படுத்துகிறார்கள் என்பதல்ல. மாறாக, துரதிருஷ்டவசமாக மக்களை அது பயன்படுத்திக் கொள்கிறது. மக்களின் மனோநிலையை, கருத்துகளை சினிமா உருவாக்குகிறது. சினிமா குறித்த தேர்ந்த ரசனை மக்களுக்கு இல்லை. அது அவர்களுக்கு தரப்படவில்லை. சினிமா பற்றிய அறிவு, ரசனை அவர்களுக்கு நிராகரிக்கப்பட்டது. இதன் காரணமாக சினிமாசக்தியின் முன் அவர்கள் செயலிழந்து நிற்கிறார்கள்.

சினிமா கடந்த 50 ஆண்டுகளில் முக்கிய சக்திவாய்ந்த கலையாய் உலகம் முழுதும் வளர்ந்துள்ளது. ஆனால், பண்பாட்டின் அங்கமாய் அது ஏற்றுக்கொள்ளப்படவில்லை. என் இனிய நண்பரே, இசை, இலக்கியம், ஓவியம் பற்றி ஒன்றுமே அறியாதவரை கற்றறிந்தவராக ஏற்றுக்கொள்வீர்களாக. இரு பெரிய பட்டங்கள் பெற்ற உங்களுக்கு சினிமாக்கலை பற்றி ஒன்றுமே தெரியாது. ஆனாலும் கற்றறிந்த மேதையாக உங்களை எல்லோரும் கருதுகிறார்கள். அது தவறு. 1895ஆம் ஆண்டில் லூமியர் சகோதரர்கள் முதன்முதலாக ஒளிரும் பிம்பங்களைக் காண்பித்தபோது பிறந்தது ஒரு புதிய கலை மட்டுமல்ல, அப்போது மனித மூளையில் உணர்வதற்கும், புரிந்து கொள்வதற்கும் ஒரு புதிய அமைப்பு தோன்றியது. அதன் மூலம் மானுட வளர்ச்சிக்கான புதிய பாதை போடப்பட்டது. “நல்ல இசை உணர்வுக்கு, அடிப்படை சூழ்நிலையும், இசை உணர்வுக்கான மூலமும், இசையறிவும் தேவைப்படுகின்றன. அதேநேரத்தில் இசை நம் காதுகளை அதை ரசிப்பதற்கேற்றவாறு வளப்படுத்துகிறது. மாற்றுகிறது” என்ற கார்ல் மார்க்சின் அற்புதமான கூற்று சினிமாவுக்கும் பொருந்தும். கடந்த 50 ஆண்டுகளில் சினிமாவின் வளர்ச்சி அதை நிரூபித்துள்ளது.

உங்களில் பல்கலைக்கழக புத்தக அலமாரிகளில் பார்வை குறித்த அறிவுப்பூர்வமான பல புத்தகங்கள் இருக்கலாம்.

ஆனால், சினிமாக்கலை மூலம் எப்படி நாம் புதிதாக பார்க்க கற்றுக் கொண்டோம்? காட்சிரீதியாக கருத்துக்களை அறியக் கற்றுக்கொண்டோம்? காட்சிக் குறியீடுகளை, மௌன உடலசைவுகளைப் புரிந்துகொள்ள கற்றுக்கொண்டோம் என்பது பற்றியெல்லாம் உங்களுக்கு ஒன்றும் தெரியாது.

சினிமா நமக்கு இவற்றைக் கற்றுத்தந்தது என்று சொல்லும்பொழுது உங்களையும் சேர்த்துதான் சொல்லுகிறேன். ஆனால், இந்த உண்மையை நீங்கள் கண்டுகொள்ளவில்லை. நீங்களும் சினிமா பார்ப்பவர்தானே. மனைவியின் சந்தோஷத்துக்காக நீங்களும் பலமுறை சினிமா பார்த்தவர்தானே, சினிமா பார்த்தபின் அதன் கதை பற்றி ஆஹா ஓஹோ என்று, பேசுபவர்தானே. இங்கு உங்களுக்கு ஒன்றை சொல்லிக்கொள்ள விரும்புகிறேன். நீங்கள் புரிந்துகொண்டதாகச் சொல்லும் இதே சினிமாவை இருபது வருடங்களுக்கு முன் உங்களால் புரிந்துகொண்டிருக்கவே முடியாது. காரணம் உங்களின் பார்த்து உணரும் சக்தி அதைப் புரிந்துகொள்ளும் அளவுக்கு அப்போது வளர்ந்திருக்கவில்லை. நான் சொல்வதை உங்களால் நம்பமுடியவில்லையா? நான் நிரூபித்துக் காட்டுகிறேன்.

சினிமா வரலாற்றில் இதற்கான நிரூபணங்கள் உள்ளன. சினிமாவின் தந்தை எனக் கருதப்படும் ஹாலிவுட் இயக்குநர் கிரிஃபித் முதன்முதலாக க்ளோசப்புகளை உபயோகித்தார். கை, கால்களின் க்ளோசப்புகள் திரை முழுவதும் காண்பிக்கப் பட்டன. அதை முதன்முதலாகக் கண்ட பார்வையாளர்கள் பீதிகொண்டு சினிமா அரங்கை விட்டு வெளியே ஓடினார்கள்.

15 ஆண்டுகளுக்கு முன் மாஸ்கோவில் ஒரு விவசாயப் பெண்ணைச் சந்தித்தேன். அவள் சைபீரியாவிலிருந்து வந்திருந்தாள். நல்ல புத்திசாலி அவள். இயந்திரங்களைப் பற்றி அறிந்தவள். அதற்கு முன் அவள் நகரத்தைப் பார்த்தது கிடையாது. சினிமாவுக்குப் போனதே கிடையாது. (ஆனால், இன்று அப்படி ஒரு பெண்ணை சைபீரியாவில்கூட பார்க்க முடியாது) எனவே, அவளை ஒரு சினிமா பார்க்கச் சொன்னேன். சினிமாவிலிருந்து திரும்பிய அவள் பேயறைந்ததுபோல் இருந்தாள். “ஏன், சினிமா பிடிக்கவில்லையா?” என்று கேட்டேன். “பிடிப்பதா? அது யாருக்காவது பிடிக்குமா என்ன?” என்று அச்சம் கலந்த குரலில் பதிலுரைத்தாள். “ஏன்?” ஆச்சரியமாக கேட்டேன். அவள் கூறினாள், “அப்பப்பா என்ன பயங்கரம். மனிதர்கள் துண்டு துண்டாக வெட்டப்பட்டுக் கிடக்கிறார்கள். இடுப்புவரை, கழுத்துவரை

வெட்டப்பட்டிருந்தன. பெரிய பெரிய தலைகள் வெட்டப்பட்டு இருந்தன. ஆனாலும் அவை அசைந்தன, பேசின, சிரித்தன."

அந்த புத்திசாலிப் பெண் பேன்யாவை பலமுறை சினிமா பார்க்குமாறு வற்புறுத்தினேன். விரைவில் சினிமா அவளுக்கு புரியத் தொடங்கியது. துண்டுத்துண்டு பிம்பங்களை ஒன்றிணைத்துப் புரிந்துகொள்ளக் கற்றுக் கொண்டாள். இன்று குழந்தைக்குகூட இருக்கும் அந்த புரிந்துகொள்ளும் சக்தியை முழுமையாக அடைந்தாள். ஆனால் பல ஆண்டுகளுக்கு முன் பார்வையாளர்களால் இந்த அற்புத கண்டுபிடிப்பை புரிந்துகொள்ள முடியவில்லை. பின்னர் மக்கள் சினிமாவைப் பார்க்க கற்றுக்கொண்டனர். பார்த்து உணர்வதற்கான புதிய சக்தி அவர்களுக்கு வளர்ந்தது.

என் இனிய நண்பரே, சினிமாவை நீங்கள் புரிந்துகொள்கிறீர்கள். ஆனால், அதன் மூலம் கிடைத்த புதிய பார்த்துணரும் சக்தியை, பண்பாட்டை நீங்கள் புரிந்துகொள்வதில்லை. பிம்பங்களின் பேச்சு அது. தொழில்நுட்பம் மூலமான காட்சி வெளிப்பாடு அது. இதைப் புரிந்துகொள்ளும் திறன் நமக்கு தற்போது செழுமையாய் வளர்ந்துள்ளது. சில நேரங்களில் புதிய திரைப்படங்களை முதல் காட்சியில் பார்க்கும்போது மனம் மகிழ்கிறோம். ஆனால், ஐந்தாண்டுகளுக்கு முன் அதே அளவு மனம் மகிழ்ந்திருப்போமா என்பது சந்தேகம். காரணம், படத்தில் பொதிந்துள்ள ஆழமான கருத்துக்கள், மறைமுக அர்த்தங்கள் அல்ல. மாறாக, அந்த பிம்பங்கள் அர்த்தப்படுத்துவது என்ன என்பதை அப்போது நாம் அறிந்திருக்க மாட்டோம்.

இங்கு நான் சாப்ளினின் அழகான திரைப்படம் ஒன்றை நினைவுகூற விரும்புகிறேன். சாப்ளின் ரயில் நிலையத்துக்கு ஓடிவருவார். அவர் நேசிக்கும் பெண் அங்கு ரயிலில் செல்ல காத்திருக்கிறாள். சாப்ளின் தாமதமாக வருகிறார். பிளாட்பாரத்தை நோக்கி விரைகிறார். இப்போது நாம் பார்ப்பது, ரயிலையோ, தண்டவாளத்தையோ அல்ல. மாறாக, அந்த மாலைப்பொழுதில் திரை முழுவதும் ஆக்ரமித்துக்கொண்டிருக்கும் சாப்ளினின் முக க்ளோசப். அவரின் முக அசைவும், கண்களும் எதையோ தேடுகின்றன. இப்போது அவர் முகத்தில் ஒளியும் இருளும் மாறி மாறி கடந்து செல்கிறது. படிப்படியாகக் கடந்து செல்லும் ஒளி இருளின் வேகம் அதிகரிக்கிறது.

முதன் முதலாக பெர்லினில் இப்படம் காட்டப்பட்டபொழுது, ஒரு சிலரே இக்காட்சியின் அர்த்தத்தை புரிந்துகொண்டனர். ஆறு மாதங்களுக்குப் பின் எல்லோருமே அக்காட்சியைப் புரிந்துகொண்டனர். ரயில், ஸ்டேஷனை விட்டுக் கிளம்புகிறது. அப்போது ஓடும் ரயிலின் ஒளிதான் சாப்ளின் முகத்தில் விழுகிறது என்பதைப் படம் பார்த்த குழந்தைகூட புரிந்துகொண்டது.

சினிமாவில் காட்சி ரீதியாக விளக்கப்படுவது இன்று உயர்நிலையில் உள்ளது. எல்லாவற்றையும் காண்பிக்கவேண்டும் என்பது அவசியமில்லாமல் போய்விட்டது. படிக்கும்பொழுது இரு வரிகளுக்கிடையே உள்ள அர்த்தத்தை உணர்வதுபோல், இன்று இரு பிம்பங்களுக்கிடையேயான அர்த்தத்தை உணர்கிறோம். என் இனிய நண்பரே நீங்களும் அவ்வாறு உணர்வீர்கள். மேலே சொன்ன காட்சியை நீங்களும் அவ்வாறே உணர்வீர்கள். மேலே சொன்ன காட்சியை நீங்களும் புரிந்துகொண்டீர்கள் என்பது தெரியும். சினிமா பற்றிய அறிவு, இலக்கியம் பற்றிய அறிவைக் காட்டிலும் வேகமாக வளர்ந்துள்ளது.

இதனால்தான், பழைய படங்களைப் பார்க்கும்பொழுது கோமாளித்தனமாகத் தெரிகிறது. அதே படங்களை 15 ஆண்டுகளுக்கு முன் பார்த்தபோது, குழந்தைத்தனமாகத் தெரியவில்லை. நான் சொல்லும் விஷயம் உங்களுக்கு ஆச்சரியமாக இருக்கிறதா? பண்பாட்டு வரலாறு குறித்த பிரச்சனையாக இது உங்களுக்குத் தெரியவில்லையா? கடந்த கால கலைப் படைப்புகள் எவ்வளவுதான் பழையதாக இருந்தாலும், அதைப் பார்த்து நாம் நகைப்பதில்லை.

சினிமா பற்றிய புரிதல் எத்தனை வேகமாக வளர்ந்துள்ளது என்பதைத்தான் இது காட்டுகிறது. மற்ற கலைகளைப் பொறுத்தவரை, பழைய கலைப் படைப்புகள் கடந்துபோன தலைமுறையைப் பிரதிநிதித்துவப்படுத்துகின்றன. ஒரு சரித்திர கால உடையைக் கண்டு நாம் நகைப்பதில்லை. ஆனால், பழைய திரைப்படங்களைப் பார்த்து நாம் அவ்வாறு உணர்வதில்லை. அந்தப் படங்களை உருவாக்கியது நாம்தான். அந்த உடைகளை நாம்தான் அணிந்திருக்கிறோம். எனவே அதை பழைய உடை என்று பார்ப்பதற்கு பதிலாக, பழையதாகிப் போன ஒரு நாகரிகமாகப் பார்க்கிறோம். வரலாற்று கண்ணோட்டத்தில் அதைப் பார்ப்பதில்லை. மாறாக, நம் சொந்த காலகட்டத்தின் குரூரமான, திருப்தி தராததொரு வடிவமாகப் பார்க்கிறோம்.

ஒரு பழைய பாய்மரக்கப்பலைப் பார்க்கும்போது அழகாகத் தெரிகிறது. ஆனால், பழைய ரயில்வண்டி நமக்கு நகைப்பாகத் தெரிகிறது. இதற்கு பின்னால் இருப்பது, ஐம்பது ஆண்டுகால சினிமாவின் மாபெரும் வளர்ச்சியாகும்.

என் இனிய அமெரிக்க நண்பரே, இலக்கியவாதி என்ற உச்சாணிக் கொம்பில் இருந்துகொண்டு, சினிமாவைத் தாழ்வாகப் பார்ப்பதாய் இருந்தால் ஷேக்ஸ்பியர், டால்ஸ்டாய் போன்ற பெயர்களை மேற்கோள் காட்டுவதை விட்டுவிடுவீர்களா? பல திரைப்படங்கள் மோசமாக உள்ளதை நானும் அறிவேன். ஆனால், அதைவிட அதிக எண்ணிக்கையில் மோசமான புத்தகங்களும் உண்டு. நன்றாக ஓடுகின்ற பல திரைப்படங்கள் தரமானவை. ஐம்பது ஆண்டுகால சினிமாவுக்கு மக்கள் மத்தியில் அமோக வரவேற்பு உள்ளது. என் இனிய நண்பரே, அதற்குரிய மரியாதையைத் தர நீங்களும் கற்றுக்கொள்வீர்கள் என எதிர்பார்க்கிறேன்.

சினிமாவுக்கு இது பொன்விழா ஆண்டு. அதற்குரிய மரியாதையோடு அதை நடத்த வேண்டாமா? முதலில் சினிமா தொடர்பான நிறுவனங்கள் இதை விமரிசையாகக் கொண்டாட வேண்டும். சினிமாவின் தொடக்க வரலாறு பற்றி பேசவேண்டும். மிகச்சிறந்த மௌனப்படங்களைத் திரையிடவேண்டும். அவை குறித்து கருத்தரங்குகள் வேண்டும். அத்தகைய நிகழ்ச்சிகளுக்கு நிச்சயம் நல்ல வரவேற்பு இருக்கும். இந்நிகழ்ச்சியை நடத்துவதில் பண்பாட்டு அமைப்புகள் பங்குகொண்டு, அதன் வெற்றியை அனுபவிக்க வேண்டும். நம் கல்விச் சாலைகள், பல்கலைக் கழகங்கள் குறிப்பாக பண்பாட்டு அமைச்சகம் இதை உணர வேண்டாமா? இது பண்பாட்டோடு தொடர்புடையது. குறிப்பாக, வெகுஜன பண்பாட்டோடு தொடர்புடையது.

வரலாற்று ரீதியான வளர்ச்சிக்கு, வரலாற்று ரீதியான விழிப்புணர்வு அவசியம். மேற்சொன்ன நிகழ்ச்சிகள் சினிமா, சினிமா பண்பாடு குறித்து மக்களுக்கு உணர்த்தும். இந்நிகழ்ச்சிகள் மூலம் சினிமாவை மேன்மைப்படுத்தினால், சினிமா தன் உயர்தரத்தை பாதுகாத்துக் கொள்ள வேண்டிய கட்டாயத்துக்கு தள்ளப்படும். சினிமா பொன்விழா கொண்டாட்டத்தின் பாகமாக, என் இனிய நண்பரே, நீங்களும் சினிமா பற்றி உரை நிகழ்த்தவேண்டும். எது எப்படி இருந்தாலும் இதற்கான ஏற்பாடுகளை ஃபெனிசாரோ

அமைப்பு செய்து வருகிறது. விழாவுக்கான ஆலோசனைகளை அது பலரிடமிருந்து வரவேற்கிறது.

பேல பெலாஸ்

பேல பெலாஸ்

1

சினிமா என்ற நிகழ்தலின் தொடக்கமும் முடிவும்

“மேலே இருந்து ஒருத்தன் பார்த்துக்கிட்டுதான் இருக்கான்...” என்கிற இந்த வாக்கியத்தை நாம் பலமுறை கேட்டிருப்போம். அல்லது நாமேகூட சொல்லியிருப்போம்.

தவறுகள், குற்றங்கள் இழைத்துவிட்டு தண்டனை பெறாமல் சுகமாய் வாழும் மனிதர்களைப் பற்றித்தான் இவ்வாறு சொல்லவும், கேட்டும் இருப்போம்.

“மேலே இருந்து ஒருத்தன்...” என்பதில் உள்ள ஒருத்தன் கடவுள், நமக்கு மேல் உள்ள சக்தி என்பதைத்தான் பெரும்பாலும் குறிக்கும். எதிலிருந்து தப்பினாலும் தப்பலாம். அந்த ஒருவனிடமிருந்து தப்பமுடியாது என்பதைத்தான் அவ்வாறு சொல்லும்போது நாம் அர்த்தப்படுத்துகிறோம்.

ஆனால், இன்றைய நவீன டிஜிட்டல் உலகில், அந்த ஒருத்தன் இருக்கிறானா, இல்லையா? என்று தெரியாது. ஆனால், அந்த ஒருத்தனுக்குப் பதிலாக, நவீன, மிகச்சிறிய வீடியோ கேமராக்கள் மேலேயிருந்து, பல நேரங்களில் நம்மைப் பக்கத்திலேயே இருந்துகூட பார்த்துக் கொண்டிருக்கிறது.

இப்படி கடவுளாய் மாறிய காமிராவால் ஒரு பிரபல மனிதரின் படுக்கை அறைக் காட்சிகள் தமிழகத்தின் ஊடகங்கள் மூலமாக ஆறரைக் கோடி மக்களின் பல்லாயிரம் கோடி மணி நேரங்களை கபளீகரம் செய்தது நம் எல்லோருக்கும் தெரியும். கடவுள் தூணிலும் இருப்பான், துரும்பிலும் இருப்பான். எந்த ரூபத்திலும் வருவான் என்பார்கள். கடவுள் வருகிறானோ இல்லையோ, கண்ணுக்குத் தெரியாத சிறிய சிறிய கேமராக்கள் எந்த ரூபத்தில் எப்போது, எங்கு இருக்குமோ என்றுதான் இன்று பலரும் பயப்படுகிறார்கள்.

மிகப்பெரிய, விலையுயர்ந்த பொருட்கள் விற்கப்படும் கடைகளில், இதே கேமரா, கடவுளாக இல்லாமல், காவலாளியாய் நிற்கிறது. யாரும்தான் பார்க்கவில்லையே என்று ஏதாவது ஒரு பொருளை எடுத்து ஒருவர் தன் சட்டைப் பையிலோ அல்லது கால்சட்டைப் பையிலோ போட்டுக் கொண்டால், அங்கே உள்ள CCTV கேமரா அவர்களை கப்பென்று காவலாளியாய் பிடித்துவிடுகிறது.

தவறு செய்பவர்கள், இன்று யாராவது பார்க்கிறார்களா? என்று சுற்றும் முற்றும் பார்ப்பதில்லை. மாறாக, லென்ஸ் ஏதாவது எங்காவது மறைத்த வைக்கப்பட்டிருக்கிறதா என்றுதான் மேலேயும் பக்கவாட்டிலும் பார்க்கிறார்கள்.

நாம் சினிமா சினிமா என்று சினிமாவின் பரவசத்தை, அற்புதத் தன்மையை பேசும்பொழுதெல்லாம், ஒன்றை மறக்கலாகாது. சினிமா என்றாலே கேமரா வழியாய் பதிவு செய்யப்பட்டு சொல்லப்படும் கதை, நிகழ்வு, விவரணை என்பதுதான்.

சினிமா என்ற கலை சாத்தியமாவதற்கு அடிப்படையே ஒளிப்பதிவு, ஒலிப்பதிவுக் கருவிகள்தான். மறைத்து வைத்து கேமராவால் எடுக்கப்பட்ட காட்சிகளை சினிமாவில் சேர்த்துக்கொள்ள முடியுமா? பூந்தொட்டிக்குள்ளே கேமராவை மறைத்து வைத்து எடுத்து, DVD ஆக மாற்றி ஊடகங்களுக்கு அனுப்பி நான்கே நாட்களில் நான்கு கோடி பேருக்கு மேல் பார்க்க வைத்த நபரை வெற்றி இயக்குநராகக் கருதமுடியுமா? நிச்சயமாக முடியாது.

இது போன்ற நிகழ்வுகளை / பதிவுகளின் சில பகுதிகளை ஒருவித கோட்பாடோடு குறிப்பிட்ட விசயத்தைப் பற்றிய ஆவணப்படத்தில் உபயோகப்படுத்தலாம். அல்லது இவ்விஷயங்களைப் புனைந்து கதைப்படமாக உருவாக்கலாம்.

சென்ற அத்தியாயத்தில், கலைகள் மட்டும் அல்ல கனவு, கற்பனை, தேடல்கூட இந்த டிஜிட்டல் யுகத்தில் தொழில்நுட்பத்தைச் சார்ந்திருக்க வேண்டியுள்ளது எனக் கூறினேன். இப்போது கனவும்

குற்றமும்கூட அதை கண்டுபிடிப்பதும்கூட தொழில்நுட்பத்தைச் சார்ந்திருக்க வேண்டியுள்ளதோ என நினைக்கத் தோன்றுகிறது.

சினிமா என்கின்ற நிகழ்தல். எங்கே எப்படி நிகழ்கிறது? எங்கே அது தொடங்குகிறது. எங்கே அது முடிகிறது என்கின்ற அடிப்படைக் கேள்விகளுக்குப் பதிலைத் தேடினால் அது சுவாரஸ்யமாக இருக்கும்.

நாம் சினிமாவைப் பல ரூபங்களில், பல இடங்களில் பார்க்கிறோம். பல்வேறு திரைகளில், பல்வேறு திரை அளவுகளில் நாம் சினிமாவைப் பார்க்கிறோம். நாம் பார்க்கின்ற சினிமா, நாம் பார்க்கின்ற திரைகளில்தான் நிகழ்கிறது என நினைத்துக் கொள்கிறோம். உண்மையில் அது திரைகளில் நிகழ்வதில்லை. மாறாக, நம் மனங்களில்தான் நிகழ்கிறது. நூறு பேர் ஓர் அரங்கில் அமர்ந்து ஒரு திரைப்படத்தைப் பார்ப்பதாய் வைத்துக் கொள்வோம். அப்போது அங்கு அந்தத் திரைப்படம் அந்த ஒரு திரையில் மட்டும் நிகழ்வதில்லை. மாறாக, அது நூறு பேரின் மனங்களில் நிகழ்கிறது. திரையில் நிகழ்வது என்பது வெறும் அசையும் பிம்பங்களும், அதனோடு எழுப்பப்படும் ஒலியும் மட்டுமே.

மனித மனங்களில் அவ்வாறு நிகழும் சினிமா, மனிதன் தோன்றியதிலிருந்து இன்றுவரை ஏற்பட்ட மனித மனம், மனித மூளையின் வளர்ச்சியைப் பொறுத்தே நிகழ்கிறது என்பதை அறியும்பொழுது அது இன்னும் சுவாரஸ்யமாக இருக்கிறது.

உண்மையில் பார்க்கப்போனால், திரையில் நிகழ்வது அசையும் பிம்பங்கள்கூட இல்லை. அவை அசையா பிம்பங்கள்தான். அடுத்தடுத்து வரும் அசையா பிம்பங்களுக்கு அசைவைத் தருவது கூட நம் மனமும் மூளையும்தான். "Persistence of Vision" என்கின்ற பதத்தை நம்மில் பலர் பள்ளியில் அறிவியல் பாடப்புத்தகத்தில் படித்திருப்போம். கண்களின் வழியே நாம் ஒரு பொருளை பார்க்கும்பொழுது அதன் பிம்பத்தை நம் மூளை பதிவு செய்கிறது. அவ்வாறு பதிவு செய்து, அதை மூளையின் ஒரு குறிப்பிட்ட நேரம் தக்கவைத்துக் கொள்ளும் மூளையின் விசேஷ திறனைத்தான் "Persistence of Vision" என்கிறோம். ஒரு பொருளோடு நம் கண்கள் தொடர்புவிட்ட பின்பும் ஒரு நொடியில் பத்தில் ஒரு பங்கு நேரம் மூளையில் பதிந்துள்ள அப்பொருளின் பிம்பத்தை நம் கண்கள் பார்த்துக் கொண்டுதான் இருக்கிறது.

இதை இன்னும் எளிதாக விளக்க வேண்டுமானால், ஒரு தீப்பந்தத்தையோ அல்லது டார்ச் விளக்கையோ வேகமாக வட்ட வடிவில் சுற்றினால், அந்த ஒளியை ஒரு வட்டமாக, ஒளிவட்டமாக

நம் கண்கள் பார்க்கின்றன. "அது எப்படி நிகழ்கிறது. தீப்பந்தம் அல்லது டார்ச்சின் ஒளி, ஒரு நேரத்தில், ஒரு புள்ளியில்தானே இருக்கமுடியும். பின் எப்படி அது முழு வட்டமாகத் தெரிகிறது. அதுதான் "Persistence of Vision". இது நம் உடலின், நரம்பியலின், மூளையின், கண்களின் ஒரு பாகமாக அமைந்துள்ளது.

நம் உடலில் இந்த அறிவியல் கூறு மட்டும் இல்லாமல் இருந்திருந்தால், சினிமா என்ற கண்டுபிடிப்பே இல்லாமல் போயிருக்கலாம்.

சினிமா முதன் முதலாய் உலகில் நிகழ்ந்தபோது, அதன் அறிவியல் மற்றும் உளவியல் தன்மைப் பற்றியெல்லாம் யாரும் பெரிதாக நினைக்கவில்லை. அதை ஒரு அதிசயமாகவே உலகெங்கும் மக்கள் பார்த்தனர். ஆனால், அப்போதுகூட, நம் இந்தியாவில் மற்ற நாடுகளைப் போல், மக்கள் இதை ஒரு மாபெரும் அதிசயமாகப் பார்க்கவில்லை. 1896 ஜூலை 7 ஆம் நாள்தான் இந்தியாவில் முதன் முதலாக சினிமா என்கின்ற ஒன்று நிகழ்ந்தது. லூமியர் சகோதரர்களின் பத்து நிமிடங்கள் ஓடக்கூடிய அளவுக்கான சிறு துண்டுப் படங்கள் இன்றைய மும்பையின் வாட்சன் ஓட்டலில் காண்பிக்கப்பட்டது. அந்த அதிசயத்தைப் பாக்க ஒரு வாரத்திற்கு மேல் மக்கள் யாரும் வரவில்லை. பின்னர், இப்படக்காட்சிகள் மும்பையின் நாவல்பட்டி நாடக அரங்குக்கு மாற்றப்பட்டது. அங்கும் ஒரு சில வாரங்களே அப்படக் காட்சி நடத்தப்பட்டது. பின் மக்கள் ஆதரவின்றி ஆகஸ்டு 15ஆம் நாள் அப்படக் காட்சிகள் இந்தியாவை விட்டே சென்றுவிட்டது. சினிமாவின் முதல் வருகை இந்தியாவில் ஏன் பெரும் தாக்கத்தை ஏற்படுத்தவில்லை என்று ஆராயப் போனால், இந்தியர்களிடையே ஏற்கனவே நிழல் கூத்து, குரலி மற்றும் வரையப்பட்ட படங்களுடன் கதை சொல்லுதல் போன்ற கலைகள் பிரபலமாக இருந்தது காரணமாக இருக்கலாம் என்று சொல்லப்படுகிறது.

ஆனால், பின்னாளில் அந்த சினிமா இந்தியாவில் மிகப்பெரிய தாக்கத்தை ஏற்படுத்தப் போகிறது என்று அப்போது யாரும் நினைக்கவில்லை.

சினிமா வெகுவிரைவில் ஒரு அற்புதமான கதை சொல்லியாக மாறியதே, இந்தியாவில் அதன் தாக்கத்திற்கு காரணமாக மாறியது. இது குறித்து இப்புத்தகத்தின் பிறிதொரு சந்தர்ப்பத்தில் விரிவாகப் பார்ப்போம்.

ஆனால், இன்று சினிமாவின் நிகழ்தல் என்பது ஏதோ ஒரு சாகாவரத் தன்மையைப் பெறுவதற்கும், எங்கும் நீக்கமற

நிறைந்திருப்பதற்குமான முயற்சியாகவே பார்க்கப்படுகிறது. அவ்வாறு சொல்லும்பொழுது ஒரு போலந்து திரைப்படத்திலிருந்து அற்புதமான காட்சியொன்றை நினைவு கூறாமல் இருக்க முடியவில்லை.

உலகப் புகழ்பெற்ற போலந்து இயக்குநர் கிரிஸ்டோஃப் கீஸ்லொவ்ஸ்கி இயக்கிய கேமரா பஃப் (Camera buff) என்கின்ற படத்தில்தான் அக்காட்சி வருகிறது. 1960களில் எடுக்கப்பட்ட இப்படத்தின் கதாநாயகன் அரசு தொழிற்சாலையில் பணிபுரியும்

போலந்து திரைப்பட இயக்குநர் கீவ்ஸ்லோவ்ஸ்கி

ஒரு தொழிலாளி. அவனுக்கு திடீரென்று கிடைத்த ஒரு 16 எம்.எம்.கேமரா மீது ஒரு அதீத காதல் ஏற்பட்டு விடுகிறது. அவன் சதா நேரமும் அக்கேமராவில் எதையாவது எடுத்துக் கொண்டேயிருக் கிறான். அது படிப்படியாக அவன் குடும்ப, சமூக, அரசியல் வாழ்வைப் புரட்டிப் போடுவதுதான் படத்தின் கதை.

அப்படத்தின் ஒரு காட்சியில் கதாநாயகன் தான் குடியிருக்கும் அடுக்கு மாடிக் குடியிருப்பில் இருந்து வெளிவரும்பொழுது அதே குடியிருப்பில் டிரைவராகப் பணிபுரியும் ஒரு தொழிலாளி தன் லாரியை எடுப்பான். அவனை நம் கதாநாயகன் தன் கேமராவால் படம் பிடிப்பான். அப்போது அத்தொழிலாளியின் வயதான அம்மா, அவன் வீட்டு பால்கனியிலிருந்து மகனுக்குப் புன்னகையோடு கையசைப்பாள். உடனே நம் கதாநாயகன் கேமராவைத் திருப்பி, கையாட்டும் அன்னையையும் படம் பிடிப்பான். அதை அந்த தொழிலாளி புன்னகையோடு ரசிப்பான். அவன் அவ்வாறு படம் பிடித்த ஒரு சில நாட்களில் தொழிலாளியின் அம்மா இறந்துவிடுவாள். சில நாட்களுக்குப் பின், அத்தொழிலாளி கதாநாயகனைப் பார்த்து, "அன்று என் அம்மாவைப் படம் பிடித்தாயே, அதை நான் பார்க்க முடியுமா?" என கேட்பான். உடனே கதாநாயகன் அவனுக்கு 16 எம்.எம். ப்ரொஜக்டரில் அவன் அம்மா கையாட்டும் காட்சியை போட்டுக் காட்டுவான். கண்ணில் நீர் மல்க அக்காட்சியைப் பார்க்கும் தொழிலாளி கதாநாயகனைப் பார்த்து, "என் அம்மா இறக்கவில்லை. உன்னால் இன்னும் உயிரோடு இருக்கிறாள்" என்பான். தொடர்ந்து அவன் சொல்வான், "நீ செய்யும் தொழில்தான் எத்தனை உன்னதமான தொழில்". கீவ்ஸ்லொஸ்கியையும், அவரது படங்களையும் நன்கறிந்தவர்களுக்கு, அவ்வார்த்தையின் ஆழத்தை பல படிமங்களைப் புரிந்துகொள்ள முடியும்.

இந்த சினிமா என்கின்ற நிகழ்தலை பல கோணங்களில் சிந்தித்துப் பார்த்தால் இன்னறவும், தனக்குப் பிடித்த விளையாட்டு பொம்மை கைக்குக் கிடைத்த குழந்தையைப் போல என் மனம் குதூகலிக்கிறது.

இருபது ஆண்டுகளுக்கு மேலாக ஏதாவது ஒரு விதத்தில் சினிமா மற்றும் சினிமா எடுப்பதோடு என் தொழிலும் வாழ்வும் கழிவதால், சினிமா என்கின்ற நிகழ்தலின் தொடக்கம் எது என்று யோசிக்கும்போது, சினிமா என்பதே சினிமாவைத் தெரிந்த ஒரு கதைசொல்லியின் மனதில்தான் பிறக்கிறது எனச் சொல்லவேண்டும். சினிமா என்பது ஒரு கதையாகப் பிறக்கிறதா? அல்லது கருத்தாக பிறக்கிறதா? காட்சிகளாகப் பிறக்கிறதா? ஒலியோடு கூடிய ஒளியாக பிறக்கிறதா?... என்ற பல கேள்விகள் எழலாம். ஆனால், உண்மையில்

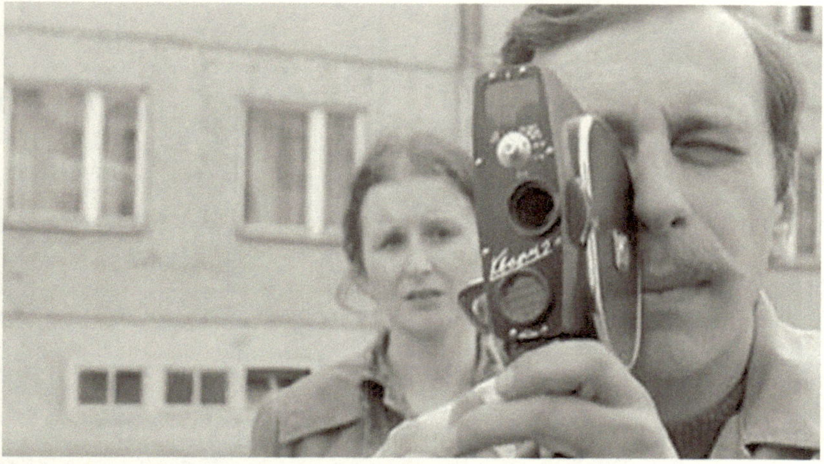

கீவ்ஸ்லோவ்ஸ்கியின் "கேமரா பஃப்" படத்திலிருந்து ஒரு காட்சி

இவை எல்லாவற்றையும் உள்ளிட்ட வார்த்தைகளால் விவரிக்க முடியாத ஒரு அற்புதமாக, அதிசய ஒளியாக அது படைப்பவனின் மனதில் தொடங்குகிறது.

அப்படியானால், பல கோடிப் பேர்கள் சினிமாவைப் பார்க்கிறார்களே! அவர்களுக்கும் சினிமாவுக்கும் என்ன சம்பந்தம்? படைத்தவன் மனதில் ஓர் அற்புதமாய் தோன்றிய சினிமா, இந்தப் பல கோடி மக்களின் மனதில்தான் நிறைவு பெறுகிறது. உண்மையில் சினிமா அந்த மனங்களில்தான் தொடங்குகிறது.

இந்த சினிமா ஒரு மனதிலிருந்து பல ஆயிரம் மனங்களை அடைய ஒளி ஒலியோடு கூடிய ஒரு வடிவை எடுக்க வேண்டியுள்ளது. அந்த வடிவை எடுக்க, ஒரு மாயாஜாலமாய் அவதாரம் எடுக்க சினிமா பலநூறு குகைகளை, ஆகாயங்களை, கடல்களைத் தாண்ட வேண்டியுள்ளது. அது குறித்து வரக்கூடிய அத்தியாயங்களில் பார்ப்போம்.

2

சினிமா ஒரு படைப்புக்கலை

கேமராவில் பதிவு செய்யப்படுவதெல்லாம் சினிமாவாகி விடுமா? என்ற கேள்வியை எழுப்பியிருந்தோம்.

கேமராவால் பதிவு செய்வது எந்த அளவுக்கு எளிமையாகிப் போனதோ, அதே அளவுக்கு இல்லையென்றாலும், ஓரளவுக்கு பதிவு செய்த படத்தை படத்தொகுப்பு செய்வதும் இன்று எளிமையாகிவிட்டது. வீட்டில் உள்ள கணினிகள் மூலமாகவும், மடிக் கணினிகள் மூலமாகவும் எடுக்கப்பட்ட வீடியோ காட்சிகளை படத்தொகுப்பு செய்வது எளிதாகிவிட்டது.

படைப்புக்கலை எனும் அடிப்படையில் சினிமாவின் எல்லைகள் இன்று விரிந்துகொண்டே போகின்றன. பதிவு செய்வது மட்டுமல்ல, கணினிகள் மூலம் மட்டுமே உருவாக்கப்படுவதும் இன்று சினிமாவாகிவிட்டது. அவதார் 3டி படம் பார்த்தவர்கள், அதில் உள்ள உருவாக்கப்பட்ட உலகத்தை (Visual World) பார்த்து வியந்தனர். அப்படத்தில் கதாபாத்திரங்கள் உலவும் உலகமும், வெளியும் முழுக்க கணினி கொண்டு உருவாக்கப்பட்டவை. முப்பரிமாணத்தில் அவ்வுலகைப் பார்க்கும்போது அது வெறும் கற்பனை உலகமாக

மட்டும் தெரியவில்லை. கண்ணுக்கெட்டாத, நம்மால் சென்றடைய முடியாத உலகமாகவும் தெரிகிறது. நம் நிஜக் கண்களால் பார்க்கமுடியாத உலகத்தை நம்மால் மனக்கண்ணாலும் கற்பனையால் மட்டுமே பார்க்க முடியும். அப்படிப்பட்ட உலகத்தை நம் நிஜக்கண்களாலும் பார்க்கமுடியும் என்பதை சாத்தியப்படுத்தியது இன்றைய சினிமா உலகின் டிஜிட்டல் தொழில்நுட்பங்கள்.

இன்று சினிமா 3D எனப்படுகின்ற முப்பரிமாணத்தைத் தாண்டி 4D எனப்படும் holographic சினிமாவாகவும் வந்துவிட்டது. இன்று சிறிய அளவில் 5, 10 நிமிடப் படங்களாக மட்டுமே பெரிய பொழுதுபோக்கு அரங்குகளில் இந்த 4D சினிமா காட்டப்படுகிறது. இன்னும் ஒரு சில ஆண்டுகளில் ஜேம்ஸ் கேமரூன் போன்ற ஓர் இயக்குநர் ஒரு முளநீளத் திரைப்படத்தையே 4D எனப்படும் நான்கு பரிமாணங்களில் எடுக்கலாம். அந்த 4D திரைப்படங்களின் உலகம் நம் நிஜக் கண்களுக்குத் தெரிவதோடு மட்டுமல்லாமல், நம்மையே அவ்வுலகுக்கு அழைத்துச்செல்லும். அப்படங்களின் கதாபாத்திரங்கள் நம் கண்ணெதிரே மட்டும் தோன்ற மாட்டார்கள். நம்மைச் சுற்றி நான்கு புறங்களிலிருந்தும் தோன்றுவார்கள். அந்தக் கதாபாத்திரங்கள் நம் பக்கத்திலேயே வந்து உட்காரக்கூடும். ஏன் நம் மடியிலேயேகூட உட்காரலாம். 4D திரைப்படங்களைக் காண்பிக்க, தற்போதைய திரையரங்குகள் புதிய தொழில்நுட்பத்தோடு மாற்றி வடிவமைக்கப்பட வேண்டும்.

இன்று தொழில்நுட்ப வளர்ச்சி எந்த அளவுக்கு உள்ளதென்றால், அதற்கு வேறு வேலையே இல்லை. எதையாவது புதிது புதிதாக செய்து நம்மை கண நேரம் வியக்க வைப்பதுதான் என்று நம்மை சொல்ல வைக்கும் அளவுக்கு வளர்ந்துகொண்டே உள்ளது. இந்த தொழில் நுட்பங்கள் நம்மை எந்த அளவுக்கு வியக்க வைக்கிறதோ, அதே அளவுக்கு நம்மை சலிப்படையவும் வைக்கிறது. காரணம், அவை மிக விரைவாய் பழமையாகிவிடுவதுதான்.

பொதுவாக மிகச் சிறந்த கலைப்படைப்புகளை காலத்தால் அழியாதது என்போம். காலம் யாருக்கும், எதற்காகவும் காத்திருக்காது. அது ஒரே சீரான வேகத்தோடு போய்க்கொண்டே இருக்கிறது. அதை எந்த சக்தியாலும் கட்டுப்படுத்த முடியாது. வலிமையற்ற, மேலோட்டமான எல்லா படைப்புகளும் அதன் வேகத்திற்கு ஈடுகொடுக்க முடியாமல் பக்கவாட்டில் ஒதுங்கிப் போகின்றன. ஆனால், சில படைப்புகள் மட்டும் சில நூறு ஆண்டுகள், சமயங்களில் சில ஆயிரம் ஆண்டுகளையும் கடந்து அப்படியே நிற்கிறது.

பீத்தோவன், மொஸாட் இசை இன்றளவும் புத்தம் புதிதாய் புத்துணர்ச்சி தருவதாய் உள்ளது. ரெம்ப்ராண்ட், வேன்கோ, டாவின்ஸியின் ஓவியங்கள் இன்றளவும் நம்மைக் கட்டிப் போடுகின்றன. ஆயிரம் ஆண்டுகளுக்கு முன்பு சொல்லப்பட்ட பல கதைகள், கவிதைகள், கருத்துகள் இப்போதுதான் நம் காதருகில் யாரோ சொல்வது போல உள்ளது. காரணம், இவையெல்லாமே மனித உணர்வில், அறிவின் மாறாத அடிப்படைகளுக்குத் தீனி போடுவதால்தான்.

சினிமாவிற்கு வயது 115 ஆண்டுகள்தான் எனும்பொழுது, காலத்தால் அழியாத திரைப்படம் என்று குறிப்பிடும்பொழுது வேடிக்கையாகத்தான் இருக்கிறது. இன்றளவும் உலக அளவில் காலத்தால் அழியாத படங்கள் என பல படங்களின் பெயர்களை அவ்வப்போது பத்திரிகைகளும் திரைப்படம் சம்பந்தமான நிறுவனங்களும் வெளியிட்டுக் கொண்டிருக்கின்றன. இந்தப் படங்களின் பட்டியலைப் பார்த்தால், பெரும்பாலான படங்கள் குறைந்தது முப்பது அல்லது நாற்பது வருடங்களுக்கு முந்திய படங்களாகவே உள்ளன. இதில் கவனிக்க வேண்டிய முக்கிய விஷயம் என்னவென்றால், அதிநவீன தொழில்நுட்பங்கள் சிறந்த திரைப்படத்தை உருவாக்குவதில்லை" என்பதுதான். இன்றளவும் தரமான உலகப்பட விழாக்களில் சிறந்த படங்களாகத் தேர்வாகும் படங்கள் தொழில்நுட்பத்தை பெரிதும் சாராமல், கதையையும், கதைக்காக தேர்ந்தெடுக்கப்படும் களம் மற்றும் கருவையும், கதை சொல்லும் உத்தியையும் பெரிதாய் நம்பியிருக்கின்றன.

சினிமா தன்னுடைய இரண்டாவது நூற்றாண்டில் தொழில் நுட்பத்தின் உதவியால் மிகத்துல்லியமான காட்சி, மிகஅற்புதமான வண்ணம், மிகத் துல்லியமான ஒலி, கற்பனை செய்யமுடியாத இசை மற்றும் ஒலிசேர்ப்பு என்று தன்னை எவ்வளவுதான் அழகுபடுத்திக் கொண்டாலும், அதன் ஆத்மா, ஆரோக்கியம் அதன் கதையிலும், கதை சொல்லும் விதத்திலும், பார்ப்போரின் மனதில் வேறு எதனாலும் ஏற்படுத்த முடியாத உணர்வுக் கொப்பளிப்பை ஏற்படுத்துவதிலும் உள்ளது. சினிமாவின் படைப்புத் திறன் என்பதே இதில் தான் உள்ளது.

இந்த அடிப்படையில்தான் என்றென்றைக்குமான சிறந்த படங்களின் பட்டியல் தயாரிக்கப்படுகிறது. அந்தப் படங்களை இப்போது பார்த்தாலும் வயதாகாமல் உள்ளது. படைப்பாளியின் படைப்புத்திறன் தன் திரைப்படத்தை நீண்ட காலத்திற்கு வயதாகாமல் பார்த்துக் கொள்வதில்தான் உள்ளது. பல இயக்குநர்கள், தங்களின்

சத்யஜித்ராய்

துவக்க காலங்களிலும், மத்திய காலங்களிலும் அற்புதமான படைப்புகளை உருவாக்கி உள்ளனர். கடைசி வரையில் அதீத சக்தியோடு திரைப்படம் எடுக்கும் இயக்குநர்கள் ஒரு சிலரே உள்ளனர். நம்முடைய சத்யஜித்ராயால் கடைசியாய் எடுத்த மூன்று படங்கள் குறித்து (கணசத்ரு, அகாண்டுக், ஷாக்கோ புரோஷோக்கோ) இருவிதமான எண்ணங்கள் உண்டு. ஒரு பிரிவினர் சத்யஜித்ராய் ஏன் இப்படி நாடகம் போல் படம் எடுக்கிறார் என குறை சொன்னார்கள். இன்னொரு பிரிவினரோ அப்படங்கள் வாழ்வின் ஆழத்தை, தற்போதைய சமூகத்தின் அழுகிக் கொண்டிருக்கும் மனோநிலையை அற்புதமாக காட்டும் எளிமையான படங்கள் என்றனர். குரோசோவாவின் இறுதிப் படங்களைக் குறித்தும் இதேபோன்ற எணணங்கள் உண்டு. ஆனால், போலன்ஸ்கி (Polanski) போன்ற இயக்குநர்கள் தங்களின் 20களில் எடுத்த படங்களும் புத்தம் புதிதாய், நவீன சினிமா மொழியோடு, இளமையாய் உள்ளன. உலகப் புகழ் பெற்ற போலந்து நாட்டு இயக்குநர் அந்த்ரே வாய்தா (Andrzej Wajda) வுக்கு வயது 80. அவரின் சமீபத்திய படமான A Sweet Rush (ஓர் இனிய அவசரம் எத்தனை அழகான தலைப்பு) படத்தைப் பார்த்தபோது மலைப்பாக இருந்தது. இந்த வயதிலும் எப்படி இத்தனை நேர்த்தியாக இளமையாகப் படமெடுக்கிறார் என்று வியந்தேன். அமெரிக்க நடிகரும் இயக்குநருமான கிளின்ட் ஈஸ்ட்வுட் (Clind Eastwood) தன் 80களில் பல அற்புதமான படங்களைத் தொடர்ந்து எடுத்துக் கொண்டிருக்கிறார். 2010 ஆண்டு ஆஸ்கருக்கு பரிந்துரைக்கப்பட்ட அவரது Invictus படம் ஒரு துடிப்பான படம். நெல்சன் மண்டேலாவுக்கும் ஒரு வெள்ளைக்கார ரஃபி விளையாட்டு வீரனுக்கும் இடையே உள்ள உறவை சித்தரிப்பதன் மூலம் மண்டேலா எந்தப் பழிவாங்கும் உணர்வும் இல்லாமல், கருப்பர்களுக்கு இணையாக

ஆந்த்ரே வாய்தா

கீரிஷ் காஸ்ரவல்லி

தென்னாப்பிரிக்க வெள்ளையர்களையும் தன்னாட்டுப் பிரஜைகளாக மதித்தார் என்பதைக் காட்டும் படம்.

உலக அளவில் பல இயக்குநர்களையும் இப்படி சொல்லிக்கொண்டே போகலாம். ஆனால், இந்தியாவைப் பொறுத்தவரை பெரும்பாலான இயக்குநர்கள் குறிப்பிட்ட வயதுக்கு மேல் படமே எடுப்பதில்லை. அப்படியே எடுத்தாலும் அவர்களின் வலுவின்மை படத்திலும் வெளிப்படுகிறது.

பலமுறை தேசிய விருது வாங்கியவரும் கன்னட பட இயக்குநருமான கிரிஷ் காஸ்ரவள்ளியின் ஆரம்ப கால படைப்புகளை நான் பெரிதும் வியந்ததுண்டு. அவரின் முதல் படமான கடஸ்ர்த்தா ஓர் அருமையான படம். அவர் தொடர்ந்து படம் எடுத்துக் கொண்டிருந்தாலும் அவரின் சமீபத்திய படங்கள், பழைய படங்கள் போல, காலத்தோடு இணையாமல், உயிரோட்டம் குறைந்த படங்களாக உள்ளன. மிருணாள் சென், அடூர் கோபாலகிருஷ்ணன் போன்ற இயக்குநர்களுக்கும் இது பொருந்தும்.

நிருணால்சேன்

இவர்களின் படைப்புத் திறனுக்கும் உத்வேகத்திற்கும் என்ன ஆயிற்று என்று யோசித்துப் பார்க்கும்போது, சினிமாவில் படைப்புத்திறன் என்பதே சற்று வித்தியாசமான ஒன்று. பொதுவான படைப்புத் திறனுக்கும் சினிமாவுக் கான படைப்புத் திறனுக்கும் நிறைய வித்தியாசங்கள் இருக்கிறதோ என்று சிந்திக்க வைக்கிறது. எழுத்தாளர்களிடத்திலோ இந்தப் பிரச்சனைகள் இருப்பதாகத் தெரியவில்லை. பல எழுத்தாளர்கள் தங்களின் மிகச்சிறந்த படைப்புகளை தங்களின் 60களிலும் 70களிலும் படைத்துள்ளனர்.

ஒரு படைப்புக் கலைஞன் தனக்கு வயது ஏற ஏற வாழ்வின் ஆழத்தை, மனித உறவுகளின் சூட்சுமத்தை அதிகமாகப் புரிந்து கொள்கிறான். அது அவனது படைப்புகளில் வெளிப்படுகிறது. மற்ற படைப்புக் கலைகளைப் போலல்லாமல் சினிமாவில் இந்தப் படைப்புத்திறனை வெளிப்படுத்த வேறு சில சூட்சமங்களும் தேவைப்படுகின்றன. இந்த சூட்சுமங்களை அறிந்தவர்கள்தான் தங்களின் 70, 80 வயதுகளில்கூட இளமையான, இனிமையான படங்களை எடுத்துக் கொண்டிருக்கின்றனர். இதை அறியாதவர்கள்தான் முப்பது வயதில்கூட முதுமையான முரட்டுத்தனமான படங்களை எடுத்துக் கொண்டிருக்கிறார்கள்.

'காட் ஃபாதர்' படம் எடுத்த புகழ் பெற்ற அமெரிக்க இயக்குநர் பிரான்சிஸ் ஃபோர்டு கொப்போலா சொல்கிறார், சினிமா என்பது எப்போதும் மாயாஜாலத்தோடு தொடர்புடையது. ஆரம்ப கால திரைப்பட இயக்குநர்கள் கிட்டத்தட்ட மாயாஜாலவாதிகளாகவே இருந்தனர். சினிமாவைத் தோற்றுவித்த லூமியர் சகோதரர்களை அடுத்து படம் எடுத்த ஜீயர்ஜ் மீலீயே தொழில்ரீதியாக ஒரு மேஜிக் கலைஞன். அவர் தன் மேஜிக் கலையைப் பயன்படுத்தி வியக்க வைக்கும் படங்களை எடுத்தவர். மேஜிக் கலைக்கும் சினிமாவுக்கும் நெருக்கமான தொடர்பு இருப்பதாக உணர்ந்ததாலேயே நான் சினிமாவால் கவரப்பட்டேன் என்றார்.

சினிமாவின் வசீகரிப்புக்கு மிக முக்கிய காரணம், சினிமா திரையில் மலரும்பொழுது அதில் வெளிப்படும் இந்த மாயாஜாலத் தன்மைதான். மிகச்சிறந்த இயக்குநர்கள், எளிமையான கதையைக்கூட நேர்த்தியோடு சொல்லும்பொழுது இந்த மாயாஜாலத்தன்மை வெளிப்படும். கதை படித்து அழுதவர்களை விட, நாடகம் பார்த்து அழுதவர்களைவிட, சினிமா பார்த்து அழுதவர்களே அதிகம். நம் உணர்வினூடே நுழைந்து செல்லும் சினிமாவின் இந்த அதீதசக்தியைத்தான் கொப்போலா சினிமாவின் மாயாஜாலத்தோடு கூடிய தொடர்பு என்கிறார். இதை உணர்ந்து கொள்வதில்தான் சினிமாவுக்கான விஷேச படைப்பாற்றலை வெளிப்படுத்த முடியும்.

சினிமாவுக்கும், அதன் மாயாஜால தன்மைக்கும் இடையேயான நுணுக்கமான உறவைப் புரிந்து கொள்ளும் தேடலில், சினிமாவின் வரலாறு, தொழில்நுட்பம், தன்னுடைய இரண்டாம் நூற்றாண்டில் வேகமாகப் பறந்து கொண்டிருக்கும் சினிமாவின் தற்போதைய நிலை என்று எல்லாவற்றையும் புரிந்துகொள்ள முடியும் என நம்புகிறேன்.

கடவுளைப் படைத்தவன் என்று சொல்வதுண்டு. காரணம், படைப்பு என்பது விசேஷக் கலை. எல்லோராலும் செய்துவிட முடியாத ஒன்று என்றும் சொல்லலாம். மிகச்சிறந்த கலைஞர்கள் பலர் மறைந்துவிட்டாலும் அவர்கள் தங்கள் படைப்பின் வாயிலாக வாழ்ந்து கொண்டிருக்கிறார்கள் என்போம். நான் இறந்த பின்பும் என்னுடைய படைப்புகள் மூலம் தொடர்ந்து வாழ்வேன் என்று தங்கள் வாயாலேயே சொல்லிய கலைஞர்களும் உண்டு. பகுத்தறிவால் கவரப்பட்ட பல கலைஞர்கள் இறந்த பின் வாழ்வது என்கின்ற தத்துவத்தை ஏற்பதில்லை. 'பேட்டில்ஷிப் பொட்டம்கின்' படத்தை எடுத்த உலகப் புகழ்ப்பெற்ற ரஷ்ய இயக்குநர் ஐன்ஸ்டைன் படைப்பாளியின் சாகாவரத்தன்மையை வேறு மாதிரி சொல்கிறார். "என்னைப் பொறுத்தவரை சாகாவரத்தன்மை என்பது மரணத்துக்குப் பின் நிகழும் அடுத்த தலைமுறையோடு கூடிய உறவு அல்ல. மாறாக, எந்த ஒரு கொள்கைக்காக அடுத்தடுத்த தலைமுறைகள் தொடர்ந்து போராடி மறைகிறதோ, அந்த கொள்கைக்காக தொடர்ந்து போராடுவதால்தான் சாகாவரத்தன்மை உள்ளது."

அடிப்படையில், எல்லாவித படைப்பார்வத்துக்கும் அடிநாதமாக இருப்பது இந்த சாகாவரத்தன்மையை அடைவதில் உள்ள ஆர்வம்தான். மனித குலம் தனது தொடர்ந்த வளர்ச்சியில் மேலும் மேலும் சமத்துவத்தோடு, மகிழ்ச்சியோடு இருக்கவேண்டும் என்றுதான் பல கலைஞர்கள், தத்துவவாதிகள், அறிஞர்கள், அரசியல் தலைவர்கள் விரும்பினர். அதற்காகத்தான் அவர்களின் படைப்பும், வாழ்வும், போராட்டமும் அமைந்தது. இதன் மூலம் அவர்கள் விரும்பியோ விரும்பாமலோ சாகாவரத்தன்மையைப் பெற்றனர்.

லெனினைக் குறித்தும் பேசிக் கொண்டிருக்கிறோம். ஹிட்லரைக் குறித்தும் பேசிக்கொண்டிருக்கிறோம். காந்தியின் பெயர் உள்ளவரை கோட்சேயின் பெயரும் இருக்கும். இருவருமே தங்கள் போராட்டம், செயல், கொள்கைகள் மூலம் சாகாவரத்தன்மையைத் தேடியிருக்கிறார்கள்.

ஒரு படைப்பை மிகச்சிறந்த படைப்பு எனப் பாராட்டவும், இன்னொரு படைப்பை மிக மோசமான படைப்பு என தூற்றவும், நாம் நம்முடைய ஒரே அறிவைத்தான் பயன்படுத்துகிறோம். அதுபோலத்தான் படைப்பார்வத்தின் அடிநாதமாய் இருக்கும் சாகாவரத்தன்மைக்கும் இரு நோக்கங்கள் உண்டு. இது குறித்து புகழ் பெற்ற எழுத்தாளர் லாஜோஸ் எஃக்ரி (Lajos Egri) தன்னுடைய 'Art of Dramatic Writing' புத்தகத்தின் முன்னுரையில் அருமையாகச் சொல்லியுள்ளார். எஃக்ரியின் அனைத்துப் படைப்புகளும் எல்லா

எழுத்தாளர்களும் படிக்க வேண்டிய ஒன்று. ஏனென்றால், அவர் எழுதியதெல்லாம் எப்படி எழுதுவது என்பதைப் பற்றிதான். அவர் நியூயார்க் நகரில் 'படைப்பெழுத்துக்கான எஃக்ரியின் பள்ளி' என்ற பெயரில் பல எழுத்தாளர்களுக்கு பயிற்சியளித்தார். அவர் பள்ளியில் படித்துப் பயன்பெற்ற பலர் அமெரிக்க நாடக உலகிலும், ஹாலிவுட் திரைப்படத் துறையிலும் உள்ளனர். எஃக்ரி தன் முன்னுரையில், “முக்கியமாக இருப்பதின் முக்கியத்துவம்” எனும் தலைப்பில் பின்வருமாறு கூறுகிறார்:

“புராதான கிரேக்க நகரில் ஓர் இரவு கடவுள் சிலை ஒன்று மர்மமான முறையில் சிதைக்கப்பட்டது. அதிர்ந்து போன மக்கள் கடவுள் தங்களைப் பழி வாங்கி விடுவாரோ என்று பயத்தில் உறைந்து போயினர். நகரின் வீதியெங்கும் மக்கள் கண்ணீரோடு இந்தக் கொடுஞ்செயலைச் செய்தவன் யாராயிருந்தாலும் தானாக முன்வந்து மன்னிப்பு கேட்டுக்கொள்ள வேண்டும் என முறையிட்டனர். ஒரு பயனும் இல்லை. மாறாக, அடுத்த வாரமே கடலில் இன்னொரு சிலை சிதைக்கப்பட்டது. மக்கள் இப்போது அழுவதை நிறுத்திவிட்டு அந்தப் பைத்தியக்காரனைப் பிடிப்பதில் தீவிரமானார்கள். எல்லா இடங்களிலும் இரவு ரோந்து சென்றனர். கடைசியில் அந்தப் பைத்தியக்காரனைப் பிடித்து விட்டனர்.

அவனைப் பார்த்து மக்கள் கேட்டனர். “பைத்தியக்காரா, உனக்கு கிடைக்கப் போகும் தண்டனை என்னவென்று தெரியுமா?”

“சாவதற்குப் பயமாக இல்லையா?” மக்கள் கேட்டனர்.

“பயம்தான்.” அவர் பதிலுரைத்தான்.

“பின் ஏன் இந்தக் குற்றத்தைச் செய்தாய்?” மக்கள் கேட்டனர்.

அவன் சொன்னான்: “நான் சாதாரண ஆள். என்னை யாருக்கும் தெரியாது. என் வாழ்நாள் முழுதும் யாருக்குமே தெரியாதவனாகத்தான் இருந்தேன். என்னைப் பறைச்சாற்றிக் கொள்ள எதுவுமே செய்ததில்லை. எதுவும் செய்யவும் முடியாது என்பதையும் அறிவேன். மக்கள் என்னை கவனிக்க வேண்டும். என்னை ஞாபகம் வைத்துக் கொள்ளவேண்டும். அதற்காக ஏதாவது செய்யவேண்டும் என விரும்பினேன்...”

சிறிது நேர அமைதிக்குப் பின் அவன் தொடர்ந்து சொன்னான். “மறக்கப்படுபவர்களே இறந்து போகிறார்கள். சாகாவரத்தன்மைக்கு மரணம் ஒரு சிறிய விலைதான் என நினைக்கிறேன்.”

சாகாவரம்.

ஆம். எல்லோரும் ஆசைப்படுவது இதுதான். நாம் கவனிக்கப்பட வேண்டும். நாம் செய்யும் செயல்களைப் பார்த்து, பெரிய ஆளுப்பா இவன் என்று மற்றவர்கள் சொல்ல வேண்டும்.

நம்மால் அழகான, பயனுள்ள செயல்கள் செய்யமுடியாதபோது, அதே நோக்கத்துக்காக வேறு செயல்களை செய்கிறோம். குறைந்தபட்சம் மற்றவர்களுக்குத் தொந்தரவாவது செய்கிறோம்.

நம் அத்தையை எடுத்துக் கொள்வோம். (எல்லா குடும்பத்திலும் ஓர் அத்தையோ, மாமியோ இருப்பாள்). அவள் வேலையே இதுதான். ஒருவரைப் பற்றி இன்னொருவரிடம் எதையாவது சொல்லி கோபம், காழ்ப்புணர்ச்சி, வெறுப்பு என்று உருவாக்க வேண்டும். அவள் அவ்வாறு செய்ய ஒரே காரணம். அங்கு முக்கியமானவளாக அவள் இருக்கவேண்டும். அதற்கு ஒரேவழி கோள் சொல்வதும், பொய் சொல்வதும்தான் எனும்பொழுது அவள் அதைச் செய்கிறாள்.

தான் தனித்து நிற்க வேண்டும் என்பது எல்லோருக்கும் உள்ள ஆசை. கழிவிரக்கம், மற்றவர்களிடமிருந்து ஒதுங்கி இருப்பது, ஏன் தற்கொலைகூட இந்த ஆசையின் வெளிப்பாடுதான்.

நம் எல்லோர் வீட்டிலும் ஒரு மைத்துனன் இருப்பான். அவனுக்குத் திருமணமாகி மனைவி, குழந்தைகள் இருப்பர். ஆனாலும் அவன் எப்போதும் மற்ற பெண்களுடன் சுற்றிக் கொண்டிருப்பான். பொறுப் பானவன், நல்ல தந்தை, ஏன் நல்ல கணவனாகக்கூட இருப்பான். ஆனாலும் அவனுக்கு வாழ்க்கையில் ஏதோ குறை. அவன் தனக்கோ தன் குடும்பத்திற்கோ, உலகிற்கோ முக்கியமானவனாக இல்லை என்பதுதான் அவன் குறை. அந்தக் குறையைப் போக்கத்தான் அவன் மற்றப் பெண்கள் பின்னே சுற்றுகிறான். அதன் மூலம்தான் ஏதோ செய்து விட்டதாக, முக்கியமானவனாக உணர்கிறான்.

லாஜோஸ் எக்ரி

தாய்மை என்பதே ஒரு படைப்பு. சாகாவரத்தன்மையின் முதல்படி அது. அதனால்தான் மற்ற பெண்கள் பின் சுற்றும் ஆண்களைவிட மற்ற ஆண்கள் பின் சுற்றும் பெண்கள் குறைவு.

வளர்ந்த பிள்ளைகள், தேவையில்லாமல் வேதனைப்படுத்த வேண்டாம் என தங்கள் பிரச்சனைகளைத் தாயிடம் சொல்லாமல் இருக்கும்பொழுது தாய் மிகவும் வேதனைப்படுகிறாள். காரணம், தன் முக்கியத்துவத்தை இழந்துவிட்டதாக உணர்கிறாள். (மாமியார் மருமகள் பிரச்சனைக்கு மூலம்கூட இதுதானோ என்னவோ.)

பிறக்கும் ஒவ்வொருவனும் படைப்பாற்றலோடுதான் பிறக்கிறான். அதை வெளிப்படுத்த அவனுக்கு வாய்ப்புகள் தேவைப்படுகின்றன. பால்சாக், மாப்பசான், ஓ ஹென்றி போன்ற எழுத்தாளர்களுக்கு எழுதத் தெரியாமல் போயிருக்குமேயானால், அவர்கள் மாபெரும் பொய்யர்களாக உருவெடுத்திருப்பர்.

ஒவ்வொரு மனிதனும் தன் படைப்பாற்றலுக்கு வடிகாலைத் தேடுகிறான். உங்களால் எழுத முடியும் என்று நினைத்தால் எழுதுங்கள். கல்லூரியிலோ, பல்கலைக்கழகத்திலோா நீங்கள் படிக்காமல் இருந்திருக்கலாம். அதற்காக நம்மால் சிறப்பாக எழுத முடியுமா என்ற பயமே வேண்டாம். மாபெரும் எழுத்தாளர்களான ஷேக்ஸ்பியர், இப்சன், பெர்னாட் ஷா போன்றவர்கள் கல்லூரியின் வாசலையே மிதித்தது கிடையாது.

நீங்கள் பெரிய மேதையாக இல்லாவிட்டால்கூட வாழ்க்கையை உங்களால் முழுமையாக அனுபவிக்க முடியும்.

உங்களால் எழுத முடியாவிட்டால் என்ன? பாடவோ, ஆடவோ, இசைக்கருவி மீட்டவோ கற்றுக் கொள்ளலாம். அதன்மூலம் மற்றவர்களை சந்தோஷப்படுத்தலாம். அவை எல்லாமே கலைகள்தான்.

ஆம். நாம் கவனிக்கப்பட வேண்டும். நாம் நினைக்கப்பட வேண்டும். நாம் முக்கிய நபராக இருக்கவேண்டும். நமக்கு எதில் திறமை உள்ளதோ அதில் கவனம் செலுத்தி ஓரளவு முக்கியத்துவம் பெறலாம். உங்கள் செயல்பாடுகள் உங்களை எங்கே இட்டுச் செல்லும் என்பதை நீங்களே அறியமாட்டீர்கள்.

நீங்கள் பெரிய அளவு வெற்றி பெறாவிட்டால்கூட, நீங்கள் படித்த, உழைத்த துறையில் உங்களுக்கு ஒரு மேலாண்மை இருக்கும். இதன்மூலம் மற்ற தொந்தரவு தரும் செயல்களில் ஈடுபடாமல் இருப்பதே பெரிய சாதனைதான்.

சினிமா ஒரு படைப்புக்கலை. அதில் படைப்பார்வத்தைக் காண்பிக்க விரும்புவோர் தெரிந்து கொள்ள வேண்டியதும், ஓரளவு தெரிந்தபின் அதற்காக உழைக்க வேண்டியதும் ஒரு மலைப்பான விஷயம்தான்.

3

சினிமாவின் சக்தி

சினிமாவை முழுமையாக உணர அதைப் பற்றி தெரிந்துகொள்ள வேண்டிய விஷயங்கள் ஏராளம். அது ஒரு மலைப்பான விஷயம்.

எதை எடுத்துக்கொண்டாலும் அதன் பிரபலத் தன்மைக்கு காரணம் அதன் சக்தி நிலைதான். இதை யார் உணர்ந்திருக்கிறார்களோ இல்லையோ சில திரைப்பட நட்சத்திரங்கள் உணர்ந்திருப்பதாகத் தெரியவில்லை. பல நேரங்களில், சில பிரபல நடிகர்களின் அடாவடித் தனமான, ஆணவத்தனமான நடவடிக்கைகளைப் பத்திரிகைகளில் படிக்கும்போது, நான் ஆச்சர்யப்படுவதுண்டு. அவர்கள் எல்லாம் தங்கள் பிரபலதன்மைக்கு காரணம் தங்கள் சக்திதான், தங்கள் திறமைதான் என்று நினைத்துக் கொண்டிருக்கிறார்கள். அதில் சிலர் உண்மையான திறமைசாலிகளாக இருக்கலாம். ஆனால், அந்தத் திறமை மட்டுமே அவர்களுக்கு அந்தப் பிரபலத்தன்மையைத் தருவதில்லை. சினிமா என்கின்ற ஊடகத்தின் சக்தியோடு அவர்களின் திறமை சேரும்போதுதான் அவர்களின் பிரபலத்தன்மை வந்து சேர்கிறது. பல நேரங்களில் ஒரு திரைப்படத்தின் இயக்குநரைவிட அப்படத்தின் கதாநாயகனோ, கதாநாயகியோ பிரபலத்தன்மை உடையவர்களாக இருப்பர். ஆனாலும், சினிமாவின் சக்தியை உணர்ந்து அதை வெளிக்கொண்டு வருவதில் அதிக பங்களிப்பவர் இயக்குநர்தான். அதனால்தான் சினிமாவை இயக்குநரின் களம் என

சொல்கிறோம். சினிமாவின் படைப்பாளி, ஆசிரியன் என்பது இயக்குநராகத்தான் இருக்கமுடியும் எனச் சொல்கிறோம். மற்ற தொழில்நுட்பக் கலைஞர்களும், நடிகர்களும் எத்தனை சிறப்பாகப் பங்களித்திருந்தாலும், சினிமாவின் அதிகபட்ச சக்திநிலையை வெளிக்கொண்டுவருவது இயக்குநர்தான். ஒரு இயக்குநரின் பல படங்களை ஒருசேர பார்க்கும்பொழுது அதில் ஒரு பொதுத்தன்மை இருக்கும். அது அந்த இயக்குநருக்கே உள்ள சினிமாவின் சக்தியை வெளிக்கொண்டு வரும் திறமைதான். சில நேரங்களில், எத்தனை அற்புதமான படங்களை இயக்கிய இயக்குநரா இந்தப் படத்தையும் இயக்கினார்? என்று நம்மை ஆச்சர்யப்பட வைக்கும் படங்களும் உண்டு. அங்கே அதற்கு காரணமாக இருப்பது, இயக்குநரின் திறமையில் ஏற்பட்ட மாபெரும் மாற்றம்தான். சினிமாவோடு கூடிய அவரது தொடர்பில் ஓர் இடைவெளி விழுந்திருக்கலாம். வயது, விரக்தி காரணமாக அவரின் திறமையில் மாபெரும் வேறுபாடு ஏற்பட்டு இருக்கலாம்.

ஒரு குறிப்பிட்ட நடிகர் அல்லது தொழில்நுட்பக் கலைஞர் பங்குபெற்ற பல படங்களை ஒருசேர பார்க்கும்போது அந்தப் படங்களில் ஒரு பொதுத்தன்மையைப் பார்ப்பது அபூர்வமாகவே இருக்கும். காரணம் அப்படங்களின் இயக்குநர்கள் வெவ்வேறு நபர்களாக இருப்பதுதான்.

சினிமாவின் சக்திநிலையை வெளிக்கொண்டு வருவதில் இயக்குநருக்குத்தான் முக்கியப் பங்கு இருக்கிறது என்று சொன்னாலும், சில நேரங்களில் நடிகர்களும் தொழில்நுட்பக் கலைஞர்களும் இச்சக்திநிலையைக் கொண்டுவருவதில் பெரும் பங்கு அளித்திருப்பர். இதைப் பல இயக்குநர்களும் மனமுவந்து ஏற்றுக்கொள்வர். இதனால் தான் பல சிறந்த இயக்குநர்கள், வணிகரீதியான காரணங்களை மீறி ஒரு குறிப்பிட்ட தொழில்நுட்ப கலைஞர்கள் நடிகர்களோடு தொடர்ந்து பணியாற்றுகிறார்கள்.

அப்படிப்பட்ட நடிகர்கள், தொழில்நுட்ப கலைஞர்கள் தங்கள் திறமையை மட்டும் வெளிப்படுத்தாமல், சினிமாவின் சக்திநிலையை உணர்ந்து அதை வெளிக்கொண்டு வருவதில் இயக்குநருக்கு சாதகமாக இருப்பதுதான், அங்கே அவர்கள் கூட்டுக்கலைஞர்களாக, கூட்டுக்குடும்பமாக செயல்படுகிறார்கள். குரோசாவா தன் பல படங்களில் 'தொஷிரோ மிஃப்யுனை' நடிக்க வைத்ததும், பெர்க்மன் 'லிவ் உல்மன்' மற்றும் 'எர்லாண்ட் ஜோஸப்ஸனை' தன் பல படங்களில் நடிக்க வைத்ததும், சத்யஜித் ரே 'ஷௌமித்ரோ சட்டர்ஜி', 'மாதவி முகர்ஜி'யை தன் பல படங்களில் நடிக்க வைத்ததும் அப்படித்தான்.

சினிமாவின் சக்திநிலையை இவர்கள் எப்படி உணர்ந்திருக்கிறார்கள். எப்படி வெளிக்கொண்டு வந்திருக்கிறார்கள் என்பதைப் பற்றி அறியும்முன்பாக, சினிமாவின் சக்திநிலை என்று எதைச் சொல்கிறோம் எனச் சிந்திப்போம்.

சோமித்ரோ சட்டர்ஜி

சினிமா திரையில் நிகழவில்லை. பார்வையாளனின் மனதில்தான் நிகழ்கிறது என முன்பு பார்த்தோம். திரையில் நாம் பார்க்கும் காட்சி பார்வையாளனை, அவனின் அறிவு, உணர்வு, ஞாபகம், கற்பனை என்று பல்வேறு மட்டங்களில் எப்படி தட்டியெழுப்புகிறது என்பதில்தான் சினிமாவின் சக்திநிலை வெளிப்படுகிறது. இதை மிக எளிமையாக உணர்வுரீதியாகவும் வெளிப்படுத்தலாம், அறிவுபூர்வமாக உவமானமாகவும் வெளிப்படுத்தலாம், மனதைக் கவ்விப் பிடிக்கும் விதத்தில் கவித்துவமாகவும் வெளிப்படுத்தலாம், நெஞ்சுக்குழி வலிக்கும் விதத்தில் நெகிழச் செய்யும் நிகழ்ச்சியாகவும் வெளிப்படுத்தலாம்.

எளிமையாக, உணர்வுரீதியாக வெளிப்படுத்துதல் எனும்பொழுது எனக்கு ஸ்பானிய திரைப்படம் ஒன்று நினைவுக்கு வருகிறது. அப்படத்தின் தந்தையாக வரும் நபர் ஒரு ஜாலி பேர்வழி. ரசிகர். மனைவி இருந்தாலும் பல பெண் சிநேகிதிகள். ஒளிவுமறைவு இல்லாமல் எல்லோருடனும் நட்பு, உறவு. அவர் கேன்சர் நோயால் பாதிக்கப்பட்டு சில நாட்கள்தான் உயிரோடு இருப்பார் எனும் நிலையில் மருத்துவமனையில் இருக்கிறார். மரணபயம் என்பது சிறிதும் இல்லாமல் அப்போதும் எல்லோருடனும் சந்தோசமாக இருப்பார்.

அவரின் ஒரே மகன், (மனைவிக்குப் பிறந்தவன்) பெரிய கோடீஸ்வரனாக, இளம் தொழிலதிபராக அமெரிக்காவில் இருக்கிறான். அவனுக்கு அப்பாவை எப்போதுமே பிடிக்காது. காரணம், அவர் பல

பெண்களோடு கொண்டிருந்த உறவு. ஆனாலும் அம்மாவுக்காக அப்பாவைப் பார்க்க வருகிறான். அவரின் சிகிச்சைக்காக தன் பணபலத்தை உபயோகித்து எல்லா ஏற்பாடுகளையும் செய்கிறான். ஆனால், அப்பாவோடு ஒரு வார்த்தை பேசமாட்டான். தந்தை சந்தோசமாக ஜோக்கடித்துக்கொண்டு, தத்துவம் பேசிக்கொண்டு நண்பர்களோடு சிநேகிதிகளோடு இருந்தாலும், அவ்வப்போது மெல்லிய சோகம் அவர் முகத்தில் கடந்து போவது தெரியும். அது மரணபயம் இல்லை. மகன் தன்னோடு பேசவில்லையே என்கின்ற ஏக்கம்தான் அது. அதை இயக்குநர் வெகுஅழகாக காண்பித்திருப்பார்.

ஒரு காட்சியில், அவர் அயர்ந்து தூங்கிக்கொண்டிருப்பார். அவரின் மனைவியும் மகனும் மட்டும் அருகில் இருப்பர். அம்மா, மகனிடம் பழைய நிகழ்ச்சி ஒன்றை நினைவுகூர்வார். மகன் குழந்தையாய் இருந்தபோது கடுமையான காய்ச்சல் வந்ததாகவும், அவன் அழுதுகொண்டே இருந்ததாகவும் அப்போது அவன் அப்பாதான் இரண்டு முழுஇரவுகள் உறங்காமல் குழந்தையைத் தன் தோளிலேயே வைத்துப் பார்த்துக் கொண்டதாகவும் சொல்வாள். அதைக் கேட்ட ஒரு கணம் மகன் அப்படியே கரைந்து போவான். அவன் ஆழ்ந்து உறங்கும் தந்தையின் முகத்தை சில நொடிகள் உற்றுப் பார்ப்பான். (முதன்முறையாக அவன் தந்தையின் முகத்தை பல ஆண்டுகளுக்குப் பின் அப்போதுதான் உற்று பார்க்கிறான்.) அந்த க்ளோசப் காட்சியில் அவனின் இறுகிப் போயிருந்த மனம் அப்படியே கரைவதைப் பார்க்கமுடியும். அந்த களம் சினிமாவுக்கு மட்டுமே உரிய களம். அந்தக் களத்தில் வெளிப்படும் சக்தி சினிமாவுக்கு மட்டுமே உரிய சக்தி. அதன்பின் மகன் தந்தையோடு பேச ஆரம்பிப்பார். விரைவிலேயே இருவரும் நட்புரிமையோடு பழகுவர். படத்தின் இறுதியில் தந்தை மனநிம்மதியோடு உயிர் துறப்பார்.

இது போன்று நூற்றுக்கணக்கான காட்சிகளை நூற்றுக்கணக்கான படங்களிலிருந்து சொல்ல முடியும். இது போன்ற காட்சிகள் பார்வையாளனின் மனதில் பல மாயவித்தைகளைச் செய்கின்றன.

எளிமையான, உணர்வுரீதியான வெளிப்பாடு இதுவென்றால், அறிவுப்பூர்வமான உவமான வெளிப்பாடு என்பது இன்னொன்று.

ஆஸ்கார் விருதுக்குப் பரிந்துரைக்கப்பட்ட 'லகான்' பட இயக்குநர் அஷிடோஸ் கௌரேக்கர் இயக்கிய 'ஸ்வதேஸ்' என்ற இந்திப்படத்தில் ஓர் அருமையான காட்சி. ஷாருக்கான் உண்மையிலேயே மிகச்சிறப்பாக நடித்த படம் இது. இதில் அவர் பல வருடங்களாக

அஷுடோஸ் கவ்ரெக்கர்

அமெரிக்க நாசா விண்வெளி மையத்தில் பணிபுரிந்த விஞ்ஞானியாக வருவார். பல ஆண்டுகளுக்குப் பின் சிறுவயதில் தன்னை வளர்த்த உறவுக்காரப் பெண்ணைப் பார்ப்பதற்காக தன் குக்கிராமத்திற்கு வருவார். நவீன வசதிகளுக்கும் சுகங்களுக்கும் பழகிப்போன அவர், தன் குக்கிராமத்திற்கு கேரவன் என்றழைக்கப் படும் வீடு போன்று எல்லா வசதிகளும் கொண்ட வண்டியிலேயே வருவார். அவ்வண்டியில் குளிர்சாதன வசதியோடு படுக்கையறையும், குளியலறையும் இருக்கும். பல அட்டைப் பெட்டிகளில் குடிப்பதற்கு மினரல் வாட்டர் பாட்டில்கள் இருக்கும். குடிப்பதற்கு மறந்தும் வேறு தண்ணீரை உபயோகிக்க மாட்டார். அந்த கிராமமும், கிராம மக்களின் எளிமையும், கஷ்டங்களும் அவரை எப்படி படிப்படியாக மாற்றி, ஒரு விஞ்ஞானியாக அந்த கிராமத்துக்காக ஏதாவது செய்யவேண்டும் என்று அந்த கிராமத்திலேயே அவரை தங்க வைத்து விடுவதுதான் கதை.

அவரில் முதன்முதலாக ஏற்படும் மாற்றத்தை இயக்குநர் உணர்வு கொந்தளிப்போடு அறிவுப்பூர்வமாக சொல்லுவார்.

தன் உறவுக்கார பாட்டிக்குச் சேரவேண்டிய குத்தகைப் பணத்தைப் பெறுவதற்காக வேறொரு கிராமத்தில் இருக்கும் ஒரு விவசாயியின்

ஸ்வதேஷ் படத்திலிருந்து ஒரு காட்சி

வீட்டுக்குச் செல்வார். அந்த விவசாயியின் நிலைமை பரிதாபமாக இருக்கும். அந்த விவசாயி தாழ்த்தப்பட்ட வகுப்பைச் சேர்ந்தவர். அன்றிரவு அந்த விவசாயி வீட்டிலேயே உணவுண்டு அங்கேயே தங்கிவிடுவார். அப்போது விவசாயி தன்னால் ஏன் இத்தனை ஆண்டுகளாக குத்தகைப் பணத்தை தரமுடியவில்லை என்பதை கதையாகச் சொல்வார். அந்த ஒருசில நிமிட கதையில், இந்திய கிராமங்களின் ஏழை விவசாயியின் நிலைமையை அற்புதமாக கொண்டுவருவார். பணத்தை வசூல் செய்ய வந்த ஷாருக்கான் விவசாயியின் கதையைக் கேட்டு நெகிழ்ந்து போய் அடுத்த நாள் காலை தன் கையில் உள்ள பணத்தை விவசாயியிடம் தந்துவிட்டு, கட்டுமரப் படகில் ஏறி ரயில் நிலையத்துக்குத் திரும்புவார். அவருக்குள் ஏற்படும் முதல் மாற்றத்தை அமைதியாக, சிந்தனைவயப் பட்ட முகத்தோடு கட்டுமரப் படகில் வரும் ஷாருக்கானின் முகத்தில் பார்க்கலாம். பின், ஒரு ரயில் நிலையத்தில் தன் கிராமத்திற்குத் திரும்புவதற்கு ரயில் ஏறுவார். ரயில் பிளாட்பாரத்தில் ஒரு ஏழை கிராமத்து சிறுவன், சிறுமண் குவளையில் குடிதண்ணீரை “25 பைசா... 25 பைசா...” என்று கூவி விற்றுக்கொண்டிருப்பான். அவனையே உற்றுப் பார்த்துக்கொண்டிருக்கும் ஷாருக்கான் அவனை அழைத்து காசு கொடுத்து ஒரு குவளை நீரை வாங்கி மெதுவாக ஒன்றிப்போய்க் குடிப்பார். சமீப ஆண்டுகளில் இந்திய சினிமாவில் என்னை ரொம்பவே நெகிழச் செய்த காட்சி இது. ரயில் புறப்படும். ஜன்னல் வழியே அற்புதமான இசைப்பின்னணியோடு அந்த சிறுவனையே ஷாருக்கான் பார்த்துக்கொண்டிருப்பார். அவர் கண்களில் ஈரம் அதிகமாவதை க்ளோசப் காட்சியில் நம்மால் பார்க்க முடியும். பார்வையாளனை நெகிழச் செய்யும் இக்காட்சியின் அழுத்தம், சினிமாவால் மட்டுமே முடியக்கூடிய ஒன்று. இந்த அழுத்தத்தை வெளிக்கொணரக் கூடிய சக்திநிலை சினிமாவுக்கு மட்டுமே உரித்தான ஒன்று.

சிறுகதைகளில், புதினங்களில், கவிதைகளில் இதுபோன்ற நெகிழ்ச்சியூட்டும் தருணங்கள் இல்லையா என்று சிலர் கேட்பது என் காதுகளில் விழுகிறது. இலக்கியங்களில் அப்படிப்பட்ட தருணங்கள் இருக்கலாம். ஆனால் அங்கு வெளிப்படும் சக்திநிலை வேறு, சினிமாவில் வெளிப்படும் சக்திநிலை வேறு.

அற்புதமான சிறுகதை, கவிதை படிப்பதின் உணர்ச்சியின் உச்சிக்கே அழைத்துச் செல்வது போன்ற ஒரு காட்சி சத்யஜித்ராயின் ‘அபராஜிதா’ படத்தில் உண்டு.

படத்தின் நாயகன் அப்பு கல்லூரி மாணவன். விதவைத்தாய் தனியாக கிராமத்தில் இருப்பார். அப்புவோ கல்கத்தாவில் பகலில்

அபராஜிதா படத்திலிருந்து ஒரு காட்சி

கல்லூரி படிப்பும், இரவில் வேலை செய்வதுமாக இருப்பான். விடுமுறையில் மகனின் வருகைக்காக தாய் ஏங்கிக் கிடப்பாள். அப்புவோ வேலை, படிப்பு காரணமாக தாமதமாக வருவான். வந்தவனும் இரண்டே நாட்களில் கல்கத்தா திரும்பவேண்டும் என்பான். தாய்க்கோ மகன் இன்னும் ஓரிரு நாட்கள் இருக்கக் கூடாதா என்கின்ற தவிப்பு. கிளம்புவதற்கு முந்திய இரவு அப்பு தாயிடம் விடியற்காலையில் தன்னை எழுப்பும்படியும், முதல் ரயில் பிடித்து கல்கத்தா செல்லவேண்டும் என்றும் கூறுவான். தாயின் முகத்தில் மீண்டும் சோகம். மகனோடு எப்போதுதான் ஆசைதீர இருக்கப் போகிறோம் என்கின்ற ஏக்கம். தனக்கு உடல்நிலை அவ்வளவாக சரியில்லை என்றும், படித்து முடித்தவுடன் கல்கத்தாவுக்கே தன்னை அழைத்துக் கொள்வாயா? என் உடல்நிலையை பார்த்துக் கொள்வாயா என்று ஏதேதோ சொல்லிக் கொண்டிருப்பாள். அரைகுறை தூக்கத்தில் அதைக் கேட்டுக்கொண்டு அப்பு அப்படியே உறங்கிப்போவான். அடுத்த நாள் காலை விடிந்தும் உறங்கிக்கொண்டிருக்கும் மகனை எழுப்ப மனமில்லாமல் தாய் பார்த்துக் கொண்டிருப்பாள். அப்போது விழித்தெழும் அப்பு ஏன் எழுப்பவில்லை என்று கத்திக்கொண்டே அரக்கப்பரக்க கிளம்பி,

தாயிடம் சரிவர விடைபெறாமல் கிளம்புவான். இக்காட்சியில் 'பாவிப்பயலே தாயோடு இன்னுமொரு நாள் இருந்துவிட்டுப் போனால்தான் என்ன?' என்று பார்வையாளனின் மனம் கதறும்.

மகன் நடந்து செல்வதையே தாய் வெகுநேரம் பார்த்துக் கொண்டிருப்பாள்.

அப்பு இப்போது ரயில்வே ஸ்டேஷனில் பெட்டி படுக்கையோடு ரயில் வருகைக்காக காத்திருப்பான். 'இப்படி கல்நெஞ்சக்காரனாக இருக்கிறானே' என்று இப்போதும் பார்வையாளன் மனம் கதறும்.

ரயில் தூரத்தில் வரும். அப்பு பெட்டி படுக்கையோடு எழுந்து நிற்பான். ரயில் வருகை சப்த பின்னணியில் அப்புவின் முகம் கவிழ்ந்து எதையோ யோசிக்கும். அங்கு வெட்டப்படும் காட்சி, நேராக அப்புவின் கிராம வீட்டுக்குச் செல்லும். வீட்டு வாசலில் நின்றுகொண்டு அப்புவின் தாய் தொலைதூரத்தில் செல்லும் ரயிலை வார்த்தைகளில் விவரிக்க முடியாத மனவலியோடு பார்த்துக் கொண்டிருப்பாள். க்ளோசப்பில் அவள் முகத்தில் அப்போது திடீரென ஒரு மலர்ச்சியும் புன்னகையும் மலரும். பார்வையாளன் குழம்பும்போதே அவள் வாய் "அப்பு..." என உச்சரிக்கும். ஆமாம். தூரத்தில் அப்பு பெட்டி படுக்கையோடு வீட்டைநோக்கி வந்துகொண்டிருப்பான். வேண்டுமென்றே ரயிலைத் தவறவிட்டு அம்மாவைப் பார்க்க அப்பு வந்துகொண்டிருப்பான். அடக்கமுடியாத ஆச்சர்யத்தோடு நிற்கும் அம்மாவைப் பார்த்து அப்பு சொல்வான் "ரயிலை தவறவிட்டு விட்டேன்." "இதனால் ஏதும் பிரச்சனை இல்லையா?" என்று அம்மா கேட்பாள். "ஒன்றுமில்லை. நாளை போய்க்கொள்ளலாம்" என்று சாதாரணமாக சொல்லிவிட்டு அப்பு சிரிப்பான். இதுபோன்ற ஒரு விவரணை. எந்த சிறுகதை எழுத்தாளராலும், கவிஞராலும் முடியாத ஒன்று இது. சினிமாவால், சினிமா இயக்குநரால் மட்டுமே முடிகின்ற ஒன்று.

இதுபோன்றதொரு சக்திநிலை வெளிப்பாடு என்பது கதைப்படங்களில் மட்டும்தான் நிகழவேண்டும் என்றில்லை. ஆவணப்படங்களில்கூட இத்தகைய தருணங்களைப் பார்க்கலாம்.

பஞ்சத்தில் வாடும் எத்தியோப்பிய குழந்தைகளின் பசியைப் போக்க உலக அளவில் நிதி திரட்ட ஒரு ஆவணப்படம் எடுக்கப் பட்டது. ஒரே ஷாட்டில் எடுக்கப்பட்ட அப்படம் பார்ப்போரின் மனதைப் பிழியும்.

ஒரு தடித்த பெண்மணி (தன்னார்வத் தொண்டர்) ஒரு பெரிய பாத்திரத்தில் உணவை வைத்துக்கொண்டு, வரிசையில் வந்து வாங்கும்

குழந்தைகளுக்கு வழங்கிக்கொண்டிருக்கிறார். மிட்ஷாட்டில் (Mid Shot) அப்பெண்மணியின் முகத்தில் தாய்க்கே உரிய ஒரு கருணை. அவள் கை ஒவ்வொரு முறையும் அகன்ற ஆழமான பாத்திரத்தில் உள்ளுக்குச் சென்று உணவை எடுக்கிறது. ஒவ்வொரு குழந்தையாக உணவை வாங்கிச் செல்கிறது. அவ்வப்போது அவள் தன் வலது பக்கம் பார்க்கிறாள். கண்களில் அவளுக்கு நீர் கோர்க்கிறது. பாத்திரத்தின் அடிக்கு அவள் கை செல்கிறது. கிட்டத்தட்ட சுரண்டி எடுத்து உணவை தட்டோடு நிற்கும் குழந்தைக்கு தருகிறாள். மீண்டும் அவள் பக்கவாட்டில் பார்க்கிறாள். கண்களில் நீர் முட்டித் தெறிக்கிறது. அப்படியே கேமரா நகர்ந்து பாத்திரத்தின் உள்ளே காண்பிக்கிறது. பாத்திரத்தில் சிறிதளவு உணவே உள்ளது. கேமரா மேல்நோக்கி வந்து அவள் முகத்தை க்ளோசப்பில் காட்டுகிறது. அவள் கண்களில் நீர் தாரையாய் வடிகிறது. அவள் பக்கவாட்டில் பார்க்க, காமிராவும் நகர்ந்து பக்கவாட்டில் காண்பிக்கிறது. அங்கே நூற்றுக்கணக்கான குழந்தைகள் நீண்ட வரிசையில் தட்டோடு உணவுக்காக காத்து நிற்கின்றனர். இப்போது புரிகிறது அவள் ஏன் கண்ணீர் வடிக்கிறாள் என்று. இருக்கும் கொஞ்சம் உணவை எப்படி இத்தனை குழந்தைகளுக்கு தரப் போகிறோம் என்ற எண்ணமே அவளுக்குக் கண்ணீரை வரவழைக்கிறது.

அப்படியே அக்காட்சி மங்கலாகி, “குழந்தைகளின் பசி போக்க தாராளமாய் நிதி உதவி செய்யுங்கள்” என்ற வாசகம் வருகிறது.

பல நூறு பக்கங்கள் சொல்ல முடியாத விஷயத்தை இந்த இரு நிமிட படம் சொல்கிறது. இதுதான் சினிமா. சினிமாவின் சக்தி.

சினிமாவின் சக்தியின் மூலம் எது? அது எப்படி வெளிக்கொணரப் படுகிறது? அடிப்படை எண்ணம் முதல் அதிநவீன தொழில்நுட்பம் வரை அதற்கு எப்படி உதவுகிறது என்பதை வரும் அத்தியாயங்களில் பார்ப்போம்.

4

சினிமாவும் கதை சொல்லுதலும்

சினிமா நமக்கு என்ன சொல்கிறது? சினிமா மாத்திரம் அல்ல, அடிப்படையில் எல்லா கலைகளுமே நமக்கு என்ன சொல்கின்றன?

எல்லா கலைகளுமே ஏதோ ஒரு வகையில் நம் உணர்வுகளைத் தட்டிச் செல்கின்றன. கலைப் படைப்பின் வீரியத்திற்கேற்ப அது நம் உணர்வைப் பாதிக்கிறது.

சினிமா மற்றும் எல்லா கலைகளுமே நமக்கு ஏதோ சொல்ல வருகின்றன. சில எண்ணங்களை, சில கருத்துகளை, சில உணர்வுகளை, சில நிகழ்வுகளை, நிகழ்வின் ஓட்டத்தைச் சொல்கின்றன. சுருக்கமாகச் சொல்லப்போனால், கதை மற்றும் கதையின் சில அம்சங்களைத்தான் சினிமா மற்றும் கலைகள் நமக்குச் சொல்லவருகின்றன.

கதை கேட்க விரும்பாத ஒரு மனிதன் உலகில் இருக்க வாய்ப்பே இல்லை. மானுட வளர்ச்சியில் கதைக்கு ஒரு மாபெரும் பங்கு உண்டு. காற்றும் நீரும் இல்லாமல் மனிதன் எப்படி வாழமுடியாதோ அதுபோல், கதை இல்லாமலும் மனிதன் வாழமுடியாது.

இவ்வுலகில் பத்து நிமிடம் காற்றே இல்லாமல் போகுமெனில் மனிதகுலம் மொத்தமும் மூச்சடைத்து இறந்து போகும்.

அதுபோலத்தான் இவ்வுலகில் உள்ள எல்லா கதைகளும் திடீரென மறைந்து போகுமெனில் மனிதகுலம் மொத்தமும் உணர்வடைத்து இறந்து போகும்.

காலை எழுந்தது முதல் இரவு உறங்கச் செல்லும்வரை நாம் எதையாவது பேசுகிறோம், கேட்கிறோம், படிக்கிறோம் அல்லது சிந்திக்கிறோம். இவை எல்லாவற்றிலும் இருப்பது கதையும், கதையின் அம்சங்களும்தான்.

நாம் கற்கும் கல்வி நம்மை வாழ்வதற்கு வேண்டுமானால் தயார்படுத்தலாம். நாம் அனுபவப்படும் கலைகளே நம்மை வாழ்க்கைக்கு அப்பாற்பட்டு மனிதனாக்குகிறது.

சினிமாவின் சக்தி குறித்து முந்தைய அத்தியாயத்தில் பார்த்தோம். இந்த சக்தியின் அடிப்படை சினிமாவுக்கே உரிய கதை சொல்லும் திறன்தான்.

நல்ல கதைகளுக்கும் சுவாரஸ்யமான கதைகளுக்கும் பஞ்சம் என்றுமே இருந்ததில்லை. ஆனாலும், சினிமாவைப் பொறுத்தவரை நல்ல மற்றும் சுவாரஸ்யமான கதைகளுக்குப் பஞ்சம் பல நேரங்களில் தலைவிரித்தாடுகிறது. காரணம், சினிமா ஒரு சக்தி வாய்ந்த நவீன கதைசொல்லி என்பதை பல இயக்குநர்கள் மறந்துபோனதுதான்.

பிரபல திரை நட்சத்திரங்களும் செலவு மிகுந்த விளம்பரமும் தங்கள் படத்துக்கு இருந்தால் தங்கள் படம் வெற்றியடைந்து விடும் என்று நினைத்து எடுத்த பல செலவு மிகுந்த படங்கள் படுதோல்வியைத் தழுவுகின்றன.

சினிமாவைப் பொறுத்தவரை வெற்றி என்பது பெரும்பாலான மக்கள் ஒரு திரைப்படத்தை ஏற்றுக்கொள்வதுதான். ஒரு திரைப்படம் மக்களுக்கு எப்படி பிடித்துப் போகிறது அல்லது எப்படி ஏற்றுக்கொள்கிறார்கள் என்று பார்த்தோமானால், அப்படத்தில் சொல்லப்படும் கதை எந்த அளவுக்கு சுவாரஸ்யமாக உள்ளது என்பதைப் பொறுத்தே அமைகிறது.

ஒரு படம் எத்தனை பிரம்மாண்டமாக இருந்தாலும் சரி, எவ்வளவு பெரிய நட்சத்திரங்கள் நடித்திருந்தாலும் சரி, அப்படத்தின் வெற்றிக்கு அடிப்படையாய் அமைவது பிரம்மாண்டம் மற்றும் நட்சத்திரங்களின் துணைக்கொண்டு படத்தில் சொல்லப்படும் கதைதான்.

உங்களுக்குத் தெரிந்த மாபெரும் வெற்றி பெற்ற உள்ளூர் படத்தையோ அல்லது உலகப் படத்தையோ நினைத்துப் பாருங்கள்.

அதன் கதைதான் முதலில் உங்களுக்கு ஞாபகம் வரும். அதற்குப் பிறகுதான் அதில் நடித்த நட்சத்திரங்களோ அல்லது பிரம்மாண்டமோ நினைவுக்கு வரும்.

சமீபத்தில் வெற்றிபெற்ற படமான ‘அவதார்’ஆக இருக்கட்டும் அல்லது ‘அங்காடித் தெரு’வாக இருக்கட்டும் அல்லது 12 ஆண்டுகளுக்கு முன் வெற்றிப் பெற்ற ‘டைட்டானிக்’காக இருக்கட்டும் அல்லது ‘லகான்’ஆக இருக்கட்டும் அல்லது 30 ஆண்டுகளுக்கு முன்பு வெற்றிப் பெற்ற ‘காட் ஃபாதர்’ (God Father) படமாக இருக்கட்டும். இப்படங்களை நினைத்தவுடனே நம் நினைவுக்கு வருவது படத்தின் கதைதான். படத்தின் கதைக்குத்தான் நடிகர் நடிகைகளும், பிரமாண்டங்களும் வலுவூட்டுமே தவிர, நடிகர் நடிகைகளுக்கும், பிரமாண்டத்திற்கும் கதையால் வலுவூட்ட முடியாது.

மற்ற ஊடகங்களில் கதை சொல்லப்படுவதற்கும் சினிமாவில் கதை சொல்வதற்கும் என்ன வித்தியாசம்? உள்ளூர் போட்டியில் விளையாடுவதற்கும், ஒலிம்பிக் போட்டியில் விளையாடுவதற்கும் உள்ள வித்தியாசம்தான். உள்ளூர் போட்டியில் விளையாடினால் உங்களை உற்று நோக்கப்போவது ஒரு சிலரே. ஒலிம்பிக் விளையாட்டிலோ, அதன் நீதிபதிகள் உங்களின் ஒவ்வொரு அசைவையும் பார்ப்பார்கள். உங்கள் விளையாட்டை, உங்கள் மனஓட்டத்தை, உங்கள் நம்பிக்கையின் அளவை என்று எல்லாவற்றையும் உள்ளே புகுந்து பார்ப்பார்கள். அது போலத்தான் சினிமாவில் கதை சொல்லும்போது, படம் பார்க்கும் ஒவ்வொருவரும் படத்தின் கதையை, கதை சொல்லப்பட்டிருக்கும் விதத்தை அக்கு வேறாக ஆணி வேறாகப் பார்ப்பார்கள். ஒலிம்பிக் போட்டிக்கு 3 அல்லது 5 நீதிபதிகள் இருப்பார்கள். ஆனால், படத்தின் கதைக்கோ, ஆயிரமாயிரம் நீதிபதிகள் இருப்பார்கள்.

மணிரத்தினத்தின் ‘ராவணன்’ படத்தைக் குறித்து பத்திரிகைகளிலும், இணையத்தளங்களிலும் வந்த ஆயிரக்கணக்கான விமர்சனங்கள் இதைத்தான் செய்தன. ஒருவர் மணிரத்தினம் இனிமேல் படம் எடுக்காமல் இருந்தால் நல்லது என்கிறார். இன்னொருவர் படத்தில் வரும் வீரா கதாபாத்திரம் யார்? மக்கள்தலைவனா? கொள்ளைக்காரனா? மாவோயிஸ்டா? என கேட்கிறார். வீரா போலீஸ் அதிகாரியின் மனைவியைக் கடத்தும்போது, கடத்துகின்ற உணர்வே வரவில்லையே என்கின்றனர். ராவணன் என ஏன் பெயர்? 10 தலைகள், 14 வருடங்கள், 14 நாட்கள் போன்ற வசனங்கள் ஏன்? ராமன் சீதையைச் சந்தேகப்பட்டதால், போலீஸ் அதிகாரியும் தன் மனைவியைச் சந்தேகப்படவேண்டுமா? மக்கள் பேசும் தமிழ் காட்சிக்குக் காட்சி

ஏன் மாறுபடுகிறது? இப்படிப் பல கேள்விகள்.

படத்தின் இயக்குநர் இக்கதையை எழுதும்பொழுது பல விஷயங்களை யோசித்துதான் எழுதியிருப்பார். இரண்டாண்டுகள் கடினப்பட்டு பல கோடிகள் செலவு செய்து, பல நாட்கள் விடியற்காலை 3 மணிக்கு எழுந்து, நான்கு மணிக்கு ஓட்டலை விட்டு மலை உச்சியில் 6 மணிக்கு முதல் ஷாட்டை எடுத்திருப்பார்.

படத்தின் கதையைப் பற்றி பேசும்போது, இதைப் பற்றியெல்லாம் மக்கள் தெரிந்துகொள்ள வேண்டிய அவசியமுமில்லை. அப்படியே தெரிந்துகொண்டாலும், அதைப் பற்றி கவலைப்பட வேண்டிய அவசியமுமில்லை. கதை சுவாரஸ்யமாக உள்ளதா? சுவாரஸ்யமாக சொல்லப்பட்டிருக்கிறதா? என்று மட்டுமே பார்ப்பார்கள்.

இதனால்தான், செலவு குறைந்து, எளிமையாக எடுக்கப்பட்ட அதே நேரத்தில் சுவாரஸ்யமாக சொல்லப்பட்ட கதைகளையும் மக்கள் தலைமேல் வைத்து கொண்டாடுகிறார்கள். அந்தக் காலத்தில் வெள்ளிவிழா கொண்டாடிய 'நெஞ்சில் ஓர் ஆலயம்' 27 நாட்களில் குறைந்த செலவில் எடுக்கப்பட்ட படம். சமீபத்தில் வெளியாகி வெற்றிபெற்ற 'வெண்ணிலா கபடிக் குழு'வும் மற்றப் படங்களோடு ஒப்பிடுகையில் குறைந்த செலவில், குறைந்த கால அவகாசத்தில் எடுக்கப்பட்ட படம். சென்ற ஆண்டு ஹாலிவுட்டில் வெறும் 7 லட்சம் ரூபாயில் எடுக்கப்பட்ட 'பேரா நார்மல் ஆக்டிவிட்டி' (Paranormal Activity) படம் பல கோடிகளைச் சம்பாதித்தது. 'ஹைதராபாத் ப்ளூஸ்' (Hyderabad Blues) என்ற இந்திய ஆங்கிலப் படம் அதன் இயக்குநர் நாகேஷ் குக்கூனுரின் முதல் படம். அப்படம் வெறும் 17 லட்சம் ரூயாயில் நண்பர்களை வைத்து எடுக்கப்பட்ட படம். அப்படம் சுவாரஸ்யமான கதையோட்டம் மற்றும் வசனங்களால் பெரும் வெற்றிபெற்றது. இதன் காரணமாக, நாகேஷ் குக்கூனூர் தேசிய அளவிலும் சர்வதேசிய அளவிலும் அறியப்பட்ட இயக்குநரானார். இப்படி பல உதாரணங்களை எல்லா நாட்டு சினிமாவிலும் பார்க்கலாம்.

சினிமாவில் கதை சொல்வது யார்? படத்திற்கான கதையை எழுதிய கதாசிரியரா? அல்லது படத்திற்கான திரைக்கதை எழுதிய நபரா? அல்லது மற்றவர் எழுதிய கதையையும் திரைக்கதையையும் வைத்துக்கொண்டு படத்தை இயக்கிய இயக்குநரா? அல்லது படத்தில் கதையின் கதாபாத்திரங்களாக வாழ்ந்து படத்தின் கதையை நேரடியாகச் சொன்ன படத்தின் நடிகர்களா? அல்லது படத்தில் வரும் இடங்களையும், கதாபாத்திரங்களையும் மனதை மயக்கும் வகையில் படம் பிடித்த ஒளிப்பதிவாளரா?

இதுபோன்றதொரு கேள்வியை என்னிடம் யாராவது இப்போது கேட்டால்கூட எனக்குப் பதில் சொல்வது கடினமாகத்தான் இருக்கும். படத்தின் இயக்குநர்தான் கதை சொல்பவர் என்று பட்டென்று என்னால் பதில் சொல்ல முடியாது. படத்தின் இயக்குநர்தான் கதை சொல்பவர் என்பதில் சந்தேகமில்லை. ஆனால், அவரால் கதை, திரைக்கதை, தொழில்நுட்பம், நடிகர்கள், உதவி இல்லாமல் கதை சொல்ல முடியாது.

அந்தக் காலங்களில் கதைசொல்லிகள் என்றே சிலர் இருந்தனர். அவர்கள் சிறந்த, சுவாரஸ்யமான கதைகளை தேடித்தேடி எடுத்து வந்து மக்களுக்குச் சொல்லினர். அவர்கள் கதைக்குத் தானே ஆசிரியனாக இருக்கவேண்டும் என விரும்பியதில்லை. அவர்களின் பணி கதையை சுவாரஸ்யமாக சொல்வது மட்டுமே. அதுபோல் சினிமாவில் கதை சொல்வது இயக்குநரின் பணி மட்டுமே. ஆனால், அதற்காக அவர் பல நபர்களின் உதவியை நாட வேண்டியுள்ளது. எத்தனை சிறப்பான உதவிகள் கிடைத்தாலும், இயக்குநருக்கு கதைசொல்லத் தெரியவில்லை என்றால், அவர் படத்தைக் கொன்றுவிடுவார்.

கதைசொல்லிக்கு அவரது குரலும், உணர்வுபூர்வமாக சொல்லக் கூடிய திறமையும் எப்படி முக்கியமோ அதுபோலத்தான் இயக்குநருக்கு சினிமாவின் மொழியும் தொழில்நுட்பமும் முக்கியமாகிறது.

சினிமாவில் கதை சொல்லுதல் எனும்போது வெறும் கதைப்படத்தை மட்டும் நான் சொல்லவில்லை. ஆவணப் படங்கள், விளம்பரப் படங்கள் என எல்லா வகைப் படங்களிலும் கதை சொல்லப்படுகிறது. சமீபத்தில் 'தி கோவ்' (The Cove) என்ற அமெரிக்க ஆவணப் படத்தைப் பார்த்தேன். டால்ஃபின் மீன்களைப் பாதுகாப்பதற்காக சில தனி மனிதர்களின் போராட்டம் மற்றும் முயற்சி பற்றியதுதான் படம் சொல்லும் விஷயம்.

படத்தில் அவை சொல்லப்பட்டிருக்கும் விஷயம் சிறந்த கதைப் படங்களில் சொல்லப்பட்டிருக்கும் கதைகளை விட சுவாரஸ்யமாக இருந்தது. நேஷனல் ஜியாகிரஃபிக் (National Geographic)ன் லுயி ஸிஹோயோஸ் (Louie Psihoyos) இந்தப் படத்தை இயக்கியுள்ளார்.

ஜப்பானியத் தீவான தாய்ஜியில் வருடந்தோறும் 23,000 டால்ஃபின் மீன்கள் கொல்லப் படுகின்றன. டால்ஃபின் மீன்களுக்கு மனிதனுக்கு இணையாக மனிதனோடு தொடர்பு கொள்ளக் கூடிய சக்தி உண்டு. அதைக் கொண்டுதான், உலகெங்குமுள்ள பணக்கார நாடுகள் டால்ஃபின் காட்சிகளை நடத்துகின்றன. உலகெங்கும்

தி கோவ் படத்திலிருந்து ஒரு காட்சி

சுற்றுலாப் பயணிகள் நூற்றுக்கணக்கான டாலர் கொடுத்து இக்காட்சியைப் பார்க்கின்றனர். இக்காட்சிகளில் பயன்படுத்தப்படும் டால்பின் மீன்கள் எல்லாம் பல லட்சம் ரூபாய் கொடுத்து வாங்கப்படுகின்றன.

பெரும்பாலான இந்த டால்ஃபின்கள் ஜப்பானின் இந்த தாய்ஜி தீவிலிருந்துதான் வாங்கப்படுகின்றன. பல்லாயிர டால்ஃபின் மீன்கள் இங்குள்ள கடலில் அமைந்துள்ள மலையிடுக்குகளுக்கு துரத்தப்பட்டு குவிக்கப்படுகின்றன. பின்னர் அவை மீண்டும் கடலுக்குள் சென்று விடாதபடி அரணமைத்து தடுக்கப்படுகின்றன. உலகெங்குமிருந்து டால்ஃபின் காட்சி நடத்துபவர்கள், ஆயிரக்கணக்கான டால்ஃபின் மீன்களிலிருந்து மிக நுணுக்கமாக ஆராய்ந்து சிறந்த (?) டால்ஃபின் மீன்களை வாங்கிச் செல்கின்றனர். பின்னர் மீதமுள்ள ஆயிரக்கணக்கான டால்ஃபின் மீன்களை உள்ளூர் மீனவர்கள் ஈட்டியால் குத்திக் கொல்கின்றனர். நெஞ்சைப் பதைக்க வைக்கும் காட்சி அது. மீன்களின் ரத்தத்தால் நீலக்கடல் செங்கடலாய் மாறுகிறது.

இவ்வாறு மீன்களை அவர்கள் கொல்வதற்கு காரணம், வியாபாரத் திற்கு தகுதியில்லாத இந்த மீன்கள் அடுத்த வியாபாரத்தின்போது மீண்டும் வந்துவிடக்கூடாது என்பதற்காகத்தான். இந்தக் கொடுஞ் செயலுக்கு உள்ளூர் நிர்வாகமும், ஜப்பானிய அரசும் எப்படித்

துணை போகிறது என்பதையும் இப்படம் வெளிச்சம் போட்டுக் காட்டுகிறது.

மனதில் ஈரமுள்ள எந்த மனிதனும் இப்படத்தை ஒரு முறை பார்த்தால்கூட வாழ்நாளில் எந்தச் சந்தர்ப்பத்திலும் டால்ஃபின் காட்சிக்கு போகமாட்டான். அத்தனை சக்தியோடு படத்தில் விஷயங்கள் சொல்லப்பட்டிருக்கின்றன.

இப்படத்தில் சொல்லப்படுவதும் கதைதான். உண்மையான நிகழ்வை, ஒரு கொடுமையை ஒரு தேர்ந்த கதைசொல்லியாய் சொல்லியிருக்கிறார்.

பல நேரங்களில் சிறந்த ஆவணப் பட இயக்குநர்கள், கதைப்பட இயக்குநர்களைவிட சிறந்த கதைசொல்லிகளாய் இருப்பதை பார்க்கமுடிகிறது. ஆஸ்கர் மற்றும் கேன்ஸ் விருது பெற்ற அமெரிக்க ஆவணப்பட இயக்குநரான மைக்கேல் மூர் (Michael Moor)-ன் சமீபத்திய படமான “முதலாளித்துவம் ஒரு காதல் கதை'' (Capitalism - A Love Story) ஓர் அற்புதமான படம். இப்படத்தில் பலர் சமூக அமைப்புகளில் சிறந்தது முதலாளித்துவம்தான் என்கின்றனர். காரணம், அதில்தான் திறமைக்கேற்ப வளர்வதற்கு (பணக்காரனாவதற்கு) முழு சுதந்திரம் உள்ளது என்கின்றனர். அவர்களின் கூற்றுகள் நமக்கு நகைப்பைத்தான் தருகிறது. காரணம், படத்தின் இயக்குநர் இவர்களின் கூற்றுக்கிடையே அமெரிக்கா எப்படி சாதாரண, ஒடுக்கப்பட்ட மக்களின் வாழ்வை மனிதாபிமானமற்ற முறையில் நாசமாக்குகிறது என்பதையும் காட்டுகிறார்.

எல்லாக் கதைகளுமே வாழ்விலிருந்தும் உண்மை நிகழ்வுகளிலிருந்தும் தான் பிறக்கிறது. கற்பனையும் மொழிவளமும் கதையை சுவாரஸ்யமாய் சொல்வதற்குத்தான் பயன்படுத்தப் படுகிறது. இந்த அடிப்படையில் கதைப்படங்களின் இயக்குநர்களைவிட ஆவணப்படங்களின் இயக்குநர்களே சிறந்த கதைசொல்லிகளாய் தேர்ச்சிபெற வேண்டியுள்ளது.

வெறும் புள்ளிவிவரங்களால், வார்த்தை ஜாலங்களால் மட்டும் ஒரு விஷயத்தை மக்கள் மனதில் பதிய வைக்க முடியாது. மாவோயிஸ்டுகள் பிரச்சனை, ஆந்திர விவசாயிகளின் தற்கொலை, விலைவாசி உயர்வு போன்ற பிரச்சனைகளை மக்களிடையே கொண்டு செல்ல வெறும் புள்ளிவிவரங்கள் மட்டும் போதாது. சிறந்த கதைசொல்லிக்கான திறனும் வேண்டும். இப்பிரச்சனைகளைப் பற்றி எழுதும் டாக்டர் பினாயக் சென், சாய்நாத், அருந்ததி ராய் போன்றவர்கள் இதைத்தான் செய்கிறார்கள். அரசியல்வாதிகளும், சமூக நலனில் அக்கறை உள்ளுவர்களும் பிரச்சினைகளை

துருக்கிய இயக்குநர்
நூரி பில்ஜே சிலான்

மக்களிடையே கொண்டு செல்ல சினிமாவையும், சினிமாவில் கதை சொல்லும் நுணுக்கத்தையும் சற்றே தெரிந்துகொண்டால் அது அவர்களுக்கு உதவிகரமாக இருக்கும்.

சினிமாவில் கதை சொல்லும் நுணுக்கங்கள் ஒரு பரந்த தளத்தில் விஷயத்தைக் கொண்டு செல்வதற்கான நுணுக்கங்கள். இனம், மொழி, பண்பாடு ஆகியவற்றைக் கடந்து விஷயங்களைக் கொண்டு செல்வதற் கான நுணுக்கங்கள்.

இந்த நுணுக்கங்கள் சில அற்புதமான எழுத்தாளர்களாலும் இயக்குநர்களாலும் நாளுக்கு நாள் புதுமையும் கூர்மையும் அடைந்து வருகின்றன.

சமீபத்திய இயக்குநர்களில் சினிமாவில் கதைசொல்லும் பாணியில் புதுமையையும், கூர்மையையும் கொண்டு வந்தவர்கள் என நினைக்கும்போது இரண்டு இயக்குநர்கள், உடனே என் நினைவில் வருகின்றனர். ஒருவர் துருக்கி நாட்டைச் சேர்ந்த நூரி பில்ஜே சீலான் (Nuri Bilge Ceylan) இன்னொருவர் ருமேனியாவைச் சேர்ந்த கிரிஸ்டியான் மின்ஜீ (Christian minju).

இவர்கள் இருவரும் எப்படி சினிமாவில் கதைசொல்லுதல் என்பதில் புதிய நுணுக்கங்களைக் கொண்டுவந்தார்கள் என்று பார்க்கும்பொழுது கதை, கதையிலிருந்து திரைக்கதை, பின்னர் திரைக்கதையை சினிமா மொழி கொண்டு நேர்த்தியாகச் சொல்லுதல் என்ற தளத்திற்கு செல்ல வேண்டியுள்ளது. அது குறித்து அடுத்த பகுதியில் விரிவாய் விவாதிப்போம்.

ருமெனிய இயக்குநர்
கிரிஸ்டியான் மிஞ்சு

5

கதையும் திரைக்கதையும்

சாதாரணமாக எழுதுவது என்பதே பிரம்மபிரயத்தனம். கதை எழுதுவது என்பது இன்னமும் கடினம். திரைக்கதை எழுதுவது என்பது கதை எழுதுவதைக் காட்டிலும் கடினம். ஆனால், பல எழுத்தாளர்களுக்கு சினிமாவின் வசீகர சக்தி காரணமாக, கதை எழுதுவதுபோல், திரைக்கதையையும் எழுதிவிடலாம் என நினைக்கிறார்கள். ஆனால், அவர்கள் அவ்வாறு எழுத உட்காரும்பொழுதுதான் திசை தெரியாமல் தவிக்கிறார்கள்.

எழுதுவது ஏன் எல்லோருக்கும் கை கூடுவதில்லை. அப்படியே திறமையானவர்கள் எழுதும்பொழுதும், அது ஏன் கடினமான பணியாக இருக்கிறது. குறிப்பாக கதை எழுதுதல், படைப்பிலக்கியம் என்பது கடினமான பணிதான்.

ஒரு பிரபல இந்திய எழுத்தாளர் சொன்னார், “நான் எழுத வேண்டுமானால், நான் செய்ய வேண்டியதெல்லாம் என் கம்ப்யூட்டர் மேஜையை நோக்கி நடந்து அதன் முன் உட்கார வேண்டியதுதான். ஆனால், நான் அவ்வாறு செய்யாமலிருக்க எனக்கு நானே நூறு காரணங்களை சொல்லிக் கொள்கிறேன்.” அடிப்படையில் அவர் சொல்வது இதுதான்: எழுதுவதற்கு ஒருவித மனோநிலை வேண்டும். ஒருவித உந்துசக்தி வேண்டும். அவற்றைவிட முக்கியமாக ஓர் ஒழுக்கம், ஒரு கட்டுப்பாடு வேண்டும் என்பதுதான்.

திரைக்கதை எழுதுவதும் அடிப்படையில் எழுத்து வேலைதான். இதற்கும் அதே கட்டுப்பாடும் ஒழுக்கமும் தேவைப்படுகிறது. கூடவே சினிமா குறித்த அறிவும், ஒருவித தியாக மனப்பான்மையும் திரைக்கதை எழுத தேவை. ‘அது என்ன தியாக மனப்பான்மை?’ என்ற கேள்வி உங்கள் மனதில் எழலாம். நீங்கள் வெறும் திரைக்கதை எழுத்தாளராக மட்டுமே இருந்து, இயக்குநர் வேறொருவராக இருக்கும்பட்சத்தில் உங்கள் திரைக்கதையால் சினிமாவுக்கு கிடைக்கும் நற்பெயர், உங்களைவிட இயக்குநருக்கே அதிகமாக போய்ச் சேரும். அதை ஏற்றுக்கொள்ளும் மனோநிலை உங்களுக்குத் தேவை. அதைத்தான் தியாக மனப்பான்மை என்று கூறினேன். அது குறித்து விவரமாகப் பின்னர் பார்ப்போம்.

கதை என்பது என்ன? எழுத்தாளன் தன் கற்பனாசக்தியின் உதவியுடன், தன் எழுத்துத் திறமையால் நடந்த ஒன்றை அல்லது நடக்காத ஒன்றை விவரிப்பதா?

கட்டுரை என்றால், நடந்த ஒன்றை, உண்மையைத் தன் எழுத்துத் திறமையால் விவரிப்பதா?

கதையில் நடந்தது நடந்தபடியே இருக்கவேண்டும் என்ற அவசியமில்லை. உண்மை, உண்மையாகவே இருக்கவேண்டிய அவசியமும் இல்லை. அப்படியானால் கதை உண்மைக்கு மாறானதா? அல்லது எதிரானதா?

ஊழலைக் குறித்து கதையும் எழுதலாம், கட்டுரையும் எழுதலாம். இரண்டிலுமே சொல்லப்படுவது உண்மைதான். கட்டுரையில் உண்மையானது நேரடியாக இரட்டைப் பரிமாணங்களில் சொல்லப்படுகிறது. கதையில் உண்மை வேறொரு பரிமாணத்தில், ஆழமாக, முப்பரிமாணங்களில் சொல்லப்படுகிறது. ஆனால், இதே கதையை சினிமாவில் சொல்லும்பொழுது, நான்கு பரிமாணங்களில், ஏன் நான்குக்கு மேற்பட்ட பரிமாணங்களில்கூட வெளிப்படும். அப்படி வெளிப்படுத்த உதவுவதுதான் திரைக்கதை. எனவே, திரைக்கதை எழுத, எழுத்தாளன், தன் எழுத்தாளனுக்கான திறமையை மட்டும் உபயோகப்படுத்தினால் போதாது. திரைக்கதை எழுதும்போது, ஒரு பொறியியல் வல்லுநர்போல் எழுத்தாளன் கட்டுமானப் பணியில் ஈடுபட வேண்டியுள்ளது. இதற்கு சினிமா, சினிமா மொழி குறித்த புரிதல் இன்றியமையாததாகிறது. குறிப்பாக, சினிமா மொழியின் வீச்சு இன்று மக்களிடையே எந்த அளவில் உள்ளது என்பது பற்றிய புரிதலும் திரைக்கதை அமைக்க அடிப்படையாகிறது. பொதுவாக நிலவும் மக்களின் சினிமா மொழி புரிதலின் அளவை மீறி படங்கள் வரும்பொழுது அவை தோல்வியடைகின்றன.

கிரிஸ்டோபர் நோலன்

கிரிஸ்டோபர் நோலன் (Christopher Nolen) இயக்கிய ஹாலிவுட் திரைப்படம் 'தி இன்ஸெப்ஷன்' (The Inception) உலக அளவில் பெரிதாக எதிர்பார்க்கப்பட்டு பெரிய அளவில் பேசப்பட்ட படம். ஆனால் இந்தியாவில் இப்படத்தை அதன் பிரம்மாண்டமும் புதுமையும் பார்ப்பவர்களை ஆச்சர்யப்படுத்தினாலும், படத்தின் கதையும் கதைப்போக்கும் புரியவில்லை என்று மக்கள் அதை நிராகரித்தனர்.

திரைக்கதை எழுத எழுத்தாளனாக இருக்கவேண்டுமா? அல்லது சினிமா ஆர்வலனாக இருக்கவேண்டுமா? அல்லது இரண்டுமாக சேர்ந்து இருக்கவேண்டுமா? திரைக்கதை எழுத நினைக்கும் ஒவ்வொருவனுக்கும் இந்தக் கேள்விகள் நிச்சயமாக மனதில் எழும். சிறந்த திரைக்கதை எழுத்தாளர்கள், அடிப்படையில் எழுத்தாளராக இருந்தாலும், இல்லாவிட்டாலும் திரைக்கதை எழுதும்பொழுது அவர்கள் தங்களின் எழுத்தாளனுக்கான திறமையை உபயோகப் படுத்துவதில்லை. மாறாக, திரைப்படம் எடுக்கப்போகும் இயக்குநர் மற்றும் குழுவினருக்கு ஓர் அடிப்படை வரைபடத்தை அவர்கள் உருவாக்குகிறார்கள்.

அடிப்படையாக, எழுத்தாளனுக்கு எழுத தனிமை தேவை. பல எழுத்தாளர்கள் (மிகச்சிறந்த எழுத்தாளர்கள் உட்பட) எழுதும் செயலை ஓர் அந்தரங்கச் செயலாகப் பார்க்கிறார்கள். அந்த

அந்தரங்கத்துக்குள் நுழைய மற்றவர்களுக்கு உரிமையில்லை. ஆம். அந்தரங்கம் புனிதமானது. நோபல் பரிசு பெற்ற லத்தீன் அமெரிக்க எழுத்தாளர் கேப்ரியல் கார்சியா மார்க்குவேஸ் தான் எழுதும் செயல்பாட்டை பின்வருமாறு விவரிக்கிறார்:

"நான் எழுத உட்காரும்பொழுது அது எனக்கு மிக முக்கியமான தருணம். அப்போது நான், நான் மட்டுமே இருப்பேன். நான் ஒரு புத்தகத்தை எழுதும்பொழுது அதற்குத் தேவையான அடிப்படை விவரங்களை ஏராளமாக சேகரித்து வைத்திருப்பேன். அந்த அடிப்படை விவரங்கள் என் அந்தரங்க வாழ்க்கையோடு மிக நெருக்கமானது. உள்ளாடையை மட்டும் அணிந்திருக்கும்போது நம்மை யாராவது பார்த்துவிட்டால் ஒரு சங்கடம் ஏற்படுமே அது போன்றது. தொப்பியிலிருந்து பறவையை எடுக்கும் மந்திரவாதி அதை எப்படி எடுத்தான் என்று சொல்லவே மாட்டான். அது போன்றதொரு நிலை அது. நீங்கள் எழுதும் புத்தகம் ஏற்கெனவே உங்களுக்குள் உங்கள் கட்டுப்பாட்டில் இருக்கும், உங்களுக்கும் உங்கள் கருப்பொருளுக்கும் இடையே நிலவும் அற்புத உறவு அது. அதுதான் நம் உத்வேகத்தின் மூலமாக இருக்கும். சில காதல் எழுத்தாளர்கள் சொல்வதுபோல் நம் காதில் ஒலிக்கும் தெய்வீக முனகல் அல்ல அது. அத்தகைய சூழலில் எழுத உட்காரும்போது, எல்லாமும் தானாகப் பெருகி ஓடும். வாழ்வின் மிகப்பெரிய சந்தோஷமான தருணம் எனச் சொல்வேன் அதை..."

இதுபோன்று எத்தனையோ எழுத்தாளர்கள் தங்களின் எழுதும் அனுபவம் குறித்து சொல்லியிருக்கிறார்கள். ஆனால், திரைக்கதை எழுதுதல் என்பது முற்றிலும் வேறான அனுபவம். அங்கு அந்தரங்கம் என்பது கிடையாது. அப்படியே இருந்தாலும் அது வேறுவிதமான அந்தரங்கம். அங்கு எல்லாமே பட்டவர்த்தனம். பல நேரங்களில் அது ஒரு கூட்டு உழைப்பு. அதன் நுணுக்கங்களும் அற்புத தருணங் களும் சினிமாவை, சினிமா மொழியை, மக்களிடையே நிலவும் சினிமா மொழிப் புரிதலை அடிப்படையாகக் கொண்டது.

வெறும் எழுத்தாளனாக இருப்பவன் கதையைப் பார்ப்பதற்கும், திரைக்கதை எழுத்தாளனாக இருப்பவன் கதையைப் பார்ப்பதற்கும் நிறையவே வித்தியாசம் உள்ளது.

சமீபத்தில் ரோமன்ஸ் போலன்ஸ்கி (Roman Polanski) இயக்கி இந்த ஆண்டு வெளிவந்த 'The Ghost Writer' (தி கோஸ்ட் ரைட்டர்) என்ற படத்தைப் பார்த்தேன். சுமார் 45 ஆண்டுகளுக்கு முன் Knife in the Water என்ற அற்புதமான படத்தை இயக்கிய அதே இயக்குநர். அப்படத்தில் இருந்த அதே புத்துணர்வு, கதைசொல்வதில்,

குறிப்பாக சினிமா மொழியினூடாகக் கதைசொல்வதில் இருந்த அதே அதீத மோகம் இப்போதும் அப்படியே இருக்கிறது. இன்னும் முதிர்ச்சியோடு இருக்கிறது.

'கோஸ்ட் ரைட்டர்' தமிழில் இதை 'நிழல் எழுத்தாளன்' என்று சொல்லலாமா? இப்படத்தின் கதை அடிப்படையில் விறுவிறுப்பான திரில்லர் என சொல்லலாம். படத்தின் நாயகன் ஓர் இளம் எழுத்தாளன். அவனின் சில புத்தகங்கள் வெற்றிகரமாகப் பேசப்பட்ட புத்தகங்கள்.

தன் நண்பன் மூலம் அவனுக்கு நிழல் எழுத்தாளனாக இருக்க ஒரு வாய்ப்பு கிடைக்கிறது. நிறையப் பணம். அவனும் ஏற்றுக்கொள்கிறான். அவன் எழுத வேண்டியதோ, முன்னாள் பிரிட்டிஷ் பிரதம மந்திரியின் சுயசரிதை. முன்னாள் பிரதம

கோஸ்ட் ரைட்டர் படத்திலிருந்து ஒரு காட்சி

மந்திரியாக இருந்தாலும் அரசியலில் இன்னமும் தீவிரமாக இருக்கிறார். குறிப்பாக அமெரிக்க ராணுவ மற்றும் வெளியுறவுக் கொள்கைகளில் இன்னமும் அவருக்கு நெருக்கம் இருக்கிறது.

இப்போது பிரதம மந்திரி ஒரு தீவு மாளிகையில் வசிக்கிறார். அவரைக் காண உடனடியாக அவன் போக வேண்டும். உண்மையில் அந்தச் சுயசரிதை ஏற்கனவே வேறொரு நிழல் எழுத்தாளனால் எழுதி முடிக்கப்பட்டு விட்டது. முடிக்கும் தருவாயில் அந்த எழுத்தாளன் அந்தத் தீவில் மர்மமான முறையில் இறந்து போகிறான். அது தற்கொலை என்று சொல்லப்படுகிறது. அவன் எழுதிய சில விஷயங்கள் பிரதம மந்திரிக்குப் பிடிக்கவில்லை. அதை மாற்றி, மெருகூட்டத்தான் இப்போது அவன் அங்கே செல்கிறான். அங்கு சென்ற பிறகுதான் அவனுக்குத் தெரிகிறது, ஏற்கெனவே எழுதிய எழுத்தாளன் தற்கொலை செய்து கொள்ளவில்லை, அது கொலையாக இருக்கலாம் என சந்தேகிக்கிறான். தன் பணியோடு இறந்துபோன எழுத்தாளனின் மரணத்திற்கான காரணங்களை ஆராய முனைகிறான். அது அவனை பல சிக்கல்களுக்கு இழுத்துச் செல்கிறது. படம் விறுவிறுப்பான வேகத்தில் ஒரு திரில்லராக பயணிக்கிறது.

படத்தின் கதை பிரபல ஹாலிவுட் படங்களுக்கே உரிய விறுவிறுப் பான கதையாக இருந்தாலும், போலன்ஸ்கி கதையை அணுகியிருக்கும் விதமே வேறு. எழுத்தாளர்களுக்கு எழுதுவதைப் பற்றி எழுதுவதில் எப்போதுமே விருப்பம் உண்டு. எழுதுவது என்பது பரபரப்பான அதேநேரத்தில் கடுமையான தொழில். எழுத்தாளர்கள் தங்களை, தங்கள் கருத்துகளை உலகுக்கே அதை சொல்ல முற்படுவார்கள். படத்தின் தொடக்கத்தில் எழுத்தாளனின் அறிமுகத்தில் போலன்ஸ்கி இதை அற்புதமாக வெளிப்படுத்துவார்.

படத்தின் கதாநாயகன் எழுத்தாளன் மட்டுமல்ல, நிழல் எழுத்தாளனும்கூட. நிழல் எழுத்தாளனாக இருப்பதில் எத்தனை பணம் கிடைத்தாலும், அத்தொழிலில் இயற்கையாகவே ஒரு தோல்வி புதைந்துள்ளது. அடிப்படையில், அவன் தன் படைப்பை தன் பெயரில்லாமல் விற்கிறான். அதைவிட படைப்பாளிக்கு ஒரு பெரிய தோல்வி அல்லது விரக்தி இருக்கமுடியுமா? படைப்புத் தொழிலின் அடிநாதமே, தான் முக்கியமானவன் என்று உலகிற்குச் சொல்கின்ற அவா ஒவ்வொரு மனிதனுக்குள்ளும் இருக்கிறது என்பது. நிழல் எழுத்தாளன் விஷயத்தில், அவன் எவ்வளவு பெரிய படைப்பாளியாக இருந்தாலும், எல்லாமே எதிர்மறையாக உள்ளது. இந்த நுணுக்கமான விஷயத்தை போலன்ஸ்கி படம் முழுக்க கதை சொல்லும்பொழுது அற்புதமாக வெளிக் கொணர்வார்.

சினிமாவில் கதை என்பது சட்ட திட்டங்களுக்கு உட்பட்டது அல்ல. மாறாக, கோட்பாடுகளை அடிப்படையாகக் கொண்டது. ஒரு படம் வெற்றி பெற்றுவிட்டால், அது போன்ற கதைகளையே தொடர்ந்து படமாக எடுப்பர். அதை ஃபார்முலா படங்கள் எனச் சொல்வதுண்டு. ஃபார்முலா படங்கள் இப்படித்தான் கதை சொல்ல வேண்டும் என்கிறது. ஆனால், படைப்பாளியின் படங்கள், தங்கள் கோட்பாட்டிற்குள் இப்படிச் சொன்னால் மக்கள் அதை ஏற்றுக்கொள்வார்கள் என்றுணர்ந்து கதை சொல்வார்கள். சினிமாவில் கதை என்பது அடிப்படையில் சட்ட திட்டத்திற்கு உட்பட்டது அல்ல. மாறாக கோட்பாட்டிற்கு உட்பட்டது.

சினிமாவில் கதை என்பது கண்டங்களைக் கடந்து, காலத்தைக் கடந்து எல்லா மக்களுக்கும் மகிழ்ச்சியூட்ட வேண்டும். அதற்கு கதைகள் இப்போதுதான் முதன்முதலாக சொல்லப்படுவதுபோல் இருக்க வேண்டும். ஏற்கெனவே மக்கள் விரும்பிக் கேட்ட கதை போல் இருக்கக்கூடாது. நம் இந்திய கலாச்சாரத்தில் அக்கா தங்கை என்று இருந்தால், அக்காவுக்குத்தான் முதலில் திருமணம், பின்னர்தான் தங்கைக்குத் திருமணம் என்பார்கள். ஆனால், உங்கள் கதை கோட்பாட்டின்படி, தங்கைக்கு முதலில் திருமணம் செய்யவேண்டும் என்றால், தங்கைக்குத்தான் முதலில் திருமணம் நடக்கவேண்டும். அவ்வாறு நாம் செய்யும்பொழுது பண்பாட்டின், மனித உறவுகளின் புதிய சிக்கல்களுக்குள், பரிமாணங்களுக்குள் பயணிக்கிறோம். அடிப்படையில் ஃபார்முலா கதைகள் வீட்டிற்குள்ளேயே இருக்கும். கோட்பாடு அடிப்படையிலான கதைகளோ வீட்டை விட்டு நெடுந்தூரம் பயணிக்கும். அவ்வாறு பயணிக்கும்போது, கதாபாத்திரங்களின் முரண்பாடுகளினூடே புதிய மனிதத்தைப் பார்க்கிறோம். மக்கள் சினிமாவுக்குச் செல்வதே புதிய மகிழ்வூட்டும் உலகில் நுழையத்தான். நம்மைப்போலவே ஒரு மனிதன், ஆனால் அவன் நம்மால் முடியாததை செய்கிறான் என்று படம் பார்ப்பவர்கள் உணரவேண்டும். படத்திற்காக கதை எழுதுபவர்கள் இதை ஒருபோதும் மறக்கக்கூடாது.

ஒரு நாவலை எடுத்துப் படித்தால், பக்கம் முழுக்க வார்த்தைகள் அடர்த்தியாக இருக்கும். ஒரு திரைக்கதை புத்தகத்தை எடுத்துப் பார்த்தால், பக்கங்களில் நிறைய வெற்றிடங்கள் இருக்கும். அதைப் பார்த்தவுடனே கதை எழுதுவதைவிட திரைக்கதை எழுதுவது சுலபம் என நினைத்துவிட வேண்டாம். காரணம் அந்த வெற்றிடங்கள்தான் நிறைய விஷயங்களை சொல்லாமல் சொல்கிறது.

நாவல் ஒன்றை எழுதும்பொழுது, எழுத்தாளன் தன் குரலை ஓங்கி ஒலிக்கச் செய்யலாம். கதையோட்டத்தில் திருப்தி இல்லாதபோது,

வார்த்தைஜாலம் கொண்டு மறைக்கப்பார்க்கலாம். ஆனால், திரைக்கதை எழுதும்பொழுது இவை சாத்தியமில்லாத விஷயங்கள். காரணம், சினிமாவில் ‘கேமரா’ என்ற கருவி உண்டு. அது எல்லாவற்றையும் பட்டவர்த்தனமாக்குவது மட்டுமல்ல, எல்லாவற்றையும் பூதக்கண்ணாடி கொண்டு பார்க்கும். உங்கள் கதையோட்டத்தின் போலித்தனங்கள் அங்கே வெளிச்சம் போட்டுக் காட்டப்படும்.

சினிமாவுக்கான ஒரு கதையை நீங்கள் உருவாக்கும்பொழுதோ அல்லது தேர்ந்தெடுக்கும்பொழுதோ முதலில் எழும் கேள்வி “இது வெற்றிபெறுமா?” என்பதுதான். என்னைப் பொருத்தவரை இது முட்டாள்தனமான கேள்வி. தமிழ் சினிமா, இந்திய சினிமா மற்றும் உலக சினிமா எல்லாவற்றிலுமே பெரும் வெற்றி பெற்ற படங்களும், பெரும் தோல்வியடைந்த படங்களும் ஒரேவித நோக்கோடுதான் தயாரிக்கப்பட்டன. ஆனாலும் சில வெற்றி பெறுகின்றன, சில தோல்வியடைகின்றன. இது ஏன்? இந்தக் கேள்விக்கு யாராலும் பதில் சொல்ல முடியாது. காரணம், யாருக்கும் பதில் தெரியாது. அப்படி ஒருவேளை பதில் தெரிந்திருந்தால், சினிமா தன் கவர்ச்சியை மொத்தமாக இழந்திருக்கலாம். சினிமாவில் தயாரிப்பாளர்கள், இயக்குநர்கள், நடிகர்கள் எல்லோருமே தேடுவது ஒன்றுதான். அது நல்ல கதை. சினிமாவின் அகோரப் பசி என்பது எப்போதும் நல்ல கதைகளுக்குத்தான்.

நல்ல கதைகள் என்று சொல்லும்போது அது சினிமாவுக்கான நல்ல கதைகளாக இருக்கவேண்டும். சில நேரங்களில் வீட்டிலோ, வெளியிலோ பரபரப்பாக இயங்கிக் கொண்டிருக்கும்போது தொலைக்காட்சியில் ஏதாவது ஒரு படத்திலிருந்து, ஒரு காட்சி உங்களைச் சுண்டியிழுக்கும். அப்படம் சாதாரணமான நட்சத்திரங்கள் நடித்த ஃபார்முலா படங்களாகக் கூட இருக்கலாம். நீங்கள் பார்க்கும் காட்சி, நகைச்சுவைக் காட்சியாக இருக்கலாம், காதல் காட்சியாக இருக்கலாம், உணர்வுபூர்வமான காட்சியாக இருக்கலாம். உங்களைச் சுண்டியிழுக்கும் அந்தக் காட்சி உங்களை மெய்மறந்து சிரிக்கச் செய்யும், உங்கள் உணர்வுகளின் புதிய பரிமாணங்களை மலரச் செய்யும், உங்கள் உள்ளத்தைத் தொட்டு கண்களை ஈரமாக்கும். உங்களின் அருகில் உள்ளவர்கள் உங்களை சற்றே கூர்ந்து நோக்கினால், உங்களின் இந்த திடீர் பரிமாணத்தை அவர்களால் அறியமுடியும். இந்த அனுபவம் எனக்குப் பலமுறை நேர்ந்திருக்கிறது. ஒவ்வொரு முறையும், சினிமாவின் புரிந்துகொள்ள முடியாத வசீகரத்தன்மையைக் குறித்து வியந்திருக்கிறேன். இதைத்தான் ஓர் எழுத்தாளர் மிக அழகாகச் சொன்னார்,

“உங்களின் காதலனோ காதலியோ கணவனோ அல்லது மனைவியோ முற்றிலும் அறிந்திராத வகையில் உங்களை மலரச் செய்யும் சக்தி சினிமாவுக்கு உண்டு.”

சினிமாவின் முன்னே அதன் பார்வையாளர்கள் வழக்கத்தைக் காட்டிலும் புத்திசாலியாகிவிடுகிறார்கள். அரங்கில் மற்ற ரசிகர்களோடு அமர்ந்து நீங்கள் படம் பார்க்கும்போது, திரையில் ஓடும் படத்தைவிட நீங்கள் புத்திசாலியாக உணர்வீர்கள். அதனால்தான், படத்தின் கதையோட்டத்தை, கதாபாத்திரங்களின் செயல்பாடுகளை முன்கூட்டியே (சரியாக) அனுமானித்துக் கொண்டிருப்பீர்கள். முக்கியமாக, எழுத்தாளன் இங்கு அறியவேண்டியது, சினிமா ரசிகர்கள் அவனைவிட, அவன் கதையை விட புத்திசாலியாக இருப்பார்கள் என்பதைத்தான். சினிமா ரசிகர்களைவிட தான் புத்திசாலி என நினைக்கும் எழுத்தாளனால் ஒருபோதும் சினிமாவுக்காக கதை எழுதமுடியாது.

சினிமாவில் கதை என்ன சொல்கிறோம் என்பது மட்டுமல்ல, எப்படிச் சொல்கிறோம் என்பதும்தான். என்ன சொல்கிறோம் என்பது சாதாரண விஷயமாக இருக்கலாம். ஆனால், எப்படிச் சொல்கிறோம் என்பதுதான் முக்கியமான விஷயம். உங்கள் கதை கணவன் மனைவியைப் பற்றியதாக இருக்கலாம், ஆண்பெண்ணின் சிக்கலான உறவைப் பற்றியதாக இருக்கலாம், நட்பின் நுட்பங்களைப் பற்றியதாக இருக்கலாம், கிராம வாழ்க்கையைப் பற்றியதாக இருக்கலாம், நகர வாழ்க்கையைப் பற்றியதாக இருக்கலாம், பண்டைய வரலாற்றைப் பற்றியதாக இருக்கலாம். உங்கள் கதை எதைப் பற்றி இருந்தாலும், அதுபற்றி யாராவது, ஏதாவது சொல்லியிருப்பர். நீங்கள் அதே விஷயத்தை மீண்டும் கதையாகச் சொல்லும்பொழுது, உங்களை வேறுபடுத்திக் காட்டுவது நீங்கள் வெளிப்படுத்தும் தனித்தன்மைதான். இந்தத் தனித்தன்மை என்பது வலிந்துகாட்டும் கிறுக்குத்தனமான தனித்தன்மை அல்ல. கடும் உழைப்பினால் உருவாக்கும் தனித்தன்மையாக இருக்கவேண்டும். மரபணு சோதனை மூலம் எப்படி தனி மனிதர்களைக் கண்டுபிடிக்கிறோமோ, அதுபோலத்தான் இந்த தனித்துவத்தைக் கொண்டு கலைஞர்களைக் கண்டுபிடிக்கிறோம்.

வெறும் கதைசொல்லிகளாலும், எழுத்தாளர்களாலும் மட்டுமே கதை சொல்லப்பட்டிருந்த காலத்தை விட இப்போது கதையின் முக்கியத்துவம் பல மடங்கு அதிகரித்துள்ளது. காரணம், கடந்த நூறு ஆண்டுகளுக்கும் மேலாக கதையை சினிமா வாயிலாக மக்கள் பார்க்கிறார்கள். இன்றைய உலகமயமாக்கல் சூழலில்

கடந்த 25 ஆண்டுகளுக்கும் மேலாக 24 மணி நேரமும் மக்கள் கதைகளைத் தொலைக்காட்சி, வானொலி, இணையம் போன்றவற்றின் மூலமாக அனுபவப்படுகிறார்கள். கதை என்பது பரந்துபட்ட பல்முனை கலைவடிவமாய் பரிணமிக்கிறது. நாம் விழித்திருக்கும்போது செய்யும் எல்லா வேலைகளிலும் அது நம்மை வியாபிக்கிறது. ஏன் உறங்கும்போதும், நம்மை அது கனவில் துரத்துகிறது. கதை இன்று நம் வாழ்க்கைக்கே மூலாதாரக் கருவியாக மாறிவிட்டது.

கதைசொல்லுதல் என்பது மாபெரும் நிறுவனங்களில், வணிகக் கல்வி போதிக்கும் உலகப் புகழ் பெற்ற நிறுவனங்களில்கூட ஓர் ஆயுதமாகப் பயன்படுத்தப்படுகிறது. காரணம், புள்ளிவிவரங்களும் கோட்பாடுகளும் வெறும் விவரங்களாக மனித மூளையைச் சென்றடைகின்றன. கதையாகச் சொல்லும்போதுதான் நாம் சொல்ல வந்த கருத்து மனிதனின் மனதைச் சென்றடைகிறது. இதனால்தான் பெரிய நிறுவனங்களில் நாம் செய்ய வேண்டியது எது? என தலைமை அதிகாரி வெறும் புள்ளிவிவரங்களாக, தகவல்களாக அடுக்கினால் கேட்பவர்கள் கொட்டாவி விடுகிறார்கள். ஆனால், அதையே மனதை மயக்கும் கதையாகச் சொன்னால் எழுந்து நின்று கை தட்டுகிறார்கள்.

அடிப்படையில் கதை என்பது என்ன? அடிப்படையில் வாழ்வில் ஒரு மாற்றம் ஏன், எப்படி நிகழ்கிறது என்பதை விளக்குவதுதான் கதை.

நம் வாழ்க்கை ஒரு மாதிரி போய்க் கொண்டிருந்தால், அதை விவரித்தால் அது கதையாகாது. மாறாக, சீராகப் போய்க் கொண்டிருக்கும் நம் வாழ்வில் திடீரென்று ஒரு நாள் ஏதோ நிகழும். அது நம் வாழ்வையே புரட்டிப் போடும். பின்னர் நம் வாழ்க்கையை மீட்டெடுக்க துணிச்சலான சில முடிவுகளை எடுக்க வேண்டி வரும். அப்போது நமக்குள்ளே புதைந்து கிடக்கும் சில சக்திகள் வெளிப்படும். அதைப் படிப்பவர்களைப் பாதிக்கும் வகையில் சொன்னால் அது அற்புத கதையாக வடிவெடுக்கும்.

அடிப்படையில், பண்டைய கிரேக்க கதைகளாகட்டும், அல்லது ஷேக்ஸ்பியரின் காவியங்களாகட்டும், அல்லது தற்போதைய நவீன கதைகளாகட்டும். எல்லாமே ஒன்றைத்தான் சொல்கின்றன. அது நம் முன்னே நிற்கும் குரூரமான உண்மைக்கும், நம் எதிர்பார்ப்புக்கும் இடையேயான தவிர்க்க முடியாத தொடர்புதான் அது.

ஒரு ஆள், தான் பெரிதும் எதிர்பார்க்கும் வேலைக்கான நேர்முகத் தேர்வுக்காகச் செல்கிறான். அங்கு அவனுக்கு வேலை கிடைக்கிறது.

நிம்மதியாக வாழ்க்கையைக் கழிக்கிறான் என்று சொன்னால் அது கதையாகாது. மாறாக, அவன் நேர்முகத் தேர்வுக்குச் செல்லும் வழியில் ஏதாவது விபரீதம் நிகழவேண்டும். அதனால் அவனுக்கு வேலையே கிடைக்காமல் போகிறது. நெருக்கடியைச் சமாளிக்க சில துணிச்சலான முடிவுகளை எடுக்கிறான். அது அவன் முற்றிலும் எதிர்பாராத வேறொரு திசையில் வாழ்க்கையைப் பயணிக்க வைக்கிறது என்று சொன்னால் அது கதை.

ஒருவன் தன் பணக்கார நண்பனின் தங்கை திருமணத்திற்குச் செல்கிறான். திருமணம் நன்றாக நடக்கிறது. திருமணம் முடிந்து அவன் திரும்பி வருகிறான் என்று சொன்னால் அது கதையல்ல. மாறாக, திருமணத்திற்குச் சென்ற இடத்தில் ஏதோ சில காரணங்களால் நண்பனின் தங்கை திருமணம் தாலி கட்டும் நேரத்தில் நின்று போகிறது. அப்போது நண்பனின் வேண்டுகோளின்படி அவனே நண்பனின் தங்கையைத் திருமணம் செய்ய நேரிடுகிறது என்று சொன்னால் அது கதையாகிறது. நண்பனின் தங்கை மாபெரும் அழகியாக இருந்துவிட்டால் கதை இன்னும் சுவாரஸ்யமாக இருக்கும்.

எதிர்பார்த்த விஷயங்கள் எதிர்பார்த்தபடியே நடந்தால் அது கதையாக இருக்காதா? ஏன் எப்போதும் ஏதாவது விபத்தோ, விபரீதமோ நிகழவேண்டும்? எல்லாமே நல்லபடியாக நடந்தால் அது கதையாக இருக்காதா? என்று சிலர் கேட்கலாம்.

நிச்சயமாக இருக்காது. எல்லாமும் எதிர்பார்த்தபடியே நல்லதாய் நிகழ்ந்தால் கதைக்கு அங்கு என்ன வேலை? முரண்பாடுகள் இல்லையெனில் கதை மாத்திரம் அல்ல, வாழ்க்கையும்கூட இல்லை. வாழ்வின் மாபெரும் வினோதமே, வாழ்க்கைக்கான சக்தி எப்போதும் அதன் ஒளிமயமான பக்கத்திலிருந்து கிடைப்பதில்லை. மாறாக, அதன் இருண்ட பக்கத்திலிருந்தே கிடைக்கிறது. நம்மைத் துன்பப்படுத்தும் நிகழ்ச்சிகள்தான் நமக்கு சக்தியைத் தருகின்றன. எதிர்மறை சக்திகள்தான் நமக்கு ஆற்றலைத் தருகின்றன. அதன் மூலமே நாம் ஆழமாக, அர்த்தத்தோடு வாழ்கிறோம்.

முரண்பாடுகள்தான் நம்மை முன்னோக்கிச் செல்ல வைக்கின்றன. கதையும் முன்னோக்கி நகர முரண்பாடுகள் அவசியம். கதையைக் காட்டிலும் திரைக்கதை வேகமாக முன்னோக்கி நகர வேண்டும். அதற்கு இன்னமும் முரண்பாடுகள் வேண்டும். ஒரு காட்சியில் உள்ள முரண்பாடுகள் அடுத்த காட்சிக்கு இழுத்துச் செல்லவேண்டும். அதில் உள்ள முரண்பாடுகள் முந்தைய காட்சியில் உள்ள முரண்பாடுகளோடு சேர்ந்து புதிய காட்சியை உருவாக்கவேண்டும்.

4 Months, 3 Weeks & 2 Days படத்திலிருந்து ஒரு காட்சி

ருமேனிய நாட்டு திரைப்பட இயக்குநர் கிறிஸ்டியான் மிஞ்சு 'பொற்காலத்திலிருந்து சில கதைகள்' (Tales from the Golden Age) என்றொரு படத்தை சமீபத்தில் தயாரித்தார். இவருடைய முந்தைய படமான 4 Months, 3 Weeks & 2 Days ஏற்கெனவே பல உயரிய விருதுகளைப் பெற்று உலக அளவில் பேசப்பட்ட படம். 80களில் ருமேனியாவை ஆண்ட செஸஸ்கோவின் தலைமையிலான கம்யூனிஸ்ட் அரசில் மக்களுக்கு பல கட்டுப்பாடுகள் விதிக்கப்பட்டன. கருக்கலைப்பு செய்வது அப்போது சட்டவிரோதமான விஷயம். அதற்கு கடும் தண்டனையும் உண்டு. ஒரு திருமணமாகாத இளம்பெண், தன் சிநேகிதியின் உதவியோடு தன் கருவைக் கலைக்கப் படும் அவஸ்தைதான் அப்படத்தின் கதையாக இருந்தது.

இப்படத்தின் வெற்றி காரணமாக அதே 80களில் ருமேனியாவில் நிலவிய கடும் உணவுப் பற்றாக்குறை, அடக்குமுறை, கட்சியின் விநோதமான கட்டுப்பாடுகள் போன்றவற்றைக் குறித்து உண்மையாக நடத்த நிகழ்வுகளை வைத்து அருமையான கதைகளாக்கி ஆறு குறும்படங்களைத் தொகுத்து 'பொற்காலத்திலிருந்து சில கதைகள்' என்ற படத்தை எடுத்துள்ளார்.

எப்படி சாதாரண நிகழ்வுகள் கதைகளாக மாறுகின்றன என்பதற்கு இப்படம் ஓர் அற்புதமான உதாரணம்.

இப்படத்தின் முதல் கதை "காற்றைப் பிடிப்பவர்கள்'' என்றழைக்கப்படும். இந்தப் படத்தில் வரும் இளம்பெண்ணும், பையனும் கொஞ்சம் காசு சம்பாதிப்பதற்காக செய்யும் விநோதமான ஏமாற்று வேலைதான் படத்தின் கதையாகும். நம் நாட்டைப்

போலவே நல்ல காலி பாட்டில்களை அதை வாங்கும் கடைகளில் கொடுத்தால் காசு கொடுப்பார்கள். ஒரு பாட்டிலுக்கு 5 ரூபாய் என்றால் 2000 பாட்டில்களைக் கொடுத்தால் 10,000 ரூபாய் கிடைக்கும். அது அவர்களுக்குப் பெரிய தொகை. ஒரு பெரிய அடுக்கு மாடி குடியிருப்பில் உள்ள எல்லா வீடுகளிலிருந்தும் எப்படி அவர்கள் பாட்டில்களை ஏமாற்றி வாங்குகிறார்கள் என்பதுதான் கதை.

ஒருவித நகைச்சுவையோடு கூடிய அவர்களின் ஏமாற்று வேலைகள் நம்மைப் புன்முறுவல் பூக்கச் செய்தாலும் கதையினூடே அப்போதைய பெரும்பாலான ருமேனியர்களின் வறுமையை, சிறிது காசு சாம்பாதிப்பதற்காக அவர்கள் என்னவெல்லாம் செய்ய வேண்டியிருக்கிறது என்பதைத்தான் படத்தின் கதை அற்புதமாகக் காட்டுகிறது.

இன்னொரு கதையில் (பேராசை பிடித்த போலீஸ்காரன்) போலீஸ்காரன் ஒருவனுக்கு அவனது உறவினர் ஒருவர் பன்றிக் கறி தருவதாக உறுதியளித்திருப்பார். அந்த உறவினரோ நல்ல அரசு உத்தியோகத்தில் இருப்பவர். அதனால்தான் அவரால் அவ்வாறு உறுதியளிக்க முடிந்தது. அப்போது பன்றிக் கறிக்கு ஏக கிராக்கி. மாமிசம் விற்கும் அரசுக் கடைகளில் (எல்லாக் கடைகளுமே அரசு கடைகள்தான்) எப்போதாவதுதான் பன்றிக் கறி வரும். அதற்கு ஏக அடிதடி நடக்கும். போலீஸ்காரனின் பள்ளி பயிலும் மகன் தன் நண்பனிடம் கூட சொல்லி விடுவான் "அடுத்த நாள் தான் பள்ளிக்கு மதிய உணவுக்குச் சமைத்த பன்றிக் கறியைக் கொண்டு வருவதாக".

அன்றிரவு போலீஸ்காரன், அவன் மனைவி, மகன் எல்லோரும் உறவினர் கொண்டுவரப் போகும் பன்றிக்கறிக்காக காத்திருப்பர். இரவு சற்றுத் தாமதமாக மற்ற வீடுகளில் எல்லாம் அடங்கிய பின், உறவினரின் கார் வரும். பன்றிக்கறியை எதிர்பார்த்திருந்த அவர்களுக்கு அதிர்ச்சி. உறவினர் ஒரு பெரிய பன்றியை உயிருடன் காரின் டிக்கியில் அதன் வாயைக் கட்டிக் கொண்டு வந்திருப்பார். அவரின் அதிகாரத்தைப் (தவறாக) பிரயோகப்படுத்தி அவரால் செய்ய முடிந்தது அதுதான். இருவரும் அந்தக் கறியை சமமாகப் பகிர்ந்து கொள்ளவேண்டும் என்பதுதான் திட்டம். உயிரோடு பன்றியைக் குடியிருப்பில் பார்த்துவிட்டால் அது பெரிய குற்றமாகி விடும். பன்றியைக் கத்தவிடாமல் தங்கள் குடியிருப்புக்குள் யாருக்கும் தெரியாமல் கொண்டு செல்வர். கூடவே மகன் விழித்துக் கொண்டிருப்பான். அவன் கவலையெல்லாம் அடுத்த நாள் பள்ளிக்கு பன்றிக் கறியை எடுத்துச் செல்லவேண்டுமே என்பதுதான். பன்றியைக் கொடுத்துவிட்டு உறவினரான அதிகாரியும் போய்விடுவார்.

போலீஸ்காரன் குடும்பத்தின் கவலையெல்லாம், சத்தம் வராமல் அதை எப்படிக் கொல்வது என்பதுதான். அதற்காக பல வழிகளில் யோசிப்பர். இறுதியில் சமையலறையில் பன்றியை அடைத்து, எரிவாயுவைத் திறந்து அதன் மூலம் அதனை மூச்சடைத்து இறக்கச் செய்வதுதான் வழி என தீர்மானிப்பர். எரிவாயுவைத் திறந்து வைத்திருக்கும்போது சிறு மின்கசிவு இருந்தாலும் பெரும் தீவிபத்து நேர்ந்துவிடும் என்பதால், மின்சார இணைப்பைத் துண்டித்து விடுவர். கடைசியில் அவர்களின் சிலிண்டரில் எரிவாயு தீர்ந்து போயிருக்கும். பின்னர் அடுத்த குடியிருப்பில் இருப்பவரிடம் பொய்க்காரணம் சொல்லி சிலிண்டரை போலீஸ்காரன் வாங்கி வருவான். சமையலறையில் எல்லாக் கதவுகளையும் அடைத்து, கதவு, சன்னல் இடுக்குகளில் எல்லாம் டேப் கொண்டு அடைத்து, பன்றியை உள்ளே வைத்து, எரிவாயு சிலிண்டரைத் திறந்து வைத்து, சமையலறையை அடைத்துவிடுவர்.

போலீஸ்காரன் குடும்பமே பன்றி இறப்பதற்காக இருளில் காத்துக் கொண்டிருக்கும். சிறிது நேரத்துக்குப் பின், போலீஸ்காரன் சமையலறையின் கதவைத் திறந்துகொண்டு உள்ளே செல்வான். எல்லா சன்னல் கதவுகளையும் திறந்துவிடுவான். எரிவாயு எல்லாம் வெளியேறுவதற்காக காத்திருப்பான். பன்றி அசைவற்றிருக்கும் . அது இறந்துவிட்டதை உறுதி செய்தபின், மெல்ல மின் இணைப்பை வீட்டுக்குத் தருவான். ஒளி வெள்ளத்தில் பன்றி இறந்திருப்பதை உறுதிசெய்து கொள்வான். பின்னர் எரிவாயு மொத்தம் வெளியேறிவிட்டதா என சோதித்துப் பார்க்க, ஒரு தீக்குச்சியை உரசுவான். ஒன்றும் நிகழாது. எல்லோருடைய முகத்திலும் மகிழ்ச்சி. இப்போது பன்றியின் உடலில் உள்ள உரோமத்தை எரிப்பதற்காக சந்தோஷமாக தீயைக் கொளுத்துவான். காமிரா குடியிருப்பு அடுக்குமாடியை வெளிப்புறமாக காட்டும். போலீஸ்காரனின் குடியிருப்பில் பெரும் சப்தத்தோடு ஏதோ வெடிக்கும். மற்ற குடியிருப்புகளில் மெதுவாக விளக்கு எரியும். அடுத்த நாள் போலீஸ்காரன் மகன் சிறு தீக்காயங்களோடு பள்ளிக்கு வருவான். மற்ற மாணவர்கள் அவன் வீட்டில் பன்றி வெடி வெடித்து விட்டதாக கிண்டல் செய்வர். இத்தோடு அந்தக் குறும்படத்தின் கதை முடியும்.

ஒரு சாதாரண பன்றி இறைச்சிக்காக, ஒரு போலீஸ்காரன் குடும்பம் இத்தனை மெனக்கட்டு கஷ்டப்படவேண்டியிருக்கிறது என்பது கதையாக இருந்தாலும், கதையின் மூலம் பார்வையாளன் தெரிந்துகொள்வதெல்லாம், எத்தனை மோசமான காலகட்டத்தில் அப்போதைய ருமேனிய மக்கள் வாழ்ந்தார்கள் என்பதுதான்.

பின்னர் ருமேனிய மக்களால் சேஸஸ்கோவும், அவனது மனைவியும் பொது சதுக்கத்தில் கொல்லப்பட்டதை வரலாறு தெரிந்தவர்கள் அறிவர். சேஸஸ்கோ, தன் காலகட்டத்தை ருமேனியாவின் பொற்காலம் என்று சொல்லிக் கொண்டிருந்தான். அதனால்தான் படத்தின் இயக்குநர் கிரிஸ்டியான் மிஞ்சு படத்திற்கு 'பொற்காலத்திலிருந்து சில கதைகள்' என்று தலைப்பிட்டிருந்தார்.

இந்த ருமேனியப் படத்தில் கதை மக்களின் வாழ்க்கையாக இருக்கிறது. மக்களின் வாழ்க்கையே கதையாகப் பரிணமிக்கிறது. இதைத்தான் தத்துவமேதை அரிஸ்டாட்டில் 2000 ஆண்டுகளுக்கு முன்பே கேள்வியாக தன்னுடைய 'Ethics' புத்தகத்தில் கேட்டார், "மனிதன் எவ்வாறு வாழ்க்கையை நடத்தவேண்டும்?" பல நூற்றாண்டுகளாக இதற்கான விடையைத்தான் மனிதன் தேடிக் கொண்டிருக்கிறான். தத்துவம், அறிவியல், மதம், கலை என்ற நான்கு வழிகளில் இதற்கான விடையைப் பல நூற்றாண்டுகளாக தேடிக் கொண்டிருக்கிறான்.

இன்றைய நவீன டிஜிட்டல் உலகில் எத்தனை பேர் தத்துவத்தை வாழ்க்கையின் அர்த்தத்திற்காக நாடுகிறார்கள்? பல நேரங்களில் ஏதாவது தேர்வு எழுத வேண்டுமென்றால்தான் ஒரு சிலர் தத்துவத்தைப் படிக்கிறார்கள்.

டேல்ஸ் ஃப்ரம் கோல்டன் ஏஜ் படத்திலிருந்து ஒரு காட்சி

அறிவியல் அறிவியல் பயனால் விளைந்த பலன்களை அனுபவிக்க மக்கள் ஆர்வம் காட்டுகிறார்களே தவிர, அடிப்படை அறிவியல் கோட்பாட்டில் புத்திசாலி மாணவர்கள்கூட ஆர்வம் காட்டுவதில்லை. பெரிய அறிவியல் கல்வி நிறுவனங்களில் அடிப்படை அறிவியலைப் படிக்க மாணவர்களுக்குப் பல சலுகைகள் தரவேண்டியுள்ளது.

மதம் இன்று மதம் கேவலமான அரசியல், வியாபாரப் பொருளாக மாறிவிட்டது.

கலை மனிதன் தன் தேடுதலை, வாழ்க்கைக்கான பசியை இன்றளவும் கலையின் மூலமே தணித்துக் கொள்ள முயற்சிக்கிறான். இன்று உலகில் மக்களின் பெரும்பாலான நேரம் சினிமா, தொலைக் காட்சி, நாவல், நாடகம் என்று செலவிடப்படுவதைப் பார்த்தால், கதை எனும் கலைதான் பிரதான உந்துதலாய் இருப்பதுபோல் தெரிகிறது. கதையின் மீதுள்ள தணியாத ஆர்வம் என்பது, வாழ்க்கை முறையைப் பற்றிய ஆர்வமாக உள்ளது. கதையின் மீதுள்ள ஆர்வம் என்பது வெறும் அறிவு சார்ந்த ஆர்வம் அல்ல. மாறாக, உணர்வுரீதியான அனுபவம் மற்றும் தனிப்பட்ட ஆர்வம் ஆகும்.

நாடக ஆசிரியர் ழான் அனொய்ல் சொல்வதுபோல், இன்று கதைதான் வாழ்விற்கு வடிவத்தைத் தருகிறது.

கதையின் மீதான இந்த ஆர்வத்தை வெறும் பொழுதுபோக்கின் மீதான ஆர்வமாக கருதக்கூடாது. வாழ்க்கையின் கவலைகளை மறக்கவே மக்கள் பொழுதுபோக்கை நாடுகிறார்கள், சினிமா பார்க்கிறார்கள், கதை படிக்கிறார்கள் என பொதுவாக சொல்வதுண்டு. ஆனால், உண்மை அதுவல்ல. அப்படிச் சொல்வது ஒரு விதத்தில் படைப்பாளியைப் பொறுப்பற்றவன் என சொல்வதற்கு ஒப்பாகும். வாழ்வின் உண்மைகளிலிருந்து ஓடி ஒளிய உதவுவது கதையின் நோக்கமல்ல. மாறாக, குழப்பமான இந்த உலகில் உண்மையைத் தேடிச் செல்ல உதவும் வாகனமே கதையாகும்.

தகவல் தொடர்பு சாதனங்கள் இன்று அசுர வளர்ச்சி அடைந்திருப்பதால், கதை என்பது தேசங்களைக் கடந்து மொழிகளைக் கடந்து எங்கும் வியாபித்திருக்கிறது. ஆனாலும் கதையின் தரம், கதை சொல்லும் திறனின் அளவு இன்று மங்கிக் கொண்டுதான் வருகிறது. “கையிலெடுத்த புத்தகத்தை முழுதும் படித்து முடிக்காமல் என்னால் கீழே வைக்கமுடியவில்லை” என எத்தனைப் புத்தகங்களைப் பற்றி நம்மால் இப்போது சொல்ல முடிகிறது. தொலைக்காட்சியிலும், டி.வி.டி.யிலும் எத்தனைப் படங்களை நாம் கவனம் சிதறாமல் முழுமையாகப் பார்க்கிறோம்.

சினிமா தியேட்டரில்கூட பல நேரங்களில் படம் பிடிக்கவில்லை என்று இடைவேளையின்போது எழுந்து வந்துவிடுகிறோம்.

“படம் நன்றாகத்தான் உள்ளது. நல்ல நடிப்பு, அற்புதமான படப்பிடிப்பு... ஆனால், கதைதான் கொஞ்சம் சுவாரஸ்யமாக இல்லை...” என்று பேசுவது சாதாரணமாகிவிட்டது.

சலிப்பிலிருந்து மீள்வதற்காக நாம் மேற்கொள்ளும் பொழுது போக்கே நமக்கு சலிப்பைத் தருகிறது என்றால், அது எதைக் காட்டுகிறது? பொதுவாக கதை எனும் கலையின் தரம் குறைந்துபோவதைத்தான் காட்டுகிறது. இதைத்தான் அரிஸ்டாட்டில் அப்போதே சொன்னார், “கதையின் வீழ்ச்சி சமூகத்தின் வீழ்ச்சி.”

இன்று சினிமாவில் கதையின் வீழ்ச்சியை மறைக்க படாத பாடு படுகிறார்கள். பெரும்பாலும் பிரம்மாண்டத்தையும், தொழில் நுட்பத்தையும் கொண்டு கதையின் வீழ்ச்சியை மறைக்கப் பார்க்கிறார்கள். பல கோடிகளை செலவு செய்து யாருமே இதுவரை படம் பிடிக்காத இடம் என்று பெருமையாய் சொல்லிக்கொண்டு அங்கு போய் ஒரு பாடல் காட்சியை எடுக்கிறார்கள். ஆழமான உண்மையைத் தேடுவதற்குப் பதிலாக, அலங்காரங்களில் அதிக கவனம் செலுத்தப்படுகிறது. நடிகர், நடிகைகள் அற்புதமான கலைஞர்களாய் இருந்த காலம் போய், மண்டை வீங்கிப் போய், சமூகத்திலிருந்து அந்நியப்பட்டு, வினோத மனிதர்களாய் திரிகிறார்கள். மனதிற்கு இதமும் உற்சாகமும் தருகின்ற இசை மற்றும் ஒலிக்குப் பதிலாக, நம் நரம்பு மண்டலத்தையே பாதிக்கச் செய்யும் அலறல்கள் இன்று இசையாகவும், ஒலியாகவும் வருகிறது. நம்மை, நம் பண்பாட்டை அடுத்த கட்டத்திற்கு எடுத்துச் செல்லக் கூடிய வகையில் உன்னதமான, உற்சாகமான கதைகளைக் கேட்டு எத்தனை காலம் ஆகிறது. ஒரு பண்பாட்டின் வளர்ச்சிக்கு, உன்னதமான, சக்திவாய்ந்த கதை சொல்லல் அத்தியாவசியமாகிறது.

உலக சினிமாவிற்கு அற்புதமான திரைப்படங்களைத் தந்த ஐரோப்பிய சினிமாகூட இன்று, மக்களை நம்புவதற்குப் பதிலாக, உலகச் சந்தை மற்றும் விநியோகஸ்தர்களை நம்புகிறது. சினிமாவின் மேதைகள், விற்பன்னர்கள் என்றழைக்கப்பட்ட இயக்குநர்களின் தலைமுறையே முடிந்துபோனது போல் உள்ளது. ரெனுவார், ஃபெல்லினி, பெர்க்மென், வாய்தா, க்ளூசோ, ஆண்டொணியோனி, டி சிகா, ரெனே... போன்ற இயக்குநர்களின் அடுத்த தலைமுறை உருவாகுமா என்பதே சந்தேகத்திற்குரியதாய் உள்ளது. மேற்கூறிய இயக்குநர்களும் சந்தைக்காகத்தான் படம் எடுத்தார்கள். அவர்களின் படம் உலகம் முழுதும் திரையிடப்பட்டதால்தான் அவர்கள் உலக

சினிமாவின் மேதைகளாய் திகழ்ந்தனர். சினிமா அன்றும், இன்றும், எப்போதுமே சந்தைக்காகத்தான் எடுக்கப்படுகிறது. அதில் எந்த சந்தேகமும் இல்லை. ஆனால், அப்போதைய தலைமுறை இயக்குநர் களுக்கு இருந்த கதை சொல்லும் திறன் இப்போதைய இயக்குநர்களுக்கு ஏன் இல்லாமல் போனது என்பதுதான் கேள்வி.

6

கதை திரைக்கதையின் தொடக்கம்

இன்றைய சினிமாவில் கதை சொல்லும் திறன் குறைந்துவிட்டது. எப்போதோ அத்திபூத்தது போல் ஒரு சில திரைப்படங்கள்தான் நம் மனதைக் கதை சொல்லும் திறனால் கட்டிப்போடுகின்றன.

இதற்குப் பொதுவான காரணம், சினிமாவை அணுகும் முறை மாறிவிட்டதுதான். பிரதானமாக சினிமாவை கதை சொல்லியாக யாரும் அணுகுவதில்லை. மாறாக, விறுவிறுப்பான காட்சிகள், சுவையான திருப்பங்கள், அதற்கேற்ற அலங்காரங்கள், பிரம்மாண்டங்கள் என்றுதான் அணுகுகிறார்கள். இதையும், கதையின் நாயகனாக நடிக்கும் நடிகனின் / நட்சத்திரத்தின் தன்மை மற்றும் அந்தஸ்துக்கேற்ப வடிவமைக்கிறார்கள். இதனால் கதை என்பது அங்கு இரண்டாம் பட்சமாகி விடுகிறது.

கதை என்பது கற்பனையில் உருவாகிறது என்று பலர் சொல்லலாம். இது ஒரு விதத்தில் உண்மை. இன்னொரு விதத்தில் உண்மையல்ல. கட்டுப்பாடற்ற கற்பனையில் உதிக்கும் கதைகள் பெரும்பாலும் நீர்த்துப் போயிருக்கும். கட்டுப்பாடோடு உருவாகும் கற்பனைகள் கூர்மையாக இருக்கும்.

கதைக்குக் கட்டுப்பாடுகளை விதிப்பவை எவை? கதையை உருவாக்குவதற்கு முன்னால், கதையின் கருப்பொருள், மையக் கருத்து, நோக்கம், யாருக்காக இந்தக் கதை? எந்தச் சூழலில் இதைச் சொல்லப் போகிறோம்? எத்தனை பேருக்குச் சொல்லப் போகிறோம்? எந்த ஊடகத்தின் வழியாகச் சொல்லப் போகிறோம்? சினிமாவாக இருக்கும்பட்சத்தில் எவ்வளவு செலவழித்து சொல்லப்போகிறோம்? போன்ற கேள்விகளுக்கான விடைகளைத் தெளிவாகத் தீர்மானித்த பின்னரே கதைக்கான கற்பனையில் இறங்கவேண்டும். அவ்வாறு இறங்கும்பொழுது கதைக்கான கட்டுப் பாடுகள், விதிகள் உருவாக்கப்படுகின்றன. இந்தக் கட்டுப்பாடுகளை, விதிகளைப் புரிந்துகொள்ள கதாசிரியன் கடுமையாக உழைக்க வேண்டியுள்ளது. கற்பனை என்பது எளிதான, கட்டுப்பாடற்ற உழைப்பல்ல.

மிகச்சிறந்த எழுத்தாளர்களை, கதாசிரியர்களைக் கேட்டுப் பாருங்கள். அவர்கள் சொல்வார்கள், தங்களின் உழைப்பு எத்தனை அசுரத்தனமானது என்று. வேறு எந்தத் துறையில் இருப்பவர்களைக் காட்டிலும் கதாசிரியர்கள் கடுமையாக உழைக்கிறார்கள். அதிக நேரம் உழைக்கிறார்கள். உழைக்கும் நேரத்தை அடிப்படையாக வைத்துத்தான் சம்பளம் தரப்படுகிறது என்றால், கதாசிரியன்தான் அதிகச் சம்பளம் பெறுபவனாக இருக்கவேண்டும். ஏனெனில், அவன் எப்போதும் உழைத்துக் கொண்டிருக்கிறான்.

உறங்கும்பொழுதுகூட அவன் கனவில் உழைத்துக் கொண்டிருப்பான். இந்திய சினிமாவை, குறிப்பாகத் தமிழ் சினிமாவைப் பொறுத்தவரை குறைவாக ஊதியம் பெறுபவன் கதாசிரியன்தான். கதாசிரியனைக் குறைவாக மதிப்பிடுகிறார்கள். அவர்கள் கதையை, கதையின் பங்கை குறைவாக மதிப்பிடுகிறார்கள் என்றுதான் அர்த்தம். ஒரு நடிகனுக்கு ஐந்து கோடி தர தயாராக இருப்பார்கள். ஆனால், அந்த நடிகன் நடிக்கும் படத்திற்கு கதை எழுதுபவருக்கு ஓரிரு லட்சம் தரவே தயங்குவார்கள். தமிழ் சினிமாவில் கதையின் வீழ்ச்சிக்கு இது வெளிப்படையான குறியீடு.

தமிழ் சினிமாவில் கதாசிரியன் என்ற பிரிவே இல்லாமல் போய்விட்டது. பெரும்பாலும் இயக்குநரே கதையை உருவாக்குகிறார். சில நேரங்களில் வசனம் எழுதுவதற்கு மாத்திரம் எழுத்தாளர்களை நியமிப்பர். தமிழில் ஓரளவு நன்றாக எழுதும் எழுத்தாளர்கள்கூட இயக்குநர்களின் கதைக்கு, காசுக்காக வசனம் எழுதும் அவல நிலையைத்தான் இங்குப் பார்க்கமுடிகிறது.

உலக சினிமாவில் எழுத்தாளர்களுக்கு, கதாசிரியர்களுக்கு இன்னமும் ஓரளவு மரியாதை இருக்கிறதென்றால், அது நிச்சயம் ஹாலிவுட் சினிமாவில்தான். அங்குதான் ஆயிரக்கணக்கான கதைகளும், திரைக்கதைகளும் படத்தயாரிப்புக்காக தயாரிப்பாளர் களால், தயாரிப்பு நிறுவனங்களால் வாங்கப்படுகின்றன. வாங்கப்படும் எல்லாக் கதைகளும், திரைக்கதைகளும் அங்கு திரைப்படமாக எடுக்கப்படுவதில்லை. ஆனாலும் வாங்கப்படும் எல்லாக் கதைகளுக்கும், திரைக்கதைகளுக்கும் பெரும் ஊதியம் வழங்கப்படுகிறது. ஹாலிவுட்டில் பல கதாசிரியர்கள் / எழுத்தாளர்கள் கோடீஸ்வர வாழ்க்கை வாழ்கின்றனர். ஆனால் அவர்களின் ஒரு கதைகூட படமாய் வந்திருக்காது. ஆனால், அவர்களின் சில கதைகளை, திரைக்கதைகளை ஸ்டுடியோக்கள் பெருந்தொகை கொடுத்து வாங்கியிருப்பதுதான் காரணம்.

நம் தமிழ் சினிமாவில் எல்லாவற்றையும் ஏற்பாடு செய்துவிட்டு கடைசியாகத் தேடுவது கதையாக இருக்கிறது. அல்லது நடிகனுக்குக் கதை என்ற பெயரில் எதையோ விவரித்துவிட்டு, அவர் சரி என்றவுடன் நடிகனின் சந்தை மதிப்பை வைத்து தயாரிப்பாளர் வருகிறார். பின்னர் மற்ற விஷயங்கள் ஏற்பாடு செய்யப்படுகின்றன. பின்னர் படப்பிடிப்புக்குச் சற்று முன்பு திரைக்கதை என்ற ஒன்று உருவாக்கப்படுகிறது. அல்லது திரைக்கதை இல்லாமலே படப்பிடிப்பு தொடங்கப்படுகிறது. நிலைமை இப்படி இருந்தால், கதையின் வீழ்ச்சியும் கதை சொல்லும் திறனின் வீழ்ச்சியும் ஏன் இருக்காது? வணிக சினிமா என்ற பெயரிலே எடுக்கப்படும் படங்களில்கூட பத்தில் ஒன்பது படங்கள் போட்ட முதலீட்டை எடுப்பதில்லை. இதற்குப் பல்வேறு காரணங்கள் இருந்தாலும் முக்கியக் காரணம், கதை மற்றும் திரைக்கதையின் வீழ்ச்சிதான்.

சமீபத்தில் மும்பையிலிருந்து ஒரு நண்பர் நகர வாழ்க்கையைச் சித்தரிக்கும் படங்களின் திரைப்பட விழா நடத்தவிருப்பதாகவும், அதற்காக சமீபத்தில் தமிழ்ப் படம் எதையாவது பரிந்துரைக்க முடியுமா? என்று மின்னஞ்சல் அனுப்பினார். யோசித்துப் பார்த்து 'அங்காடி தெரு' படத்தைப் பரிந்துரை செய்தேன். பின்னர் அப்படம் நகர வாழ்க்கையையா சித்தரிக்கிறது என சிறிய சந்தேகம். பிழைப்புத் தேடி நகரத்திற்கு வந்த சில இளைஞர் இளைஞிகளின் வாழ்க்கையை அல்லவா சித்தரிக்கிறது அது. ஆனால், படம் பெரும்பாலும் நகரத்தில்தானே நிகழ்கிறது என சமாதானம் செய்துகொண்டேன். பின்னர் படத்தை திரையிட்ட நண்பர், படம் பிரமாதமாக இருந்தது என்றும், நகரம் என்பதே நகரத்தின் வெளியிலிருந்து வருபவர்களால்தான் உருவாக்கப்படுகிறது என்பதைப் படம் அழகாகக் காட்டுவதாகச் சொன்னார்.

அவர் சொன்ன கருத்து எனக்கே ஆச்சர்யமாக இருந்தது. பல நேரங்களில் படங்களில் சொல்லப்படும் கதையை நாம் வாழ்க்கையின் கதையாகப் பார்க்கிறோம்.

நல்ல கதை மட்டும் இருந்தால் போதுமா? சிறந்த கதைகள் மட்டுமே சிறந்த படங்களைக் கொடுத்துவிட முடியுமா? சிறந்த கருப்பொருள் மட்டுமே சிறந்த படங்களைக் கொடுத்துவிட முடியுமா? இதுபோன்ற கேள்விகளைப் பல நேரங்களில் எதிர்கொண்டிருக்கிறேன்.

சில நண்பர்கள்/மாணவர்கள் மிகமுக்கியமான பிரச்சனை குறித்து படம் ஒன்றை எடுக்க விரும்புவதாகச் சொல்வர். ஆனால் அதற்கு நல்ல கதைதான் கிடைக்கமாட்டேனென்கிறது என்பார்கள். அப்படியே அப்பிரச்சனை குறித்து சில கதைகள் கிடைத்தாலும், திருப்தியில்லை என்பார்கள்.

நாட்டையே உலுக்கிய, உலுக்கிக் கொண்டிருக்கிற விவசாயிகளின் தொடர் தற்கொலைகள் என்பது முக்கியமான பிரச்சனை.

இப்பிரச்சனையைக் குறித்து பல கட்டுரைகள் தொடர்ந்து இந்தியப் பத்திரிகைகளிலும், இணையத்திலும் வந்து கொண்டிருக்கின்றன.

டாக்டர் பினாயக் சென் தற்போதைய விவசாயம் மற்றும் உணவுப் பிரச்சனையைப் பற்றி பேசும்போது மிக அழகாகச் சொன்னார், "நம் அருகே நம்மைத் தொடர்ந்து நாம் அறியாவண்ணம் ஒரு பெரிய பஞ்சம் நடந்து வந்து கொண்டிருக்கிறது." இந்த வாக்கியத்தைப் படித்ததும் என்னுள் பல கதைகள் உருவாவதற்கான அடிப்படைக் கருத்துத் திட்டங்கள் தோன்றின.

'அஷானி சங்கெட்' படத்திலிருந்து ஒரு காட்சி

40களில் இந்தியாவில், வங்காளத்தில் லட்சக்கணக் கானோர் இறந்து போவதற்கு காரணமான 'வங்கப் பஞ்சம்' என்றறியப் பட்ட கடும் உணவுப் பஞ்சத்தைக் குறித்து பல புத்தகங்கள் இருந்தாலும், எனக்கு முதலில் நினைவுக்கு வருவது சத்யஜித் ராயின் 'அஷானி சங்கெட்' என்கிற படம். இப்படத்தில் ஒரு

'சம்சாரா' படத்திருந்து ஒரு காட்சி

சிறு கிராமத்திற்கு வரும் ஓர் இளம் படித்த பிராமணப் புரோகிதரின் கதையின் மூலம், மாபெரும் வங்கப் பஞ்சத்தை சத்யஜித் ராய் அழகாக உணர்த்துவார்.

புத்தரைப் பற்றிய எத்தனையோ படங்களைப் பார்த்திருக்கிறோம்; புத்தகங்களைப் படித்திருக்கிறோம். ஒரு நடுநிசியில் வாழ்க்கையின் ஸ்திரமற்ற தன்மையை உணர்ந்த சித்தார்த்தன், தனது இளம் மனைவியையும், குழந்தையையும் விட்டுவிட்டு அரண்மனையிலிருந்து வெளியாகிறான். பின்னர் முக்தி பெற்று புத்தனாகிறான்.

'சித்தார்த்தன் தனது மனைவியையும், குழந்தையையும் விட்டு விட்டுச் சென்றது சரிதானா?' என்ற கேள்வியை பலர் கேட்டிருக்கின்றனர். இந்தக் கேள்வியின் அடிப்படையில் பல படைப்புகள் உருவாக்கப்பட்டுள்ளன. சித்தார்த்தன் செய்தது தவறாகக்கூட இருக்கலாம். ஆனால், அவ்வாறு செய்யாவிட்டால், நமக்கு ஒரு புத்தர் கிடைத்திருக்கமாட்டார் என்றும்கூட ஒருவர் வேடிக்கையாக குறிப்பிட்டுள்ளார்.

இந்தக் கேள்வியின் அடிப்படையில் தற்போதைய காலகட்டத்தில் அமைவது போன்ற ஒரு கதையை அற்புதமான தத்துவ விசாரணையாக, காதல் கதையாக, பான் நலின் என்ற இந்தியர் 2001ஆம் ஆண்டு 'சம்சாரா' என்ற படத்தை எடுத்தார். முழுக்க முழுக்க லடாக்கில் எடுக்கப்பட்ட இப்படம் 30க்கும் மேற்பட்ட சர்வதேச விருதுகளைப் பெற்று, நாடு, மொழி, கலாச்சாரங்களைக் கடந்து எல்லா நாடுகளிலும் மக்கள் இப்படத்தை விரும்பிப் பார்த்தனர். பான் நலின் இதற்கு முன்பு பல ஆவணப்படங்களை

எடுத்தவர். இதுதான் இவரின் முதல் முழுநீள கதைத் திரைப்படம். இவர் சொல்கிறார், "எந்தப் படம் எடுத்தாலும், அதற்காக முதலில் நான் தேடுவது, அதற்கான கதையை. அந்தக் கதையைத் தொடங்குவதற்கான கருத்துத் திட்டத்தைத் (idea) தான்."

இப்படத்திற்கான அவரது idea (கருத்துத் திட்டம்) என்பது 'ஒருவன் உலகை, அன்பைத் துறந்து முக்தியைத் தேடுகிறான். ஒருத்தியோ உலகிலும் அன்பிலும் முக்தியைத் தேடுகிறாள். இவர்கள் இருவரும் காதலர்களாக இருந்தால் எப்படி இருக்கும்?

இந்தக் கருத்துத் திட்டத்திலிருந்துதான் அவருக்கு 'சம்சாரா' கதை பிறக்கிறது.

சினிமாவைப் பொருத்தவரை, அது ஆவணப்படமாக இருந்தாலும் சரி அல்லது கதைப்படமாக இருந்தாலும் சரி, அதற்குத் தேவையான ஒரு கருப்பொருளோ அல்லது படத்தில் அலசப்படும் பிரச்சனையோ அல்ல. மாறாக, அதற்குத் தேவை ஒரு கதை. அந்தக் கதையைத் தொடங்க ஒரு idea - கருத்துத் திட்டம்.

சினிமாவைப் பொருத்தவரை சரியான கருத்துத் திட்டம் (idea) கிடைப்பதுதான் பிரச்சனை. கதை கிடைத்துவிடும். கருப்பொருள் கிடைத்துவிடும். ஆனால் படத்திற்கான கதையைத் தொடங்க கருத்துத் திட்டம் (idea) கிடைக்காது.

நாம் சற்று முன்பு பேசிய இந்திய விவசாயிகளின் தொடர் தற்கொலை என்பது ஒரு பிரச்சனைதான். அப்பிரச்சனை குறித்த ஆய்வில் உருவான கருத்துத் திட்டத்தில் உதித்ததுதான் பீப்லி (நேரலை) - Peeli (live) என்கிற திரைப்படம். பிரபல நடிகர் அமீர்கான் தயாரித்த இப்படம் பரவலாக பாராட்டப்பட்டாலும், மக்கள் மத்தியில் பெரிதாக எடுபடவில்லை. காரணம், படத்தில் பிரபல நடிகர்கள் இல்லாதது அல்ல. படத்தின் கதையும்தான். விவசாயியின் தற்கொலை என்கிற முக்கியப் பிரச்சினையை ஒருவித நையாண்டித்தனத்தோடு எடுத்திருப்பதுகூட பிரச்சனை அல்ல. மாறாக, இந்தியத் தனியார் தொலைக்காட்சிகள் தங்களிடையே உள்ள போட்டி காரணமாக எப்படி இப்பிரச்சனையை வியாபாரப் பொருளாக்குகிறது என்பதையும் சேர்த்து நையாண்டி செய்ததால் முக்கியப் பிரச்சனை படத்தில் நீர்த்துப் போய்விட்டது. கதையும் வலுவிழந்து விட்டது.

சினிமாவைப் பொருத்தவரை கருப்பொருளுக்கோ, கதைகளுக்கோகூட பிரச்சனையில்லை. ஆனால், கதையை எப்படி வடிவமைப்பது? எப்படிக் கொண்டு செல்வது? என்பதுதான் பிரச்சனை.

எனவே, கதை, திரைக்கதைக்கான தொடக்கம் என்பதே கதைக்கான சரியான கருத்துத் திட்டம்தான்.

ஒரே பிரச்சனையை அல்லது கருப்பொருளைக் கொண்டு பல படைப்புகள் வருகின்றன. சில படைப்புகள் மட்டும் நம்மை ஏன் அதீதமாகக் கவருகின்றன. காரணம், அப்படைப்பின் கதையில் உள்ள கருத்துத் திட்டம்தான்.

பல குறும்பட அல்லது வரைபட (Animation Films) போட்டிகளில் தலைப்பு அல்லது கருப்பொருள் தரப்படும். பல நூறு பேர் தங்கள் படைப்புகளை அனுப்புவர். ஆனால் ஒரு படத்துக்குத்தான் முதல் பரிசு கிடைக்கும். எல்லாப் படங்களும் ஒரு தலைப்பை, ஒரு கருப்பொருளைத்தான் கையாண்டுள்ளன. ஆனால் அந்த ஒரு படத்துக்கு மட்டும் ஏன் பரிசு கிடைக்கிறது? காரணம், அப்படத்தில் கையாளப்பட்டுள்ள கருத்துத் திட்டம்தான்.

பல நேரங்களில் படைப்பாற்றல் என்பதே மிகச்சிறந்த ஐடியாக்களைப் பெறுவதில்தான் தொடங்குகிறது. பல விளம்பர நிறுவனங்களில் மிகச்சிறந்த கருத்துத் திட்டங்களைத் தருவதற்கென்றே ஆட்கள் இருப்பர். இவர்களுக்கு நல்ல சம்பளம் இருக்கும். தேவைப்படும் நேரத்தில் ஒரு பொருளை விளம்பரப்படுத்த கருத்துத் திட்டங்களைத் தருவது மட்டும்தான் இவர்களின் வேலை. அதுபோல் சில பத்திரிகைகளும், தொலைக்காட்சிகளும் கருத்துத் திட்டங்களை தருவதற்கென்றே ஆட்களை வைத்திருப்பர். இவர்களைப் படைப்பாற்றல் குழு (Creative team) என்றழைப்பது உண்டு.

ஒருமுறை இப்படித்தான் ஒரு பத்திரிகை ஆசிரியர் புகழ் பெற்ற பேராசிரியரைப் பார்த்து கேட்டார், "என் பத்திரிகையில் வேலை செய்பவர்களுக்குச் சிறந்த கருத்துத் திட்டங்களை வகுப்பதற்காக ஏதாவது பயிற்சி வகுப்பு எடுக்கமுடியுமா?"

பேராசிரியரோ, "படைப்பாற்றல் என்பது தானாக வருவது. இயற்கையாக இருக்க வேண்டியது. அதற்காகப் பயிற்சி வகுப்புகள் எடுக்கவேண்டுமா என்ன?" என பதிலுரைத்தார்.

பேராசிரியர் அப்படி சொல்லிவிட்டாலும், மிகச்சிறந்த கருத்துத் திட்டங்களைப் பெற வழிமுறை ஏதேனும் உள்ளதா? என்ற கேள்வி அவர் மனதைக் குடைந்து கொண்டேயிருந்தது. சிறந்த படைப்பாளிகள் எப்படி வேலை செய்கின்றனர் என்பதைக் குறித்து ஓர் ஆய்வு மேற்கொண்டார். பின்னர், சிறந்த படைப்பாளிகள், சிறந்த கருத்துத் திட்டங்களைத் தருபவர்களின் வேலை முறைகளில் ஒரு பொதுத்தன்மை இருப்பதை உணர்ந்தார். இறுதியாக, படைப்புத்திறன்

என்பது அவரவர்களின் தனித்தன்மையைப் பொருத்திருந்தாலும், அவர்களின் பணியாற்றும் முறையில் உள்ள சில ஒத்த தன்மைகளைக் கொண்டு சில வழிமுறைகளை வகுத்தார். அவ்வழிமுறைகளை மேலும் பகுத்தாராய்ந்து சிறந்த கருத்துத் திட்டங்களைப் பெற அடிப்படையான நான்கு செயல்திட்டங்களை விளக்கி அவர் உரை நிகழ்த்தினார். பின்னர், அவரின் அந்த உரைக்காக பல நிறுவனங்கள் அவரை போட்டிப் போட்டுக் கொண்டு அழைத்தன. படைப்புத் தொழிலை ஓரளவு சிறப்பாகச் செய்ய விரும்பும் எல்லோருமே தெரிந்தோ தெரியாமலோ இந்த நான்கு திட்ட அடிப்படையில்தான் வேலை செய்கின்றனர். அதை விளக்கிச் சொல்லும்பொழுது, இவ்வளவுதானா? எனத் தோன்றும். ஆனால், படைப்புத் தொழில் என்பதும் கடும் உழைப்பு என்பதைப் புரிய வைக்கும்.

அந்த நான்கு செயல் திட்ட முறைகள் என்ன?

முதல் செயல்திட்டம் "விவரங்களைத் திரட்டுவது".

எந்த ஒரு கருப்பொருளை அல்லது தலைப்பை எடுத்துக் கொண்டாலும் முதலில் செய்ய வேண்டியது, அது குறித்த விவரங்களைத் திரட்டுவது.

விவரங்களைத் திரட்டுவதற்கு இன்று பல்வேறு வழிமுறைகள் உள்ளன. இன்றைய நவீன உலகில், கணினிக்கும் இணையத்துக்கும் பழக்கப்பட்டவர்கள் முதலில் விவரங்களைத் தேடுவது கூகுளில்தான் (Google). இன்று இணையத்தில் கிடைக்கும் விவரங்களையெல்லாம் உள்வாங்கிக்கொள்ள வேண்டுமானால், நமக்கு வாழ்நாள் போதாது. எனவே, இன்று இணையத்தில் இருந்து தேவையான, சரியான விவரங்களைப் பெற ஒருவிதப் பக்குவமும், பழக்கமும் தேவைப்படுகின்றன.

அடுத்தபடியாக அந்தக் கருப்பொருள்/தலைப்பு குறித்து ஏற்கெனவே நிறைய அறிந்து விற்பன்னர்களாக இருப்பர். அத்தகையவர்களைத் தேடிப்பிடித்து அவர்களோடு உரையாடுவது.

தகவல்களைப் பெற இன்னொரு சிறந்த முறை களப்பணி (Field Work) ஆகும். நேரடியாக களத்திற்கே சென்று அது குறித்த தகவல்களைத் திரட்டுவது, ஆய்வது. இந்த முறையில் பல நேரங்களில் சுவையான தகவல்கள் கிடைக்கும். உங்கள் படைப்புத் திறனின் ஆரம்பப் புள்ளியைக் கூட இங்கே கண்டெடுக்கலாம்.

உதாரணமாக, பெருகி வரும் விவாகரத்து குறித்து ஓர் ஆவணப்படமோ அல்லது கதைப்படமோ எடுக்க நினைக்கிறீர்கள். அதற்குப் புத்தகங்களும், இணையங்களும் ஓரளவு பயன்படலாம்.

ஆனால் நேரடியாகப் புதிய விவரங்களை உள்வாங்கிக் கொள்ள களப்பணியே சிறந்தது. ஒரு விதத்தில் பார்த்தால் புத்தகங்களிலும், பத்திரிகைகளிலும் கிடைக்கும் விவரங்கள் கூட ஏற்கெனவே சிலர் செய்த களப்பணியின் விளைவுதான். எனவே, விவரங்களைத் திரட்ட மிகச்சிறந்த வழிமுறை களப்பணிதான்.

இன்று பல விவரங்களை வீடியோக்களிலிருந்தும் ஒலிநாடாவிலிருந்தும் கூட பெறலாம். நீங்கள் தேடும் கருப்பொருள்/ தலைப்பு குறித்து ஏற்கெனவே சிலர் ஆவணப்படங்களோ, கதைப்படங்களோ எடுத்திருக்கலாம். அதையும் தேடிப்பிடித்து பார்க்கவேண்டும்.

ஒலி ஒளி படைப்பு (Audio-Visual) களும் இன்று தகவல்களைப் பெறுவதற்கான மூலங்களாகிவிட்டன.

தகவல்களைத் திரட்டுவது என்கின்ற இந்த முதல் கட்ட பணி அத்தனை சுலபமானதல்ல. காரணம், இது சுவையான பணி அல்ல. பல நேரங்களில் சலிப்பைத் தரும். தகவல்களைத் திரட்டும்பொழுது, நமக்குத் தேவைப்படாத, ஆர்வம் இல்லாத பல தகவல்களைக் கடந்து போக வேண்டியிருக்கும். ஆனால், இதை ஒருவர் செய்தே ஆகவேண்டும். தகவல் திரட்டுவதில் ஒருவர் பாரபட்சம் பார்க்கக்கூடாது. நம் ஆர்வத்துக்குட்பட்டதாக இருக்கிறதோ, இல்லையோ எல்லாவற்றையும் திரட்டியே ஆகவேண்டும். காரணம், மிகச்சிறந்த படைப்புகளைக் கொடுத்த படைப்பாளிகள் எல்லாம் அப்பணியை அப்படித்தான் செய்திருக்கிறார்கள். ரிச்சர்ட் அட்டன்பரோ 'காந்தி' படத்தை எடுத்தபோது வெறும் காந்தியின் வாழ்க்கை வரலாற்றை மட்டும் படித்து எடுத்துவிடவில்லை. இப்படிப் பல விவரங்களைத் திரட்டியதில்தான் அப்படத்தின் படைப்புத் தன்மையின் பின்புலம் உள்ளது. பல நேரங்களில் நீங்கள் மற்றவர்களை வைத்தும், உதவியாளர்கள் மூலமும் தகவல் திரட்டலாம். ஆனால், திரட்டிய தகவல்களை நீங்களும் உள்வாங்கிக் கொள்ள வேண்டும்.

நான் ஆவணப்படங்கள் எடுக்கின்றபோதும் இப்படித்தான் செய்யவேண்டும் என்று தெரியாமலேயே அதே வழிமுறையை ஓரளவு பின்பற்றியிருக்கிறேன்.

ஒரு முறை கேரள அரசுக்காக 'குறைந்து வரும் பிறப்பு விகிதம்' கேரளாவிலிருந்து கற்றுக் கொள்ள வேண்டியது' எனும் தலைப்பில் ஆவணப்படம் எடுக்க என்னை அழைத்தார்கள். தலைப்பே எனக்குச் சலிப்பூட்டியது. இது குறித்து எந்த விவரமும் தெரியாது. அதேநேரத்தில் இரண்டு மாதங்களுக்குள் படத்தை எடுக்கவேண்டும்.

எனக்கு ஆலோசகர்களாக இரு பொருளாதார வல்லுநர்கள் தரப்பட்டனர். முதலில் அவர்களோடு பேசினேன். அவர்களிட மிருந்து படிக்க வேண்டிய புத்தகங்கள், அறிக்கைகள், சந்திக்க வேண்டிய நபர்கள் போன்ற விவரங்களைப் பெற்றுக்கொண்டேன். பின்னர் அடுத்த பத்து நாட்கள் தினசரி 15 மணி நேரம் முக்கிய மான நூலகத்தில் புத்தகங்கள், அறிக்கைகளைப் படிப்பதிலும், சில சமூக வல்லுநர்கள், பொருளாதார விற்பன்னர்களைச் சந்திப்பதிலும் செலவிட்டேன். இப்பணி மிகுந்த சலிப்பூட்டுவதாக இருந்தது. ஆனாலும், எடுத்துக்கொண்ட பணியின் பொறுப்புணர்வு காரணமாக செய்து முடிக்க வேண்டியதாயிற்று. பத்து நாட்களுக்குப் பிறகு நான் திரட்டிய தகவல்களைப் படித்தபோது, இதை வைத்துக்கொண்டு எப்படிப் படம் எடுப்பது என்ற மலைப்புதான் வந்தது.

ஆனால், ஒரு விஷயம். எனக்குக் கொடுக்கப்பட்ட தலைப்பு என்னவென்றே புரியாதிருந்த எனக்கு, இப்போது மெல்ல புரிய ஆரம்பித்தது.

இதுபோன்று தகவல்களைத் திரட்டுவதற்கும் படைப்புத்திறனுக்கும் என்ன சம்பந்தம் என்று சிலர் கேட்கலாம். இப்படிச் செய்வதன் மூலம் ஒருவனுக்கு சிறந்த கருத்துத் திட்டங்கள் வந்துவிடுமா என்ன? என்று சிலர் சந்தேகிக்கலாம்.

ஆனால், அடுத்த மூன்று கட்டங்களை விளக்கும்போது இந்தப் பணியின் முக்கியத்துவம் குறித்து உங்களுக்குப் புரியவரும்.

“தி சோஷியல் நெட்வொர்க்” (The Social Network) படம் இந்தியாவில் வெளியாவதற்கு ஒன்றரை மாதங்களுக்கு முன்பே அமெரிக்காவில் வெளியாகிவிட்டது. இப்படம் நியூயார்க் சினிமா அறிவுஜீவிகளால் பெரிதும் விவாதிக்கப்பட்ட படம்.

இப்படம் பேஸ்புக் (Facebook) இணையத்தை உருவாக்கிய மார்க் ஸக்கர்பெர்க் (Marc Zuckerberg) பற்றியது. தன் 20ஆவது வயதில் 2004ஆம் ஆண்டில் (வெறும் 6 வருடங்களுக்கு முன்பு) ஹார்வர்ட் பல்கலைக் கழகத்தில் கம்ப்யூட்டர் மென்பொருள் படித்துக் கொண்டிருந்த காலத்தில் மார்க் ஸக்கர்பெர்க் தன் ஹாஸ்டல் அறையில் விளையாட்டாய் ஆரம்பித்த இணையம், ஆறே வருடங்களில் உலகெங்கும் 50 கோடி உறுப்பினர்களைப் பெற்று இன்று ஒரு லட்சம் கோடி ரூபாய் மதிப்பில் உள்ளது (நம் ஸ்பெக்ட்ரம் ஊழலின் மதிப்பைவிட குறைவுதான்.) மார்க் ஸக்கர்பெர்க் இன்று உலகின் மிகஇளைய மகா கோடீஸ்வரராக இருக்கிறார்.

சோசியல் நெட்வோர் படத்திலிருந்து ஒரு காட்சி

பேஸ்புக்கின் ஐடியா (Idea) தங்களின் சொந்த ஐடியா. அதை மார்க் திருடிவிட்டான் என்று இரு வேறு மாணவர்கள் வழக்குப் போடுகின்றனர். ஆரம்பத்தில் இணையத்தைத் துவக்க உதவி செய்த மார்க்கின் அறை நண்பனை, பின்னர் மார்க் எப்படி நயவஞ்சகமாக ஏமாற்றிவிட்டான் என்பதும் படத்தின் கதையின் ஓர் அம்சம்.

டேவிட் பின்ச்சர் (David Fincher) இயக்கிய இப்படத்தின் திரைக்கதையை எழுதியது ஆரோன் சோர்க்கின் (Aaron Sorkin). Accidental Billionairs என்கின்ற புத்தகத்தை அடிப்படையாகக் கொண்டு எழுதப்பட்ட திரைக்கதை.

கதை, திரைக்கதை என்பதே ஒரு கருத்துத் திட்டத்தில் (Idea) இருந்து தொடங்குகிறது என்று பார்த்தோம். ‘தி சோஷியல் நெட்வொர்க்’ படத்தின் கதையும், திரைக்கதையும் இதற்கான அருமையான உதாரணம். படத்தின் கதையே, எப்படி ஒரு ஐடியா (Idea), இளைஞன் ஒருவனை ஆறே வருடங்களில் உலக மகா கோடீஸ்வரனாக்குகிறது என்பதுதான். இப்படத்தின் திரைக்கதை ஆசிரியர் வெறும் மூலப் புத்தகத்தை மட்டும் நம்பவில்லை. ஃபேஸ்புக்கைச் சேர்ந்த, பல ஊழியர்களிடம் இவர் பேசியிருக்கிறார். மார்க்கின் பல நண்பர்களிடமும் பேசியுள்ளார். மார்க் ஹார்வர்டில் இருந்தபொழுது எப்படி இருப்பான், எந்த உடை உடுத்துவான், எப்படிப் பழகுவான், எந்த வகை உணவு உண்பான், எந்த பியரை அதிகம் சாப்பிடுவான்... போன்ற பல விவரங்களைச் சேகரித்துள்ளார். ஃபேஸ்புக்கைச் சேர்ந்த பலர் தங்கள் பெயரை வெளியிடாமல் திரைக்கதை ஆசிரியருக்கு உதவி செய்துள்ளனர்.

உண்மையில் பார்க்கப் போனால், படத்தின் அடிப்படையாய் இருந்த புத்தகத்தைவிட, திரைக்கதை ஆசிரியர் திரட்டிய இந்தத் தகவல்கள்தான் படத்தின் திரைக்கதைக்குப் பெரிதும் வலுவூட்டியிருப்பது தெரியும்.

மார்க் ஒரே நேரத்தில் பல்வேறு விஷயங்கள் குறித்து சிந்திப்பான், பேசுவான் என்பது நண்பர்களிடமிருந்து திரைக்கதை ஆசிரியர் பெற்ற தகவல். அவனது இந்தத் தன்மையால் அவன் விரும்பிய ஒரு சக மாணவி அவனை விட்டு விலகுகிறாள் என்பதும் திரைக்கதை ஆசிரியர் பெற்ற இன்னொரு தகவல். இந்த இரு தகவல்களை திரைக்கதை ஆசிரியர் ஆரோன் ஸோர்க்கின் மிக அற்புதமாக தன் திரைக்கதையின் துவக்கத்திற்கும், முடிவிற்கும் உபயோகப்படுத்தியுள்ளார்.

படத்தின் துவக்கத்திலேயே மார்க் தான் விரும்பும் சக மாணவியுடன் ஒரு பப் (Pub)-ல் பியர் சாப்பிட்டுக் கொண்டிருப்பான். அப்போது பரபரவென்று ஒரு விஷயத்திலிருந்து இன்னொரு விஷயத்திற்குத் தாவி பேசிக் கொண்டேயிருப்பான். அவள் கேட்கும் கேள்விகளுக்கும் அதே முறையில் பதில் சொல்வான். அவள் வெறுத்துப் போய் நமக்குச் சரிப்பட்டு வராது என்று எழுந்து சென்று விடுவாள். அவனுக்கு ஒரு கணம் கோபம், வெறுமை. அதே கோபத்தோடு தன் அறைக்கு வந்து, அவளைப் பற்றி தனது பிளாக் (Blog)ல் எழுதுவான்.

பின்னர், ஹார்வர்டு இணையத்தில் தன் மென்பொருள் திறமையை உபயோகப்படுத்தி ஹார்வர்டு பல்கலைக் கழக மாணவிகளை விளையாட்டாய் மதிப்பீடு செய்வான். அப்படி உண்டாக்கிய இணையத்திற்கு Facegash.com என்று பெயரிடுவான். இரண்டே மணி நேரத்தில் 12000 பேர் அந்த இணையத்திற்கு வருகை புரிகின்றனர். விடியற்காலை 4 மணிக்கு ஹார்வர்டு பல்கலைக்கழக இணைய ஒருங்கிணைப்பு ஸ்தம்பித்துப் போகிறது.

படம் இப்படித்தான் ஓர் அசுர வேகத்தோடு தொடங்குகிறது.

படம் முடியும்பொழுது மார்க் மகா கோடீஸ்வரனாகி, சமூக ஒருங்கிணைப்பு இணைய தளத்தின் முடிசூடா மன்னனாய் திகழ்கிறான். ஆனாலும், அதன் பாதிப்பு எதுவுமே இல்லாமல் தான் உருவாக்கிய Facebook இணையத்தில் படத்தின் துவக்கத்தில் அவனை விட்டுச் சென்ற பழைய சிநேகிதியின் விவரங்களை அமைதியாய் படித்துக் கொண்டிருப்பான்.

இது போன்றதொரு துவக்கத்தை, முடிவை எந்த கதாசிரியனாலும் சிந்திக்க முடியாது. சினிமா அறிந்த திரைக்கதை ஆசிரியனுக்கே இது சாத்தியமாகும்.

கதையை தேர்ந்தெடுத்ததோடு நிற்காமல், திரைக்கதைக்காக, கதையின் கருப்பொருளை ஒட்டி பல்வேறு விவரங்களைத் திரட்டியதால்தான் திரைக்கதை ஆசிரியனால் இவ்வாறு செய்ய முடிந்தது.

திரைக்கதை அமைக்க முதலில் தேவைப்படுவது கருத்துத் திட்டம். பளிச்சென்ற ஒரு கருத்துத் திட்டத்தைப் பெற நான்கு செயல்முறைத் திட்டம் என்ற ஒன்று உள்ளது என்பதையும் பார்த்தோம். முதல் செயல்முறைத் திட்டமான "விவரங்களைத் திரட்டுவது" என்பது குறித்து ஓரளவு விரிவாகப் பார்த்தோம்.

அடுத்த செயல்முறைத் திட்டம் என்பது என்ன? விவரங்களைச் சேகரித்தப் பின் அந்த "விவரங்களை முறைப்படுத்துவது"தான் அடுத்த செயல்முறைத் திட்டம்.

நம் முன்னே ஏராளமான விவரங்கள் குவிந்து கிடக்கும். அதிலிருந்து ஒரு கருத்துத் திட்டத்தைப் பெறுவதுதான் நம் நோக்கம். ஏற்கெனவே இத்தனை விவரங்களைத் திரட்டியது கடினமானதாகவும், சலிப்பூட்டுவதாகவும் இருந்திருக்கும். இப்போது இதனை முறைப்படுத்த வேறு வேண்டுமா? என்ற கேள்வி மனதில் எழும்.

அவ்வாறு விவரங்களை முறைப்படுத்துவதில் இறங்கும்போதுதான் தேவையானது, தேவையற்றது என்பதைப் பிரிக்கமுடியும். அவ்வாறு செய்யும்பொழுது நாம் எல்லா விஷயங்களையும் உற்று நோக்குகிறோம்.

இவ்வாறு நாம், திரட்டப்பட்ட மொத்த விவரங்களின் சாரம் போல குறைவான விவரங்களை முறைப்படுத்துதல் மூலம் பெற்றிருப்போம். இப்போது மெல்ல நம் கருப்பொருள் பற்றி மேலும் தெளிவு உண்டாகும்.

'குறைந்து வரும் பிறப்பு விகிதம்: கேரளாவிடமிருந்து கற்றுக் கொள்ள வேண்டிய பாடங்கள்' என்ற சிக்கலான எனது ஆவணப் படத்தைப் பற்றி ஏற்கெனவே சொல்லியிருந்தேன். அதற்காக பத்து நாட்கள் இடைவிடாமல் உழைத்து நான் திரட்டிய தகவல்களைப் பார்த்து எனக்கே மலைப்பாக இருந்தது, அந்த விவரங்களை மீண்டும் ஒருமுறை படித்தபோது. தலைப்புக்கான பிரதான காரணங்களைக் குறித்துக் கொண்டேன். கேரளாவில் குறைவான பிறப்பு விகிதத்துக்கான காரணங்கள் என்னவென்று வரிசைப்படுத்தினேன். இறுதியில் பிரதான மூன்று காரணங்களை படத்தில் உபயோகப்படுத்தலாம் என தேர்ந்தெடுத்தேன். அந்த மூன்று காரணங்கள் பின்வருவன:

1. கேரளாவில் நிலவிய கல்வியின் அளவு. குறிப்பாக, பெண்களிடையே நிலவிய கல்வியின் அளவு.

2. திருமணத்தின்போது பெண்களின் வயது.

3. ஆரோக்கியம், சுகாதாரம் பற்றிய மக்களின் விழிப்புணர்வு.

இந்த மூன்று பிரதான காரணங்களின் பங்களிப்பால்தான், கேரளாவில் குறைவான பிறப்பு விகிதம் நிலவுகின்றது என்பதை பத்து நாட்கள் திரட்டிய தகவல்களிலிருந்து கண்டறிந்தேன்.

முதல் காரணத்தைப் பார்ப்போம். "கல்வி அளவு, குறிப்பாக பெண்களிடையே கல்வி அளவு". நூறு சதவிகித எழுத்தறிவு பெற்ற முதல் மாநிலம் இந்தியாவில் கேரளாதான் என்பது எல்லோருக்கும் தெரியும். பெண்களிடையே இருந்த இந்த எழுத்தறிவு காரணமாக, பல்வேறு விஷயங்கள் குறித்த விழிப்புணர்வும் அதிகமாக இருந்தது. குடும்பக் கட்டுப்பாடு உள்ளிட்ட பல்வேறு குடும்ப சமூக விஷயங்களில் முடிவு எடுப்பதில் பெண்களின் பங்கு கணிசமாக இருந்தது. 70களில் குடும்பக் கட்டுப்பாடு திட்டத்திற்காக இந்திய அரசு பல ஆயிரம் கோடி ரூபாய்களை செலவு செய்தது. ஆனால், அதன் காரணமாக பலனேதும் பெரிதாக ஏற்படவில்லை. அதே பணத்தைப் பெண்களுக்கான கல்விக்காக செலவிட்டிருந்தால் குடும்பக் கட்டுப்பாடு திட்டத்தில் அரசு விரும்பிய பலன் தானாகவே கிடைத்திருக்கும் என பின்னாளில் பல சமூகவியலாளர்களும், பொருளாதார வல்லுநர்களும் கூறினர்.

இரண்டாவது காரணம், "திருமணத்தின்போது பெண்களின் வயது". இந்தியாவிலேயே, திருமணத்தின்போது பெண்களின் வயது மிக அதிகமாக இருப்பது கேரளத்தில்தான். இந்தியாவில் சராசரியாக திருமணத்தின்போது பெண்களின் வயது 16-18ல் இருந்தது. ஆனால், கேரளாவில் திருமணத்தின்போது பெண்களின் வயது 22-24ஆக இருந்தது. காரணம், பெரும்பாலான பெண்கள் பள்ளிப் படிப்பு முடித்து, கல்லூரி வரை சென்றதுதான். படித்த பெண்கள், தங்களுக்கு பொருத்தமான கணவரைத் தேர்ந்தெடுக்க சில காலம் காத்திருக்கத் தயாராக இருக்கிறார்கள். இதன் காரணமாகத்தான் திருமணத்தின்போது, பெரும்பாலான பெண்களின் வயது 22-24 ஆக இருந்தது. திருமணமான பெண்கள் பெரும்பாலும் 30 வயதுக்குள் குடும்பக் கட்டுப்பாடு செய்து கொள்கின்றனர். இதன் காரணமாக குழந்தை பெற்றுக் கொள்ளக் கூடிய பருவம் (Fertility period) என்பது அவர்களுக்கு வெறும் 6-8 வருடங்கள்தான் உள்ளது. இந்தக் காலக்கட்டத்தில் இரண்டு குழந்தைகளுக்கு மேல் பெரும்பாலும் பெற்றுக் கொள்வதில்லை.

மூன்றாவது காரணம், "ஆரோக்கியம் மற்றும் சுகாதாரம் பற்றிய விழிப்புணர்வு". அந்தக் காலங்களில் அதிகக் குழந்தைகள் பெற்றுக் கொள்வதற்குச் சொல்லப்பட்ட ஒரு காரணம், பிறக்கும் எல்லாக் குழந்தைகளும் கடைசி வரை உயிரோடு இருப்பதில்லை. தங்கள் கடைசிக் காலம்வரை ஒரு சில குழந்தைகளாவது இருக்க வேண்டும் என்பதற்காகத்தான் பெற்றோர்கள் அதிகக் குழந்தைகளைப் பெற்றுக்கொண்டனர்.

பெற்ற இரு குழந்தைகளும் கடைசி வரை உயிரோடு இருக்கும் என்பதுதான் பெரும்பாலான பெற்றோர்களின் நம்பிக்கை. கேரளாவின் வரலாறு மற்றும் அரசியல் பின்னணி காரணமாக பொதுவாகவே அடிப்படை சுகாதார வசதி (Primary health care) என்பது மாநிலம் முழுவதும் சிறப்பான முறையில் இயங்கி வருகிறது.

குழந்தைகளுக்கு சிறு உடல்நலக் கோளாறு என்றாலே, வசதியற்ற தாய்மார்கள் கூட அருகில் உள்ள அரசு ஆரம்ப சுகாதார நிலையத்திற்கு அழைத்துச் சென்று விடுவர்.

இப்படி, படத்தின் கருப்பொருளுக்குத் தேவையான முக்கிய விஷயங்களை எடுத்தாகிவிட்டது. ஆனால், இதை வைத்துக்கொண்டு படத்திற்கான திரைக்கதையை எப்படி எழுதுவது என்று முழித்தேன். அதற்கான பளிச்சென ஒரு கருத்துத்திட்டம் (Idea) வராமல் தவித்தேன்.

விவரங்களை சேகரிப்பது

விவரங்களை முறைப்படுத்துவது

இந்த இரு செயல்முறை திட்டங்களையும் ஒழுங்காக செய்துவிட்டால் அற்புதமான கருத்துத்திட்டம் வந்துவிடுமா என்ன. அப்படி வராவிட்டால் மூன்றாவது செயல்முறைத் திட்டம் என்பது என்ன?

மூன்றாவது செயல்திட்டமாக பேராசிரியர் சொல்வது இதுதான். "ஒன்றும் செய்யாமல் வெறுமனே இரு."

வெறுமனே இருந்தால் கருத்துத்திட்டம் (Idea) வந்துவிடுமா என்ன? அவர் சொல்வது இதுதான்:

அதுவரை சேகரித்து முறைப்படுத்திய விவரங்களை அமைதியாக அடைகாக்க வேண்டும் என்பதைத்தான் அவ்வாறு சொல்கிறார். அவ்வாறு செய்தால், திடீரென உங்கள் மனதில் ஒரு பளிச் கருத்துத் திட்டம் (Idea) தோன்றும். உங்கள் மூளையில் மின்னல்போல் ஒரு

மின் வெடிப்பு ஏற்பட்டு அற்புதமான கருத்துத் திட்டம் (Idea) தோன்றலாம். அப்படியானால், இப்படிச் செய்கின்ற எல்லோருக்குமே அற்புதமான கருத்துத் திட்டம் தோன்ற வேண்டுமே. ஏன் ஒரு சிலருக்கு மட்டும் அற்புதமான கருத்துத்திட்டங்கள் (Idea) வருகின்றன. பலருக்கு வருவதில்லை. காரணம், முதல் இரு செயல்முறைத் திட்டங்களை ஆழமாக, தீவிரத் தன்மையோடு அந்த ஒரு சிலர் செய்ததுதான். எந்த அளவுக்கு முதல் இரு செயல்திட்டங்களை ஆழமாக, தீவிரமாக செய்கிறோமோ அந்த அளவுக்கு வேகமாக, பளிச்சென்று கருத்துத்திட்டம் உருவாகும்.

ஒரு முறை நான் திருவனந்தபுரத்தில் சமூக, அறிவியல் ஆவணப் படத் தயாரிப்பாளனாகப் பணிபுரிந்த நேரத்தில், கணித மேதை ராமானுஜம் பற்றி ஓர் ஆவணப்படம் எடுப்பதற்கான ஆலோசனை வந்தது. ஏற்கெனவே இந்தியாவிலும், வெளிநாட்டிலும் ஒரு சிலர் ராமானுஜம் பற்றிய ஆவணப்படம் எடுத்திருந்தனர். அந்தப் படங்களை நான் தேடிப் பிடித்து பார்த்தேன். அதில் ஒரு படத்தின் துவக்கக் காட்சி என்னை வெகுவாக வியக்க வைத்தது. அப்படத்தை எடுத்தவர் எத்தனை புத்திசாலித்தனமாக சிந்தித்திருக்கிறார் என வியந்தேன். அந்தப் புத்திசாலித்தனம் சினிமாவுக்கே உரிய புத்திசாலித்தனம்.

ராமானுஜம் ஒரு மேதை. கணித மேதைகளால் உலகெங்கும் போற்றப்பட்டவர். இதை துவக்கக் காட்சியிலேயே உணர்த்தவேண்டும். ராமானுஜம் மறைந்து பல வருடங்கள் ஆகிவிட்டன. ஒரு சில பழைய புகைப்படங்கள் தவிர அவரைப் பற்றிய வேறு எந்த காட்சி ஆவணங்களும் இல்லை. இப்படிப்பட்ட சூழ்நிலையில் காட்சிரீதியாக ராமானுஜம் ஒரு பிரபல மேதை என்பதை படத்தின் துவக்கத்திலேயே எப்படி உணர்த்துவது? இதற்காக படத்தின் இயக்குநர் எத்தனை சிந்தித்தாலும், கற்பனை செய்தாலும் பளிச் கருத்துத் திட்டம் (Idea) கிடைக்காது. அதற்கான ஆய்வை மேற்கொண்டு அதன் மூலம் கிடைத்த தகவல்கள் அடிப்படையில் சிந்தனை, கற்பனை செய்தால்தான் பளிச் ஐடியா கிட்டும். அப்படித்தான் ராமானுஜம் படத்தின் துவக்கக் காட்சியை அமைத்திருந்தார்.

படத்தின் துவக்கக் காட்சி இதுதான்.

“கேம்பிரிட்ஜ் பல்கலைக் கழகத்தின் முகப்பு காண்பிக்கப்படுகிறது. பின்னர், பல்கலைக் கழகத்தின் மிகப்பெரிய அரங்கின் முகப்பு. பின்னர் க்ளோசப்பில், ஒரு பேராசிரியர் அந்த அரங்கில் ராமானுஜத்தின் மேதைமை பற்றி பேசுகிறார். அவ்வாறு அவர் பேசும்பொழுது அவ்வரங்கின் உள் அமைப்போ, எத்தனை பேர்

அவர் பேச்சைக் கேட்கிறார்கள் என்பதோ காட்சி ரீதியாகத் தெரியாது. ஆழமான அமைதியில் க்ளோசப்பில் பேராசிரியர் மட்டும் சீராக பேசிக்கொண்டிருக்கிறார். அவர் பேசி முடிக்கவும், கேமரா மெல்ல பக்கவாட்டில் திரும்புகிறது. அப்போதுதான் அவர் எத்தனை பெரிய அரங்கத்தில் பேசுகிறார் என்பது தெரிகிறது. ஓராயிரம் மாணவர்களும் பேராசிரியர்களும் எழுந்துநின்று, அதுகாறும் நிலவிய ஆழமான அமைதியைத் தூக்கியெறிவது போல், மேற்கத்திய இசையில் காணும் சீர்மையோடு கை தட்டுகிறார்கள். கைதட்டும் ஒலி ராமானுஜம் புகைப்படத்தின் க்ளோசப் மீது முடிகிறது. அங்கிருந்துதான் படம் தொடங்குகிறது.

நான் ஏற்கனவே பல முறை சொன்னது போல், இதுபோன்றதொரு சிந்தனை, கற்பனை, புத்திசாலித்தனம்தான் சினிமாவுக்கானது. சினிமாவுக்கான எழுத்துக்கானது. அதற்கு பலர் நினைப்பது போல் வெறும் கற்பனையும், சொந்த வாழ்க்கை அனுபவங்கள் மட்டும் போதாது. பிரபஞ்சத்தையே உள்ளிழுத்துக் கொள்வது போல் ஒரு வெறியுடன் படத்திற்கான கருப்பொருள் பற்றி ஆராய வேண்டியுள்ளது.

என்னுடைய "கேரளாவின் குறைந்து வரும் பிறப்பு விகிதம்" ஆவணப் படத்திற்கு முடிந்த அளவு திரட்டி பகுத்தாய்ந்த பின்னும் படத்தை எப்படி எடுப்பது என்பதற்கான ஒரு கருத்துத்திட்டம் இல்லாமல் தவித்தேன். குறிப்பிட்ட காலகட்டத்துக்குள் படத்தை எடுத்தாக வேண்டும். திரட்டிய விவரங்களை ஒருவித அவசரத்தன்மையோடு மனதிற்குள் அடைகாத்துக் கொண்டிருந்தேன். அப்போது திடீரென ஒரு கருத்துத்திட்டம் (Idea) மனதிற்குள் தோன்றியது. நான் ஆய்ந்தறிந்த மூன்று காரணங்களை ஒரு குடும்பத்தைச் சேர்ந்த பெண்களின் கதையினூடே சொன்னால் எப்படியிருக்கும் என நினைத்தேன்.

நான்கு தலைமுறையைச் சேர்ந்த பெண்கள் உள்ள ஒரு குடும்பம் வேண்டும். அதில் கொள்ளுப் பாட்டிக்கு 10-12 குழந்தைகள் இருக்க வேண்டும். அவளின் மகளான பாட்டிக்கு 6-8 குழந்தைகள் இருக்க வேண்டும். அவளின் மகளான அம்மாவுக்கு 4-6 குழந்தைகள் இருக்கவேண்டும். அவளின் மகளுக்கு வெறும் 2 குழந்தைகள்தான் இருக்கவேண்டும் என கற்பனை செய்தேன். இந்தப் பெண்களின் வாழ்க்கையைச் சித்திரிக்கும் போக்கில், அவர்களோடு பேட்டி காணவேண்டும். அந்தப் பேட்டியினூடே அவர்களின் குழந்தைகளின் எண்ணிக்கைக்கான காரணங்களைக் கண்டறிய வேண்டும். பின்னர், இக்காரணங்களுக்கு வலுவூட்டுவது போல பொருளாதார

வல்லுநர்கள், சமூகவியலாளர்கள் மற்றும் பிற வல்லுநர்களின் பேட்டியிலிருந்து கருத்துகளைச் சேர்க்கவேண்டும்.

என்னுடைய ஆலோசகர்களிடம் என் இந்தக் கருத்துத் திட்டத்தைச் சொன்னேன். அவர்கள் சம்மதித்துப் பாராட்டினார்கள். ஆனால், அத்தகைய ஒரு குடும்பத்தை எப்படிக் கண்டுபிடிப்பது என்பது அடுத்தப் பிரச்சனை.

என் ஆலோசகருக்கு அதற்கான ஐடியா வந்தது. கேரளாவில் பிரபலமான மக்கள் அறிவியல் இயக்கமான கேரள சாஸ்திர சாகித்ய பரிஷத் மூலமாக அத்தகைய குடும்பத்தை கண்டுபிடிக்குமாறு அதன் ஊழியர்களுக்கு ஒரு சுற்றறிக்கை அனுப்புவதுதான் அவர் ஆலோசனை.

என்ன ஆச்சர்யம். சுற்றறிக்கை அனுப்பிய 10 நாட்களில் அத்தகைய 20 குடும்பங்களைக் கண்டுபிடித்து கே.எஸ்.எஸ்.பி. ஊழியர்கள் தகவல் அனுப்பினர்.

பின்னர், அந்தக் குடும்பங்களில் இருந்து ஒன்றைத் தேர்ந்தெடுத்து நான் நினைத்த மாதிரியே படப்பிடிப்பு நடத்தினேன்.

பொதுவாக படத்தின் கருப்பொருள் அத்தனை சுவாரஸ்யமற்று இருந்தாலும், படத்தின் கருப்பொருளோடு பரிச்சயமானவர்கள் படத்தைப் பாராட்டினார்கள்.

இப்படம் பின்னர் டோக்கியோ திரைப்பட விழாவில் காண்பிக்கப்பட்டது. பின்னர் லண்டனில் உள்ள ஒரு நிறுவனத்தினர், இப்படத்தை உலகின் பல மொழிகளில் மொழிமாற்றம் செய்தனர்.

விவரங்களைச் சேகரிப்பது

சேகரித்த விவரங்களை முறைப்படுத்துவது

பின்னர், முறைப்படுத்திய விவரங்களை அடைகாப்பது

என மூன்று செயல்முறைத் திட்டங்களைப் பார்த்தோம்.

அப்படியானால், இறுதியான நான்காவது செயல்முறைத் திட்டம் என்ன?

சினிமாவின் ஒரே பணி கதை சொல்வது அல்லது ஏதோ ஒன்றை விவரிப்பது என்று அடிக்கடி நான் குறிப்பிட்டிருக்கிறேன்.

கதை சொல்வது/விவரிப்பது மீதான காதல் சினிமா மீதான காதலாக உருமாற்றம் பெருகிறதா? அல்லது சினிமா மீதான காதல்

கதை சொல்வது/விவரிப்பது மீதான காதலாக உருமாற்றம் பெருகிறதா?

திரைப்படக் கல்லூரிகளில் சேர்வதற்கான நேர்முகத் தேர்வுகளில் "நீங்கள் ஏன் சினிமாவை தேர்ந்தெடுத்தீர்கள்?" என்ற பொதுவான கேள்வியை மாணவர்களிடம் பலமுறை கேட்டிருக்கிறேன். இதற்கான மாணவர்களின் பதில் பெரும்பாலான நேரங்களில் சலிப்பைத் தருவதாகவே இருக்கும். பெரும்பாலானவர்கள் சொல்வது இதுதான்: "எனக்கு சினிமா மீது கொள்ளைப் பிரியம். நான் சிறு வயது முதலே சினிமா பார்த்துக் கொண்டிருக்கிறேன்."

நான் பதிலுக்குக் கேட்பேன்: "யாருக்குத்தான் சினிமா மீது பிரியம் இல்லை? என் அம்மா, பாட்டிக்குக்கூட சினிமா மீது பிரியம்தான். ஒரு காலத்தில் அவர்களும் நிறைய சினிமா பார்த்தார்கள். இப்போது அதற்குப் பதிலாக டெலிவிஷன் சீரியல் பார்த்துக் கொண்டிருக்கிறார்கள்" என்பேன்.

'இவன் என்ன சொல்ல வருகிறான்' என்பதுபோல் என்னைப் பார்ப்பார்கள். தொடர்ந்து நான் கேட்பேன்: "சினிமாவை உங்கள் வாழ்க்கைக்கான பாதையாகத் தேர்ந்தெடுத்துள்ளீர்கள். அதனால்தான் திரைப்படக் கல்லூரியில் சேர விண்ணப்பித்துள்ளீர்கள். எனவே, சினிமா மீதான உங்கள் விருப்பத்தை, காதலை, ப்ரியத்தை, நுணுக்கமாக விவரிக்க முடியுமா?" என கேட்பேன்.

இதற்கான பதிலை ஒரு இடைவெளி மற்றும் தயக்கத்திற்குப்பின் சொல்ல ஆரம்பிப்பார்கள். அவர்கள் இந்தப் பதிலில் காட்டும் நுணுக்கம் மற்றும் ஆழத்தை வைத்து அவர்களின் சினிமா மீதான நேசிப்பின் தரத்தை ஓரளவு கணிக்கலாம்.

எதையோ சொல்ல வேண்டும், எதையோ பகிர்ந்து கொள்ள வேண்டும் என்கின்ற ஒரு துடிப்பு ஒரு கலைஞனுக்கு ஏற்படும்பொழுது, அந்தத் துடிப்பு ஒரு குறிப்பிட்ட அளவை அடையும்பொழுது துடிப்பின் அளவிற்கேற்ப அவன் கவிதையையோ, கதையையோ, ஓவியத்தையோ, இசையையோ தேர்ந்தெடுக்கிறான். இந்தக் கலைகள் எல்லாம் அவன் துடிப்பு நிலையைத் திருப்திப்படுத்தாதபோதுதான், இந்தக் கலைகளை மீறிய அல்லது இந்தக் கலைகளையெல்லாம் உள்ளடக்கிய ஒரு கலையைத் தேடும்பொழுதுதான் சினிமா என்கின்ற கலை அவன் கண்களுக்குப் புலப்படுகிறதோ.

சினிமா என்கின்ற கலை எந்த ஒரு நுட்பமான கலைஞனையும் ஈர்க்கும். ஆனால், வெறும் ஈர்ப்பு மட்டுமே அவனை சினிமாக் கலைஞனாக மாற்றிவிடாது. அதற்கு ஈர்ப்பை மீறிய ஒருவித

ஆழமான தேடுதல் அங்கே தேவைப்படுகிறது. அந்த ஆழமான தேடுதலில் அறிவியல், தத்துவம், மனிதம், அரசியல், சிக்கலான உறவுமுறைகள் என எல்லாவற்றையும் கடந்துபோக வேண்டியிருக்கும்.

இன்றைய டிஜிட்டல் உலகில் சினிமா மீதான இந்த அதீத ஈர்ப்பு மட்டுமே தன்னை சினிமா கலைஞனாக்கிவிடும் என்று நம்புகின்றனர். இதனால்தான் சினிமாவுக்கான கதையையோ கருப்பொருளையோ தேடும்பொழுது பலருக்கு ஓர் ஆழமில்லாத அவசரத்தன்மை அல்லது மேலோட்டப்போக்கு ஏற்படுகிறது.

ஏற்கெனவே நாம் விவரித்த நான்கு செயல்முறைத் திட்டங்களில், நான்காவதான செயல்முறைத் திட்டம் இதைத்தான் குறிப்பிடுகிறது. ஒரு திரைக்கதையை எழுதத் தொடங்கும்பொழுது அதன் தொடக்கமாக ஒரு சக்தி வாய்ந்த கருத்துத் திட்டத்தைத் (idea) தேடுகிறோம்.

அதற்காகத்தான், விவரங்களைச் சேகரிப்பது, பின்னர் முறைப்படுத்துவது, முறைப்படுத்திய விவரங்களை அடைகாப்பது என்று முதல் மூன்று செயல்முறைத் திட்டங்களைப் பார்த்தோம். பின்னர் அவ்வாறு அடைகாக்கும்பொழுதுதான் ஒரு பளிச் 'ஐடியா' தீப்பொறியாய்த் தோன்றும்.

'இந்தத் தீப்பொறியை அணையாமல் பாதுகாப்பதுதான்' நான்காவதும் இறுதியுமான செயல்முறைத் திட்டம்.

இது சற்று கடினமான பணி. குறிப்பாக சினிமாவின் இரண்டாம் நூற்றாண்டில் வாழும் டிஜிட்டல் யுக இளைஞர்களுக்கு மிகமிகக் கடினமான பணி.

கடும் உழைப்புக்குப் பின் ஒரு கருத்துத் திட்டத்தை ஓர் அனிச்சைச் செயலாய் அடையலாம். ஆனால், அந்தக் கருத்துத் திட்டத்தை, அந்தத் தீப்பொறியை அணையவிடாமல் பாதுகாப்பது என்பது அனிச்சை செயலாய் இருக்கமுடியாது. மாறாக, அதற்குப் பெரும் அளவிலான முயற்சியும் ஒழுக்கமும் தேவைப்படுகின்றன. அத்தீப்பொறியிலிருந்து ஒரு இறுதிப் படைப்பை உருவாக்க திறமையும் உழைப்பும் தொடர்ந்து இணைந்து செயல்பட வேண்டியுள்ளது.

இத்தருணத்தில் இருவிதமான தவறுகள் ஏற்பட வாய்ப்புண்டு. ஒன்று, அடைகாக்கும் செயல்முறைத் திட்டத்தின்போது பலருக்குப் போதுமான பொறுமை இருக்காது. அதற்கு உரிய பணிவும் இருக்காது. இதன் காரணமாக அடைகாக்கும் பருவம் முடிவதற்குள் பொறிக்கப்பட்ட கோழிக்குஞ்சு போல அரைவேக்காட்டுத்தனமான

ஒரு கருத்துத்திட்டத்தை எடுத்துக்கொண்டு அதுவே மிகச்சிறந்த கருத்துத் திட்டம் என நம்புவர். அல்லது சிலர் அடைகாக்கும் பருவம் முடிந்தது கூட தெரியாமல் செயலூக்கம் இல்லாமல் பொறுமையாக இருப்பது. அதனால் ஏதோ ஒரு கருத்துத் திட்டத்தை எடுத்துக் கொண்டு சிறந்த கருத்துத்திட்டமாக செயல்படுவது.

ஒரு சிறந்த கருத்துத்திட்டத்தை முறையாக, உயிரோட்டத்தோடு வெளிப்படுத்துவதில்தான் தீப்பொறியை அணையாமல் பாதுகாக்கக்கூடிய சூட்சுமம் உள்ளது.

மேற்கூறிய இரண்டு தவறுகளிலுமே அனுபவமின்மை என்கின்ற நீர் தீப்பொறியை அணைத்துவிடும்.

இரானிய இயக்குநர்
அபாஸ் கைரோஸ்தமி

எனவே, 'தீப்பொறியை அணையாமல் பாதுகாப்பது' என்கின்ற நான்காவது செயல்முறைத் திட்டத்தில் தொடர்ந்த கடும்உழைப்பும், அதன் மூலம் கிடைக்கும் அனுபவமும் முக்கியமான ஒன்று. அனுபவம் வாய்ந்த சினிமா கலைஞனுக்கு முதலில் தன் படத்திற்கான கதையை, கருப்பொருளைத் தேர்ந்தெடுப்பதில் போதை கிடைக்கிறது. பின்னர் அந்தக் கருத்தை, கருப்பொருளை புதுமையான முறையில் புத்துணர்வோடு வெளிப்படுத்துவதில் உச்சக்கட்ட போதை கிடைக்கிறது.

புகழ் பெற்ற ஈரானிய இயக்குநரான 'அபாஸ் கைரொஸ்தமி'யின் படமான "சர்ட்டிஃபைடு காப்பி" (Certified Copy) படத்தைப் பார்த்தபோது இதை என்னால் முழுமையாக உணர முடிந்தது.

ஜப்பானிய இயக்குநர் குரோசாவாவுக்கு அபாஸை ரொம்பவே பிடிக்கும். அபாஸின் படங்களைப் பார்த்து நெகிழ்ந்த குரோசாவா ஒருமுறை அபாஸிடமே பின்வருமாறு கூறினார்: "சத்யஜித் ரே இறந்தபோது நான் மிகவும் கவலையடைந்தேன். அவரைப்போல் படமெடுக்க இவ்வுலகில் யாருமில்லையே என கவலைப்பட்டேன். உன் படங்களைப் பார்த்த பிறகு எனக்கு அந்தக் கவலை போய்விட்டது."

மிகவும் நுட்பமாக, கவித்துவமாகப் படமெடுப்பவர் அபாஸ். அவரின் 'சர்டிஃபைடு காப்பி' சினிமாவை வேறொரு தளத்திற்கு

இட்டுச் செல்கிறது. இப்படத்தைப் பார்ப்பவர்கள் ஒன்று அதனுள் அப்படியே அமிழ்ந்துவிடுவர் அல்லது அதனோடு ஒட்டாமல் வெளியே நின்றுவிடுவர்.

படத்தில் நடுத்தர வயதைத் தாண்டிய ஓர் ஆணும் பெண்ணும் இத்தாலியில் உள்ள அழகான துஸ்கானி நகரின் புறநகர் பகுதியில் நாள் முழுதும் பயணித்துக் கொண்டே பேசிக் கொண்டிருக்கிறார்கள். படம் முழுவதும் இவர்களின் உரையாடல்தான்.

நாம் நம் தமிழ்ப் படங்களை 'மிக அதிகமாகப் பேசுகிறார்கள்' என்று பல நேரங்களில் கிண்டலடித்ததுண்டு. வெறும் உரையாடலைப் பதிவு பண்ண சினிமா எதற்கு என்றுகூட கேட்டிருக்கிறோம்.

ஆனால், இந்தப் படம் முழுவதும் உரையாடல்தான். இரு அற்புதமான நடிகர்களின் மிக அழகான உரையாடல்.

பெண்ணாக வருவது ஜூலியட் பினோஷ் என்கின்ற பிரெஞ்சு நடிகை (இப்படத்திற்காக இந்த ஆண்டு இவர் கான்ஸ் திரைப்பட விழாவில் சிறந்த நடிகைக்கான விருதைப் பெற்றிருக்கிறார்). ஆணாக வருவது வில்லியம் ஷிமெல் என்கின்ற முதன்முறை நடிகர். படம் முழுவதும் இருவரும் உரையாடிக்கொண்டேயிருந்தாலும் படத்தில் நம்மை வெகுவாகக் கவர்வது இருவரின் அழகான நடிப்பு மற்றும் உரையாடலைத் தாண்டிய மிளிரும் சினிமா. அந்த மிளிரும் சினிமாதான் நமக்குள்ளே நம் உணர்வுகளை மெல்லத் தட்டி, ஏதோ ஓர் அனுபவத்தை நமக்குள்ளே பாய்ச்சுகிறது.

பொதுவாக சொல்வார்கள், 'அனுபவம்தான் வாழ்க்கை; வாழ்க்கைதான் அனுபவம்' என்று. ஆனால் மனிதனின் வாழ்நாளை கணக்கில் எடுத்துப் பார்க்கும்போது, ஒருவனின் சொந்த அனுபவம் மட்டுமே வாழ்க்கையாக இருந்தால் அது வாழ்க்கையாக இருக்குமா என்ன? கலைதான் மற்ற பலரின் அனுபவத்தை ஒருவனுக்குத் தருகிறது. பல்வேறு மனிதர்களின் பல்வேறு அனுபவங்களை மனிதன் உட்கொள்வதால்தான் அவனது வாழ்க்கை விஸ்தாரமாகவும், வண்ணமயமாகவும் அதேநேரத்தில் சில சிக்கல்கள் நிறைந்ததாகவும் உள்ளது.

மற்றவர்களின் அனுபவம் ஒருபோதும் ஒருவனுக்குச் சொந்த அனுபவமாக மாறாது என்ற கருத்தும் உண்டு. இது ஒருவிதத்தில் உண்மையாக இருந்தாலும் இன்னொரு விதத்தில் உண்மையல்ல.

சொந்த அனுபவங்கள் ஒருவனது சொந்த நடைமுறை வாழ்க்கை கட்டமைப்பில் பெரும் தாக்கத்தை ஏற்படுத்தலாம். ஆனால், மனிதன் உடல்ரீதியான நடைமுறை வாழ்க்கைக்கு அப்பாற்பட்டு, மனதால்,

சர்ட்டிஃபைடு காப்பி படத்திலிருந்து ஒரு காட்சி

கற்பனையால், சிந்தனையால், உணர்வுகளால்தான் அதிகம் வாழ்கிறான். அதனால்தான் மனித வாழ்க்கையில் கலைக்கு அத்தனை மாபெரும் பங்கு உள்ளது. குறிப்பாக, சினிமாவால் (அது அற்புதமாக கையாளப்படும்பொழுது) அதன் படைப்பாளி பல்முனை அனுபவங்களைப் பலருக்கு சொந்த அனுபவமாக்குகிறான். இந்த நுட்பத்தை உணர்தலே ஆழமான சினிமா ரசிகனுக்கும் சினிமா படைப்பாளிகளுக்கும் சினிமா மீதான அவர்களின் தொடர்புக்கு மதிப்பீடு தருகிறது.

சினிமாவுக்காக எழுதும்பொழுது சினிமாவை அறிந்த எழுத்தாளன், தான் உணர்ந்த அனுபவத்தை மற்றவர்களுக்கான அனுபவமாக மாற்றுகின்ற மாயாஜால வேலையைத்தான் செய்கிறான். அதற்காக சினிமாவுக்கே உரிய பல்வேறு மாயவலைகளை வைத்து அடிப்படைக் கதைக்கு, கருப்பொருளுக்கு அழகூட்டுகிறான். ஒரு தேர்ந்த சமையல்

கலைஞன் பல்வேறு பொருட்களைக் கொண்டு எப்படி ஒரு சுவையான உணவுப் பண்டத்தை உருவாக்குவானோ அது போன்றதொரு செயல்தான் சினிமா எடுப்பது. அந்த உணவுப் பண்டத்துக்கான செய்முறை (Recipie) யை நுணுக்கமாக உணர்வுபூர்வமாக எழுதுவது போன்றுதான் திரைக்கதை எழுதுவது. அந்தத் திரைக்கதை எல்லோரும் படிப்பதற்கான ஒன்று அல்ல. மாறாக, அதை இயக்கப் போகும் இயக்குநருக்காக மட்டுமே எழுதப்பட்ட ஒரு செய்முறை (Recipie). தற்போது திரைக்கதைகளை வாசிப்புக்காக பலர் புத்தகங்களாக வெளியிடுகிறார்கள். என்னைப் பொருத்தவரை திரைக்கதைகள் வாசிப்புக்கானவை அல்ல; மாறாக செய்முறைக்கானவை.

அபாஸின் 'சர்ட்டிஃபைடு காப்பி' முழுக்க முழுக்க அனுபவப்பட வேண்டிய படம். மிக உயர்நிலையில் அறிவு சார்ந்த, உணர்வு சார்ந்த படம் அது. அப்படத்தின் கதையை கதையாக நான் யாருக்கும் சொல்லமுடியாது. அப்படிச் சொன்னால் அபாஸ் சொல்ல முயன்றதிலிருந்து வேறு எதையோ சொல்லிக் கொண்டிருப்போம்.

தார்க்கோவ்ஸ்கி கூறுகிறார்: "கலையின் அடிப்படையே ஒன்றுக்கு மேற்பட்ட அர்த்தத்தைக் (ambiguity) கொண்டிருப்பதுதான்". அப்பாஸின் இப்படம் அதைத்தான் செய்கிறது. இப்படத்தில் வரும் ஆண் ஓர் எழுத்தாளன், கலை விமர்சகன். படத்தின் துவக்கத்திலேயே அவன் தான் எழுதிய புத்தகம் பற்றி ஒரு கூட்டத்தில் பேசுகிறான். கலையின் மூலப்பிரதிக்கும் அதன் நகலுக்கும் பெரிய வித்தியாசம் இல்லை. இரண்டும் ஒரே பாதிப்பைதான் ஏற்படுத்துகிறது. உண்மையில் நகல், மூலத்தை நோக்கி நம்மைப் பயணிக்க வைக்கிறது... என்று அவன் பேசுகிறான். அவன் புத்தகத்தின் கருப்பொருளும் அதுதான்.

படத்தில் வரும் பெண், அக்கூட்டத்தில் அவன் பேச்சைக் கேட்கும் ஒருத்தியாக இருக்கிறாள். அவள் ஓவியக்கூடம் ஒன்றை நடத்துகிறாள். கூட்டத்திற்கு பின் இருவரும் சந்திக்கிறார்கள். அவளின் காரில் இருவரும் தெற்கு துஸ்கானி (Tuscany) நகரின் அழகான பகுதியில் பயணிக்கின்றனர். அப்போது அவர்கள் பல்வேறு விஷயங்களைப் பற்றி பேசுகிறார்கள். கலை, அவர்களின் வாழ்க்கை, நெருக்கமானவர்கள், பண்பாடு, உணவு... என்று பலவற்றைப் பற்றியும் பேசுகிறார்கள். அவர்களின் உரையாடலில் உள்ள அழுத்தம், நெருக்கம் போன்றவற்றை உணரும்போது அவர்களைப் பற்றி பல குழப்பங்கள் நம் மனதில் எழும்.

அவர்கள் யார்? இப்போதுதான் முதன்முறையாக சந்திக்கிறார்களா? இதற்கு முன்பே சந்தித்திருக்கிறார்களா? என்றெல்லாம் பல கேள்விகளை நம் மனதில் எழுப்பும். ஒரு கட்டத்தில் அவர்கள் இருவரும் ஓர் அழகான சிறு உணவு விடுதியில் இருக்கும்பொழுது அந்த உணவு விடுதியின் பெண், அவளிடம் அவர்கள் இருவரையும் கணவன் மனைவியாக பாவித்துப் பேசுவாள். அவளும் இதைப் பின்னர் அவனிடம் சொல்லுவாள். தொடர்ந்து அவர்கள் மீண்டும் பயணிப்பார்கள். முன்பு போலவே பல்வேறு விஷயங்கள் குறித்துப் பேசுவார்கள். இப்போது நமக்கு அவர்கள் இருவரும் கணவன் மனைவியாக இருந்திருப்பார்களோ என்ற சந்தேகம் வரும். ஆனால், அதற்கான எந்த முகாந்தரமும் படத்தில் இருக்காது. இறுதியில் இருவரும் ஓர் ஓட்டலின் அறையில் இருப்பார்கள். அப்போது நாம் இருவரும் இந்த ஓட்டலில்தானே முதன்முதலாகத் தங்கினோம். இப்படித்தானே நடந்து கொண்டோம், இப்படித் தானே சண்டை போட்டோம் என்று பேசிக்கொள்வார்கள். இவர்கள் இருவரும் உண்மையிலேயே கணவன் மனைவிதானோ என்ற எண்ணம் நம் மனதில் தோன்றும். ஆனால், அப்படி இருக்க சந்தர்ப்பமே இல்லை என்று நம் மனது சொல்லும். படத்தின் ஒற்றை வரி கதையாக அபாஸ் சொல்வது இதுதான்: “இப்படத்தில் வரும் ஆணுக்கும் பெண்ணுக்கும் இடையே நிகழ்வது யாருக்கு வேண்டுமானாலும், எப்போது வேண்டு மானாலும் நிகழலாம்” என்கிறார்.

இவ்விருவரின் வாழ்வில் நிகழும் நிகழ்வுகள் பல்வேறு ஆண் பெண்ணுக்கு நிகழும் நிகழ்வுகளின் அசலின் நகல்கள்தானோ! இதைத்தான் அபாஸ் மேற்கூறிய வரிகளில் அர்த்தப் படுத்துகிறாரா? என்னால் உறுதியாகச் சொல்லமுடியாது. ஆனால், ஒன்றை மட்டும் உறுதியாகச் சொல்வேன். கலையின் அடிப்படையான ஒன்றுக்கு மேற்பட்ட அர்த்தம் தரும் பணியைச் சினிமாவில் இத்தனை அழகாக இதற்கு முன்பு யாரும் செய்ததில்லை.

திரைப்படக் கலைஞன், அவன் எழுத்தாளனாக இருந்தாலும் சரி, இயக்குநராக இருந்தாலும் சரி. அவன் ஒரு கடத்தல்காரன். அனுபவக் கடத்தல்காரன். அதற்காக அவன் கையில் எடுக்கும் ஆயுதம்தான் சினிமா என்கின்ற மாயப்பெட்டி. இந்தப் பெட்டியைத் திறக்கவும், அதில் பல்வேறு அனுபவப் புதையல்களைப் போடவும், பின்னர் அதை மூடவும், பின்னர் அதை நினைத்த இடத்துக்கு எடுத்துச் செல்லவும், பின்னர் அப்பெட்டியை மீண்டும் திறந்து உள்ளிருந்த அனுபவப் புதையல்களை மின்னும் நட்சத்திரங்களாக காற்றில் பறக்க

விடவும் அவனுக்கு பல நுட்பங்களும், நுணுக்கங்களும் தெரிந்திருக்க வேண்டியுள்ளது.

சினிமாவை அடிப்படையில் கலை ஊடகம் என்று சொன்னாலும், வேறு எந்தக் கலை ஊடகத்துக்கும் இல்லாத அளவு இதில் அறிவியலும் தொழில்நுட்பமும் ஒரு பாகமாய் உள்ளது. அறிவியல், தொழில்நுட்ப வல்லுநர்களுக்கு கலையில் ஆர்வம் இருக்கும். அதை அனுபவிக்க, அது குறித்து தெரிந்துகொள்ள நேரம் செலவழிப்பர். ஆனால், அடிப்படையில் சினிமா கலைஞர்களாக இருப்பவர்களுக்கு அறிவியல், தொழில்நுட்பம் குறித்து அக்கறை செலுத்த வேண்டுமா? நிச்சயமாக செலுத்தியாக வேண்டும். ஏனென்றால், அறிவியல், தொழில்நுட்பத்துக்கும் சினிமாவின் பொருளாதாரத்திற்கும் நெருங்கிய தொடர்பு உண்டு. பல நூறு கோடி ரூபாய் செலவழித்துப் படம் எடுக்கப்படுகிறது. ஒரு கோடி ரூபாய்க்கு குறைவாகவும் படம் எடுக்கப்படுகிறது. சமீபத்தில் தமிழ்ப்படம் ஒன்று HD-SLR எனப்படும் புகைப்படக் கேமராவால் எடுக்கப்பட்டு திரையரங்குகளில் மற்ற படங்களைப் போலவே திரையிடப்பட்டது. அந்தக் கேமராவின் விலையே வெறும் ஒன்றரை லட்சம் ரூபாய்தான் என்று கேள்விப்பட்டவுடன் பல இளம் இயக்குநர்களும் எழுத்தாளர்களும் அந்தப் புகைப்படக் கருவி பற்றிய விவரங்களைக் கூகுளில் தேடினர்.

படப்பிடிப்பில் கேமராவுக்கு முன்னே நிகழ்த்தப்படுவது கலையாக இருந்தாலும், அடிப்படையில் படிப்பிடிப்பு என்பது கேமரா, ஒளி அமைப்பு, சூரிய ஒளித்தன்மை பற்றிய அறிவு, ஒலி அமைப்பு, லென்ஸ்... என்று தொழில்நுட்பமயமாகத்தான் இருக்கும்.

படப்பிடிப்பு முடிந்ததும், போஸ்ட் ப்ரொடக்ஷன் (Post production) என்றழைக்கப்படும் படத்தொகுப்பு மற்றும் ஒலிசேர்க்கைப் பணியும் முழுக்க முழுக்க தொழில்நுட்பமயமானது. இந்தக் கட்டத்தின்போது படத்தின் இயக்குநர் தன் படத்தை குறைந்தது 200, 300 முறை பார்க்க வேண்டும். ‘அவ்தார்’ படத்தை இயக்கிய ஜேம்ஸ் கேம்ரூன், அப்படத்தை போஸ்ட் ப்ரொடக்ஷன் பணியின்போது கிட்டதட்ட 5000 முறை பார்க்க வேண்டி வந்ததாம். காரணம், அப்பணி அத்தனை தொழில்நுட்பம் நிறைந்ததாய் இருந்ததாம். இப்படிப் பலமுறை படத்தின் இயக்குநர் தன் படத்தை பார்ப்பதற்குக் காரணம், அது பலரால் முதன் முறையாக பார்க்கப்படப் போகிறது, அப்போது அது சரியான பாதிப்பை ஏற்படுத்த வேண்டும் என்ற எண்ணத்துடன்தான் பார்ப்பான்.

முதன்முறையாக பார்க்கப்போகும் ரசிகனின் சார்பாகத்தான் தன் படத்தை இயக்குநரும், உருவாக்கியவர்களும் உருவாக்கத்தின்போது பல நூறு முறை, பல ஆயிரம் முறை பார்க்கிறார்கள்.

படத்திற்கான கதை, திரைக்கதை எழுதும்போது இந்தத் தொழில்நுட்ப கலப்பு, தொழில்நுட்ப அறிவு பற்றிய அடிப்படை தெளிவாவது எழுத்தாளனுக்கு இருக்கவேண்டும்.

7

சினிமாவும் தொழில்நுட்பமும்

“அறிவை விட கற்பனையே மனித குலத்தை மேம்படுத்தும்” என்று ஐன்ஸ்டைன் சொன்னார்.

“தற்போதைய நவீன தொழில்நுட்பங்கள் சினிமாவில் கதை சொல்ல எனக்கு உதவுவதில்லை” என்று பிரபல ஹாலிவுட் இயக்குநர் ஆலிவர் ஸ்டோன் சொல்லியிருக்கிறார்.

அறிவு அறிவியல் தொழில்நுட்பம் கற்பனை இவற்றுக்கிடையேயான உறவை ஆய்வது ஆர்வத்துக்குரிய ஒன்றாகும். இதை ஆய்வதற்குச் சினிமாவை விட சிறந்த சாதனம் ஏதும் இருக்க முடியாது.

எனக்கு கணினி திரையிலோ அல்லது நவீன கைபேசி திரையிலோ ஒரு படம் பார்ப்பது என்பது முடியாத ஒன்று. சினிமா அரங்கம் இல்லையென்றாலும்கூட முடிந்த அளவு பெரிய திரை, துல்லியமாக ஒலியை வெளிப்படுத்தும் அமைப்பு இவையிரண்டும் இருந்தால்தான் என்னால் திரையிடப்படும் படத்தில் ஒன்றவே முடியும். பல நேரங்களில் இளைஞர்களும், குழந்தைகளும் கைக்கு அடக்கமான குட்டித் திரைகளில் படங்களைப் பார்க்கும்பொழுது எனக்கு ஆச்சரியமாக இருக்கும். எப்படி இவர்களால் இத்தனைக் குட்டித் திரைகளில் காட்டப்படும் படங்களோடு ஒன்ற முடிகிறது. அதிலிருந்து வெளிப்படும் ஒலியை எப்படி அவர்களால் ரசிக்க முடிகிறது.

இன்று தொழில்நுட்பம் சினிமாவை பெருமளவு மாற்றியுள்ளதோ இல்லையோ, சினிமா ஒரு நுகர்பொருள் எனும் அடிப்படையில் பெருமளவு மாறியுள்ளது.

சினிமாவை நுகர்வதற்குத்தான் இன்று எத்தனை உபகரணங்கள். திரைப்படக் கொட்டகைகள் மட்டுமே சினிமாவை நுகர்வதற்கான இடமாக இருந்தது போய், வீடு, அலுவலகம், தெரு, வாகனங்கள் என்று எல்லா இடங்களும் சினிமாவை நுகர்வதற்கான இடங்களாக மாறிவிட்டன. அதற்கேற்ப பல டிஜிட்டல் உபகரணங்களும் வந்துவிட்டன.

சினிமா தன் இரண்டாம் நூற்றாண்டில் காலடி எடுத்து வைத்து பதினைந்து ஆண்டுகள் கழிந்து விட்டன. இந்தப் பதினைந்து ஆண்டுகளில்தான் சினிமா காற்றுப் புகாத இடங்களில்கூட புகுந்துவிட்டது. காரணம், தொழில்நுட்பம்தான்.

இருபத்தைந்து ஆண்டுகளுக்கு முன் மாணவனாய் இருந்தபோது, ஃபிலிம் சொஸைட்டியை நடத்திக் கொண்டிருந்தேன். அப்போது உலகப்படங்களைப் பூனாவிலுள்ள திரைப்பட ஆவண பாதுகாப்பகத்திலிருந்துதான் தருவிப்போம். பெரும்பாலும் 35 mm படச் சுருள்கள்தான் வரும். பெரிய பெட்டியாக வரும். ரயில் நிலையத்திலிருந்து நேராக திரைப்பட அரங்கத்திற்கும், பின்னர் அங்கிருந்து திரையிடல் முடிந்த பின்பு ரயில் நிலையத்திற்கும் கொண்டு செல்வோம்.

ஒரு முறை பெர்க்மெனின் மூன்று படங்கள் சிறிய பெட்டியில் 16 mm படச்சுருளாக வந்தது. சொஸைட்டியில் திரையிடுவதற்கு முன்பாக, நாங்கள் சில பேர் அப்படங்களை தனிப்பட்ட முறையில் பார்க்க விரும்பினோம். சென்னை பல்கலைக்கழக மாணவி ஒருவரின் வீட்டில் சுவரில் திரையிட்டுப் பார்த்தோம். திரையிடலுக்குப் பின் படச்சுருள்களை வீட்டிற்கு கொண்டு வந்து மேஜையில் வைத்திருந்தேன். அந்தப் படச்சுருள் பெட்டியையே வெகுநேரம் பார்த்துக் கொண்டிருந்தேன். 'பெர்க்மென் படைப்புகள் என் மேஜை மீது...' எனக்குள்ளே ஒரு இனம்புரியாத மகிழ்ச்சி. 'என் வாழ்வின் மறக்க முடியாத நாள்...' என்று என் நாட்குறிப்பில் எழுதினேன்.

இன்று பெர்க்மெனின் மொத்தப் படைப்புகளும் என் வீட்டில் ஒரு விஷேச பெட்டியில் 47 அடர்தகடுகளாக (DVD) உள்ளன. அவை எனக்கு இன்று எந்த விஷேச உணர்வையும் தரவில்லை. இன்றைய தொழில்நுட்ப வசதியில் அது சாதாரண விஷயமாகி விட்டது. (இன்றுள்ள பெரிய பிரச்சனை எல்லாப் படங்களையும் பார்ப்பதற்கான நேரத்தைக் கண்டெடுப்பதுதான்.)

25 ஆண்டுகளுக்கு முன் மூன்று பெர்க்மென் படைப்புகளை ஒரு நாள் என் வீட்டில் வைத்திருந்தேன். ஏதோ மேகத்தில் மிதப்பது போன்ற ஓர் உணர்வைத் தந்தது. இன்று அதை நினைத்துப் பார்க்கும்பொழுது அது ஏதோ போன ஜென்மத்து உணர்வு போல தோன்றுகிறது. அந்த அளவுக்குத் தொழில்நுட்பங்கள் சினிமாவையும் சினிமா நுகர்தலையும் மாற்றியுள்ளது.

இன்று தொழில்நுட்பத்தின் தாக்கம் சினிமா தயாரிப்பில் ஒரு பங்கு என்றால், சினிமா நுகர்தலில் பல மடங்கு ஆகிவிட்டது. இரண்டுமே நாம் அக்கறைப் படவேண்டிய விஷயங்கள்.

சினிமா தயாரிப்பில் உள்ள தொழில்நுட்பம், கதை சொல்ல உதவுகிறது. இதுவரை சாத்தியப்படாத கற்பனைகளை காட்சிகளாக்க உதவுகிறது. சினிமாவிற்கு அழகையும் மெருகையும் கூட்டுகிறது. இதுவரை உணராத மெல்லிய ஒலிகளை நமக்கு உணர்த்துகிறது.

சினிமா நுகர்தலில் உள்ள தொழில்நுட்பத் தாக்கம்தான் இன்று சினிமாவை பெருமளவில் பாதித்துள்ளது. சினிமாவின் பொருளாதாரத்தில் இந்தத் தொழில்நுட்பம் பெரும் மாற்றங்களைக் கொண்டு வந்துள்ளது.

சென்ற ஆண்டு வெளியான 144 தமிழ்ப்படங்களில் வெறும் 14 படங்கள் மட்டுமே லாபத்தை ஈட்டியுள்ளன. 130 படங்கள் நஷ்டத்தை அடைந்துள்ளன. ஏன் இந்த நிலைமை என்று துல்லியமாக ஆராயப்போனால், வளர்ந்துவிட்ட டிஜிட்டல் தொழில் நுட்பத்திற்கும் அதில் பங்கு உண்டு என்பதைக் காணமுடியும்.

வெளியாகும் புதுப்படங்களின் அடர்தகடுகள் (DVD) ஓரிரு நாட்களில் சந்தையில் 20 ரூபாய்க்கும் 30 ரூபாய்க்கும் கிடைக்கின்றன. இப்படங்கள் வெளியான அன்றே இணையத்தில் காணவும், இறக்கிக் கொள்ளவும் (Downloads) கிடைக்கின்றன. இதனைக் குறித்து தினசரிகளிலும், பத்திரிகைகளிலும் செய்தி வந்தாலும் பாதிக்கப்பட்ட படத்தின் தயாரிப்பாளர்கள் தவிர மற்றவர் யாரும் இது குறித்து கவலைப்படுவதில்லை.

இந்தியா போன்றதொரு நாட்டில், வீடியோ பைரஸியை (Video piracy) ஒழிப்பது என்பது கிட்டத்தட்ட முடியாத ஒன்று. காரணம், இதற்கு பெருமளவில் மக்கள் ஆதரவு இருப்பதுதான். மக்களுக்குப் படம் பார்க்க அதிக ஆர்வம். ஆனால், குறைந்த செலவில், வேறு கஷ்டங்கள் இல்லாமல் வீட்டிலேயே பார்க்க ஆசை. அதற்கு ஏதுவாக குறைந்த செலவிலான தொழில்நுட்பம் இப்படி இருக்கும்பொழுது திருட்டு DVD-ல் படம் பார்க்காதீர்கள் என்று

மக்களுக்கு அறிவுரை சொல்வதோ, எச்சரிக்கை விடுவதோ கேலிக்கூத்தான ஒன்று. இருபது ஆண்டுகளுக்கு முன்பும் இது போன்றதொரு வசதியும், தொழில்நுட்பமும் இருந்திருந்தால், அப்போதும் மக்கள் அதைத்தான் நாடியிருப்பார்கள்.

தொழில்நுட்பம் வளர வளர திரைப்படம் பார்ப்பதற்காக திரையரங்குக்கு செல்வது என்பது குறைந்துகொண்டே போகும். அதன் காரணமாகத்தான் மால் (mall)கள் நாளுக்கு நாள் பெருநகரங்களிலும், சிறு நகரங்களிலும் பெருகிக் கொண்டு வருகின்றன.

முன்பெல்லாம் திரைப்படத்தைப் பார்ப்பது என்பது மட்டுமே பொழுதுபோக்காய் இருந்தது. இன்று திரைப்படத்தை திரையரங்குக்குச் செல்லாமல் பார்ப்பதற்கு பல சாத்தியக்கூறுகள் வந்துவிட்டதால் தியேட்டருக்குச் சென்று திரைப்படம் காண மக்கள் கூடுதலான பொழுதுபோக்கு அம்சங்களை எதிர்பார்க்கின்றனர். திரை அரங்கமே ஒரு பொழுதுபோக்கு அம்சமாக இருக்க வேண்டும் என விரும்புகின்றனர். இதனால்தான் பெரும் ஷாப்பிங் மால்களின் அங்கமாக திரையரங்குகள் மாறிவருகின்றன. அடுத்த சில ஆண்டுகளில் தனிப்பட்ட திரையரங்குகள் குறைந்த வருவாய் உள்ள மக்கள் வசிக்கும் பகுதிகளில் மட்டுமே இருக்கும்.

சினிமா முதன்முதலாக வந்தபோது, அது தனிப்பட்ட பொழுதுபோக்காக காண்பிக்கப்படவில்லை. பல்வேறு கேளிக்கைகள் நிறைந்த கேளிக்கை அரங்கின் ஒரு பகுதியாகத்தான் காண்பிக்கப்பட்டது. பின்னர் சினிமா தன் அதீத சக்தி காரணமாய் தனிப்பட்ட பொழுதுபோக்காக வளர்ந்தது. அதன் விளைவாகத் திரையரங்குகள் தோன்ற ஆரம்பித்தன. இன்று சினிமா தன் இரண்டாம் நூற்றாண்டின் முற்பகுதியில் தன் பயணத்தில் ஒரு முழு வட்டத்தை முடித்ததுபோல் மீண்டும் பல்வேறு கேளிக்கைகள் நிறைந்த கேளிக்கை அரங்கின் ஒரு பகுதியாய் மாறிப்போனது.

இன்று சினிமா தயாரிப்பில் தொழில்நுட்பம் பல்வேறு மட்டங்களில் செயல்படுகிறது. முப்பரிமாண அனிமேஷன் (3D Animation) படங்கள் உலகெங்கும் குழந்தைகள் மற்றும் இளம் வயதினரிடையே இன்று மீண்டும் பிரபலமாகியுள்ளது. காரணம், டிஜிட்டல் தொழில்நுட்ப வளர்ச்சிதான். ஆரம்பகால முப்பரிமாணப் படங்களைப் போல் அல்லாமல் தற்போதைய முப்பரிமாணப் படங்கள் கிட்ட தட்ட கேமரா கொண்டு எடுப்பதுபோல் தத்ரூபமாக முழுக்க முழுக்க கணினி மென்பொருளில் உருவாக்கப்படுகிறது. பூமிக்கு அப்பாற்பட்ட உலகங்களும் உயிரினங்களும் இதே கணினி

மென்பொருளில் மிக தத்ரூபமாக உருவாக்கப்படுகின்றன. இத்தகைய படங்களின் திரையிடலும் பெரும்பாலான திரையரங்குகளில் டிஜிட்டல் முறையிலேயே திரையிடப்படுவதால் அவை ஆரம்பகால முப்பரிமாணப் படங்களைப் போல் அல்லாமல் கண்களுக்கு இதமாக உள்ளன.

இன்னொரு புறம், தற்போதைய தொழில்நுட்ப வளர்ச்சியை முழுக்க முழுக்க கதை சொல்வதற்கும், கருப்பொருளுக்காக மட்டுமே உபயோகப்படுத்தும் இயக்குநர்களும் உண்டு. இத்தகைய படங்களில் தொழில்நுட்பம் உபயோகப்படுத்தியிருப்பதே தெரியாது.

அப்படிப்பட்ட ஒரு படத்தை நான் சமீபத்தில் பார்க்க நேர்ந்தது. சென்ற ஆண்டின் (2010ன்) இறுதியில் எடுக்கப்பட்ட ஜப்பானியப் படம் அது. படத்தின் பெயர் 'கேட்டர் பில்லர்' (Caterpillar). தமிழில் 'கம்பளிப்பூச்சி' என சொல்லலாம்.

கேட்டர்பில்லர் படத்திலிருந்து ஒரு காட்சி

இப்படத்தில் தொழில்நுட்பம் உபயோகப்படுத்திய விதத்தை இரண்டு வரிகளில் சொல்லி விடலாம். ஆனால், அதற்கு முன் படத்தைப் பற்றியும், படத்தின் கதைப் பற்றியும் சொன்னால்தான் தொழில்நுட்பம் பற்றி சொல்லவரும் போது அதன் மகத்துவம் புரியும்.

கேட்டர்பில்லர் படத்தின் இயக்குநர் 'கோஜி வாக்கமட்சு' (Koji Wakamatsu) இவரின் பெரும்பாலான படங்கள் சர்ச்சைக்குரிய படங்களாகவே இருந்தன. காரணம், இவர் படங்களின் கருப்பொருள் சமூக வன்முறை மற்றும் பாலியல் சம்பந்தப்பட்டதாக இருந்தது. பாலியல் பிரச்சனைகளைக் கையாளும் படங்களை ஜப்பானில் ரோஸ் படங்கள் (Pink Films) என்றழைப்பதுண்டு. இவரின் பெரும்பாலானப் படங்கள் அந்த வகையைச் சார்ந்ததாகவே இருந்தது.

ஆனால், இவரின் இந்த கேட்டர் பில்லர் படம் உலகெங்கும் பெரும் தாக்கத்தை ஏற்படுத்தியுள்ளது. பெர்லினில் கடந்த ஆண்டு நடைபெற்ற உலகப் பட விழாவில்தான் முதன் முதலாக காண்பிக்கப்பட்டது. அப்போதே இப்படம் பலரை அதிர்ச்சிக் குள்ளாக்கியது. தற்போது அமெரிக்காவில் வெளியிடப்பட்டு ஓடிக்கொண்டிருக்கிறது.

இரண்டு மாதங்களுக்கு முன்பு இப்படத்தைப் பார்த்தபோது, மிகுந்த பாதிப்புக்குள்ளானேன். முதன்முறை இப்படத்தைப் பார்க்கும்போது ஏற்படும் அதிர்ச்சி பலருக்கு உணர்வுகளில் நீண்ட நாட்கள் புதைந்திருக்கும்.

இப்படம் அடிப்படையில் யுத்தத்துக்கு எதிரான படம். யுத்தத்தை, யுத்தத்தின் வெற்றி, தோல்வி என்று நாம் சொல்பவற்றை யெல்லாம் மிக ஆழமாக எள்ளி நகையாடு கின்ற படம்.

இது உலக யுத்தங்களையும், ஹிரோஷிமா, நாகசாகி அணுகுண்டு வீச்சையும் ஓரளவு அறிந்தவர்கள்கூட, மனித குல வரலாற்றில் யுத்தம் போன்ற கொடூரமான பைத்தியக்காரத்தனம் ஏதும் இருக்காது என்றுதான் சொல்வர்.

இப்படத்தைப் பார்த்து முடித்ததும், என் மனதில் யுத்தத்தைப் பற்றிய பல கருத்துகள் உறுதிப்படுத்தப்பட்டன. நாடுகளுக்கிடையே யுத்தம் மூளும் அபாயம் இருக்கும் வரையிலும், நிமிடங்களில் மனித குலத்தின் கணிசமான பகுதியை அழிக்கக்கூடிய யுத்த ஆயுதங்கள், குறிப்பாக அணுஆயுதங்கள் உள்ளவரை இந்த உலகம் நிச்சயமாக கொடூரமான பைத்தியக்கார உலகமாகத்தான் இருக்க முடியும்.

இன்றளவும், பெரும்பாலான நாடுகள் தங்களின் விடுதலை நாள் கொண்டாட்டங்களின்போது தங்களின் பெருமையைப் பறை சாற்றிக்கொள்ள யுத்த தளவாடங்களைத்தான் அணிவகுக்குகின்றன.

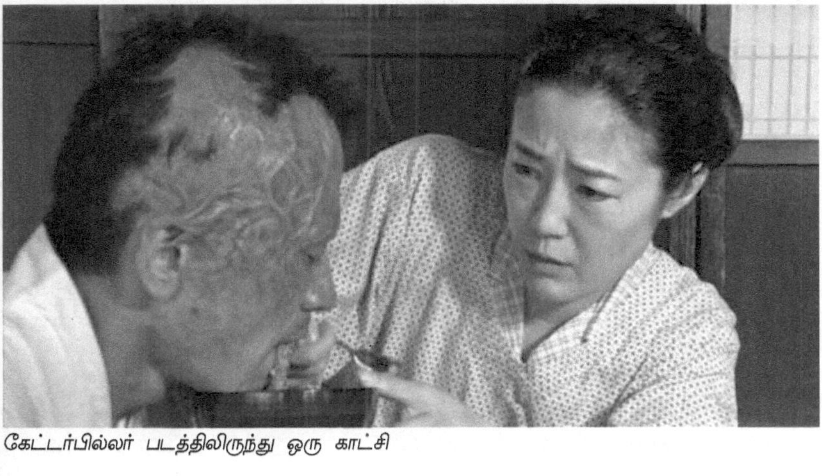

கேட்டர்பில்லர் படத்திலிருந்து ஒரு காட்சி

நம் நாட்டில் ஒவ்வொரு குடியரசு தினத்தின்போதும் நம் நாட்டின் யுத்த தளவாடங்கள் பெருமையாக அணிவகுத்துச் செல்லும் குளிர் அகலாத ஜனவரி மாத காலைப்பொழுதில் அந்தக் காட்சிகளை தொலைக்காட்சியில் பார்க்கும்போது ஒருபோதும் அது எனக்கு இந்திய நாட்டின் பெருமையாகத் தெரிந்ததில்லை. மாறாக, பைத்தியக்கார உலகின் பாகமாகவே தெரிந்தது. எத்தனை எத்தனை பதக்கங்களை ஒரு ராணுவ அதிகாரி அணிந்திருக்கிறாரோ அத்தனை அத்தனை எதிரி ராணுவத்தினரைக் கொன்றிருக்கிறார் என்பதுதான் அர்த்தம்.

வாக்கமட்சுவின் ‘கேட்டர் பில்லர்’ படம் அதைத்தான் சொல்கிறது. இரண்டாம் உலகப் போரின்போது ஜப்பான் சீனப் பகுதியில் நடத்திய யுத்தத்தில் பங்குபெற்று தன் கிராமத்துக்குத் திரும்பும் ஒரு ராணுவ வீரன்தான் படத்தின் நாயகன். அவன் யுத்தத்தில் பல எதிரிகளைக் கொல்கிறான். பல பெண்களைக் கற்பழித்துக் கொல்கிறான். போரில் அடிபட்டு அங்கங்கள் இழந்து கிராமம் திரும்புகிறான். படம் அங்கிருந்துதான் தொடங்குகிறது. மன்னருக்காக போரிட்டு சாதனைகள் செய்த அவனை கிராமமே வரவேற்கிறது. அவனை யுத்தக் கடவுள் என்று கிராமம் அழைக்கிறது. அவனை வரவேற்க காத்திருக்கும் கூட்டத்தில் அவனின் நடுத்தர வயது மனைவியும் காத்திருக்கிறாள். அந்த வீரனை இதுவரை காமிரா காண்பிக்கவில்லை. வீரனை சக ராணுவ வீரர்கள் வீட்டில் விட்டுச் செல்கின்றனர். அப்போதும் காமிரா அவனைக் காண்பிக்கவில்லை. அவனைப் பார்க்க மனைவி வருகிறாள். அவளின் முகத்தில் அதிர்ச்சி. அந்த அதிர்ச்சி பீதியாகி அலறிக்கொண்டு வீட்டை விட்டு வெளியே ஓடுகிறாள். அப்போதும் காமிரா அவனை நமக்கு காண்பிக்கவில்லை. அவள் ஓடி ஓடி ஊரின் எல்லையில் தன் வயலின் நடுவில் கிடந்து அழுகிறாள். அவள் பின்னாலேயே ஓடிவரும் கணவனின் தம்பிதான் அவளை சமாதானப்படுத்துகிறான். பின்னர் அவள் மெல்ல தன்னிலை திரும்பி, வீட்டுக்கு வந்து கணவனைப் பார்க்கிறாள். இப்போதுதான் காமிரா அவனை நமக்கு முதன் முறையாக காட்டுகிறது. மனைவிக்கு ஏற்பட்ட அதே அதிர்ச்சி நமக்குள்ளும் உறைகிறது. அவன் இரு கைகளையும், கால்களையும் முற்றிலும் இழந்தவனாக வெறும் தலையும் இடுப்புவரை உடலுமாக மனித ஸ்டம்பு போல் இருக்கிறான்.. மனைவி மீண்டும் கதறுகிறாள் “இது என் கணவன் இல்லை” என்று. அஃறிணையில் அவனை நிராகரிக்கிறாள்.

மன்னனுக்காக, நாட்டுக்காக தியாகம் செய்த அந்த யுத்தக் கடவுளை (ஊர்மக்கள் அவனைப் படம் முழுக்க அப்படித்தான்

அழைக்கிறார்கள்) பாதுகாத்துப் பராமரிக்க வேண்டியது மனைவியின் கடமை என்கின்றனர். அவனுக்குச் செய்யும் சேவை நாட்டுக்குச் செய்யும் சேவை என்கின்றனர்.

இப்போது அவனுக்குப் பேசமுடியாது. காது கேட்காது. சில ஒலிகள் மட்டும் எழுப்புவான். அவன் தன் உணர்வுகளையெல்லாம் கண்களிலும், எழுப்புஒலியில் மட்டுமே காட்ட முடியும்.

அவன் மனைவி மெல்ல அவனின் சிதைந்த உருவத்துக்கும், குரூரத்துக்கும் பழகிப் போகிறாள். அவன் அந்த நிலையிலும் தனக்கு செக்ஸ் வேண்டும் என்று அவளுக்கு உணர்த்துவான். அவளும் இணங்குவாள். பின்னர் அவன் (அந்த உருவம்) அவளை எப்போதும், தினமும் செக்ஸுக்காக வற்புறுத்தும். அவளால் அதைப் பொறுத்துக் கொள்ள முடியாது. மனதில் கோபம் பீறிட்டு எழும். அப்போதெல்லாம் அவனைப் பழிவாங்குவதற்காக அவனுக்கு ராணுவ உடையை உடுத்தி, பதக்கங்களை அணிவித்து, யுத்தக் கடவுள் என்ற பட்டத்துடன் ஒரு தள்ளுவண்டியில் வைத்து கிராமத் தெருக்களில் அழைத்துச் செல்வாள். கிராம மக்கள் எல்லாம் அவனை யுத்தக் கடவுள், யுத்தக் கடவுள் என்று சொல்லி வழிவிட்டுச் செல்வர்.

அவன் கை, காலோடு நன்றாய் இருந்த சமயத்தில் எப்படியெல்லாம் அவளைக் கொடுமைப்படுத்தினான் என்று நினைத்துப் பார்ப்பாள். அவளுக்குக் குழந்தை பாக்கியம் இல்லை என்று பல முறை அவளை அவன் அடித்து துன்புறுத்தியிருக்கிறான்.

இப்போது அவளுக்கு இப்படி அவனைக் காட்சிப் பொருளாய், ராணுவ அலங்காரத்தோடு கிராமத் தெருக்களில் வண்டியில் இழுத்துச் செல்லும்போது, அவள் மனதில் பழி தீர்த்த திருப்தி இருக்கும். படிப்படியாக அவனை எள்ளி நகையாடுகின்ற இந்தக் காட்சிகளை யுத்தத்தையே, யுத்தத்தின் அடிப்படையையே எள்ளி நகையாடும் விதமாய்ப் பார்வையாளன் மனதில் பதியும். அதுதான் இப்படத்தின் சிறப்பு.

படிப்படியாக அவனுக்கும் குற்ற உணர்வு மனதை ஆட்டிப் படைக்கும். அவன் போரில் கற்பழித்த பெண்களின் காட்சிகள் நினைவில் தொடர்ந்து வந்து அவனை சீர்குலைக்கும். அப்பொழுதெல்லாம் விரக்தியோடும் கோபத்தோடும் தனக்கு அளிக்கப்பட்ட பதக்கங்களையும் பட்டத்தையும் பார்ப்பான்.

இறுதியில் மனைவி இல்லாத நேரத்தில் கம்பளிப் பூச்சி போல் ஊர்ந்து ஊர்ந்து சென்று வீட்டின் பின் உள்ள குட்டையில் விழுந்து உயிர் துறப்பான். இறந்து போன கம்பளிப் பூச்சு போல நீரில்

மிதப்பான். இறுதியில் படத்தின் பின்னுரையாக யுத்த அவலம் பற்றிய ஆவணப்படக் காட்சிகள் படத்தில் ஓடும்.

எத்தனையோ யுத்த எதிர்ப்பு படங்களை பார்த்திருக்கிறேன். ஆனால், 'கேட்டர்பில்லர்' போல நினைவில் உறைந்த யுத்த எதிர்ப்பு படத்தை பார்த்ததில்லை.

சினிமாத் தயாரிப்பில் தொழில்நுட்பம் என்று சொல்ல ஆரம்பித்து இப்படத்தைக் குறித்து ஏன் இத்தனை விரிவாகச் சொன்னேன் என்ற கேள்வி படிக்கும் உங்கள் மனதில் எழலாம்.

இப்படத்தில் கை, கால்களை முற்றிலுமாக இழந்த அங்கஹீன குரூரமாக படத்தின் நாயகன் வந்தாலும், பல பின்னோட்ட காட்சிகளில், அதே கதாபாத்திரம் கை, கால்களோடு சாதாரண மனிதனாக வருகிறான். இரண்டும் தத்ரூபமாக, நம்பும்படி உள்ளன. பதினைந்து ஆண்டுகளுக்கு முன் இப்படத்தை எடுத்திருந்தால் அவன் அங்கஹீனத்தை, அவன் கை, கால்களை மடித்துக் கட்டி, ஒருவிதமான ஒப்பனை மூலம்தான் காட்டியிருக்க முடியும். அது இந்த அளவு தத்ரூபமாக இருந்திருக்காது. இப்படிப்பட்ட ஒரு பாதிப்பையும் ஏற்படுத்தியிருக்காது. தற்போதைய டிஜிட்டல் தொழில்நுட்பம் காரணமாக, அவன் கை கால்களை முற்றிலுமாக அழித்து அத்தனை தத்ரூபமாகக் காட்டியிருக்கிறார்கள்.

கேமராவால் படம் பிடித்தால் கிடைக்க முடியாத தத்ரூபத்தை இன்று டிஜிட்டல் தொழில்நுட்பம் மூலம் கொண்டுவர முடியும். வெறும் பிரம்மாண்டத்திற்கும், கற்பனை உலகை உண்டாக்க மட்டுமே இன்று பெரும்பாலும் உயர்மட்ட அளவில் தொழில் நுட்பம் பயன்படுத்தப்படுகிறது.

சாதாரண அளவில் வண்ணத்தை, ஒளியமைப்பைச் சீர்படுத்தி படத்திற்கு மெருகூட்ட மட்டும் தொழில்நுட்பம் பயன்படுத்தப் படுகிறது.

கதைக்காக, கதாபாத்திரங்களுக்காக தொழில்நுட்பம் உபயோகப் படுத்தப்பட்டுள்ளது என்பதை ஒரு துளியும் உணராவண்ணம் தொழில்நுட்பங்களை உபயோகப்படுத்துவது வெகுஅபூர்வமாகத்தான் உள்ளது.

உண்மையில் பார்க்கப் போனால், சினிமா என்பதே தொழில் நுட்பம்தான். அதன் பிறப்பே ஒரு தொழில்நுட்பம்தான். பல நேரங்களில் சினிமாவைப் பற்றி, குறிப்பாக சினிமாவின் தொழில் நுட்பம் பற்றி ஒன்றுமே அறியாத சிலர் சினிமாவில் ஒரு நல்ல கதையைச் சொல்ல வேண்டும் என்ற ஒரே நோக்கத்திற்காக

சினிமாவில் நுழையும்பொழுது, அவர்கள் முழுக்க முழுக்க தொழில்நுட்ப கலைஞர்களை நம்பியிருக்க வேண்டியுள்ளது.

பல நேரங்களில், நல்ல கதைகளை உண்மையான ஆர்வத்தோடு எடுக்கும் அறிமுக இயக்குநர்கள், தங்கள் அனுபவமின்மையை ஈடுகட்ட சாதாரண தொழில்நுட்ப கலைஞர்களை நம்பிச் செல்கின்றனர். அவர்கள் மனதில் எப்போதும் ஒருவித பயமும் பதட்டமும் குடிகொண்டிருக்கும். இதன் காரணமாக தாங்கள் சொல்ல வந்த விஷயத்தை சின்னாபின்னப்படுத்தி விடுவார்கள். இதை நான் கண்கூடாகப் பார்த்திருக்கிறேன்.

சினிமாவின் அடிப்படை தொழில்நுட்பங்களை ஒரு கலையின் தொழில்நுட்பங்களாகப் புரிந்துகொள்வது கடினமான பணி அல்ல. சினிமாவின் மீதான ஆர்வம், சினிமாவின் அடிப்படைத் தொழில் நுட்பத்தின் மீதான ஆர்வமாகத்தான் மிளிர முடியும்.

தங்களுக்குச் சினிமாவில் மிகுந்த ஆர்வம் என்று சொல்லிக் கொண்டு பலர் எடுத்த குறும்படங்கள், ஆவணப் படங்களைப் பார்க்கும்போது, அவர்களின் சினிமா மீதான ஆர்வத்தையே சந்தேகிக்கும் அளவுக்கு அடிப்படையான தொழில்நுட்ப தவறுகளைச் செய்திருப்பார்கள். உதாரணத்திற்கு பகல் நேரத்தில், திறந்த வெளியில் ஒருவர் பேசுவது போலவோ அல்லது ஒருவரின் பேட்டியையோ எடுத்திருப்பார்கள். பேசுபவரின் முகத்தில் ஒளியே இருக்காது. இருட்டாக இருக்கும். பேசுபவரின் பின்புறம் வெளிச்சம் பிரகாசமாக எரிந்துகொண்டிருக்கும். பேசுபவரின் முகம் இருட்டாக இருந்தால் பேசுபவரின் முகபாவம் தெரியாது. படத்தைப் பார்ப்பவர்களுக்கு அது எரிச்சலை ஊட்டும்.

மாறாக, கேமராவையும் பேசுபவரையும் இடம் மாற்றியிருந்தால், பேசுபவரின் முகத்தில் போதுமான ஒளியிருந்திருக்கும். எப்போதுமே படம் பிடிக்கப்படும் நபர் அல்லது பொருளின் மீது ஒளி வேண்டுமெனில் ஒளியின் மூலம் கேமராவின் பின்புறம் இருக்க வேண்டும். சினிமாவில் இறங்குபவர்களுக்கு இது அடிப்படைப் பொது அறிவு (Common Sense). இது ஒன்றும் பெரிய தொழில்நுட்ப அறிவல்ல. ஆனால், அந்த சூரிய ஒளியைத் தான் விரும்பும்படி படம் பதிவாக வேண்டும் என்பதற்காக நுணுக்கமாக கட்டுப்படுத்துவது, அதற்கு எத்தகைய உபகரணங்களை உபயோகப்படுத்த வேண்டும் என்பது தொழில்நுட்ப அறிவாகிறது.

கடந்த 115 ஆண்டுகளில் சினிமாவின் வளர்ச்சி என்பது சினிமாவின் தொழில்நுட்ப வளர்ச்சியுமாகும். சினிமா கடந்து வந்த பாதையை அதன் தொழில் நுட்பங்களும் கடந்து வந்திருக்கிறன.

2011 ஜனவரியில் நடந்த இந்தியாவின் 98ஆவது அறிவியல் மாநாட்டைப் பற்றிய ஓர் ஆவணப்படம் எடுப்பதற்காக மாநாட்டு நிகழ்ச்சிகளைப் படம் பிடித்துக் கொண்டிருந்தேன். நோபல் பரிசு பெற்ற இந்திய விஞ்ஞானி வெங்கி (வெங்கட்ராமன் ராமகிருஷ்ணன்) மாணவர்களின் கேள்விகளுக்குப் பதிலளித்துக் கொண்டிருந்தார். அதில் ஒரு கேள்வி: "எல்லா உயிரினங்களுமே பூமியைப் பொறுத்தவரை கார்பனை (carbon) அடிப்படையாகக் கொண்டுதான் உள்ளன. கார்பன் அல்லாத வேறு எதைக் கொண்டாவது உயிரினங்கள் பூமியில் தோன்றமுடியுமா?" (இந்தக் கேள்விக்குத்தான் மிகச்சிறந்த கேள்விக்கான பரிசையும் தந்தார்).

இக்கேள்விக்கான அவரின் பதில் இதுதான்: "பூமியைப் பொறுத்தவரை கார்பன்தான் அளவுக்கதிகமாகக் கிடைக்கிறது. கார்பனுக்கு அடுத்தபடியாகக் கிடைக்கும் சிலிக்கானை (Silicon)க் கொண்டுதான் கம்ப்யூட்டர்கள் உருவாக்கப்படுகின்றன. ஆனால், தற்போதைய சூழலில் பூமியில் சிலிக்கானைக் கொண்டு உயிரினங்கள் தோன்ற சாத்தியமில்லை. அப்படியே தோன்றினாலும், அது நாமறிந்த உயிராக இருக்குமா என்பது சந்தேகம்." இறுதியில் அவர் நண்பர் நகைச்சுவையாகச் சொன்னதைக் குறிப்பிட்டார். "பின்னாளில் சிலிக்கானை அடிப்படையாகக் கொண்ட வாழ்வைத் தோற்றுவிக்கத் தான், தற்போதைய கார்பன் அடைப்படையிலான உயிரினங்கள் துண்டுகோலாக உள்ளன."

இவ்வாறு சொன்னதின் அர்த்தம், மனிதர்களாகிய நாம் எல்லோரும் கார்பனால் உருவாக்கப்பட்டவர்கள். ஆனால், நம்மைப் படிப்படியாக சிலிக்கானை அடிப்படையாகக் கொண்ட கம்ப்யூட்டர்கள் கோலோச்சத் தொடங்கிவிட்டன என்பதுதான் அர்த்தம்.

மேற்சொன்னது, நகைச்சுவையாக இருந்தாலும், ஆழமாகச் சிந்தித்துப் பார்த்தால் இதில் நடுங்க வைக்கும் உண்மைகளும் உண்டு.

நம் வாழ்வு, சிந்தனை, செயல் எல்லாமே நாளுக்கு நாள் தொழில் நுட்பத்தைச் சார்ந்தே இருப்பது கவலையளிப்பதாகத்தான் உள்ளது.

ஒரு மனிதனின் மனவளர்ச்சிக்கும், சிந்தனைத் திறனுக்கும் அடிப்படையாய் அமைவது அவனது சமூக வாழ்வு. இன்று தொழில்நுட்பமானது சமூக வாழ்வைக்கூட அபகரித்துக் கொண்டது. இன்றைய தலைமுறை, சமூக வாழ்வைக்கூட அதற்கான இணைய தளங்களில்தான் வாழ்கிறது. தங்களின் பிரபலங்களை, அவலங்களை, அசிங்கங்களைக்கூட அவர்கள் சமூக இணைய தளங்களில்தான் பகிர்ந்து கொள்கிறார்கள்.

“ஒவ்வொரு தொழில்நுட்பமும் கண்டுபிடிக்கப்படும்போது, முதலில் அதை சாத்தான்கள்தான் கையிலெடுத்துக் கொள்கின்றன. அப்போது தேவதைகளோ அதை எவ்வாறு சிறப்பாகப் பயன்படுத்தலாம் என்று விவாதித்துக் கொண்டிருக்கின்றன” என்று யாரோ சொல்லியிருப்பது உண்மைதானோ என்று நினைக்கத் தோன்றுகிறது.

பல நேரங்களில் முற்போக்கான சமூகச் சிந்தனை கொண்டவர்கள் நவீன தொழில்நுட்பங்களை இப்படித்தான் விவாதித்துக் கொண்டிருக்கிறார்கள்.

சினிமாவைப் பொறுத்தவரை சென்ற இதழில் பார்த்ததுபோல், தொழில்நுட்பம் அதன் நுகர்தலில்தான் பாதிப்பு ஏற்படுத்தியதே தவிர, அதன் படைப்பில் பெருமளவு ஏற்படுத்தவில்லை என்பதுதான்.

சினிமாவின் சக்தியை உணர்ந்தவர்கள் அதைக் கையிலெடுக்க வேண்டும் என்று பல காலமாகச் சொல்லி வருகிறோம். மலிவான டிஜிட்டல் வீடியோ கேமராக்கள் வந்தவுடன் ஒரு சிலர் அதைக் கையிலெடுக்கவும் செய்தார்கள். ஆனால், அந்தக் கேமராக்களைக் கொண்டு அவர்கள் உருவாக்கியப் படைப்புகளைப் பார்க்கும்போது பல நேரங்களில் அவர்கள் ஏன்தான் அதைக் கையில் எடுத்தார்களோ என நினைக்கத் தோன்றுகிறது.

சினிமா சக்தி வாய்ந்த சாதனம் என்பது மட்டும்தான் அவர்களுக்குத் தெரியும். ஆனால், அந்தச் சக்தி எப்படிப்பட்டது, எப்படி வெளிக்கொணர்வது, ஒரு நல்ல கதையைச் சினிமாவாக எப்படி அந்த சக்தியைக் கொண்டு மாற்றுவது என்பது பற்றியெல்லாம் அவர்களுக்கு ஏதும் தெரிந்திருக்கவில்லை.

சினிமாவின் தொழில்நுட்பம் பற்றிய அறிவு, சினிமாவின் இந்தச் சக்தியை அறிந்துகொள்ள மிகவும் உதவுகிறது.

சினிமாவின் தொழில்நுட்பம் என்று சொல்லும்பொழுது வேறொரு உலகை உருவாக்கும் கம்ப்யூட்டர் தொழில்நுட்பத்தைப் பற்றிச் சொல்லவில்லை. மாறாக, கதை சொல்லும்பொழுது, பார்வையாளன் மனதில், உணர்வில் சிறு சிறு சலனங்களை எப்படி உண்டாக்குவது என்பதை அறிவதுதான். அதை எப்படி இலகுவாக, மென்மையான கவிதை வரிகளைப் போல வெளிப்படுத்துவது என்பதுதான்.

ஒரு சினிமா கலைஞனுக்கு, சினிமாவின் தொழில்நுட்பம் பற்றிய அறிவு அவன் மூளையில் இருக்கக்கூடாது. மாறாக, அவன் உணர்வில் இருக்கவேண்டும். அப்போதுதான் சினிமா என்கின்ற

மொழியைக் கதை சொல்லக் கையில் எடுக்கும்போது, தொழில்நுட்பம் என்ற உளி கொண்டு அதற்கு அழகியலைச் சேர்க்க முடியும்.

சினிமாவில் அடிப்படைத் தொழில்நுட்பத்தைக் கண்ணுக்குத் தெரியாத அழகியலாய் உபயோகப்படுத்துவது என்பது எல்லைகளற்ற பணி.

சமீபத்தில் டெலிவிஷனில் வரும் ஒரு விளம்பரப் படம் பலரின் மனதைக் கொள்ளை கொண்டது. ஒரு வயதான, மிடுக்கான பாட்டி, தன் கணவன் முன்பு ஒரு சினிமாப் பாடலைச் சகல பாவங்களோடும், உணர்வுகளோடும், உடல் அசைவுகளோடும் பாடுகிறாள். அதை அவள் பேரன் சிறுவன் பார்த்து விடுகிறான். பாட்டிக்கு லேசான சங்கடம். சாப்பாடு மேஜையில் எல்லோரும் இருக்க, சிறுவன் அந்தப் பாடலை முணுமுணுக்க, பாட்டியும் தாத்தாவும் அதிர்ச்சியடைய, பாட்டியிடம் சாக்லேட்டை லஞ்சமாகப் பெறுகிறான். அடுத்த காட்சியில், தெருவில் பாட்டியைப் போல் நடனமாடி ஐஸ்கிரீமை லஞ்சமாகப் பெறுகிறான். மீண்டும் வீட்டில் சிறுவன் பாடலை முணுமுணுக்கும்பொழுது, பாட்டி வெறுப்போடு சாக்லேட்டை பையிலிருந்து எடுக்க, சிறுவனின் அப்பா, பாட்டியிடம் (தன் அம்மாவிடம்) இந்தப் பாடல், ஆடல் விசயம் எல்லோருக்கும் தெரியும்" என்கிறார். உடனே பாட்டி முறைப்பாக சாக்லேட்டை மீண்டும் தன் கைப்பையில் போட, சிறுவன் வெறுத்துப்போய் வெளியேறுகிறான்.

ஒவ்வொரு முறையும் தொலைக்காட்சியில் இவ்விளம்பரம் வரும்போது அந்த சில நொடிகள் அதை லயித்துப் பார்ப்பேன். (இந்த விளம்பரப் படம் எதைப் பற்றியது என்று கேட்டால், பலர் முழிக்கலாம். இதுபோன்ற சுவையான கதையை விளம்பரத்தில் சொல்லும்போது விளம்பரத்துக்கான பொருள் மறக்கப்படுவது எப்போதுமே உள்ள ஆபத்து.)

அதேபோல், சமீபத்தில் வந்த ஒரு தமிழ்ப்படப் பாடலில், கதாநாயகி முட்டைக் கண்களோடு ஒரு கிராமத்துப் பெண்ணாக, பாவாடைத் தாவணியில், கையில் புத்தகங்களோடு நடந்து செல்வாள். அவளை விரும்பும் தாடிக்கார இளைஞன் சைக்கிளில் அவளைப் பார்த்துக்கொண்டே செல்வான். அவளும் பாடல் ஒலிக்கும் பின்னணியில் அடிக்கடி திரும்பி தன் முட்டைக் கண்களால் அவனைப் பார்ப்பாள். நெகிழ்ச்சியும் இதமும் கலந்த காட்சிகள் அவை.

இந்த நெகிழ்ச்சியான இதத்திற்கும் தொழில்நுட்பத்திற்கும் தொடர்பு உண்டா என்று கேட்டால், நிச்சயம் உண்டு என்பேன்.

இயக்குநர் கொப்போலா

இது போன்ற காட்சிகளால் கவரப்பட்டு அதேபோன்ற காட்சிகளைத் தங்கள் படத்தில் எடுத்த இயக்குநர்களை அறிவேன். ஆனால், அந்த நெகிழ்வும் இதமும் அந்தக் காட்சிகளில் இருக்காது. காரணம், காட்சியில் இழையோடும் அழகியலுக்கும் அதை எடுத்த இயக்குநரின் தொழில்நுட்ப அறிவுக்கும் உணர்வுக்கும் ஒரு நெருங்கிய தொடர்பு உண்டு.

சினிமா என்பதே காட்சி ரீதியான சிந்தனை என பல முறை சொல்லியிருக்கிறேன். அதே சினிமாவை உருவாக்குவது என்பது காட்சிரீதியான சிந்தனையை முறைப்படுத்தப்பட்ட காட்சித் துண்டுகளாக உணர்ந்து, அவற்றை ஊனையும் உயிரையும் கொடுத்து பலரின் உதவியோடு கேமராவில் பதிவு செய்வது, பின்னர் அவற்றை துவக்கத்தில் உணர்ந்த காட்சிரீதியான சிந்தனைப்படி தொகுப்பது.

சினிமாவை ரசிப்பது, உருவாக்குவது என்பது தொடர்ச்சியான ஒரு செயல்பாடு. இந்தத் தொடர்ச்சியான செயல்பாட்டில் தொழில்நுட்பரீதியான சிந்தனை என்பது வளர்ந்துகொண்டே இருக்கும் ஒன்று.

சினிமாவின் வித்தகர்கள் என சொல்லப்படும் இயக்குநர்களுக்கு, தங்களின் தொடர்ந்த தொழில்நுட்ப ரீதியான சிந்தனையால் வளர்ந்துவரும் நவீன தொழில்நுட்பங்கள் அவர்களுக்கு வசியப்படுகிறது.

உலகப் புகழ்பெற்ற அமெரிக்கத் திரைப்பட இயக்குநரான பிரான்சிஸ் ஃபோர்டு கொப்போலா (Francis Ford Coppola) தற்போது முழுக்க முழுக்க சுதந்திரமான திரைப்பட இயக்குநராக செயல்படுகிறார்.

அவரின் வளர்ந்து வரும் திராட்சை ரச மது (Wine) தொழிற்சாலை அவருக்குக் கோடிகளைக் கொட்டுகிறது. சமீபத்திய அவரது படங்களெல்லாம் அவரின் சொந்தத் தயாரிப்புகளாகும். அவரின் சமீபத்திய படத்தின் தலைப்பு 'Twixt Now and Sunrise'. துருக்கியில் ஒருமுறை அவர் மதுவின் போதையில் இருந்தபோது அவருக்கு

கொப்போலாவின் 'Twixt Now and Sunrise' படத்திலிருந்து ஒரு காட்சி

உண்டான கனவை அடிப்படையாகக் கொண்டது இப்படம். இப்படத்தில் ஒரு சிறு பகுதியை 3D தொழில்நுட்பத்தை உபயோகப்படுத்தி எடுத்துள்ளார். அதை ஏதோ ஒரு வித்தைபோல் அல்லாமல், கதையின் தேவைக்காக அத்தொழில்நுட்பத்தை உபயோகித்துள்ளார். அவருடைய கனவெல்லாம், பெர்க்மெனை போன்று தன் சொந்தக் கதைகளை, கனவுகளைப் படமாக்குவதுதான். ஆனால், அவரின் 30ஆவது வயதிலேயே அவரின் 'காட் ஃபாதர்' (God Father) படம் மாபெரும் வெற்றி பெற்றதன் காரணமாக அவரால் அவர் விரும்பியபடி செய்ய முடியவில்லை.

தன் 45 ஆண்டுகால சினிமா அனுபவத்திற்குப் பின், தன் திரைப்படத் தொழிலின் கோட்பாடாக அவர் சொல்வது இதைத்தான்:

- சொந்தமாகத் திரைக்கதையை எழுதி இயக்க வேண்டும்.
- தற்போது உபயோகத்தில் இருக்கும் மிக நவீன தொழில்நுட்பத்தைக் கொண்டு அப்படத்தை உருவாக்க வேண்டும்.
- படத்திற்கான முதலீட்டைத் தானே செய்யவேண்டும்.

இதுபோன்றதொரு சூழலும் வரமும் எல்லா இயக்குநர்களுக்கும் அமையாது.

அவர் இன்றளவும் தன்னை சினிமாவின் மாணவராகவே கருதுகிறார். ஒவ்வொரு நாளும் சினிமா தனக்குப் புதிய விஷயங்களைக் கற்றுத் தருவதாகச் சொல்கிறார். தொழில்நுட்ப வளர்ச்சியை உன்னிப்பாகக் கவனிப்பவர். குருசோவா, போலன்ஸ்கி போன்ற இயக்குநர்களைச் சினிமாவின் மேதைகள் என்று கருதுபவர். தன் கதைகளையும் கனவுகளையும் சினிமாவில் சொல்வதற்கு எப்போதும் சரியான தொழில்நுட்பத்தைத் தேடுபவர். சினிமா மிக இளமையான கலையாக இருப்பதாலேயே புதிய விசயங்களை, புதிய தொழில் நுட்பங்களைத் தனக்குக் கற்றுத்தருவதாகச் சொல்கிறார்.

சினிமாவின் தொழில்நுட்பத்தைக் குறித்து மிக ஆழமான கருத்துகளை அடிக்கடி இளம் இயக்குநர்களோடும் சினிமா மாணவர்களோடும் பகிர்ந்து கொள்வதில் இவருக்கு அலாதிப் பிரியம்.

சினிமா ஒரு கலையாக இருந்து, பின் சந்தைப் பொருளாய் மாறியதில் இவருக்கு ரொம்பவே வருத்தம். அது குறித்து மிக அழகாகக் கூறுகிறார்:

“சினிமாவின் தொடக்க காலத்தில் யாருக்கும் சினிமா எடுக்கத் தெரியவில்லை. அசையும் பிம்பங்களும், ஓடும் ரயிலும், பறக்கும் பறவைகளும் மட்டுமே போதுமான மகிழ்ச்சியை அவர்களுக்குத் தந்தன. சினிமாவின் மொழி என்பதே தற்செயலாய், விபத்தாய் நிகழ்ந்த ஒன்று. என்ன செய்வதென்று தெரியாமல் சில இயக்குநர்கள் செய்த சோதனையின் விளைவாகவே சினிமா மொழி உருவானது. ஆனால், 15-20 ஆண்டுகளுக்குப் பின் சினிமா சந்தைப் பொருளாய் ஆனபோது இந்தச் சோதனை முயற்சிகள் நின்று போயின.”

சினிமாவின் தொடக்க காலத்தைக் குறித்து மட்டும் கொப்போலா இப்படிச் சொன்னாலும், இது சினிமாவின் இரண்டாம் நூற்றாண்டிலும் உண்மையாகத்தான் உள்ளது.

சினிமாவின் வளர்ச்சியும், சினிமாவின் தொழில்நுட்ப வளர்ச்சியும் எப்போதெல்லாம் நிகழ்கிறது என்று உன்னிப்பாகப் பார்த்தால், அப்போதெல்லாம் சினிமாவில் சிலர் சோதனை முயற்சிகளை மேற்கொண்டிருப்பர்.

துணிச்சலான முயற்சிகளே வளர்ச்சிக்கு இட்டுச்செல்லும் என்பார்கள். இது வேறு எந்தக் கலைக்குப் பொருந்துகிறதோ இல்லையோ சினிமாவுக்கு நிச்சயமாகப் பொருந்தும்.

சினிமா சந்தைப் பொருளான பின்பு, தயாரிப்பாளர்கள்தான் பெரும்பாலும் எல்லாவற்றையும் முடிவு செய்கிறார்கள். அவர்களின்

ஒரே நோக்கம் பணம் சம்பாதிப்பதுதான். அதற்கு இடையூறாக எதையும் அவர்கள் விரும்புவதில்லை. குறிப்பாக, சோதனை முயற்சிகளை விரும்புவதே இல்லை.

தயாரிப்பாளரிடமோ, தயாரிப்பு நிறுவனத்திடமோ சென்று நான் இதுவரை யாரும் செய்யாத ஒரு திரைப்படத்தை உருவாக்கப்போகிறேன் என்று சொல்லிப் பாருங்கள். அவர்கள் உங்களுக்கு வெளியே போகத்தான் வழி காட்டுவார்கள். அவர்களைப் பொறுத்தவரை ஓடுகின்ற படம், பணம் பண்ணுகின்ற படம் என்றால் ஏற்கெனவே வந்து வெற்றி பெற்ற படத்தின் பாணியில் இருக்கவேண்டும் என்பதுதான்.

இதில் ஒரு விநோத முரண்பாடு உள்ளது. தொழில்நுட்ப ரீதியாக, நுகர்கின்ற முறைரீதியாக சினிமாவின் வளர்ச்சி மிகவேகமாக உள்ளது. ஆனால், கதை சொல்லும் பாணியில், கருப்பொருளைத் தேர்வு செய்யும் பாணியில் சினிமா இன்றும் பழைய சினிமாவாகவே உள்ளது. அத்தி பூத்தாற்போல் அவ்வப்போது சிலர் எடுக்கும் துணிச்சலான முயற்சிகள்தான் சினிமாவை முன்னோக்கி எடுத்துச் செல்கின்றன.

ஒரு புதிய விஷயத்தைச் சினிமாவில் எப்படிச் சொல்வது என்று நாம் தவிக்க வேண்டும். அப்படி சொல்ல முடியாதபோது அதற்கான புதிய முறையை எப்படியாவது கண்டுபிடித்தாக வேண்டும். அப்படித்தான் சினிமாவை முன்னெடுத்துச் செல்கின்ற தொழில்நுட்பங்கள் உருவாகின்றன.

ஒவ்வோர் ஆண்டும் பிப்ரவரி மாதம் வந்தால், அந்த ஆண்டுக்கான ஆஸ்கர் பரிசுக்குப் பரிந்துரைக்கப்பட்ட படங்களைத் தேடி, தேர்ந்தெடுத்துப் பார்ப்பேன்.

கடுமையான வேலைப் பளுவுக்கு மத்தியிலும் இந்த மாதம் ஆஸ்கருக்காகப் பரிந்துரைக்கப்பட்ட இரு படங்களைப் பார்த்தேன். இரண்டுமே மனநிறைவைத் தந்த படங்களாக இருந்தன. முதல் படம் கிங்ஸ் ஸ்பீச் (King's Speech). டாம் ஹூப்பர் (Tom Hooper) இயக்கிய இந்தப் படம் சரிந்து கொண்டிருந்த இங்கிலாந்து திரைப்படத் துறையைச் சற்று நிமிர்த்தியது என்று சொல்லலாம். உலகெங்கும் ஜனரஞ்சகமாகவும், விமர்சன ரீதியாகவும் புகழப்பட்ட படம். வரும் வாரம் நடைபெற இருக்கும் ஆஸ்கர் பரிசளிப்பு விழாவில் குறைந்தது நான்கைந்து ஆஸ்கர்களையாவது அள்ளிச் செல்லும் என எதிர்பார்க்கிறேன்.

சினிமாவில் தொழில்நுட்பம் என்பது சொல்ல வந்த புதிய விஷயத்தை, புதிய முறையில் சொல்வதற்கான போராட்டம் ஆகும்.

அது இப்படத்தில் சிறப்பாகச் செய்யப்பட்டுள்ளது. இப்படத்தில் க்ளோசப் காட்சிகள் மிகப்பிரமாதமாகச் சொல்ல வந்த விஷயத்தின் வீர்யத்தை வெளிக்கொணர்வதாக உள்ளன. படத்தின் கதை என்பது இதுதான்:

கிங்ஸ் ஸ்பீச் படத்திலிருந்து ஒரு காட்சி

இங்கிலாந்து மன்னர் ஐந்தாம் ஜார்ஜின் இரண்டாவது மகன் ஆறாம் ஜார்ஜுக்கு சிறு வயதிலிருந்தே திக்கு வாய். தன் அண்ணன்தான் அடுத்த மன்னன், தான் மன்னராகப் போவதில்லை என்பதால் அது குறித்து பெரிதாகக் கவலைப்படவில்லை. ஆனால், சந்தர்ப்பவசத்தால் ஆறாம் ஜார்ஜ் மன்னனாக நேரிடும்பொழுது, திக்குவாய் பெரிய பிரச்சனையாக உள்ளது. அவன் அன்பான மனைவியின் உதவியால், ஒரு புதிய பேச்சுக்கலை பயிற்சி நிபுணரைப் பார்க்கச் சம்மதிக்கிறான். படம் முழுவதும், மன்னருக்கும் பேச்சுக்கலைப் பயிற்சி நிபுணருக்கும் இடையேயான உறவைப் பற்றியது. இறுதியில் மன்னன் எப்படித் தன் பிரச்சனையில் இருந்து மீண்டு, யுத்த காலத்தில் மக்களுக்கு பல அற்புத உரைகளை நிகழ்த்துகிறான் என்பதுதான் கதை.

படத்தின் துவக்கமே மன்னன் ஆறாம் ஜார்ஜின் பேச்சைக் கேட்க மக்கள் கூட்டம் அமைதியாக காத்திருக்கிறது. மன்னன் முகத்தில் தீவிர சிந்தனை, குழப்பம். தன்னால் மைக் முன்னால் திக்காமல் பேச முடியுமா என்பதுதான் அது.

வைட் ஆங்கிள் (Wide angle) லென்ஸில் எடுக்கப்பட்ட மன்னனின் முகம் மற்றும் மைக்கின் க்ளோசப்புகள் சினிமாவுக்குப் புதிய ஒன்று.

இறுதியில், மன்னனால் பேச முடியாதபோது, மன்னனின் க்ளோசப் முகத்தில் இயலாமையும், கோபமும் வெடிக்கின்றன. மனைவியின் க்ளோசப் முகத்தில் அமைதியாகக் கண்ணீர் வழிந்தோடுகிறது. படம் அங்கிருந்துதான் தொடங்குகிறது. படத்தின் இறுதியில் அதே க்ளோசப்புகளில் மன்னன் மக்களுக்கு நம்பிக்கை தரும் யுத்த கால உரையை அற்புதமாக நிகழ்த்துகிறான்.

இன்னொரு படம் பிளாக் ஸ்வான் (Black Swan). டேரன் அஃரோனஸ்கி (Darren Afronosky) இயக்கிய இப்படம் தன் கலையில் தன்னை அர்ப்பணித்துக்கொண்ட ஓர் இளம் பாலே நடனக்காரியைப் பற்றியது.

Black Swan புகழ் பெற்ற பேலே நிகழ்ச்சி. அதில் இளவரசனின் காதலைப் பெற இரு பெண்கள் போட்டி போடுகின்றனர். ஒருத்தி வெள்ளை அன்னம், இன்னொருத்தி கருப்பு அன்னம். இரண்டு கதாபாத்திரங்களை ஒரே நடனக்காரி மாறி மாறி செய்ய வேண்டும். இந்தக் கதாபாத்திரத்தில் நடிக்க பல நடிகைகளிடையே போட்டி. இந்தப் போட்டியில் கதாநாயகி எப்படி வெற்றி பெறுகிறாள், இறுதியில் அதற்காகத் தன்னையே தியாகம் செய்கிறாள் என்பதுதான் கதை.

இந்த வெற்றிக்காக அவள் கடந்து செல்லும் அனுபவங்கள் மெய் சிலிர்க்க வைக்கும். பல நேரங்களில் உண்மையா, அவளின் மனபிராந்தியா என்று குழம்ப வைக்கும் அளவில் அவளின் அர்ப்பணிப்பு.

அவளின் கற்பனைகளை, குழப்பமான மனபிராந்திகளைச் சினிமாவின் தொழில்நுட்பத்தால் மட்டுமே காண்பிக்க முடியும் எனும் அளவில் படத்தின் இயக்குநர் படம் பிடித்திருக்கிறார்.

படத்தில் கதாநாயகியாக நடித்த நடாலி போர்ட் மேன் (Natalie Portman) ஏற்கெனவே கடந்த சில மாதங்களில் இக்கதாபாத்திரத்திற்காக பல விருதுகளைப் பெற்றுள்ளார். இந்த ஆண்டின் ஆஸ்கர் விருது

டேரன் அஃரோனஸ்கி பிளாக் ஸ்வான் படத்தில் நடிகை நடாலி போர்ட் மேனை இயக்குகிறார்

இவருக்குக் கிடைக்காமல் போனால் அது இந்த ஆண்டின் மிகப்பெரிய ஆச்சரியமாக இருக்கும்.

நடாலி இப்படத்திற்காக எட்டு ஆண்டுகள் காத்திருந்து, ஒரு வருடம் தொடர்ந்து தினசரி ஐந்து மணி நேரம் பாலே நடனப் பயிற்சி பெற்று, கடும் உணவுக் கட்டுப்பாட்டில் உடலை வளையும் மூங்கிலாக மாற்றி இப்படத்தில் நடித்துள்ளார்.

ஒரு கலைஞனுக்குக் கலை என்பதே கடும் பயிற்சி, முழுமையான அர்ப்பணிப்பு என்பதுபோல் நடாலி இப்படத்தில் பணியாற்றியுள்ளார். எத்தனை சந்தைக்கான சினிமாவாக மாறினாலும், ஹாலிவுட்டில் இதுபோன்ற கலைஞர்கள் இன்னும் இருக்கத்தான் செய்கிறார்கள்.

சினிமாவில் தொழில்நுட்பம் என்பது, அதை உருவாக்கும் கலைஞன் எடுக்கும் துணிச்சலான முயற்சியின் பாகமாக இருக்க வேண்டும். மாறாக, அதிநவீன உபகரணங்களோ, கம்ப்யூட்டர் கிராஃபிக்ஸோ அல்ல.

புகழ்பெற்ற அமெரிக்கப் பெண் எழுத்தாளர் சூசன் சோன்டாக் புகைப்படம் பற்றிய தன் புத்தகத்தில் பின்வருமாறு எழுதினார்:

“உலகில் உள்ள எல்லாப் பொருட்களுமே புத்தகத்தில் முடிவதற்காகத்தான் இருக்கின்றன என்று மலார்மே சொன்னார். ஆனால், இன்றோ எல்லாமே புகைப்படத்தில் முடிவதற்காகத்தான் இருக்கின்றன.” ஒரு வேளை, சூசன் சோன்டாக் இன்று இதே

அமெரிக்க எழுத்தாளர் சூசன் சோன்டாக்

வரிகளை எழுத நேர்ந்தால், "...இன்று சினிமாவில் முடிவதற்காகத்தான் உலகில் எல்லாமே உள்ளது" என்றுதான் எழுதியிருப்பார்.

கேட்டுணர்தல், படித்துணர்தல் என்பது போய், இன்று எல்லாமே ஒலி ஒளியாய் பார்த்துணர்தல் என்றாகிவிட்டது. அந்த அடிப்படையில் உலகில் உள்ள ஒவ்வொன்றும் சினிமாவில் முடிவதற்காகத்தான் உள்ளது என்று சொன்னால், அது நிச்சயம் மிகையாகாது. இங்கு சினிமா என்று சொல்லும்பொழுது டெலிவிஷன் உட்பட ஒலியோடு கூடிய எல்லா அசையும் பிம்பங்களையும் குறிக்கிறது. புகழ் பெற்ற கலை விமர்சகர் ஜான் பெர்கர் சொல்கிறார், "ஓவியங்களும் வரைபடங்களும் பார்வையாளன்தான் உலகின் மையப்புள்ளி எனும் கண்ணோட்டத்தில் வரையப்படுகின்றன. ஆனால், கேமராவோ குறிப்பாக திரைப்பட கேமராவோ அப்படி ஒரு மையப்புள்ளியே இல்லை என்பதுபோல் செயல்படுகிறது."

என்னைப் பொறுத்தவரை கேமராவும், லென்ஸும் பார்வையாளனை மையப் புள்ளியாக வைத்துதான் வடிவமைக்கப்பட்டுள்ளது. ஆனால், சினிமாவைப் பொறுத்தவரை அந்த மையப்புள்ளி எப்போதும் நகர்கின்ற மையப்புள்ளியாக உள்ளது.

கலை விமர்சகர் எழுத்தாளர் ஜான் பெர்ஜர்

கேமராவும், லென்சும்தான் அடிப்படையில் சினிமாவை உருவாக்குகிறது. ஆனாலும், அது வெறும் கலையாகவோ அல்லது தொழில் நுட்பமாகவோ உருவாகவில்லை. மாறாக, சினிமா ஒரு மாயம், ஒரு விநோதம், ஒரு புதிர், கிளர்ச்சியூட்டும் புதிர். இதுதான் பிரத்யேகமாக, சினிமாவை மற்ற கவலைகளிலிருந்து வேறுபடுத்தி காட்டு கிறது. சினிமா நம் உணர்வுகளினூடாக புதிய ஞாபகங்களை உருவாக்குகிறது.

சினிமா தனது இரண்டாவது நூற்றாண்டில், டிஜிட்டல் தொழில்நுட்பம் காரணமாக பல்வேறு அடுக்குகளைக் கொண்ட காட்சி ஊடகமாகிவிட்டது. பெரும்பாலான மக்கள் சினிமா எப்படி இருக்க வேண்டும் என்று விரும்புகிறார்களோ அப்படித்தான் இன்று சினிமா உள்ளது.

"எங்கள் காலத்தில் எல்லாம் சினிமா இப்படி இல்லை. நல்ல கதை இருந்தது. வன்முறை கிடையாது. பெண்கள் உயர்வாக சித்தரிக்கப்பட்டனர். இன்று எல்லாமே மாறிவிட்டது..." என்று புலம்புபவர்கள் இன்றும் உள்ளனர்.

இது போன்ற புலம்பல்களில் எந்த அர்த்தமும் இல்லை. துவக்கத்தில் சினிமா பல விசயங்களை அறிந்து கொள்வதற்கான கருவியாக இருந்தது. அது ஒரு காட்சிரீதியான ஊடகமாக இருந்ததால் சினிமா பல விஷயங்களை அறிந்துகொள்ளும் கருவியாகத்தான் இருந்திருக்க வேண்டும். கிட்டத்தட்ட சினிமா அப்போது அறிவியல், மருத்துவத்துக்கு நிகராக பல விஷயங்களை கற்றுத் தந்தது. கேமரா தன் லென்ஸின் மூலம் மிக நுணுக்கமான விஷயங்களைக் காட்டியது. கண் ஓரம் மெல்லத் ததும்பும் கண்ணீர்த் துளியைக் காட்டியது. யுத்தக் காட்சிகளைக் காட்டியது. அதே நேரம் தொண்டைக் குழியின் வலியையும் காட்டியது.

இதனால்தான் சினிமாவைப் பார்க்க மக்கள் இருபது ரூபாயிலிருந்து இருநூற்றி ஐம்பது ரூபாய் வரை செலவழிக்கத் தயாராகயிருக்கிறார்கள். காரணம், சினிமாவின் அற்புதம் அவர்களுக்கு மகிழ்ச்சி தருகிறது. அதே நேரத்தில் சினிமாவின் ஒவ்வொரு படைப்பிலும், இன்னொரு அற்புதம் புதைந்துள்ளது. ஆனால், அந்த புதைந்துள்ள அற்புதத்தைப் பார்ப்பதற்கு பெரும்பாலான மக்களுக்கு நேரமோ, கட்டாயமோ, ஆர்வமோ இருப்பதில்லை. தொலைக்காட்சி நிகழ்ச்சிகளே அவர்களுக்குப் போதுமானதாக உள்ளது. சினிமா மற்றும் ஒளி, ஒலி ஊடகத்திற்கு இன்று பிரதான வாயிலாய் இருப்பது தொலைக்காட்சிதான். எந்த ஒரு நேரமும் உலகில் கிட்டத்தட்ட 100 கோடி பேர் தொலைக்காட்சியில் எதையாவது பார்த்துக் கொண்டிருக்கிறார்கள். நிச்சயமாக உலகில் ஒரே நேரத்தில் 100 கோடி பேர் படித்துக் கொண்டிருப்பதில்லை. நிச்சயமாக உலகெங்கும் 100 கோடி பேர் ஒரே நேரத்தில் நாடகத்தையோ, இசை நிகழ்ச்சியையோ, ஓவியங்களையோ பார்த்துக்கொண்டிருப்பதில்லை. இதனால்தான் சினிமாவிற்கும், ஒளிஒலி ஊடகத்திற்கும் இவ்வளவு பெரிய சக்தி உள்ளது.

நம் நாட்டில் தேர்தல் நேரத்தில் ஊடகம் எவ்வாறு செயல்படுகிறது? தேர்தல் என்பது நேர்மையாக நடத்தப்படும்பட்சத்தில் ஜனநாயகத்தின் மிக சக்திவாய்ந்த சாதனம் அது. ஆனால், இன்று தொலைக்காட்சி என்ற சாதனம் இந்த ஜனநாயகத் தன்மையை சற்றே ஆட்டிப்படைக்கிறது. இன்று தமிழ்நாட்டின் பிரதான அரசியல் கட்சிகள் எல்லாம் தங்களுக்கென்றே ஒன்றோ அல்லது ஒன்றுக்கு மேற்பட்ட தொலைக்காட்சி சேனல்களை சொந்தமாக வைத்துள்ளன. தேர்தல் நேரத்தில் சொந்தமாக தொலைக்காட்சி சேனல்களை வைத்திருக்கும் கட்சிகளின் சக்தி, தொலைக்காட்சி சேனல்கள் இல்லாத கட்சிகளின் சக்தியை விட பலமடங்கு அதிகரிக்கிறது. பண பலமும் அதிகார பலமும் உள்ள கட்சிகள் சுலபமாக சொந்த சேனல்களை வைத்துள்ளன. ஒவ்வொரு கட்சியும் தங்களின் தொலைக்காட்சிகளில் தங்களுக்கு சாதகமான விஷயங்களை செய்திகளாகவும், விவாதங்களாகவும், பேட்டிகளாகவும் ஒளிபரப்புகின்றன. ஒருவிதத்தில் இவையெல்லாம் அந்தக் கட்சிகள் தங்களின் தேர்தல் பிரச்சாரத்திற்காக செய்யும் செலவில் சேர்க்க வேண்டியவை. ஆனால் இவற்றின் பண மதிப்பை சரியாக கணக்கிடுவதும், பின்னர் கணக்கில் சேர்த்துக் கொள்வதும் சற்றே கடினமான காரியம்.

அமெரிக்காவிலும், பிற மேற்கத்திய நாடுகளிலும் வேட்பாளர்கள் விளம்பரப்படங்களை எடுத்து அவற்றைப் பல தொலைக்காட்சிகளில் பணம் கொடுத்து ஒளிபரப்புகின்றனர். இதற்காக அவர்கள் செலவு செய்யும் தொகை மிகப்பெரிய ஒன்று. சென்ற அமெரிக்க அதிபர் தேர்தலில் டெலிவிஷன் விளம்பரங்களுக்காக மட்டும் செலவு செய்யப்பட்ட தொகை ஆயிரம் கோடி ரூபாயைத் தாண்டுகிறது. தேர்தலுக்கான விளம்பரப் படங்கள் அமெரிக்காவில் 1952ம் ஆண்டு முதலே இருந்து வருகிறது. 1952ம் ஆண்டு ஐஸன்ஹோவர் அதிபர் தேர்தலில் போட்டியிட்டபோது, வெறும் 20 வினாடிகள் ஓடும் விளம்பரப்படத்தை வெளியிட்டார்கள். அந்த 20 வினாடிகளில் அமெரிக்காவின் எதிர்காலத்திற்கு என்ன செய்ய வேண்டும் என்று ஐஸன்ஹோவர் ஒரு தேர்ந்த நடிகரைப் போல் பேசுகிறார்.

இன்னொரு ஒரு நிமிட விளம்பரப் படத்தில், “எல்லோரும் விரும்புவது நான் (ஐஸன் ஹோவர்)” என்ற விளம்பரப் பாடலுக்கு பல்வேறு அனிமேஷன் கதாபாத்திரங்கள் நடந்து செல்கின்றன. ஒபாமாவின் அதிபருக்கான தேர்தல் விளம்பரப் படம் நான்கு நிமிடம் ஓடுகிறது. இதில் ஒபாமாவின் கதையே சொல்லப்படுகிறது. எப்படி அவருடைய தாயார் ஒற்றை ஆளாக அவரை வளர்த்தார். உழைப்பு, நேர்மையில் எப்போதும் நம்பிக்கை வைத்த குடும்பம்

அவருடையது... என்று அவரின் வாழ்க்கைக் கதை நான்கு நிமிடங்களில் சொல்லப்படுகிறது.

இந்தியாவில் இன்னமும் தேர்தலில் வேட்பாளர்களுக்கான விளம்பரப் படங்கள் என்பது அரிதான ஒன்றாகவே உள்ளது.

கட்சிகளுக்கான விளம்பரப் படங்களைத்தான் கட்சிகள் தங்கள் சொந்தத் தொலைக்காட்சிகளில் தேர்தலின் நெருக்கத்தில் வெளியிடும். அந்த விளம்பரப் படங்களைப் பார்த்தால் பெரும்பாலும் தங்களின் பிரஸ்தாபங்களை சொல்லிக் கொள்வார்கள் அல்லது பிரதான எதிர்க்கட்சியை மோசமாகக் காட்டுவார்கள். இந்தக் கட்சி விளம்பரப் படங்களைப் பார்த்தாலே இவர்களுக்கு இந்தத் தொழில்நுட்பம் பற்றியோ, இந்த ஊடக மொழி மக்கள் மனதில் எப்படிப்பட்ட பாதிப்பை ஏற்படுத்துகிறது என்பது குறித்தோ தெளிவில்லை என்பது தெரியும்.

சரியாக எடுக்கப்பட்ட கட்சி மற்றும் வேட்பாளருக்கான விளம்பரப்படங்கள், செய்திகளைக் காட்டிலும் சரியான பாதிப்பை மக்கள் மனதில் ஏற்படுத்துகிறது என்று பல ஆராய்ச்சிகள் சொல்கின்றன.

இந்தியாவில் தொழில்ரீதியான தேர்தல் விளம்பரப் படங்கள் என்பது இன்னும் துவங்கவே இல்லை என்றுதான் சொல்லவேண்டும். இந்த விளம்பரப் படங்களைத் தயாரிக்கவோ அல்லது பல சேனல்களில் ஒளிபரப்பவோ அல்லது அதற்கான பணத்தை செலவு செய்யவோ கட்சிகளுக்கு ஒருபோதும் பிரச்சனையில்லை. மாறாக இந்த தொழில்நுட்ப சக்தியின் வீச்சை பல கட்சிகள் உணராததுதான் பிரச்சனை.

பெரிய அளவிலான தேசியக் கட்சிகள் இப்போதுதான் இந்தத் தொழில்நுட்பத்தைக் கையில் எடுத்துள்ளன. சென்ற மகாராஷ்டிரா தேர்தலின்போது, காங்கிரஸ் கட்சி டெலிவிஷன், ரேடியோ விளம்பரங்களுக்காக நான்கு கோடி ரூபாயை செலவழித்தது.

தமிழ்நாட்டில், பிரதான அரசியல் கட்சிகள் ஏழை மக்களுக்கு பலவற்றை இலவசமாக வழங்குவதை ஏதோ பெரிய பொருளாதார, சமூகத் திட்டங்கள் போல செயல்படுத்துகின்றன. இந்தத் திட்டங்கள் அடிப்படையில் ஏழை மக்களுக்கு நீண்டகால அடிப்படையில் எதிர்மறையானது. மக்கள் வரிப்பணத்தில் அரசியல் கட்சிகள் வெட்கமே இல்லாமல் சுயத் தம்பட்டம் அடித்துக் கொள்கின்றன. இந்தத் திட்டங்களுக்கு செலவிடப்படும் பெருந்தொகையில் பெரும் ஊழல் நடைபெறுகிறது... போன்ற

விஷயங்களை அறிவியல்பூர்வமாக ஆதாரத்தோடு எல்லா மக்களும் புரிந்துகொள்ளக்கூடிய வகையில் விளக்குவது சற்றே கடினமான காரியம். அப்படி ஒரு சிலர் செய்தாலும் அவை மிகச்சிலர் படிக்கும் பத்திரிகைகளில்தான் வெளியாகிறது.

சினிமாவையும், அரசியலையும், சமூகத்தையும் சரியாகப் புரிந்து கொள்ளும் நபர்களால், இது குறித்து ஒரு ஐந்து நிமிடப் படம்

பி.சாய்நாத்

எடுக்கலாம். அப்படம் மக்கள் பேசும் மொழியில் தொலைக்காட்சிகளில் விளம்பரமாக ஒளிபரப்பப்படுமேயானால் அதன் பாதிப்பு கற்பனை செய்ய முடியாத அளவு இருக்கும்.

நம் நாட்டில் டெலிவிஷன், சினிமாவை சக்தி வாய்ந்த வெகுஜன ஊடகம் என்று பலரும் சொல்கின்றனர். வெகுஜன ஊடகம் என்றால் என்ன அர்த்தம்? பெரும்பாலான மக்களைச் சென்றடைகின்ற ஊடகமா? பெரும்பாலான மக்களின் பிரச்சனைகளைப் பற்றி பேசுகின்ற ஊடகமா? அல்லது பெரும்பாலான மக்களைப் பற்றி கவலைப்படாமல், ஒரு சிலர் லாபம் அடைவதற்காக பெரும்பாலான மக்களை ஏமாற்றுகின்ற ஊடகமா?... இப்படிப் பல கேள்விகள் என் மனதில் எப்போதும் எழும்.

"தி ஹிந்து" பத்திரிகையின் கிராமப்புற நிகழ்வுகளின் ஆசிரியரான பி.சாய்நாத் தெள்ளத் தெளிவாகச் சொல்கிறார். "எந்த வெகுஜன ஊடகத்திற்கும் பெரும்பாலான மக்களின், குறிப்பாக கிராமப்புற ஏழை விவசாயிகளைப் பற்றி எந்தக் கவலையும் இல்லை". அவர் இதை ஏதோ பொத்தாம் பொதுவாகச் சொல்லவில்லை. இந்திய கிராமப்புற விவசாயிகளைப் பற்றி கடந்த பத்தாண்டுகளாக ஆய்வு செய்து எழுதிய பின்பு இதைச் சொல்கிறார்.

நீரோஸ் கெஸ்ட்ஸ்
ஆவணப்படத்திலிருந்து ஒரு காட்சி

கடந்த 10 ஆண்டுகளில் இந்திய கிராமங்களில் 2 லட்சம் விவசாயிகள் கடன் தொல்லை மற்றும் வறுமை காரணமாக தற்கொலை செய்து கொண்டனர். இது குறித்து எத்தனை இந்தியர்கள் அறிவர்? குறிப்பாகப் படித்த நகர்ப்புற இந்தியர்களில் எத்தனை பேர் அறிவர்? இரண்டு சதவிகிதத்திற்கும் குறைவானவர்களே இது குறித்து ஓரளவு அறிவர். இதற்கு முக்கிய காரணம், வெகுஜன ஊடகங்கள் இந்தப் பிரச்சனை குறித்து எந்தக் கவலையும் படவில்லை. அதன் காரணமாக இது குறித்து எந்தச் செய்தியையும் வெளியிடவில்லை. சாய்நாத்தின் கட்டுரைகளைப் படித்தவர்களும், அவர் உரையைக் கேட்டவர்கள் மட்டுமே இப்பிரச்சனையின் தீவிரத் தன்மையை அறிவர்.

ஆனால் கடந்த ஒரு ஆண்டில் பல ஆயிரம் மக்கள் இந்தப் பிரச்சனை குறித்து இந்தியாவிலும், இந்தியாவிற்கு வெளியேயும் பேசிக் கொண்டிருந்தனர். குறிப்பாக பல்கலைக் கழகங்களிலும், உயர்கல்வி நிறுவனங்களிலும் மாணவர்களும், ஆசிரியர்களும் இப்பிரச்சனை குறித்து அக்கறையோடு விவாதிக்கிறனர். இதற்கெல்லாம் காரணம் ஒரு ஆவணப்படம்.

அந்த ஆவணப்படத்தின் பெயர் “நீரோவின் விருந்தாளிகள்”. தீபா பாட்டியா இயக்கிய இந்த ஆவணப்படம் சாய்நாத்தை தொடர்ந்து செல்கிறது. சாய்நாத் விவசாயிகள் பிரச்சனை குறித்தும், விவசாயிகள் தற்கொலை குறித்தும் ஆய்வதற்காக மகாராஷ்டிராவிலும், ஆந்திராவிலும் பல கிராமங்களுக்கும் பயணம் செய்கிறார். பலரை சந்திக்கிறார். பிரச்சனையின் ஆணிவேர் குறித்துப் பேசுகிறார். பல கேள்விகளுக்கு பதிலளிக்கிறார். பல நேரங்களில் கொப்பளிக்கும் கோபத்தோடு பதிலளிக்கிறார். பொருளாதாரம் படித்துவிட்டு இப்பிரச்சனை குறித்து கவலைப்படாமல் இருக்கும் மேதாவிகளைத்

தகாத வார்த்தைகளால்கூட திட்டுகிறார். படத்தில் ஒரு இடத்தில் பெங்களூரில் உள்ள இந்திய அறிவியல் கழகத்தில் இப்பிரச்சனை குறித்துப் பேசுகிறார். நிரம்பி வழியும் கூட்டம். கூட்டம் மொத்தமும் அவர் பேச்சில் ஆழ்ந்து அதிர்ச்சியில் அமைதியாய் இருக்கிறது. அவர் பேச்சைக் கேட்கும் ஒரு பெண்ணுக்கு அவளையறியாமல் கண்ணீர் வழிந்தோடுகிறது. சமீப காலத்தில் நான் பார்த்த ஆவணப் படங்களில் மிக முக்கியமான படம் எனச் சொல்வேன். இப்படம் ஆங்கிலத்தில் இருந்தாலும் மக்கள் இயக்கத்தில் உள்ளவர்கள் இதைப் பல இடங்களில் திரையிட்டு விவாதிக்க வேண்டும். இணையத்தில், யூ ட்யூப்பில் இப்படத்தை முழுமையாகப் பார்க்கலாம்.

இன்சைட் ஜாப் ஆவணப்பட இயக்குநர்சார்லஸ் ஃபெர்குசன்

இப்படத்தைக் குறித்து மக்கள் மற்றும் பண்பாட்டு இயக்கத்தில் உள்ள பலரிடம் பேசினேன். எனக்கு ஒரே ஆச்சரியம். எல்லா விஷயங்களும் எப்போதும் இருக்கத்தான் செய்கின்றது. ஆனால் நம் தேடலின் உக்கிரம்தான் நமக்கு, தேவையான விஷயங்களை அடையாளம் காட்டுகிறது.

ஊடகம் குறித்தும், அதன் தொழில்நுட்பம் குறித்துமான தேடலின் உக்கிரம் நம்மிடையே பலருக்குப் போதுமான அளவில் இருப்பதில்லை. அதன் காரணமாகவே இதுபோன்ற மிக முக்கியமான ஆவணப்படங்களைக்கூட நம்மில் பலர் அறிந்திருக்கவில்லை.

இன்னொரு பெயர் "இன்ஸைட் ஜாப். சார்லஸ் ஃபெர்குஸன் என்பவர் இயக்கிய படம் இது. இவர் இதற்கு முன்பு இராக் யுத்தத்தைப் பற்றி பெரிய அளவில் பேசப்பட்ட ஆவணப்படத்தை எடுத்தவர். "இன்ஸைட் ஜாப்" படம் 2008ஆம் ஆண்டு உலகையே உலுக்கிய அமெரிக்கப் பொருளாதார நெருக்கடியைப் பற்றிய படம். எப்படி அமெரிக்கத் தனியார் வங்கிகளும் இன்சூரன்ஸ் நிறுவனங்களும் மக்கள் பணத்தைக் கொள்ளையடித்துவிட்டு, பல லட்சக்கணக்கான மக்களை வீடு, வாசல், பணம் இல்லாமல் அதோகதியாய் விட்டது. அதற்கு அமெரிக்க அரசும் துணை போனது என்பதை

அதிர்ச்சியூட்டும் வகையில் இப்படம் சித்தரிக்கிறது.

இப்படத்தைப் பற்றி சார்லஸ் ஃபெர்குசன் அழகாக சொல்கிறார். “இப்படம் அமெரிக்காவில் நடந்த மிகப்பெரிய வங்கிக் கொள்ளையைப் பற்றியது. இந்தக் கொள்கையை நடத்தியது துப்பாக்கியோடு வந்த கொள்ளைக்காரர்கள் அல்ல. மாறாக இந்த வங்கிகளின் தலைவர்களே இந்தக் கொள்ளையை நடத்தினர்.”

இப்படத்திற்காக ஆஸ்கார் விருதை வாங்க மேடைக்கு வந்தபோது மிகத்துணிச்சலாக சார்லஸ் பெர்குஸன் பின்வருமாறு பேசினார்:

“இத்தனை பெரிய கொள்ளையை நடத்திய வங்கி அதிகாரிகளோ, அரசு அதிகாரிகளோ, பொருளாதார வல்லுநர்களோ யாருமே இதுவரை தண்டிக்கப்படவில்லை. கைது செய்யப்படவில்லை என்பது மோசமான நிலைமை. மிக மோசமான நிலைமை.”

இத்தனை சிக்கலான பிரச்சனை குறித்துகூட ஒருவர் படம் எடுக்க முடியுமா எனப் பலர் வியக்கலாம். முடியும் என வியக்கும் வகையில் சார்லஸ் பெர்குலஸ் இந்தப் படத்தை உருவாக்கியுள்ளார்.

இந்த மாபெரும் கொள்ளைக்கு அமெரிக்காவின் மிகப்பெரிய பல்கலைக்கழக பேராசிரியர்கள்கூட துணைபோயிருக்கிறார்கள் என்பதைப் பார்க்கும்போது நமக்கு நம்ப முடியவில்லை.

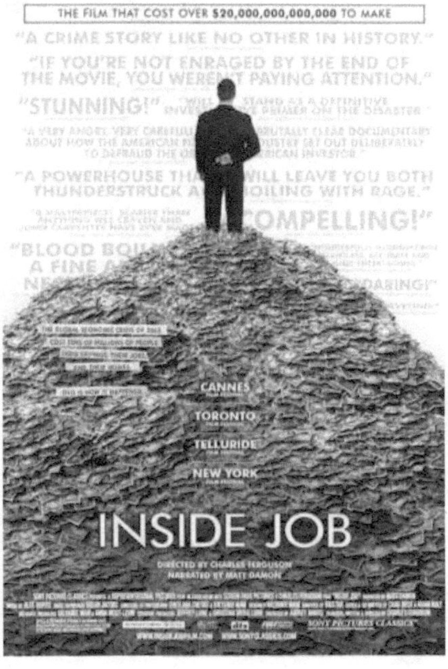

ஆயிரம், ஆயிரம் பக்கங்கள் படித்தாலும் அத்தனை எளிதில் புரிந்து கொள்ள முடியாத பிரச்சனையை இந்த 100 நிமிடப் படம் மிக அற்புதமாக விளக்கு கிறது. இதுபோன்ற படங்களை எடுக்க சினிமாவின் தொழில் நுட்பத்தில் விற்பன்னர் இருப்பது மட்டுமல்லாமல், படத்தின் கருப்பொருளில் ஆழ்ந்த அறிவும், அதை வெளிக் கொணர கடும் உழைப்பும் தேவைப்படுகிறது.

நம் நாட்டின் எரியும் பிரச்சனையான விவசாயிகள் தற்கொலை பற்றிய ஆவணப் படத்தையே கண்டுகொள்ளாத நம் மக்கள், அமெரிக்கப்

பொருளாதார நெருக்கடிப் பற்றிய ஆவணப்படத்தைப் பற்றியா கவலைப்படப் போகிறார்கள் என்ற விரக்தி ஒரு கணம் மனதில் எழுந்தாலும், முற்போக்குப் பார்வை கொண்ட பண்பாட்டு ஊழியர்கள் சினிமாவின் மீதான தங்கள் ஆர்வத்தைப் புதுப்பித்துக் கொள்ளும் போக்கில், இது போன்ற ஆவணப்படங்கள் மீதும், அப்படங்கள் அக்கறைக் கொள்கின்ற பிரச்சனைகள் மீதும் கவனம் செலுத்துவார்கள் என நம்புகிறேன்.

8

ஆவணப்படங்கள்

“உண்மைகள் மாறிக்கொண்டே இருக்கின்றன. எனவே அதை வெளிப்படுத்தும் முறைகளும் மாறவேண்டும்” என்று பெட்ரால்ட் பிரெக்ட் கூறியுள்ளார். அதனால்தான் அவர் தன் நாடகங்களில் அதுவரை இல்லாத புதுமைகளைப் புகுத்தினார்.

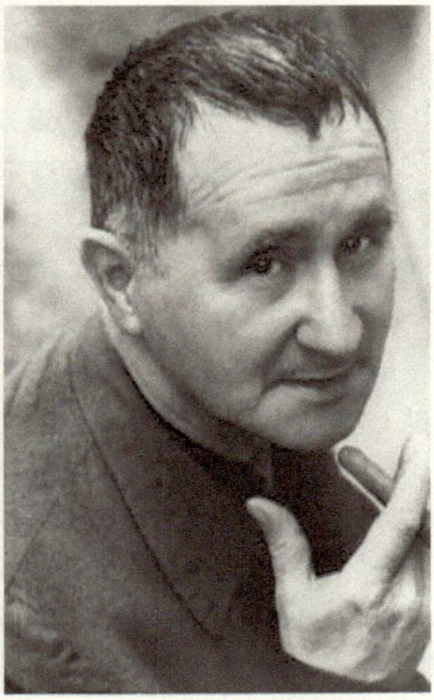

பெட்ரால்ட் பிரெக்ட்

சினிமாவுக்கும் இது பொருந்தும். புதிய முறையில் மாறிக்கொண்டேயிருக்கும் உண்மையை மாறிக்கொண்டே இருக்கும் மனித மனதிற்கேற்ப சொல்ல முயற்சித்தபோதுதான் ஆவணப்படங்கள் ஒரு கலையாகப் பரிணமித்து பல வடிவங்களைப் பெற்றன.

சினிமா பிறக்கும்போது ஆவணப் படமாகத்தான் பிறந்தது. துவக்கத்தில் வெறும் நிகழ்வுகளைப் பதிவு செய்த சினிமாவில் ஆவணப்படம் என்பது முறையாக, கலையாக மாறியது பின்னாளில்தான். பல பிரபல திரைப்பட இயக்குநர்கள் தங்கள் தொழிலை ஆவணப்படங்களில்தான் தொடங்கி

உள்ளனர். பல பிரபல திரைப்பட இயக்குநர்கள் தங்கள் கதைப்படங்களுக்கு இடையே ஆவணப்படங்களையும் எடுத்துக் கொண்டிருக்கிறார்கள். சத்யஜித்ரே, அடூர் கோபாலகிருஷ்ணன் போன்றவர்கள் கதைப்படங்களில் காட்டிய அதே ஆர்வத்தோடு ஆவணப்படங்களையும் எடுத்திருக்கிறார்கள்.

உலகப்புகழ் பெற்ற போலந்து இயக்குநர் கீஸ்லோவ்ஸ்கி தொடக்க காலத்தில் பல ஆண்டுகள் போலந்து அரசுக்காக ஆவணப்படங்களை எடுத்தவர்தான்.

சினிமாவின் இரண்டாம் நூற்றாண்டில் ஆவணப்படங்களைப் பற்றி பேசும்போது, கீஸ்லோவ்ஸ்கி எனக்கு மிக முக்கியமான நபராகத் தெரிகிறார். காரணம் இப்புத்தகத்தின் தொடக்கத்தில் நான் சொன்ன கருத்தான, "இந்நூற்றாண்டின் மிகப்பெரிய பிரச்சனை என்பது, மக்கள் குறிப்பாக இளம் வயதினர் வெகுவிரைவாக எல்லாவற்றிலும் சலிப்படைந்து விடுகின்றனர்" என்பது ஆவணப்படங்களைக் குறித்து விவாதிக்கையில் மிக முக்கியமான ஒன்றாக மாறுகிறது. தற்போதைய தொழில்நுட்ப காலக்கட்டத்தில் எதைச் சொன்னாலும் விரைவாகச் சொல், சுருக்கமாகச் சொல், மிகமுக்கியமாக சுவைபடச் சொல் என்பது எழுதப்படாத விதியாகிவிட்டது.

இன்று ஆவணப்படங்கள் என்பது கதைப்படங்களுக்கு நிகராக முடிந்தால் கதைப்படங்களைக் காட்டிலும் ஆர்வம் தூண்டும் வகையில் சொல்வது என்றாகிவிட்டது.

அப்படிப்பட்ட படங்கள்தான் இன்று உலக அளவில் ஏற்றுக் கொள்ளப்படுகின்றன. நான் மிக முக்கியமான விஷயத்தை என் படத்தில் சொல்கிறேன் என்று நினைத்துக்கொண்டு சுரத்தே இல்லாமல் சொன்னால், அப்படம் எடுக்கப்படும்பொழுதே இறந்துவிடும். இதைத்தான் கீவ்ஸ்லோவ்ஸ்கி அழகாகச் சொல்கிறார். "சினிமாவில் கதைப்படம், ஆவணப்படம் என்று இரண்டு வகை கிடையாது. ஆவணப்படங்களுக்கே உரிய கட்டுப்பாடுகளை மீறி வெளிப்படுவதுதான் கதைப்படம்". கம்யூனிஸ போலந்து அரசுக்காக பல ஆவணப்படங்களை எடுத்த அவர் சொல்கிறார், "நாங்கள் அப்போது ஆவணப்படங்கள் எடுத்தபோது, அதற்கென ஒரு தேவை இருந்தது. உலகை விவரித்துக் காட்டுவது என்பது அப்போது மிகுந்த பரவசத்தைத் தந்தது. கம்யூனிச உலகம் எப்படி இருக்கவேண்டும், அது எப்படி இருந்தது என்பதை உலகுக்குக் காட்டினோம். ஒரு விஷயத்தை விவரித்துக் காட்டினால்தான் அது அதிகாரப்பூர்வமாக உள்ளது என்று அர்த்தம். அதற்காக ஆவணப்படங்கள் மூலம் அந்த விஷயங்களுக்கு உயிர் கொடுத்தோம்.

1974ல் "முதல் காதல்" (First Love) எனும் ஆவணப்படத்தை கீவ்ஸ்லோவ்ஸ்கி எடுத்தார். அதில் அவரது கேமரா திருமணம் ஆகாத ஒரு காதல் ஜோடியின் பின்னே சென்றது. பின்னர் அப்பெண் கருவுருகிறாள். பின்னர், அவர்கள் திருமணம் செய்து கொள்கின்றனர். அவளுக்குக் குழந்தை பிறக்கிறது. குழந்தை பிறப்பை அப்படியே காட்டுகிறார். பிறந்த குழந்தையைக் கையில் எடுத்த தந்தைக்கு கட்டுக்கடங்காமல் கண்ணீர் வெளிப்படுகிறது. கீவ்ஸ்லோவ்ஸ்கியால் அந்த உண்மையான கண்ணீரை அந்த இளம் தந்தையின் அந்தரங்கத்தைப் படம்பிடிப்பது மிகவும் கஷ்டமாக இருந்தது. இன்னொருவரின் அந்தரங்கத்துள் நுழைய எனக்கு என்ன உரிமை உள்ளது என்கின்ற கேள்வி அவரைத் துளைத்தெடுத்தது. அந்த ஒரு கணத்தில்தான் ஒரு நெறிமுறையைப் பின்பற்றும் விதமாக ஆவணப்படங்களிலிருந்து கதைப்படங்களுக்குச் செல்ல தீர்மானித்ததாகச் சொல்கிறார்.

"எல்லாவற்றையும் ஆவணப்படத்தில் விவரித்துக் காட்ட முடியும் என்பது சில சமயம் முடியாத ஒன்று. காதலைப்பற்றி ஓர் ஆவணப்படம் எடுக்கும்பொழுது, ஒரு எல்லை வரைதான் என் காமிராவால் காதலர்களைப் பின்தொடர முடியும். படுக்கை அறைக்குள் நிஜக் காதலர்கள் நுழைந்த பின் அவர்களை என்னால் காட்ட முடியாது. அதற்கு எனக்கு உரிமையும் இல்லை. ஆனால் அவர்களைக் காட்ட எனக்கு விருப்பம்" இதுதான் ஆவணப்படங்களின் பிரச்சனை என கீவ்ஸ்லோவ்ஸ்கி கூறுகிறார். இதுவே கதைப்படமாக இருந்தால் என் விருப்பப்படி காட்ட முடியும். உடைகளைக் களைய சம்மதிக்கும் நடிகையை மட்டும் நான் தேர்வு செய்யவேண்டும்.

கோட்பாடு ரீதியான இப்பிரச்சனையை கேமரா பஃப் (Camera Buff) என்ற கதைப்படமாக 1974ல் கீவ்ஸ்லோவ்ஸ்கி எடுத்தார். இப்படம் ஆவணப்படம் எடுக்கும் ஒருவனைப் பற்றிய கதைப்படம். இப்படத்தில் கதாநாயகனுக்கு கேமரா மீதுள்ள தீராத காதலால் வேலை, மனைவி, குழந்தை எல்லாமே பறிபோகிறது.

நீண்டகால ஆவணப்படம் எடுத்த அனுபவம் இல்லாமல் யாராலும் இப்படிப்பட்ட ஒரு அற்புதமான படத்தை எடுத்திருக்க முடியாது.

சென்ற அத்தியாயத்தில் நான் விவரித்திருந்த "இன்ஸைட் ஜாப்" (Inside Job), நீரோஸ் கெஸ்ட்ஸ் (Nero's Guests) போன்ற ஆவணப்படங்கள் அற்புதமான படைப்புகளாகும். ஆனால் இன்று ஆவணப்படங்கள் ஒதுக்கப்பட்ட, அவ்வளவாக அங்கீகரிக்கப்படாத கலை வடிவங்களாகவே உள்ளன.

சினிமாவின் இந்த இரண்டாம் நூற்றாண்டில், கதைப்படங்கள் எதிர்கொள்கின்ற அதே பிரச்சனைகளை, ஆவணப்படங்களும் எதிர்கொள்கின்றன. தற்போது சர்வதேச சந்தைக்காக எடுக்கப்படும் பல ஆவணப்படங்கள் உள்ளன. பல நேரங்களில் இத்தகைய ஆவணப்படங்களுக்குக் கிளர்ச்சியூட்டும் விஷயங்கள் கருப்பொருளாக அமைகின்றன. குழந்தை பாலியல் தொழிலாளர்கள், அரவாணிகள், யுத்தக் கொடுமைகள்... என்று சர்வதேச சந்தையை மனதில் வைத்து ஆவணப்படங்கள் எடுக்கப்படுகின்றன. பெரும்பாலும் இப்படங்களில் ஆழமோ, அக்கறையோ இருப்பதில்லை. இன்னொரு புறம் அறிவியல், பிரபஞ்சம், விலங்குகள்... என ஆர்வமூட்டும் தலைப்புகளில் படங்கள் எடுக்கப்படுகின்றன. இப்படங்கள் மிகுந்த பொருட்செலவில், அற்புதமாகப் படம் பிடிக்கப்பட்டிருக்கும். இப்படங்களில் பிரமாதமான இசையும், ஒலிச்சேர்க்கையும் இருக்கும். கதாபாத்திரங்கள் இல்லாத கதைப்படங்கள் போல் சுவைபட இருக்கும். பல நேரங்களில் இப்படங்கள் அடிப்படையில் பார்வையாளரைப் பரவசப்படுத்தும். இவற்றில் சொல்லப்படும் தகவல்கள் சரியானதுதானா என்று நிர்ணயிக்க முடியாத வகையில் இருக்கும்.

ஆனாலும், ஆவணப்படங்கள் நம்முடைய காலகட்டத்தில் ஒதுக்கப்பட்ட பண்பாட்டு வடிவங்களாகவே உள்ளன. மிகச்சிறந்த ஆவணப்படங்கள் எப்போதுமே, அபூர்வமாக, சுண்டியிழுப்பதாக, மயக்கக் கூடியதாகவே இருக்கும். இதுபோன்ற படங்கள் தொடர்ந்து வந்து கொண்டுதான் இருக்கின்றன. இத்தகைய படங்களை பலர் அறிவதில்லை. சிறந்த கதைப்படங்களுக்கான தேடலே நம்மிடையே வலுவிழந்து இருக்கும்போது, ஆவணப்படங்களுக்கான தேடல் பற்றிச் சொல்லவே வேண்டாம்.

தற்போதைய பண்பாட்டுக் குழப்பத்தில் இத்தகைய ஆவணப்படங் களுக்கு என்று ஒரு இடம் இருக்கத்தான் செய்கிறது. இதனால் தான் பல நேரங்களில் மிகப்பெரிய ஹாலிவுட் திரை நட்சத்திரங்கள் இத்தகைய ஹாலிவுட் படங்களுக்கு உதவ முன்வருகிறார்கள். கடந்த அத்தியாயத்தில் விவாதித்த Inside Job ஆவணப்படத்திற்குக் குரல் கொடுத்திருப்பவர் பிரபல ஹாலிவுட் நட்சத்திரமான மேட் டெமன் (Matt Demon) ஆவார். அவ்வாறு குரல் கொடுத்ததற்காக அவர் தன் வழக்கமான ஊதியத்தை வாங்கிக் கொள்ளவில்லை.

மிகச்சிறப்பாக எடுக்கப்பட்ட ஆவணப்படங்கள் அமெரிக்கா மற்றும் ஐரோப்பிய நாடுகளில் பல நேரங்களில் கதைப் படங்களைப் போன்று திரை அரங்குகளில் வெற்றிகரமாக ஓடுகின்றன. மைக்கேல் மூரின் 9/11 ஆவணப்படம் அமெரிக்காவிலும், ஐரோப்பாவிலும் பல நூறு திரையரங்குகளில் வெற்றிகரமாக ஓடிய படம். இப்படம்

அந்த ஆண்டு கேன்ஸ் திரைப்பட விழாவில் 'தங்கப்பனை' விருதும் பெற்றது.

ஒவ்வொரு ஆண்டும் மிகச்சிறந்த ஆவணப்படத்துக்கு ஆஸ்கார் விருது அளிக்கப்படுகிறது. நம் நாட்டில் ஆவணப்படங்களின் முக்கியத்துவம் அறிந்த பண்பாட்டு ஊழியர்களில் எத்தனை பேர் இப்படங்களைக் குறித்து அறிவர்.

நம் நாட்டில் முழு நீள ஆவணப்படங்கள் திரையரங்குகளில் திரையிடப்படுவது வெகு அபூர்வமாகவே நிகழ்கிறது.

நான் அறிந்து 9/11 ஆவணப்படம் சென்னையில் மட்டும் ஒரு மல்ட்டிபிளக்ஸ் அரங்கில் ஓரிரு நாட்கள் திரையிடப்பட்டது. சர்வதேச அளவில் மிகப்பெரும் வெற்றி பெற்ற 'In the Cove', 'Man on wire' போன்ற படங்கள் இந்தியாவில் திரையிடப்படவே இல்லை. இந்த ஆண்டு ஆஸ்கர் விருது பெற்ற Inside Job படம் இரு மாதங்களுக்கு முன்பு சென்னையில் சத்யம் அரங்கில் ஒரு வாரம் ஒரு காட்சி ஓடியது. எல்லாக் காட்சிகளிலும் விரல் விட்டு எண்ணக்கூடிய ஒரு சிலரே படம் பார்த்தனர்.

நம்நாட்டில், பொதுப்பண்பாட்டுத் தளத்தில் ஆவணப்படங்களுக்கு இடமே இல்லையோ என்றுதான் நினைக்கத் தோன்றுகிறது. இலவசமாகத் திரையிடப்படும் மிகச்சிறந்த ஆவணப்படங் களுக்குக்கூட திரையரங்குக்கு யாரும் வருவதில்லை.

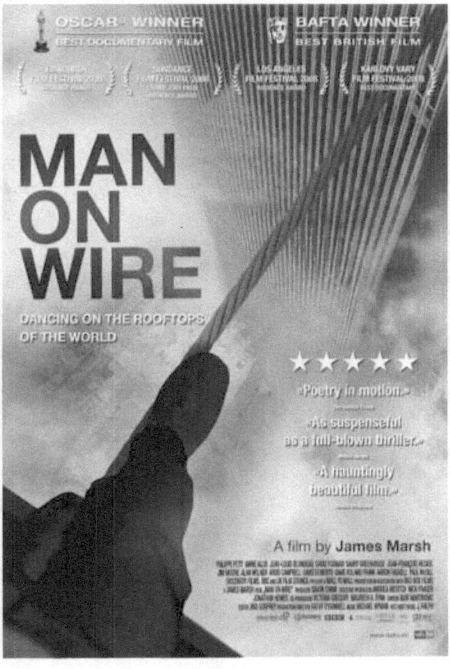

நம் தமிழ்ப் பண்பாட்டில் தற்போது ஆவணப்படங் களுக்கு இடமே இல்லை என்றே நினைக்கத் தோன்று கிறது. அப்படி இருந்திருந்தால் எரியும் இலங்கைத் தமிழர் பிரச்சனை குறித்தும், இந்திய விவசாய நிலை குறித்தும், ஆதிவாசிகள் மற்றும் மாவோயிஸ்ட்டுகள் குறித்தும் மிகச் சிறந்த ஆவணப்படங்கள் வந்திருக்க வேண்டும்.

மிகச்சிறந்த ஆவணப் படங்கள் என்றாலே

கலைநயத்தோடு உண்மையை உரத்துப் பேசுதல் என்றுதான் அர்த்தம். அவ்வாறு இங்கு பேசவும் ஆளில்லை, அப்படி யாராவது பேசினாலும் கேட்க ஆளில்லை என்று நினைக்கும்பொழுது மிகவும் வருத்தமாகத்தான் உள்ளது.

சினிமாவின் இரண்டாம் நூற்றாண்டில் தமிழ்ப் பண்பாட்டு சூழலில்தான் இத்தகைய நிலையே தவிர, பொதுவாகப் பார்க்கும் பொழுது உலக அளவில் ஆவணப்படங்கள் ஒரு புதுப்பிக்கப்பட்ட பிரிவாக மிளிருகிறது.

தமிழ்ப் பண்பாட்டுச் சூழலிலும் டிஜிட்டல் தொழில்நுட்ப வளர்ச்சிக்குப் பின் பல இளைஞர்கள் பரவலாக ஆவணப்படங்களை எடுக்கிறார்கள்.

குறும் படங்களைப் போலவே இந்த ஆவணப்படங்களும் தனிமனித ஆர்வமிகுதியால் எடுக்கப்படுகின்றனவே தவிர ஓர் ஆவணப் பதிவாக, ஓர் இயக்கத்திற்கோ அல்லது குறிப்பிட்ட நடவடிக்கைக்கு உதவுகின்ற கருவியாகவோ எடுக்கப்படுவதில்லை.

நெருங்கிய நண்பர்கள் மற்றும் குழு வட்டத்தில் ஓரிரு திரையிடல்களுக்குப் பின் இப்படங்கள் மறைந்து போகின்றன. மாறாக, ஆவணப் படங்கள் ஒரு விவாதத்துக்கான, ஒரு நடவடிக்கைக் கான கருவியாக இயக்கம் மற்றும் ஸ்தாபனங்களால் தயாரிக்கப்படும் பொழுது அவற்றின் பயன்பாடுகள் புதிய பரிமாணங்களைப் பெறுகிறது.

உலகெங்கும் மக்கள் சார்ந்த இயக்கங்கள், ஓரளவு வசதி கொண்ட தன்னார்வத் தொண்டு நிறுவனங்கள், பல வணிக நிறுவனங்கள்கூட தங்களின் சமூகப் பொறுப்புணர்வு என்ற கட்டாயத்தின் கீழ் ஆவணப்படத் தயாரிப்புக்கு நிதியுதவி செய்கின்றன.

தமிழ்நாட்டிலும் மக்கள் நலனில் அக்கறை கொண்ட அரசியல் மற்றும் பண்பாட்டு இயக்கங்கள் ஆவணப்படத் தயாரிப்புக்கென்றே நிதியை ஒதுக்கவேண்டும். பத்திரிகை, பிரசுரங்கள் கொண்டு வருதற்கு செலவழிப்பது போல், ஆவணப்பட தயாரிப்புக்கும் செலவழித்தால், உலகெங்கும் இருப்பதுபோல் தமிழ்நாட்டிலும் ஆவணப்படங்களை புதிய வடிவமாய், புதிய ஊடகமாகப் பயன்படுத்தலாம்.

இன்று நம் உலகம் அரசியல், பொருளாதாரம், பண்பாடு ரீதியாக ஒன்றோடொன்று இணைகின்ற உலகமாக உள்ளது. தொலைக்காட்சியும், இணையமும் ஒன்றோடொன்று இணைந்தே வருகின்றது. பேஸ்புக், ட்விட்டர், யூ ட்யூப் இவையெல்லாமும் அதன் ஒரு பகுதியாக மாறுகிறது. நாளை உருவாகப் போகும் உலகம் இதன்

அடிப்படையிலேயே உருவாகும். முற்போக்கு மற்றும் மக்கள் சார்ந்த அரசியல், பண்பாட்டு இயக்கங்கள் இந்த நாளைய உலகிற்குத் தங்களைத் தயார்படுத்திக் கொள்ளாவிட்டால், அவர்கள் வெகுவாகப் பின்தங்கி விடுவர். நாளைய உலகுக்கான இந்தத் தயாரிப்பில், ஆவணப் படங்கள் எடுப்பதும், ஒரு அம்சமாக இருக்கும். சிறந்த ஆவணப்படங்கள், முக்கிய பிரச்சனைகள் குறித்த அறிவு மற்றும் விவாதத்தேடலுக்கு மிகவும் உறுதுணையாக இருக்கும்.

இன்று இளைஞர்கள் மற்றும் மாணவர்கள் மத்தியில் இத்தகைய அறிவு மற்றும் விவரத் தேடல் அதிகமாகவே உள்ளது. அதற்கு ஆவணப்படங்கள் அழகாக உதவுகின்றன என்பதை நான் என் அனுபவத்திலேயே கண்கூடாகப் பார்த்தேன்.

சென்னையின் பிரபல பள்ளி ஒன்றில் 12ம் வகுப்பு மாணவர்களுக்கான பட்டறையில் ஒருநாள் ஆவணப்படங்கள் குறித்து பேச என்னை அழைத்தார்கள். அன்று நான் ஆவணப்படங்கள் குறித்த ஒரு சிறு அறிமுகத்துக்குப் பின் “ஓட் ஃபார் மீ” (Vote for me) எனும் சீன ஆவணப்படத்தை திரையிட்டேன். பிபிசி (BBC) தயாரிப்பான இப்படம் முதன்முதலாக சீனப் பள்ளி ஒன்றில் வகுப்புத் தலைவனைத் தேர்ந்தெடுக்க நடத்தும் தேர்தல் பற்றிய ஆவணப்படம் மிக அற்புதமான இந்த ஆவணப்படம் ஒரு சுவாரஸ்யமான கதைப்படத்தைவிட அதிகமாக மாணவர்களை வசீகரித்தது.

படத்தில் ஆறாம் வகுப்பு மாணவர்கள் தங்கள் வகுப்பு தலைவனை தேர்ந்தெடுக்க வேண்டும். தேர்தல், தேர்ந்தெடுப்பது என்பது குறித்து மாணவர்களுக்கு ஏதும் தெரியாது. காரணம் தேர்தல் என்பதே அதற்கு முன்பு அங்கு நடந்தது கிடையாது. அதைப் பற்றி ஆசிரியை மாணவர்களுக்கு விளக்குகிறார். பின்னர் மூன்று மாணவர்கள் போட்டியிட முன்வருகிறார்கள். மூன்று பேரில் ஒருவர் மாணவி. அப்பா இல்லாமல் அம்மாவால் மட்டும் வளர்க்கப்படும் நடுத்தரக் குடும்பத்துப் பெண். இன்னொரு மாணவனுக்கு அம்மா, அப்பா இருவருமே வேலைக்குச் செல்கிறார்கள். உயர் நடுத்தர வர்க்கத்தைச் சேர்ந்தவர்கள். இன்னொரு மாணவன் பணக்கார வகுப்பைச் சேர்ந்தவன். அப்பா அரசு அதிகாரி. அம்மா உயர்ந்த வேலையில் இருக்கிறார்கள்.

மூன்று மாணவர்களின் பெற்றோர்களும் தங்கள் குழந்தைகளை தேர்தலுக்காக எப்படியெல்லாம் தயார்படுத்துகிறார்கள் என்பதுதான் படம். அப்பாவியான அக்குழந்தைகள் பெற்றோர்களால் என்ன பாடுபடுகிறார்கள் என்பதை இயற்கையான நகைச்சுவையோடு சொல்லியியிருக்கிறது படம்.

இரண்டு மணி நேரத்தில் முடிய வேண்டிய எனது வகுப்பு, நான்கு மணி நேரத்துக்கும் கூடுதலாக நீடித்தது. மாணவர்கள் முழு ஆர்வத்தோடு காரசாரமாகத் தங்கள் கருத்துக்களைப் பகிர்ந்து கொண்டனர்.

நேர்மை, ஊழல், தனி மனித ஒழுக்கம், பெற்றோர்களால் பிள்ளைகளுக்கு ஏற்படும் மன அழுத்தம்... என்று பல விஷயங்களைக் குறித்து ஆசிரியர்களே ஆச்சரியப்படும் அளவுக்கு மாணவர்கள் தங்கள் கருத்துக்களை பகிர்ந்துகொண்டனர். இறுதியில் அப்பட்டறையின் மிகச்சிறந்த வகுப்பாக அது இருந்தது என ஆசிரியர்கள் கூறினர். அதற்கு முக்கிய காரணமாய் அமைந்தது. அந்த ஆவணப்படம்தான்.

அந்த சீன ஆவணப்படம் சீனாவைப் பற்றிய புதிய புரிதலையும் மாணவர்களுக்குத் தந்தது.

சமீப காலங்களில் சீனாவைப் பற்றிய மிக அற்புதமான ஆவணப்படங்கள் வந்து கொண்டிருக்கின்றன. சமீபத்திய சீன ஆவணப்படம் ஒன்றை நான் பார்க்க நேர்ந்தது. அதைப்பற்றி இங்கு சொல்லியே ஆகவேண்டும்.

அப்படத்தின் பெயர் “லாஸ்ட் ட்ரெய்ன் ஹோம்” (Last train Home) படத்தின் இயக்குநர் லிக்சின் ஃபான் (இவர் கனடாவில் வசிக்கும் சீனர்.)

சீனாவின் அபரிதமான தொழில் வளர்ச்சி இன்று உலகையே வியக்க வைக்கிறது. கிராமப்புற விவசாய நாடாக இருந்த சீனா இன்று திடீரென உலகின் மிகப்பெரிய தொழில் துறை நாடாக மாறி வருகிறது. இந்த மாற்றத்தினால் சீனா, அரசியல், பொருளாதாரம் மற்றும் பண்பாட்டு ரீதியாக பல பிரச்சனைகளை சந்திக்க வேண்டியுள்ளது.

இப்பிரச்சனைகளை இப்படம் மிகப் பிரம்மாண்டமாக மிக அழகாக விவரிக்கிறது. சீனாவில் ஏற்பட்ட தொழிற்புரட்சி

காரணமாக, பல பெருநகரங்கள் சீனாவில் உருவாகியுள்ளன. இந்தப் பெருநகரங்களில்தான் உலகெங்கும் விநியோகிக்கப்படும் பல நுகர்ப் பொருட்கள் தயாரிக்கப்படுகின்றன. இந்தத் தொழிற்சாலைகளில் வேலை செய்ய சீனாவின் தொலைதூரக் கிராமங்களில் இருந்து விவசாயிகள் லட்சக்கணக்கில் வந்து குவிகின்றனர். காரணம், விவசாயத்தைக் காட்டிலும் இங்கு இவர்களுக்கு அதிக வருமானம் கிடைக்கிறது. பல கிராமங்களில் வயதானவர்கள் மற்றும் பள்ளிக்குச் செல்லும் குழந்தைகள் தவிர யாருமே இருப்பதில்லை. குழந்தைகள் தனியாகவும், தாத்தா பாட்டியிடமும்தான் வளர்கின்றனர்.

தொழிற்சாலைகளில் வேலை செய்யும் பெற்றோர்கள் அதிகபட்சம் வருடத்திற்கு ஒருமுறைதான் கிராமங்களில் உள்ள தங்கள் வீட்டுக்குச் செல்கின்றனர். அதுவும் சீனப் புத்தாண்டின்போது எல்லோரும் வீட்டிற்குச் செல்கின்றனர். கிட்டத்தட்ட 20 கோடிப் பேர் ரயில்கள் மூலமாக தங்கள் வீடுகளுக்கு செல்கின்றனர். ரயில் நிலையங்களும், ரயில்களும் இந்த 20 கோடி மக்களால் கட்டுப்படுத்த முடியாத வகையில் நிரம்பி வழிகின்றன. மனிதகுல வரலாற்றிலேயே மிகப்பெரிய உள்நாட்டு குடிப்பெயர்ச்சி இதுதான் என பத்திரிகைகள் சொல்கின்றன. இந்த ரயில் நிலையங்களும், ரயில் பயணமும் இதுவரை சினிமாவில் பார்த்திராத ஒன்று.

படத்தின் இயக்குநர் வெறும் இந்த பிரம்மாண்டத்தை மட்டும் காட்டவில்லை. படம் முழுக்க கதையாக அவர் சொல்வது ஒரு குறிப்பிட்ட விவசாய தம்பதியைப் பற்றியது. சாங் (Zhang) கும் அவர் மனைவியும் பல ஆண்டுகளாக ஒரு ஏற்றுமதி ஆடை தொழிற்சாலையில் பணிபுரிகின்றனர். மகனும், வயது வந்த பெண்ணும் கிராமத்தில் பாட்டியின் அரவணைப்பில் பள்ளியில் படிக்கின்றனர். எல்லாம் தங்கள் குழந்தைகளின் நலனுக்காக என்றுதான் பெற்றோர் எல்லா கஷ்டங்களையும் அனுபவிக்கின்றனர். ஆனால் சாங்கின் மகள் படிக்க விருப்பம் இல்லாமல் தானும் நகரத்திற்கு தொழிலாளியாக வருகிறாள். பெற்றோர்களின் எதிர்ப்பை மீறி, அவர்களோடு சண்டையிட்டுக் கொண்டு அவள் அவ்வாறு செய்கிறாள். சாங்கும் அவன் மனைவியும் மனமுடைந்து போகிறார்கள். நகரத்திற்கு வந்த மகள், பெற்றோர்களை விட்டு நிரந்தரமாகப் பிரிகிறாள். கிராமத்தில் இருக்கும் தன் மகனுக்காக, சாங்கின் மனைவி மட்டும் கிராமத்துக்குத் திரும்புகிறாள். அந்த பிரம்மாண்ட கூட்ட நெரிசலில் மனைவியை வழியனுப்ப சாங் ரயில் நிலையம் வருகிறான். அவர்களின் வாழ்க்கையும், அவர்கள் பட்ட கஷ்டமும் அர்த்தமற்றுப் போகிறது.

பொருளாதார வல்லரசாக மாற சீனா மனிதத்துவ ரீதியாக எத்தனை பெரிய விலையைத் தரவேண்டியுள்ளது என்பதை இந்த ஆவணப்படம் கன்னத்தில் அறைவது போல் சொல்கிறது.

ஒருநாள் சென்னையில் உதவி இயக்குநர்களிடையே ஒரு கூட்டத்தில் பேச நேர்ந்தபோது ஒருவர் கேட்டார், "ஒரு ஆவணப் படத்தை உருவாக்குவதற்கும் ஒரு கதைப்படத்தை உருவாக்குவதற்கும் அணுகுமுறையில் அடிப்படை வித்தியாசம் என்ன?"

இதற்கு ஒற்றை வரியில் பதில் சொல்ல முடியாது. கதைப்படத்தைப் பொறுத்தவரை இயக்குநர் எல்லா விஷயங்களையும் தன் கட்டுப்பாட்டிற்குள் வைத்திருக்க விரும்புவார். தான் சொல்ல விரும்பும் கதைக்காக, தன் சக்திக்கேற்ப, தன் சூழலுக்கேற்ப தன் கட்டுப்பாட்டிற்குள் வரக்கூடிய விஷயங்களை மட்டுமே தேர்ந்தெடுப்பார். ஆனால், ஆவணப்படங்களைப் பொறுத்தவரை எல்லா விஷயங்களையும் தன் கட்டுப்பாட்டுக்குள் வைத்திருப்பது இயக்குநருக்கு முடியாத ஒன்று. ஆனால், தான் சொல்ல விரும்பும் விஷயத்தைக் கொண்டுவர இயக்குநருக்குத் தீவிர முனைப்பும், கடும் உழைப்பும் தேவைப்படுகிறது.

ஆனால், தற்போதைய காலகட்டத்தில் சினிமாவின் இரண்டாம் நூற்றாண்டில், நமக்கு தினசரி கிடைக்கும் செய்திகள்கூட டெலிவிஷன் சேனல்களில் பல நேரங்களில் அள்ளித் தெளித்த ஆவணப்படத் துளிகளாகத்தான் வருகிறது. செய்திகளுக்கான டெலிவிஷன் சானல்களில் பணிபுரிகின்ற செய்தித் தயாரிப்பாளர்கள் பல முக்கிய செய்திகளை ஓர் ஆவணப்பட அணுகலோடுதான் தருகிறார்கள். அவ்வாறு செய்யும்போது சுவை கூட்டவும், சுவாரஸ்யமாக்கவும், தெரிந்தே கூசாமல் பொய் சொல்லவும் செய்கிறார்கள்.

சமீபத்தில் பின்லேடன் கொல்லப்பட்ட செய்தி டெலிவிஷனில் வந்தபோது கண்கூடாகப் பார்த்தோம். இறந்துபோன பின்லேடனின் முகம் என எல்லா சேனல்களும் ஒரு முகத்தைக் காட்டின. சில மணி நேரத்திற்குள் அதே சேனல்கள் அந்த முகம் இறந்த பின்லேடனின் முகம் அல்ல; மாறாக, உயிரோடு இருந்தபோது எடுக்கப்பட்ட பின்லேடனின் முகத்தில் சிதைக்கப்பட்ட கண்களும் ரத்தமும் புனையப்பட்டது என்று அறிவித்தன. அமெரிக்க அரசும் இறந்துபோன பின்லேடனின் உருவத்தின் புகைப்படத்தை வெளியிடப்போவதில்லை என அறிவித்தது. ஆனாலும், அதே சேனல்கள் பின்லேடனைப் பற்றி பேசும்பொழுதெல்லாம் புனையப்பட்ட அப்படத்தை தொடர்ந்து காண்பித்தன. இந்தப்

போக்கு தற்போது ஆவணப்பட தயாரிப்புகளிலும் அதிகம் காணப்படுகிறது. யுத்தம் மற்றும் மிகமோசமான விபத்துகளை படம்பிடிக்கும் ஒளிப்பதிவாளர்கள் எப்போதும் தங்கள் பைகளில் குழந்தைகள் விளையாடும் கரடி பொம்மை, குழந்தைகளின் காலணிகள் மற்றும் குழந்தைகள் வாயில் சப்பும் ரப்பர்களை வைத்திருப்பர் என்றும், பல நேரங்களில் படம் பிடிக்கும்பொழுது அவற்றை பிரேமுக்குள் எறிந்து படம் பிடிப்பர் என்றும் பல முறை கேள்விப்பட்டிருக்கிறேன்.

யுத்த மற்றும் விபத்துக் காட்சிகளில் இது போன்ற குழந்தைகளோடு தொடர்புடைய பொருட்களைப் பார்க்கும்போது பார்வையாளன் மனது கனக்கும். பார்வையாளன் மனதில் அப்படி ஒரு பாதிப்பை, நெகிழ்வை ஏற்படுத்தத்தான் ஒளிப்பதிவாளர்கள் அப்படிச் செய்கிறார்கள். இதை நாம் முறையற்ற செயல், பொய் என்று சொல்வதா அல்லது சொல்ல வந்த விஷயத்தின் மீது ஈர்ப்பைக் கூட்டுவதற்கான செயல்பாடு என்று சொல்வதா? ஓர் ஆவணப்படத் தயாரிப்பில் அவ்வாறு செய்யும்பொழுது, அதைத் தொழில் தர்மத்திற்கு எதிரான செயலாகத்தான் பார்க்கவேண்டும். ஆனால், இதையே யுத்தம் மற்றும் விபத்து பற்றிய கதைப்படத்தில் அவ்வாறு செய்தால் அது அழகியல், இயக்குநரின் திறமை என்று மெச்சப்படுகிறது.

ஆவணப்படங்கள் பார்வையாளன் மீது பாதிப்பை ஏற்படுத்துவதற்குக் காட்சிகளை ஜோடிப்பதற்குப் பதிலாக உண்மையில் கிடைக்கும் விஷயத்தின் ஆன்மாவுக்குள் புகவேண்டும். அதற்கு ஆவணப்படத்திற்கான விஷயத்தின் ஆழத்திற்குள் புகவேண்டும். ஆவணப்படங்களை புனையப்படாத படங்களாக எடுக்கும்பொழுது எப்போதும் சுவாரஸ்யமான, பாதிப்பை ஏற்படுத்தும் காட்சிகள் கிடைக்கும் என்று சொல்ல முடியாது. சந்தர்ப்பவசத்தால், அதிர்ஷ்டவசத்தால் (?) சில நேரங்களில் சுவாரஸ்யமான மிகுந்த பாதிப்பை ஏற்படுத்தும் காட்சிகளைப் பெறலாம்.

சுனாமி பற்றிய ஓர் ஆவணப்படத்தில் அப்படியொரு காட்சியைப் பார்த்தேன். தூரத்தில் வரும் பேரலையை ஓர் ஒளிப்பதிவாளர் பாதுகாப்பான தூரத்தில் இருந்து படம் பிடிக்கிறார். அதை இன்னும் பாதுகாப்பான தூரத்தில் இருந்து இன்னொரு ஒளிப்பதிவாளர் படம் பிடிக்கிறார். அந்தப் பேரலை யாருமே எதிர்பாராதவண்ணம் ஒரு சில நொடிகளில் பெரும் சீற்றங்கொண்டு வெகுவேகமாக முன்னேறுகிறது. இதை சற்றே தாமதமாக உணர்ந்த முதல் ஒளிப்பதிவாளர் அலையிலிருந்து விலகி ஓட ஆரம்பிக்கிறார். ஆனால், கற்பனை செய்ய முடியாத அலையின் வேகம், ஒரு கண

நேரத்தில் முதல் ஒளிப்பதிவாளரையும் அவரது கேமராவையும் கபளீகரம் செய்து விடுகிறது. பாதுகாப்பான உயரத்தில் இருந்து எடுக்கும் இரண்டாவது ஒளிப்பதிவாளரின் கேமராவில் இது அப்படியே பதிவாகிறது.

இதைப் பார்த்தபோது அந்தக் காட்சியின் பாதிப்பையும், அதிர்ச்சியையும் மீறி அந்த இரண்டாவது கேமராமேன் எத்தனை அதிர்ஷ்டக்காரன் என்று என் மனம் நினைத்தது. அவன் பிழைத்துக் கொண்டான் என்பதற்காக அல்ல. மாறாக, அவன் கேமரா முதல் கேமராமேனை சுனாமி அலை கபளீகரம் செய்ததைப் பதிவு செய்ததற்காக அவ்வாறு நினைத்தது. தொடர்ந்து அவ்வாறு நினைத்ததற்காக என் மனதிற்குள் ஒரு குற்ற உணர்வு.

நுட்பமான மனித பிரச்சனைகளை, சமூகப் பிரச்சனைகளைப் பற்றிய ஆவணப்படங்களை எடுக்கும்பொழுது அதன் இயக்குநரால் இந்தக் குற்றஉணர்விலிருந்து தப்பவே முடியாது. எத்தனை நுட்பமான மனித, சமூகப் பிரச்சனை குறித்து கதைப்படம் எடுத்தாலும், அது குறித்த குற்ற உணர்வு ஏற்படுவது என்பது அரிதான ஒன்று. ஆனால், ஆவணப்படங்கள் எடுக்கும்பொழுது இத்தகைய உணர்விலிருந்து தப்புவது கடினம். குற்ற உணர்வோடு படம் எடுப்பவனுக்கு இது ஒரு போராட்டமுமாக அமைகிறது.

தமிழ்நாட்டில் சுனாமியால் பாதிக்கப்பட்டோருக்குச் சேரவேண்டிய உதவிகள் போய்ச் சேர்ந்ததா, இல்லையா என ஆய்வு செய்யும் வகையில் சுனாமி முடிந்து நான்கு ஆண்டுகளுக்குப் பின் ஓர் ஆவணப்படம் எடுத்தேன். அப்போது நாகப்பட்டிணத்தில், சுனாமி முடிந்து நான்காண்டுகள் கழிந்த பின்னரும் சுனாமியால் பாதிக்கப்பட்ட பல மீனவர்கள், மிக மோசமான சூழலில் தற்காலிக குடியிருப்பில் வாழ்ந்து வந்தனர். அவர்களைப் படம் பிடித்துக் கொண்டிருந்த சமயத்தில் அன்றைய செய்தித்தாளில் இன்னொரு தற்காலிக குடியிருப்பில், மீனவர் ஒருவர் மாற்று ஏற்பாடு செய்து தராமலேயே அவரது தற்காலிக குடியிருப்பை அதிகாரிகள் இடித்ததால், தன் மனைவி மற்றும் மூன்று குழந்தைகளோடு எங்கு செல்வது என்று பரிதவித்து தீக்குளித்து தற்கொலை செய்து கொண்டார் என்பதுதான் செய்தி. உடனே, அந்தக் குடியிருப்பைத் தேடிச் சென்றேன். அங்கு சோகமே வடிவாய் இருந்த தற்கொலை செய்து கொண்ட மீனவரின் மனைவியையும் குழந்தைகளையும் படம் பிடித்தேன். ஒருவித தயக்கத்தோடு மீனவரின் மனைவியிடம் "உங்களிடம் ஒரு பேட்டி எடுக்கலாமா?" எனக் கேட்டேன். அவர் ஒப்புக்கொண்டார். தற்கொலை முடிவுக்கு அவர் கணவர் எப்படி

தள்ளப்பட்டார் என்று கேட்டபொழுது, அவர் தற்கொலை செய்துகொண்ட தினத்தின் நிகழ்வுகளை விவரிக்கத் தொடங்கினார். அவர் முகத்தையும், பேசுவதையும் உன்னிப்பாக கேமரா திரையில் பார்த்துக் கொண்டிருந்தேன். ஒரு கட்டத்தில் அவர் உடைந்து அழப்போகிறார். அவ்வாறு அழவேண்டும் என்றும் என் மனம் விரும்பியது. அப்படி அழுதால் பார்வையாளனை மிகவும் பாதிக்கும் என்றெல்லாம் என் மனம் நினைத்தது. நான் நினைத்தபடியே அவர் உடைந்து அழுதார். படப்பிடிப்பு நான் நினைத்ததுபோலவே நன்றாக நடந்ததாக நினைத்தேன். பின்னர் அதைத் தொடர்ந்து எழுந்த குற்ற உணர்வால் படத்தொகுப்பின்போது அவர் அழும் காட்சியை நான் பயன்படுத்தவில்லை.

தற்போது டிஜிட்டல் தொழில்நுட்ப வளர்ச்சியின் உச்சத்தில் இருக்கும் சினிமாவின் இரண்டாம் நூற்றாண்டில் டெலிவிஷன் நிகழ்ச்சிகள், ஆவணப்படங்கள் எல்லாமும் வியாபாரம் மற்றும் விறுவிறுப்பான நாடகம் என்றாகிவிட்டன. எனவே, இங்கு குற்றவுணர்வு மற்றும் குழப்பங்களுக்கு இடம் கிடையாது. விரைவு, விறுவிறுப்பு இதில்தான் எல்லா கவனமும் செலுத்தப்படுகிறது.

சினிமாவின் முதல் நூற்றாண்டில் ஆவணப்படங்கள் உண்மையை ஊன்றுகோலாகக் கொண்டு உலாவந்த ஓர் உன்னத கலைவடிவமாகக் கருதப்பட்டது. ஆவணப்படங்களின் முன்னோடிகளில் ஒருவரான ஜான் கிரியர்ஸன் சொல்கிறார், "வாழ்க்கையை உன்னிப்பாக நோக்கி, தேவையானதை மட்டும் எடுத்துக்கொண்டு அதன் மூலம் ஒரு புதிய கலை வடிவத்தை உருவாக்கும் சக்தி சினிமாவுக்கு உண்டு". இதையேதான் பிரபல எழுத்தாளர் சல்மான் ருஷ்டி வேறு மாதிரி சொல்கிறார், "இதுவரை சொல்லப்படாத கதைகளை சொல்வதற்கும் குரலற்றவர்களுக்கு குரல் கொடுக்கவும் ஒரு புதிய மொழி தேவைப்படுகிறது. அதை நாம் கண்டுபிடித்தாக வேண்டும். இது சினிமா, ஆவணப்படங்கள், வாழ்க்கை வரலாறு எல்லாவற்றிற்கும் பொருந்தும். இங்கு தவறான மொழியை உபயோகப்படுத்தினால் அப்படைப்புகள் பார்வையற்ற, கேட்கும் திறனற்ற படைப்புகளாகத்தான் இருக்கும்."

சினிமாவின் இரண்டாம் நூற்றாண்டில் பெரும்பாலானவர்களுக்கு இம்மொழி தேவையற்றுப் போனது. மாறாக, பரபரவென சொல், பட்டென சொல். அதற்கான மொழிக்கு உண்மையை, வாழ்க்கையை விட அலங்காரமும் ஜோடனையும் அவசியம் என சொல்லப்படுகிறது.

இயக்குநர் சத்யஜித் ரே ஒரு முறை தன் முதல் படமான 'பதேர் பாஞ்சாலி' பற்றி பின்வருமாறு கூறினார்: "விபூதிபூஷன்

பந்தோபாத்யாயாவின் நாவலைப் படித்த உடனே, அப்புத்தகம் “என்னை சினிமாவாக்கு, என்னை சினிமாவாக்கு” என்று கதறி அழுதது. அதனாலேயே அப்புத்தகத்தை ‘பதேர் பாஞ்சாலி’ படமாக எடுத்தேன்.” இது முற்றிலும் உண்மை. பல பெரும் படைப்புகளுக்கு இது நிகழ்ந்துள்ளது.

சில விஷயங்களைப் பற்றி கேள்விப்பட்ட உடனேயே, சில விஷயங்களைக் குறித்து படித்த உடனேயே அதைத் தங்கள் படைப்பாகக் கொண்டு வரவேண்டும் என எழுத்தாளர்கள், திரைப்பட இயக்குநர்கள், கலைஞர்கள் நினைப்பது உண்டு.

எந்த ஒரு விஷயத்தையும் கேள்விப்பட்ட உடனேயே ஆவணப் படமாக்க வேண்டும் என்று நினைப்பதுண்டா? பெரும்பாலும் கதைப்படமாக உருவாக்குவதையே இயக்குநர்கள் விரும்புகின்றனர்.

ஒசாமா பின்லேடன் சுட்டுக் கொல்லப்பட்டதாகச் சொல்லப்படும் விஷயத்தைப் பற்றி கேள்விப்பட்ட உடனேயே, அதை ஆவணப்படமாக்குவதை விட, கதைப்படமாக ஆக்குவதற்கே சாத்தியம் அதிகம் உள்ளது என கருதினேன். பல லட்சம் கோடிகளை செலவு செய்து, பல ஆண்டுகள் உளவு பார்த்தபின், அவர்கள் முற்றிலும் எதிர்பாராத வகையில், பாகிஸ்தானின் மையப்பகுதியிலேயே பின்லேடன் வசித்து வருகிறான் என்பதை அறிந்தபோது, அவர்களுக்கு ஆச்சரியம் தாங்கவில்லை. அவர்கள் அதை உறுதி செய்துகொள்ளப் பல மாதங்கள் நுணுக்கமாக உளவு பார்த்ததை அறிவிக்கும்போது, அது ஓர் அமெரிக்க த்ரில்லர் படக்கதை போலத்தான் இருந்தது. அதனால்தான் சென்ற ஆண்டு ஹர்ட் லாக்கர் (Hurt Locker) படத்துக்காக சிறந்த இயக்குநருக்கான ஆஸ்கர் விருதைப் பெற்ற கேத்ரின் பிகாலோ பின்லேடன் சுட்டுக் கொல்லப்பட்ட விஷயத்தைக் கதைப்படமாக எடுக்கப் போவதாக அறிவித்துள்ளார்.

ஆனால், ஒரு சில விஷயங்கள் கதைப்படம், ஆவணப்படம் என்ற இரண்டுக்குமான சாத்தியக்கூறுகளைக் கொண்டிருக்கும். அதில் எந்த வடிவம் வெற்றி பெறும் என்பது அதை உருவாக்கும் படைப்பாளியை பொறுத்தே அமைகிறது.

சமீபத்தில் நிகழ்ந்த சர்வதேச நிதியகத்தின் தலைவர் டொமினிக் ஸ்ட்ராஸ்கான் கைது பற்றிய விவரங்கள் செய்தித்தாள்களைப் படிப்போருக்கும், டெலிவிஷன் சானல்களைப் பார்ப்போருக்கும் நிச்சயம் தெரியும். அவரின் கைதுக்கான நிகழ்ச்சியை ஒரு திரைக்கதையைப்போல சுவாரஸ்யமான முறையில் சர்வதேச டெலிவிஷன் சேனல்கள் ஒளிபரப்பி வந்தன.

டொமினிக் மிக சக்திவாய்ந்த பதவியில் இருப்பவர். அடுத்த ஆண்டு பிரான்சு நாட்டு அதிபராகக் கூடிய எல்லா சாத்தியக் கூறுகளையும் உடையவர். 62 வயதான இவர் பெரும் செல்வந்தரும்கூட மிகுந்த திறமைசாலி, புத்திசாலி என்று பலரால் பாராட்டப்படுபவர். இப்படிப்பட்ட ஒரு நபரை நியூயார்க் போலீஸ் ஒரு ஓட்டல் பணிப்பெண்ணை பாலியல் பலாத்காரம் செய்ய முயன்றதாக கைது செய்துள்ளது.

அவர் கைது செய்யப்பட்ட அன்று நடந்ததாகச் சொல்லப்படும் நிகழ்வுகளைப் பத்திரிகையில் படிக்கும்பொழுதும், டெலிவிஷனில் பார்க்கும்போதும் ஒரு சுவாரஸ்யமான கதைப்படம் போலவே இருந்தது.

டொமினிக் தங்கியிருந்த அந்த சொகுசு ஓட்டலில் அவர் அறைக்கு ஒரு நாள் வாடகை ஒன்றரை லட்சம் ரூபாய். அன்றைய மதியப் பொழுதில் தன் அறையின் சொகுசுக் குளியலறையில் நிர்வாணமாகக் குளித்துக்கொண்டிருக்கிறார். அறையில் யாரும் இல்லை என நினைத்து அறையை சுத்தம் செய்யும் பெண், அறைக்குள் செல்கிறாள். அப்போது டொமினிக் குளியலறையில் இருந்து நிர்வாணமாக வெளியே வருகிறார். அப்பெண் அவரைப் பார்த்து அதிர்ச்சியடைகிறாள். டொமினிக் அவள் மீது பாய்ந்து பலாத்காரம் செய்ய முற்படுகிறார். அவள் எதிர்த்துப் போராடுகிறாள். டொமினிக் அறைக்கதவைத் தாளிட்டுவிட்டு அவளைப் படுக்கையில் தள்ளி மீண்டும் பலாத்காரம் செய்ய முற்பட, அவள் திமிறிப்

'மேக்டலின் சிஸ்டர்ஸ்' படத்திருந்து ஒரு காட்சி

போராடி, அவர் பிடியிலிருந்து வெளியேறி அறைக்கதவைத் திறந்துகொண்டு ஓடுகிறாள். அதற்குள் டொமினிக் அவசர அவசரமாக அறையைக் காலிசெய்து விமான நிலையம் சென்று, பாரீஸ் செல்லும் விமானத்தில் முதல் வகுப்பில் அமருகிறார். அப்போதுதான் அவர் தன் செல்போனை அறையிலேயே விட்டுவிட்டு வந்ததை உணர்கிறார். ஓட்டலுக்குப் போன் செய்து விமானநிலையத்திற்கு செல்போனை எடுத்துவரச் சொல்கிறார். சிறிது நேரத்தில் இரு அமெரிக்க அதிகாரிகள் விமானத்திற்குள் நுழைகிறார்கள். தன் செல்போனைத்தான் ஓட்டல் சிப்பந்திகள் கொண்டு வருகிறார்கள் என்று நினைத்த டொமினிக்கை அவர்கள் கைது செய்து அழைத்துச் செல்கிறார்கள். கோர்ட்டில் தான் குற்றம் செய்யவில்லை என்கிறார் டொமினிக். நான் நிரபராதி என நிரூபிப்பேன் என பத்திரிகையாளர்களிடம் சொல்கிறார். வழக்கு தற்போது நடந்து கொண்டிருக்கிறது. இது குறித்த செய்திகள் தினசரி சர்வதேச ஊடகங்களில் வந்து கொண்டிருக்கின்றன.

இதைப் படித்த உடனே, பல ஐரோப்பிய இயக்குநர்கள் இவ்வழக்கில் ஓர் ஆவணப்படத்துக்கான சுவாரஸ்யத்தைவிட கதைப்படத்துக்கான சுவாரஸ்யம் அதிகம் உள்ளது என்பதை உணர்வர். இவ்வழக்கில் டொமினிக் விடுதலையாவாரா, தண்டிக்கப் படுவாரா என்பதைப் பொறுத்திருந்துதான் பார்க்கவேண்டும்.

சில நேரங்களில் சுவாரஸ்யமான விஷயங்கள் ஆவணப்படங்களாகவும் கதைப்படங்களாகவும் வந்த நிகழ்ச்சிகள் உண்டு. இதற்கு மிகச்சிறந்த உதாரணமாக 'செக்ஸ் இன் எ கோல்ட் க்ளைமேட்' (Sex in a cold climate) என்ற ஆவணப்படத்தையும், 'மேக்டலின் சிஸ்டர்ஸ்' (Magdalene Sisters) என்ற கதைப்படத்தையும் சொல்லலாம்.

இரண்டுமே ஒரே விஷயத்தை கருப்பொருளாகக் கொண்டவை.

அயர்லாந்து நாட்டில், கத்தோலிக்க கன்னியாஸ்திரிகள் மேக்டலின் காப்பகங்கள் நடத்தி வந்தனர். இங்கு இளம்வயதில் பாலியல் ரீதியாக முறைதவறியப் பெண்கள் சேர்க்கப்பட்டனர். பெரும்பாலான நேரங்களில் பெற்றோர்களே தங்கள் மகள்களை தண்டனையாக இங்கு சேர்த்தனர். அந்த இளம் பெண்கள் செய்த ஒரே தவறு? திருமணத்திற்கு முன் ஆண்களுடன் தொடர்போ, உறவோ வைத்திருந்ததுதான்.

காலவரையற்று இந்த காப்பகங்களில் பெண்கள் அடைபட்டிருந்தனர். அவர்கள் தினமும் 12 மணி நேரம் துணிகளைத் துவைத்து சலவை செய்ய வேண்டும். அதை ஒரு லாபமீட்டும் தொழிலாக கன்னியாஸ்திரிகள் செய்து வந்தனர்.

இங்கு தங்கியிருக்கும் காலகட்டத்தில் இந்தப் பெண்கள் பல்வேறு பாலியல் கொடுமைகளுக்கு உள்ளாயினர். இங்குள்ள கத்தோலிக்க கன்னியாஸ்திரிகளும், இங்கு வந்து போகும் பாதிரியார்களும் இந்தப் பெண்களைத் தங்கள் காமஇச்சைக்குப் பயன்படுத்திக் கொண்டனர். எந்த தவறுக்காக (?) அவர்கள் இங்கே அடைக்கப்பட்டனரோ அதே தவறுகள் அவர்கள் மீது இங்கே இழைக்கப்பட்டன. நூறு ஆண்டு களுக்கும் மேலாக இங்கு இந்தக் கொடுமை நிகழ்த்தப்பட்டது.

பல சமூக வரலாற்று ஆவணப்படங்களை எடுத்த இங்கிலாந்தைச் சேர்ந்த ஸ்டீவ் ஹம்ப்ரீஸ் (Steve Humphries) 90களின் இறுதியில் இது குறித்த ஆவணப்படத்தை எடுத்தார். அதுதான் 'Sex in a Cold Climate' என்ற படம். இப்படம் இன்று DVD-யிலும், இணையத்திலும் சுலபமாக கிடைக்கிறது. இப்படத்தில் அந்தக் காப்பகங்களிலிருந்து தப்பித்து இங்கிலாந்து சென்று வாழ்கின்ற மூன்று பெண்களின் பேட்டிகள்தான் பிரதான அம்சம். அப்பெண்கள் இப்போது வயதாகி, சிலர் திருமணமும் புரிந்து இங்கிலாந்தில் வாழ்கின்றனர். சிறுவயதில் அந்த காப்பகங்களில் அவர்களுக்கும் மற்றவர்களுக்கும் நேர்ந்த கொடுமைகளைப் படம் முழுக்க அவர்கள் நினைவு கூர்கின்றனர். அவர்கள் பெற்றோர்களால் எப்படி அங்கு தள்ளப்பட்டார்கள் என்பதையும் கதையாகச் சொல்கின்றனர். அவர்களுக்கு நேர்ந்த கொடுமைகளையெல்லாம் அவர்களின் வாய் வார்த்தைகளாகத்தான் கேட்கிறோம். ஆனாலும், அது இடியென நம்மைத் தாக்குகிறது. 1998ல் முதன் முறையாக இப்படம் பிபிசியில் ஒளிபரப்பப்பட்டபோது இங்கிலாந்தே கொதித்தெழுந்தது. அதைத் தொடர்ந்து அக்காப்பகங்களால் பாதிக்கப்பட்ட நூற்றுக்கணக்கான பெண்கள் தங்கள் மனக்குமுறல்களை ஊடகங்களில் கொட்டினர். அயர்லாந்து அரசு இந்த ஆவணப்படத்தை உடனே தடை செய்தது. இன்றுவரை அயர்லாந்தில் இப்படம் அதிகாரபூர்வமாக காட்டப்படவில்லை.

என்னதான் பாதிக்கப்பட்ட பெண்கள் தங்களுக்கு நேர்ந்த கொடுமைகளை வார்த்தைகளால் விளக்கினாலும், காட்சிரீதியான விளக்கங்கள் ஏதும் இருக்காது. ஆனால், இதே விஷயத்தைக் கதைப்படமாக எடுத்தால் அவர்களுக்கு நேர்ந்த கொடுமைகளைக் காட்டலாம்.

இந்த ஆவணப்படத்தால் மிகவும் வசீகரிக்கப்பட்ட பீட்டர் முலான் (Peter Mullan) என்ற இயக்குநர் இதையே 2002ஆம் ஆண்டு 'மேக்டலின் சிஸ்டர்ஸ்' (Magdalene Sisters) என்ற கதைப்படமாக எடுத்தார். இப்படத்தில் தப்பித்துப்போன மூன்று பெண்கள்

கதாபாத்திரங்களாக மாற்றப்பட்டனர். அவர்களை இளம் வயதில் அவர்களின் பெற்றோர்கள் தண்டனையாக அக்காப்பகங்களில் சேர்ப்பதாகவும், பின்னர் அங்கு அவர்களுக்கு நடக்கும் கொடுமைகளையும், இறுதியில் அங்கிருந்து அவர்கள் தப்பித்துச் செல்வதையும் கதைரீதியாக, காட்சிகளாய் பார்க்கும்பொழுது அதன் தாக்கம் வேறு பரிமாணத்தில் இருந்தது. அமெரிக்காவில் இப்படம் பலத்த வரவேற்பை பெற்றது. வெனிஸ் பட விழாவில் தங்க சிங்கம் உட்பட பல சர்வதேச விருதுகளை இப்படம் தட்டிச் சென்றது. வாட்டிகன் கத்தோலிக்க சபை இப்படத்தை கடுமையாக எதிர்த்தது. ஆனாலும், இத்தாலி, அயர்லாந்து உட்பட பல ஐரோப்பிய நாட்டு விமர்சகர்கள் இப்படத்தைப் பெரிதும் பாராட்டினர்.

ஒரே விஷயத்தை ஆவணப்படமாகவும், கதைப்படமாகவும் பார்க்கும்போது அதன் தாக்கம் எப்படி வெவ்வேறு பரிமாணங்களில் உள்ளது என்பதை இப்படம் உணர்த்துகிறது.

1980களின் துவக்கத்தில் திரைப்படக் கல்லூரியில் படித்துக் கொண்டிருந்த போதும், சென்னை பிலிம் சொஸைட்டியை தீவிரமாக நடத்திக் கொண்டிருந்த போதும் திடீரென ஒருநாள் மாணவர் இயக்கத்தைச் சேர்ந்த சக தோழர் ஒருவர் இரு புத்தம் புதிய 16எம்.எம். படச்சுருள் பெட்டிகளைக் கொடுத்தார். ப்ளாஸ்டிக்கில், பளிச்சென்ற வண்ணத்தில் அத்தனை நேர்த்தியான படப்பெட்டிகளை நான் அதற்கு முன் பார்த்தது இல்லை. இரு படப் பெட்டிகளும், தென் அமெரிக்காவில் அப்போது நடந்து கொண்டிருந்த மக்களின் புரட்சிகரப் போராட்டத்தைப் பற்றிய ஆவணப் படங்களாகும்.

சென்னையின் பிரபல ஆங்கில பத்திரிகையினைச் சேர்ந்த ஒருவர் தென் அமெரிக்கப் பயணத்தின் போது அவருக்குத் தரப்பட்ட அந்த படப் பெட்டிகளை ரகசியமாக இந்தியாவுக்கு கொண்டு வந்தார். அந்தப் படப் பெட்டிகள் தான் பலருக்கு காண்பிக்கப்பட வேண்டும் என்பதற்காக என்னிடம் தரப்பட்டது.

தென் அமெரிக்க நாடுகளான எல்சால்வடோர், நிக்காரகுவாவில் அப்போது நடந்து கொண்டிருந்த அரசுக் கெதிரான மக்களின் புரட்சிகரப் போராட்டங்களைப் பற்றிய படங்களாகும் அவை.

அரசியல் ஆவணப்படங்கள் என்றாலே அப்போதெல்லாம் தென் அமெரிக்க (லத்தின் அமெரிக்க) படங்கள் தான் என்றிருந்த காலம். இது போன்ற படங்களை பெரிய சர்வதேச திரைப்பட விழாக்களில்

மட்டுமே பார்க்க முடியும். அப்படிப்பட்ட நிலையில் என் கையில் இருந்த இரு படப்பெட்டிகளும் ஏதோ பொக்கிஷம் போல இருந்தது.

உடனடியாக அப்படங்களை ஒரு ஞாயிற்றுக் கிழமை மதியம் திரைப்படக் கல்லூரியின் திரையரங்கத்தில் திரையிட்ட போது பெரும் அளவில் சென்னையை சேர்ந்த கலைஞர்கள், அரசியல்வாதிகள், பத்திரிகையாளர்கள் வந்திருந்தனர். திரையிடல் முடிந்து எல்லோரும் கேட்ட ஒரு கேள்வி. "இந்தப் படம் உனக்கு எப்படிக் கிடைத்தது?" என்பது தான். "அது ரகசியம். வெளிநாட்டு நண்பர் ஒருவர் தந்தார் எனக்கூறி தப்பித்தேன்.

பின்னர் அப்படப் பெட்டிகளை யாருக்கும் தரக்கூடாது என்று என்னிடம் சொல்லப்பட்டிருந்தது. அதை நானே பல ஊர்களுக்கும், பல மாநிலங்களுக்கும் பயணம் செய்து, பல இடங்களில் போட்டுக் காட்டியிருக்கிறேன்.

சினிமாவின் முதல் நூற்றாண்டின் இறுதியில் நிகழ்ந்த இந்த நிகழ்ச்சியை இப்போது நினைத்துப் பார்த்தால் எனக்கு விநோதமாக உள்ளது. காரணம் இன்று மிக முக்கிய அரசியல் ஆவணப்படங்கள், ஆவண வீடியோ பதிவுகள் உடனுக்குடன் செயற்கைக்கோள் டெலிவிஷன் சேனல்களில் காட்டப்படுகிறது. பின்னர் அது உடனடியாக இணையத்தில் பாதுகாக்கப்படுகிறது.

சினிமாவின் இரண்டாம் நூற்றாண்டில் ஆவணப்படங்களில் மிக முக்கியமான பரிமாணம் அதன் டிஜிட்டல் பதிவுகள்தான். டிஜிட்டல் பதிவுகளின் விஷேச அம்சம், அவை ஒளி ஒலி அலைகளாக உடனடியாக உலகின் எந்த மூலைக்கும் அனுப்ப முடிவது தான். செயற்கைக்கோள் டெலிவிஷன் சேனல்கள் தங்கள் நிகழ்ச்சிகளை டிஜிட்டலாக பதிவு செய்து ஒலி-ஒளி அலைகளாகத்தான் உலகெங்கும் அனுப்புகின்றன.

நாளுக்கு நாள் இந்த டிஜிட்டல் பதிவுகள் தொழில் ரீதியான மிக உயர்நிலையிலான பதிவுகளாக மாறிக் கொண்டிருக்கின்றன.

HD-High Definition என்றழைக்கப்படும் வீடியோ டிஜிட்டல் பதிவுகள் இன்று தொழில் ரீதியான உயர்தொழில் நுட்பமாக கருதப்படுகிறது.

இந்த தொழில்நுட்ப கேமராக்கள், பல்வேறு விலைகளில், பல்வேறு நிலைகளில் ஐந்து லட்ச ரூபாயிலிருந்து ஐந்து கோடி ரூபாய் வரையில் பல்வேறு மெருகூட்டல்களோடு கிடைக்கிறது.

தொழில் முறை அல்லாத சாதாரண வீடியோ பதிவு கேமராக்கள் பத்தாயிரம் ரூபாயிலிருந்தும் கிடைக்கிறது.

தரமான படங்கள் என்றாலே, தரமான ஒளிப்பதிவு, தரமான ஒலிப்பதிவு என்றாகிப் போன நிலையில், தொழில்முறை ரீதியானவர்கள் மட்டும் தான் தரமான படங்களை எடுக்க முடியுமா? சொல்வதற்கும், பதிவு செய்வதற்கும் மிக முக்கியமான மானுட, சமூகப் பிரச்சனைகளை வைத்திருக்கும் சாதாரண மாணவர்கள் இவ்வூடகத்தைக் கையில் எடுக்க முடியாதா எனப் பலர் கேட்பதுண்டு.

முடியும். நிச்சயமாக முடியும். சில ஆயிரங்களில், சில பத்தாயிரங்களில் எடுக்கப்பட்ட பல ஆவணப் படங்கள் மிகப் பெரிய பாதிப்புகளை ஏற்படுத்தியுள்ளது. அதுபோன்ற படங்களில் சொல்லப்படும் விஷயங்களின் முக்கியத்துவம், அவசரத்தன்மை காரணமாக தொழில்நுட்பத்தின் தரம் என்பது இரண்டாம் பட்சமாகி விடுகிறது.

எரியும் மனிதப் பிரச்சனைகள், மானுடத்திற்கு எதிரான மிகக் கொடுமையான அத்து மீறல்கள் நிகழும்போது அதைப் பதிவு செய்வதும், பின்னர் சரியான பார்வையோடு அதை மற்றவர்களோடு பகிர்ந்து கொள்வதும் தான் முக்கியமே தவிர, தொழில் நுட்பத்தின் தரம் என்பதற்கு அங்கு இடமே இல்லை.

20 ஆண்டுகளுக்கு முன்பு அமெரிக்காவில் ஜி. ஜார்ஜ் ஹால்லிடே என்கின்ற சாதாரண நபர் தன்னுடைய அமெச்சூர் வீடியோ கேமராவால் எடுத்த ஒரு சில நிமிட காட்சிகளால் ஏஞ்செல்ஸ் நகரமே ஸ்தம்பித்துப் போனது.

1991ம் ஆண்டு மார்ச் 3ம் நாள் 25 வயதான ரோட்னி கிங் என்ற கறுப்பு வாலிபன் குடித்துவிட்டு காரை ஓட்டிச் சென்றான்.

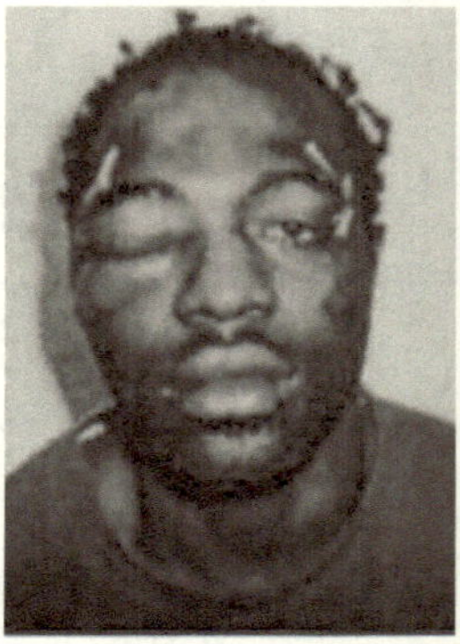

ரோட்னி கிங்

வேகக் கட்டுப்பாட்டை மீறிச் சென்ற அந்தக் காரை போலீஸார் நிறுத்த முயன்றபோது அவன் நிற்காமல் சென்றான். பின்னர் அந்தக் காரை துரத்திச் சென்ற போலீசார், காரை நிறுத்தி ரோட்னி கிங்கை வெளியே இழுத்துப் போட்டுக் கீழே தள்ளி தங்கள் தடிகளால் அடித்து நொறுக்குகின்றனர். அவன் முகமும் மண்டையும் உடைந்து ரத்தம் கொட்டுகிறது.

ஆனால் சில போலீஸார் அவனைத் தொடர்ந்து அடிக்க, மற்ற அதிகாரிகள்

அதைத் தடுத்து நிறுத்தாமல், ஏளனப் பேச்சுக்களோடு வேடிக்கைப் பார்க்கின்றனர்.

இதைத் தற்செயலாக அருகில் உள்ள குடியிருப்பில் இருந்து பார்த்த ஜி.ஜார்ஜ் ஹால்லிடே என்பவர் தனது சாதாரண வீடியோ கேமராவில் அந்த வன்முறையை போலீஸாருக்குத் தெரியாமல் தூரத்திலிருந்து பதிவு செய்கிறார்.

பின்னர் இந்த வீடியோ பதிவு, செய்தி நிறுவனங்கள் மூலம் உலகெங்கும் உள்ள டெலிவிஷன்களில் ஒளிபரப்பப்பட்ட போது அமெரிக்காவின் பல நகரங்களில், குறிப்பாக லாஸ் ஏஞ்செல்ஸ் நகரில் ஒரு பெரிய இனக் கலவரமே வெடித்தது.

அமெரிக்காவின் கறுப்பு இன மக்களும், அடிப்படை மனித உரிமைகளை மதிப்பவர்களும் அந்த வீடியோ காட்சியில் சட்டத்தை மீறிய ஒரு இளைஞனை போலீசார் தண்டிப்பதாக மட்டும் பார்க்கவில்லை. மாறாக, நிறத்துவேசம் கொண்ட வெள்ளை போலீசார்கள் ஒரு கறுப்பு இளைஞன் மீது கட்டவிழ்த்த காட்டு மிராண்டித்தனமாகப் பார்த்தனர்.

இதன் காரணமாக, தெருவிற்கு இறங்கிய, கறுப்பு இன மக்களின் போராட்டத்தில் வன்முறை வெடித்தது. பின்னர் மக்களின் எழுச்சியைத் தாங்க முடியாமல், அமெரிக்க அரசு ரோட்னி கிங்கை அடித்து நொறுக்கிய நான்கு வெள்ளை காவல் அதிகாரிகளைக் கைது செய்தது. ஒரு வருடம் நடந்த வழக்கின் இறுதியில் நான்கு காவல் அதிகாரிகளும் விடுதலை செய்யப்பட்டனர்.

இதை அறிந்த கறுப்பு இன மக்கள் அநீதி இழைக்கப்பட்டதாகக் கருதி, லாஸ் ஏஞ்சல்ஸ், லாஸ் வேகாஸ், அட்லாண்டா, ஜியார்ஜியா போன்ற நகரங்களில் மீண்டும் போராட்டத்தில் இறங்கினர். இப்போராட்டத்தில் வெடித்த வன்முறையால் பேரழிவு ஏற்பட்டது. 53 பேர் இறந்தனர். 3000க்கும் மேற்பட்டோர் படுகாயம் அடைந்தனர். 7000 இடங்களில் தீ வைப்பு சம்பவம் நடைபெற்றது. 3100 வர்த்தக நிறுவனங்கள் அடித்து நொறுக்கப் பட்டன. இப்போராட்டத்தால் ஏற்பட்ட இழப்பு 4000 கோடி ரூபாயைத் தாண்டியது.

இத்தனை பெரும் இழப்புக்கும், பேரழிவுக்கும் காரணம் அந்த சிறிய வீடியோ பதிவுதான் என்றால் அது மிகையில்லை. காரணம் அப்போதும், அதற்கு முன்பும், அதற்குப் பின்பும் அமெரிக்காவின் பல்வேறு பகுதிகளில் நிறத்துவேசமும், நிறவெறித்தாக்குதல்களும் நடந்து கொண்டுதான் இருந்தன. அவை குறித்த தகவல்களும்

அவ்வப்போது செய்தித்தாள்களில் வந்து கொண்டும் இருந்தன. ஆனால், அவையெல்லாம் ஏற்படுத்தாத பாதிப்பை இந்தச் சிறிய வீடியோ பதிவு எப்படி ஏற்படுத்தியது என்பதை ஆராய்ந்தோமானால் இந்த ஊடகத்தைப் பற்றிய பல சுவாரஸ்யமான உண்மைகள் நமக்குத் தெரியவரலாம்.

இந்த வீடியோ பதிவுகளில் உள்ள உண்மையின் அருகாமையும், அவசரத் தன்மையும் உணர்வுகளைத் தட்டி எழுப்புகின்ற தன்மையும்தான். இதுபோன்ற பாதிப்புகளுக்குக் காரணமா?

அப்படியானால் சமீபத்தில் இங்கிலாந்தின் சானல் 4 டெலிவிஷன் சேனல் ஒளிபரப்பிய "ஸ்ரீலங்காவின் கொலைக் களம்" என்ற ஆவணப் படம் மிகப் பெரிய பாதிப்பை ஏற்படுத்தியிருக்க வேண்டுமே. இலங்கையே பற்றி எரிந்திருக்க வேண்டுமே. ராஜபக்ஷே ஓடி ஒளிந்திருக்க வேண்டுமே. தமிழகத்தில் மாபெரும் ஆர்ப்பாட்டங்கள் வெடித்திருக்க வேண்டுமே. இவற்றில் எதுவுமே நிகழவில்லை. காரணம் இந்த ஆவணப் படம் இங்கிலாந்தில் மட்டுமே ஒளிபரப்பப்பட்டது. ஒருவேளை இந்தியா, இலங்கை தொலைக்காட்சி சேனல்களும், தமிழ் சேனல்களும் இப்படத்தை ஒளிபரப்பியிருந்தால் நிச்சயம் பெரும் பாதிப்புகள் தமிழகத்திலும், இலங்கையிலும் நிகழ்ந்திருக்கும்.

48 நிமிடங்கள் ஓடக்கூடிய இந்த ஆவணப்படம், பார்ப்போரின் நெஞ்சை பதைபதைக்கச் செய்கிறது. சேனல் 4ல் ஒளிபரப்பப்பட்ட அடுத்த நாள் இப்படத்தை நான் இணையத்தில் பார்த்த பின்பு பல மணி நேரம் ஒன்றும் செய்ய முடியாமல் இருந்தேன். அந்த அளவுக்கு இப்படம் என்னை பாதித்தது. இப்படத்தை முகநூலில் பகிர்ந்துகொண்ட பின், இரு நண்பர்கள் மட்டும் இப்படத்தைப் பார்க்கத் துவங்கியதாகவும், சில நிமிடங்களிலேயே அதைப் பார்க்க மனோதிடம் இல்லாமல் நிறுத்திவிட்டதாகவும் குறிப்பு அனுப்பியிருந்தனர். பலர் இந்த ஆவணப்படத்தை பார்க்கவேயில்லையோ என சந்தேகம்.

இணையத்திலும் இப்படத்தை ஒரு சிலரே பார்த்திருக்க வேண்டும். டிஜிட்டல் புரட்சி என்று எவ்வளவுதான் நாம் சொல்லிக் கொண்டிருந்தாலும், நம் நாட்டில் இணையங்களை உபயோகிப்போர் எண்ணிக்கை வெகு குறைவாகவே உள்ளது. சீனாவில் இணையம் உபயோகிப்போர் எண்ணிக்கை நம் நாட்டில் உபயோகிப்போரைப் போல ஐந்து மடங்காக உள்ளது. நம் நாட்டில் அப்படி இணையத்தை உபயோகிப்பவர்களில் பெரும்பாலோர், அதிமுக்கியமான சமூக, அரசியல் நிகழ்வுகளுக்காக உபயோகிப்பதில்லை. மாறாக

கொலைக்களம் ஆவணப்படத்திலிருந்து ஒரு காட்சி

பொழுதுபோக்கு, சினிமா, வேடிக்கை, விளையாட்டு, தனிப்பட்ட அரட்டை போன்றவற்றுக்குத்தான் உபயோகப்படுத்தப்படுகின்றனர். இதையெல்லாம் நான் இங்கு ஏன் சொல்கிறேன் என்றால், "இலங்கையின் கொலைக் களம்" என்கின்ற இந்த ஆவணப்படம் தற்போதைக்கு இணையத்தில் மட்டுமே பார்க்கமுடியும் என்பதால்தான் இதுபோன்ற விஷயங்களில் அக்கறை உள்ளவர்களுக்குக்கூட இப்படத்தைப் பற்றி தெரியவில்லை என நினைக்கிறேன்.

"இலங்கையின் கொலைக்களம்" என்கின்ற இந்த ஆவணப்படத்தை பல தளங்களில் முக்கியமான படமாகக் கருதுகிறேன். மனிதனை மனிதன் அழிக்க உதவும் கடைசி யுத்த தளவாடம் இவ்வுலகில் நிச்சயமாக வாழ்வதற்கு லாயக்கற்றது என்கின்ற என் கருத்தை இப்படம் மேலும் உறுதி செய்தது. எல்லா யுத்தங்களிலும் அப்பாவி மக்களும், குழந்தைகளும் கொல்லப்படுவதும், பெண்கள் பாலியல் ரீதியாக சிதைக்கப்படுவதும் எழுதப்படாத விதியாகவே உள்ளது. இரண்டாம் உலக யுத்தத்திலிருந்து வியட்நாம் யுத்தம், ஆப்ரிக்க உள்நாட்டு யுத்தங்கள், செர்பியா யுத்தம், ஈராக் யுத்தம் என்று எல்லாவற்றிலும் இதைத்தான் பார்க்கிறோம். "இலங்கையின் கொலைக்களம்" படத்திலும் அதைத்தான் பார்க்கிறோம்.

இப்படத்தின் விஷேச அம்சம் என்னவென்றால், இப்படத்தில் வரும் பெரும்பாலான காட்சிகள், இந்த ஆவணப்படத்துக்காக எடுக்கப்பட்டவை அல்ல.

உண்மையில் பார்க்கப்போனால், இலங்கை அரசு, தாம் திட்டமிட்டு நடத்திய இந்த யுத்தக் கொடுமைகளை உலகின் கண்களிலிருந்து மறைக்க வேண்டும் என்பதற்காக, பத்திரிகை மற்றும் தொலைக்காட்சி செய்தியாளர்கள் யாரையுமே, தங்கள் நாட்டுக்குள்ளோ, யுத்தம் நடந்த பகுதிக்கு அருகிலேயோ அனுமதிக்கவில்லை. எந்த அளவுக்கு இலங்கை அரசு இதில் கவனம் எடுத்துக் கொண்டதென்றால், இலங்கையில் செயல்பட்டுக் கொண்டிருந்த ஐ.நா. அலுவலகத்தையும் பாதுகாப்புத் தர முடியாது என்ற காரணத்தைக் கூறி மூடிவிட்டது. ஐ.நா. அலுவலகம் மூடப்போவதை அறிந்த தமிழ் மக்கள், ஏதோ பேராபத்து நிகழப் போகிறது என்பதை உணர்ந்து, ஐ.நா. அலுவலகம் முன் திரள்கின்றனர். மூடப்பட்ட கதவுகளின் பின்னிருந்து, கம்பிகளின் வழியே, "போகாதே, போகாதே" என்று கெஞ்சுகின்றனர். அதை ஒரு ஐ.நா. அதிகாரி உள்ளிருந்தபடியே தன் சிறிய கேமராவால் படம் பிடிக்கிறார். போகாதே, போகாதே என்று கதறும் மக்களிடையே, ஒரு இளம் பெண் அமைதியாகப் பார்க்கிறார். அந்தச் சிறு பெண்ணின் முகத்தில் உள்ள ஏக்கமும், பயமும் பல விஷயங்களைச் சொல்கிறது.

இப்படத்தின் துவக்க காட்சிகளில் இது முக்கியமான ஒன்று.

இப்படத்தின் பிரதான காட்சிகள் எல்லாமே இது போல் சிறிய கேமராவாலும், கைபேசி கேமராக் கொண்டும் எடுக்கப்பட்டதுதான்.

உலகின் கண்களிலிருந்து, தான் நடத்திய யுத்தக் குற்றங்களை மறைக்க இலங்கை அரசு எத்தனைதான் முயற்சி செய்தாலும், இந்த டிஜிட்டல் தொழில்நுட்ப, கைபேசி யுகத்தில் உண்மையை மூடி மறைப்பது எத்தனை கடினம் என்பதையே இப்படம் காட்டுகிறது.

இப்படத்தின் முதல் பாகத்தில் வரும் காட்சிகள் பெரும்பாலும் பாதிக்கப்பட்ட தமிழ் மக்கள் அல்லது விடுதலைப் புலிகள் தங்களது சிறிய மற்றும் கைபேசி கேமராவில் எடுத்தவைதான்.

ஒரு காட்சியில் வானிலிருந்து எறியப்படும் குண்டுகளுக்கு பயந்து, பெண்களும், குழந்தைகளும் கதறிக்கொண்டு குழிக்குள் பதுங்குவதும், அப்போது ஒரு பெண் பதுங்கு குழியிலிருந்து வீடியோ எடுக்கும் நபரைப் பார்த்து அழுதுகொண்டே "இப்போ எதுக்கு வீடியோ எடுக்கிறீங்க? நாங்க சாகப்போறதை எடுக்கிறீங்களா?..." என்று கதறுவதும் பார்ப்போரை அறைவது போல் உள்ளது.

இன்னொரு காட்சியில் வேலிக்கு அந்தப் பக்கத்திலிருந்து இளம் பெண்கள் குண்டுவீச்சில் அப்போதுதான் இறந்த அம்மாவின்

உடலைப் பார்த்து அம்மா... அம்மா... என்று கதறும்போது, அடக்கடவுளே! இதையெல்லாம் பார்க்கத்தான் வேண்டுமோ என்று நம் மனம் கதற, கண்களை மூடிக்கொள்ளத் தோன்றுகிறது. படத்தின் முன்பகுதிக் காட்சிகள் பெரும்பாலும் இப்படித்தான் உள்ளது. 25 ஆண்டுகளாக நடைபெற்ற உள்நாட்டு யுத்தத்தின் கடைசி மாதமான 2009ஆம் ஆண்டில் மே-ஜூன்போது இலங்கை அரசு திட்டமிட்டு நடத்திய கொடூரம்தான் இது.

அப்பாவி மக்கள் தங்கியிருந்த முகாம்கள் மீதும், தற்காலிக மருத்து வமனைகள் மீதும் அரசு ராணுவம் வேண்டுமென்றே திட்டமிட்டு குண்டு வீசியதை இக்காட்சிகள் தெளிவாக உணர்த்துகின்றன.

தற்காலிக மருத்துவமனையின் மேற்பார்வையாளர் 'எந்த வசதியும் இல்லாததால் எத்தனை பேர் இறக்கிறார்கள்' என்று பேசிக்கொண்டிருக்கிறார். அடுத்த காட்சியிலேயே குண்டு வீச்சுக்குப் பலியான அவரது உடலைப் பார்க்கிறோம். எந்த யுத்தத்திலும் மனித உயிர்கள் எத்தனை மலிவானது என்பதைத்தான் இக்காட்சி காட்டுகிறது.

படத்தின் இறுதிப்பகுதிக் காட்சிகளை எல்லோராலும் பார்க்க முடியுமா என்பது சந்தேகமே.

யுத்தங்கள் மானுடத்தின் கடைசித் துளியையும் உறிஞ்சிவிடும் என்பதற்கு அத்தாட்சியாய் உள்ளது இக்காட்சிகள். படத்தின் துவக்கத்திலேயே படத்தைத் தொகுத்து வழங்கும் ஜோன் ஸ்நோ நம்மை எச்சரிக்கிறார். "நீங்கள் பார்க்கப்போகும் சில காட்சிகள் உங்களை மிகுந்த பாதிப்புள்ளாக்கலாம்." அவரின் எச்சரிக்கையை இக்காட்சிகளின்போது நம்மால் புரிந்துகொள்ள முடிகிறது.

கைதிகளை நிர்வாணமாக கைகளைக் கட்டி ஒருவர் பின்மண்டையில் சுட்டுக் கொல்வது, பாலியல் பலாத்காரத்துக்கு உட்படுத்தப்பட்ட பெண்களின் நிர்வாண உடல்களை மிக மோசமான முறையில் அப்புறப்படுத்துவது... என காட்சிகள் நம் தொண்டைக் குழியை அடைக்க வைக்கின்றன.

இந்தக் காட்சிகளையெல்லாம் யார் எடுத்தார்கள்? எப்படி எடுத்தார்கள் என்று பார்த்தால், பெரும்பாலான இக்காட்சிகள் ராணுவ வீரர்களே தங்கள் கைபேசி கேமராவால் எடுத்தது. இந்த காட்சிகள் எல்லாம் இந்தக் கொடூரங்களை நிகழ்த்திய ராணுவத்தினர் தாங்கள் நிகழ்த்திய செயல்களை சாதனைகளாக நினைத்து அதற்கான கேடயங்களாக, சான்றிதழ்களாக தங்கள் கைபேசி கேமராவில் பதிவு செய்ததுதான்.

என்னதான் உண்மையாக இருந்தாலும், இதுபோன்ற காட்சிகளைக் காண்பிப்பது நியாயம்தானா? தார்மீக அடிப்படையில் சரியானதுதானா? என்று சிலர் கேள்வி எழுப்பலாம்.

அதற்கு இப்படத்தைத் தொகுத்து வழங்கும் சேனல் 4ன் ஜோன் ஸ்நோ சொல்கிறார்: "மக்கள் இக்காட்சிகளைப் பார்க்கவேண்டும் என்று முடிவு செய்தபின்னர்தான் இதைக் காட்டுகிறோம். அப்படிக் காட்டினால்தான் இந்த யுத்தத்தில் கொடூரங்கள் நிகழ்த்தியவர்களின் உண்மை சொரூபம் தெரியவரும். அப்போதுதான் சர்வதேச அளவில் இந்தக் குற்றங்களுக்கு எதிரான நடவடிக்கை எடுக்க முடியும்."

இதை நாம் ஏற்றுக்கொள்கிறோமோ, இல்லையோ, மொத்தத்தில் இந்தப்படம், சினிமாவின் இரண்டாம் நூற்றாண்டுக்கே உரிய தொழில்நுட்பத்தின் மூலம், மனிதனுள் எப்போதும் மறைந்துகிடக்கும் அவர்களை ஞாபகப்படுத்துவதாகவே உள்ளது.

"அது எனக்கு முக்கியமான விஷயமாகப்பட்டது. அது ஆர்வத்துக்குரிய விஷயமாக இருந்தது. எனவே, அதை நான் பதிவு செய்ய விரும்பினேன்" என பல நேரங்களில் எழுத்தாளர்கள், கலைஞர்கள், திரைப்பட இயக்குநர்கள் சொல்லக் கேட்டிருக்கிறேன்.

'பதிவு செய்வது' என்பது ஆவணப்படங்களின் அடிநாதமாகவே உள்ளது. எதற்காக பதிவு செய்கிறோம்? பிறருக்குப் பயன்பட வேண்டும். பின்னாளில் பயன்படவேண்டும். காலத்தை வென்று சான்றாக இருக்க வேண்டும்... இப்படிப் பல காரணங்களைச் சொல்லலாம்.

கடந்தகால வாழ்வு, கடந்தகால அரசியல், கடந்தகால மனிதர்கள்... பற்றிய ஆவணப்பதிவுகள் எதுவுமே இல்லாமல் போயிருந்தால் நிகழ்காலமே அர்த்தமற்றதாய் போயிருக்கும்.

குகை சுவர்களில் தொடங்கிய பதிவுகள் நூறாண்டுகளுக்கு முன் சினிமா வந்த பின் சினிமாவிலும் தொடர்ந்தது.

ராபர்ட் பிளஹார்த்தியின் (Rabert Flaharty) 'நானுக் ஆஃப் தி நார்த்' (Nanook of the North ஆவணப்படம் இன்றளவும் நூறாண்டுகளுக்கு முன்பிருந்த எஸ்கிமோக்களின் வாழ்வு பற்றி அறிய உதவும் சாதனமாக உள்ளது.

ராபர்ட் பிளஹார்த்தி

'ட்ரையம்ப் ஆஃப் எ வில்' (Triumph of a will) ஆவணப்படம் மனிதகுலத்துக்கே எதிராய் அமைந்த ஹிட்லரின் எழுச்சியைக் காட்டும் ஆவணமாக அமைந்தது.

எழுத்து மற்றும் ஓவியம் மூலமாக பல நூறு ஆண்டுகளாகப் பதிவுகள், ஆவணப்பதிவுகள் செய்யப்பட்டு வருகின்றன. ஆனால், கடந்த நூறு ஆண்டுகளில் சினிமாவில் செய்யப்பட்ட ஆவணப்பதிவுகளின் தாக்கம் இந்த நூற்றாண்டுக்கே உரிய ஒன்றாகும்.

இப்போதும் உலகின் பல்வேறு இடங்கள், பண்பாடு குறித்த என் அண்மை அறிவு என்பது நான் பார்த்த பல ஆவணப்படங்கள் மற்றும் கதைப் படங்களிலிருந்து கிடைத்ததாகவே உள்ளது.

1980களில் ஜெர்மனி டெலிவிஷனுக்காக எடுக்கப்பட்ட ஆவணப்படத் தொடர் ஒன்றைப் பார்க்க நேர்ந்தது. 'ஜெர்மன் கிராமப்புற வாழ்வு' என்ற தலைப்பில் எடுக்கப்பட்ட அத்தொடர் பல்வேறு கிராமங்களைச் சேர்ந்த முதியவர்களின் பேட்டியாகும். ஒவ்வொரு பேட்டியும் 40 நிமிடங்கள் ஓடக்கூடிய தொகுக்கப்பட்ட பேட்டியாகும். அந்த 40 நிமிடங்களில் பேட்டியளிக்கும் நபர் தங்கள் கிராம வாழ்வு, அவர்கள் சிறுவர் / சிறுமியாக இருக்கும்போது எப்படி இருந்தனர், பின்னர் இளைஞர்களாக இருந்தபோது எப்படி இருந்தனர், தற்போது எப்படி அது மாறியிருக்கிறது என்பதையெல்லாம் ஒரு தேர்ந்த கதைசொல்லி போல விவரிப்பர். இடை இடையே அவர்கள் பேசுவதற்குச் சம்பந்தமான பழைய புகைப்படம் இருப்பின் அது காண்பிக்கப்படும்.

வெறும் பேட்டிகளையும், ஒரு சில புகைப்படங்களையும் மட்டுமே கொண்டு மிக எளிமையான ஒன்று போல் தோற்றமளிக்கக்கூடிய வகையில் தயாரிக்கப்பட்ட இத்தொடர் என்னுள் மிக ஆழமான பாதிப்பை ஏற்படுத்தியது. என் மாணவப் பருவத்தில் பார்த்த அத்தொடர், இன்றளவும் நான் அந்த கிராமங்களுக்கெல்லாம் சென்று வந்தது போல் ஓர் உணர்வு.

இத்தொடரின் சிறப்பே, சரியான நபர்களைத் தேர்ந்தெடுத்து, சரியான கேள்விகளின் மூலம் அவர்களைப் பேசவைத்து, அதன் மூலம் லட்சக்கணக்கான பார்வையாளர்களை அவர்களின் கடந்த காலத்துக்கு அழைத்துச் செல்வதுதான்.

எந்த ஒரு பதிவுமே, உண்மையாக, ஆழமாக, காட்சி மற்றும் ஒலி ரீதியாக செய்யும்பொழுது எத்தனை அழகாக இருக்கும் என்பதை முதன்முதலாக உணர்ந்தேன்.

சினிமாவின் இரண்டாம் நூற்றாண்டில், காட்சி மற்றும் ஒலிப்பதிவுகள் என்பது பண்பாட்டுச் சூழலில் மட்டுமல்லாமல் பல்வேறு பயன்பாடுகளுக்கும் உதவுகிறது.

இன்றைய டிஜிட்டல் யுகத்தில், பெரும்பாலான குற்றங்களைக் கண்டுபிடிக்க, சிசிடிவி (CCTV) மற்றும் செல்போன் பதிவுகள்தான் பயன்படுகின்றன.

ஆவணப்படங்கள் குறித்து பேசும்போது, இந்த டிஜிட்டல் யுகத்தில் அது எத்தனை சக்தி வாய்ந்த, அற்புதமான ஆயுதமாக இருக்கும் என்பதை பண்பாட்டுத் தளத்தில் பணிபுரிபவர்கள் பலர் உணரவில்லை என்றே தோன்றுகிறது.

'கிராமப்புற வாழ்வு' பற்றிய ஜெர்மானிய தொடர் போன்று, இடங்களைப் பற்றியும், மனிதர்களைப் பற்றியும் இன்றைய டிஜிட்டல் யுகத்தில் பல ஆவணப்படங்களை நம் நாட்டில் உருவாக்கலாம். ஆனால், அதற்கான முயற்சிகள் கிட்டத்தட்ட இல்லை என்றே சொல்லவேண்டும். காரணம், அதன் முக்கியத்துவத்தை நாம் உணராததே.

தமிழ்நாட்டில் அற்புதமான மனிதர்களைப் பற்றிய கலைஞர்கள், எழுத்தாளர்கள், அரசியல் தலைவர்கள், அறிவியல் மேதைகள் பற்றிய ஆவணப்பட பதிவுகள் அங்கொன்றும் இங்கொன்றுமாக ஒரு சிலவே உள்ளன. அவையும் அரைகுறையான பதிவுகளாகவே உள்ளன.

பெரியாரைப் பற்றி நூற்றுக்கணக்கான புத்தகங்கள் உள்ளன. அவரைப் பற்றிய சரியான ஆவணப்படங்கள் ஏதும் இருப்பதாகத் தெரியவில்லை. இதற்கு இரண்டு காரணங்கள் உள்ளன. ஒன்று, அவர் வாழ்ந்த காலத்தில் அவரின் முக்கியமான நிகழ்வுகளைத் திரைப்படக் கேமராவில் யாரும் பதிவு செய்யாதது. இன்னொன்று, ஏற்கெனவே உள்ள புகைப்படங்கள், மற்ற ஆவணங்களைக் கொண்டு நேரடியாகவோ, புனையப்பட்டோ ஆவணப்படம் எடுக்க தற்போது யாருக்கும் ஆர்வம் இல்லாதது.

மற்ற வளர்ந்த நாடுகளை ஒப்பிடும்போது, இந்தியாவில்தான் மக்கள் தலைவர்களைப் பற்றிய ஆவணப்படங்கள் வெகு குறைவு. காந்தி, நேருவைப் பற்றிக் கூட முறையான ஆவணப்படம் கிடையாது. காந்தியைப் பற்றிய எல்லா திரைப்படப் பதிவுகளும் பெரும்பாலும் பிரிட்டிஷ் அரசால் எடுக்கப்பட்டதுதான். தமிழ்நாட்டைச் சேர்ந்த ஏ.கே.செட்டியார் தன் சொந்த முயற்சியில் காந்தியைப் பற்றி எடுத்த திரைப்படப் பதிவுகள்தான் இன்று காந்தியைப் பற்றிய ஒரே ஆவணப்படமாக உள்ளது.

இந்திய கம்யூனிஸ்ட் இயக்கத்தின் தலைவர்களாக இருந்த பி.சுந்தரய்யா, ஏ.கே.கோபாலன், இ.எம்.எஸ்., பி.ராமமூர்த்தி போன்றோரைப் பற்றிய எந்த ஆவணப்படமும் இல்லாதது துரதிருஷ்டமே.

மார்ட்டின் லூதர் கிங் பற்றி பல ஆவணப்படங்கள் உள்ளன. அவரது வாழ்வை முழுமையாகக் காண்பிக்கக்கூடிய ஐந்தரை மணி நேரம் ஓடக்கூடிய ஓர் ஆவணப்படத்தைப் பார்த்து நான் ஆச்சர்யப்பட்டேன். அவர் முதன்முதலாக மக்கள் முன் ஆற்றிய உரை கூட அதில் இடம் பெற்றிருந்தது. அவர் அந்த முதல் உரை ஆற்றியபோது பிரபலமாகாத தலைவராகத்தான் இருந்தார். ஆனாலும், அவரது முதல் பேச்சு முழுமையாகத் திரைப்படத்தில் பதிவு செய்யப்பட்டிருந்தது. யாரோ அவரின் முக்கியத்துவம் அறிந்து அவரின் முதல் உரையைத் திரைப்படக் கேமராவில் பதிவு செய்திருக்கிறார்கள்.

ஒருவரின் வாழ்வும் நிகழ்வுகளும் அவருக்கு மட்டுமல்ல, எல்லோருக்கும் உரியது என்கின்ற உணர்விலிருந்துதான் பதிவு செய்யும் பழக்கமே துவங்குகிறது. நாட்குறிப்பு (Diary) எழுதும் பழக்கமும் இதன் வெளிப்பாடுதான். பல அரிய மனிதர்களின், கலைஞர்களின், எழுத்தாளர்களின், ஊர்சுற்றிகளின் நாட்குறிப்புகள் இன்று பொக்கிஷ இலக்கியங்களாக, ஆவணங்களாக இருப்பது நாம் அறிந்ததே.

இன்றைய டிஜிட்டல் உலகில் அத்தகைய பதிவுகள் ஒரு விநோத நிலையை எட்டியுள்ளன. இன்று ஃபேஸ்புக் மற்றும் டிவிட்டர் போன்ற சமூக இணையதளங்களில் சிலரின் குறிப்புகளை, மேதாவித்தனங்களை, சுய தம்பட்டங்களைப் பார்க்கும்போது, பதிவுகள் பிறருக்காக, பிற்காலத்திற்காக என்பது போய் சுயஅரிப்புக்காக என்பது போல் காட்சியளிக்கிறது. டிஜிட்டல் யுகத்தின் வேதனைகளில் இதுவும் ஒன்று. அதேநேரத்தில் டிஜிட்டல் யுகத்தின் பல பதிவுகள், ஆவணப்பட பதிவுகள் பல அற்புதங்களையும் கொண்டுள்ளன. அவை சினிமாவின் இரண்டாம் நூற்றாண்டுக்கே உரிய ஒன்று.

மாணவர்களுக்கான வீடியோ ஆவணப்பட போட்டிக்கு நடுவராக இருந்தபோது, நான் பார்த்த ஓர் ஆவணப்படம் புதுவித நெகிழ்ச்சியையும் ஆச்சர்யத்தையும் தந்தது.

அம்மாணவன் எடுத்திருந்த ஆவணப்படம் சென்னை நகரின் மின்சார ரயிலைப் பற்றிய படம். சில ஆண்டுகளுக்கு முன்புவரை சென்னையில் மீட்டர்கேஜ் மின்சார ரயில் பீச் ஸ்டேஷனிலிருந்து தாம்பரம் வரை ஓடிக்கொண்டிருந்தது. எல்லா ரயில்களும்

அகலப்பாதை (Broad Guage) யில் ஓடிக்கொண்டிருந்தபொழுது, இந்த சென்னை ரயில்கள் மட்டும் மீட்டர் கேஜில் ஓடிக்கொண்டிருந்தன. பின்னர் ஒரு நாள் இந்த மின்சார ரயில்களும் அகலப்பாதைக்கு மாற்றப்பட்டன. அவ்வாறு மாற்றப்படுவதற்கு முன்பு கடைசி நாளாக மின்சார ரயில்கள் ஓடிக்கொண்டிருந்தன. சென்னை நகரவாசிகள் பலருக்கு இந்த மின்சார ரயில் அவர்கள் வாழ்வோடு கலந்த ஒன்று. பள்ளி, கல்லூரி, அலுவலகம் என 20, 30 ஆண்டுகளுக்கு மேல் தொடர்ந்து இந்த ரயிலில் பயணம் செய்தவர்கள் உண்டு. அவர்களுக்கெல்லாம் இந்தக் குறுகிய மின்சார ரயில்கள் இன்றோடு முடியப் போகின்றன என்ற செய்தி விவரிக்க முடியாத சோகத்தையும் பிரிவையும் தந்தது. அந்தக் கடைசி நாள், கடைசி ரயில் நடுநிசி 12 மணிக்குச் சென்னை கடற்கரை ஸ்டேஷனிலிருந்து கிளம்புகிறது. வழக்கத்தை விட கூடுதல் நேரம் எடுத்துக்கொண்டு அதிகாலை ஒரு மணிக்கு மேல் தாம்பரம் ஸ்டேஷனை அடைகிறது. காரணம், அந்த நடுஇரவிலும் ஒவ்வொரு ரயில் நிலையத்திலும், அதில் பல காலம் பயணம் செய்த பயணிகள் அந்த ரயிலைப் பார்ப்பதற்கும், பிரிவுபசாரம் செய்வதற்கும் காத்திருந்தனர். பலர் கண்ணீர் மல்க அந்த ரயிலைப் பார்த்தனர். ஒருவருக்கொருவர் கட்டித் தழுவிக்கொண்டனர். சிலர் ரயில் ஓட்டுநருக்கு மாலை அணிவித்து திலகம்கூட இடுகின்றனர். பல காலம் பயணம் செய்த தங்கள் ரயில்பயண அனுபவங்களைப் பேட்டியில் சொல்கின்றனர். அவ்வாறு சொல்லும்பொழுது பலருக்கு குரல் உடைகிறது. கண்களில் நீர் கட்டுகிறது. ஒவ்வொரு ரயில் நிலையத்திலும் இந்த பிரிவுபசாரத்தைப் பார்க்கும் ரயில் ஓட்டுநர் கொஞ்சம் கொஞ்சமாக நெகிழ்கிறார். இறுதியாக ரயில் தாம்பரத்தை வந்தடைந்தபோது கூட்டம் சற்று அதிகமாக உள்ளது. பலர் கடைசி ரயிலின் கடைசி நிமிடம் வரை இருப்பதற்காக ரயிலிலேயே பயணம் செய்து வருகின்றனர். இறுதியில் ரயில் ஓட்டுநரின் பேட்டி வருகிறது. அவர் சொல்கிறார்: "எட்டு வருடங்களாக இதே யூனிட்டை ஓட்டி வருகிறேன். நாளை முதல் இதை ஓட்ட முடியாது என நினைக்கும்பொழுது..." என்று அதற்கு மேல் பேசமுடியாமல் நெகிழ்ந்து போகிறார். ஒரு கண அமைதிக்குப்பின் ரயிலின் அருகே சென்று பிரியமான தோழியை முத்தமிடுவது போல் ரயிலின் இன்ஜின் பெட்டியை முத்தமிடுகிறார். அந்த ரயிலும் ஒரு ஜீவனுள்ள வஸ்து போல் சிலிர்ப்பதாய் நமக்குத் தோன்றுகிறது.

அந்த மாணவன் எடுத்த ஆவணப்படம் இதுதான். அவன் விளையாட்டாய் தன் சாதாரண டிஜிட்டல் வீடியோ கேமராவால்

அந்த ரயிலின் கடைசி நாளின், கடைசிப் பயணத்தைப் படம் பிடித்திருக்கிறான்.

அப்படத்திற்கு இரண்டாம் பரிசு கொடுத்து அவனை அழைத்தபோது, அவனுக்கு ஒரே ஆச்சர்யம். "என்னால் நம்ப முடியவில்லை சார். நான் விளையாட்டாய்ப் பதிவு செய்த படம். இதற்கு ஏன் பரிசு கொடுத்தீர்கள்" என்று அப்பாவியாய் கேட்டான். அவன் விளையாட்டாய், வெறும் பதிவாய் எடுத்திருக்கலாம். ஆனால், அவனை அறியாமலேயே அந்தப் பதிவில் சில அற்புதங்களும், பல நெகிழ்வுகளும் விழுந்துவிட்டன. அதுதான் அந்த ஆவணப்படத்தின் சிறப்பு. டிஜிட்டல் யுகத்துக்கே உரிய சரியான தருணங்களின் பதிவு.

பல நேரங்களில் சரியான பதிவுகள் கடந்த காலத்திற்கும், நிகழ்வுகளுக்கும் மட்டும் இட்டுச் செல்வதில்லை. மனிதர்களின் மனதிற்குள்ளும் சிந்தனைகளுக்குள்ளும் இட்டுச் செல்கிறது.

இந்திய அறிவியல் மேதையான, நோபல் பரிசு பெற்ற சந்திரசேகரின் வாழ்வு மற்றும் அறிவியல் குறித்து ஓர் ஆவணப்படம் எடுக்கலாம் என ஓர் ஆலோசனையை மத்திய அரசுக்கு அனுப்பினேன். அதற்காக சந்திரசேகர் குறித்த பல விவரங்களைப் படித்தேன். சந்திரசேகர் தற்போது உயிருடன் இல்லை. அவரைப் பற்றிய ஆவணப்படம் எடுக்க, ஏற்கெனவே அவரைப் பற்றி பதிவு செய்யப்பட்டுள்ள ஆவணங்களைத்தான் உபயோகப்படுத்தியாக வேண்டும். அந்த ஆவணப்பதிவுகளில் பெரும்பாலானவை அவரைப் பற்றி அவரோடு நெருங்கிப் பழகியவர்களும், பணி செய்தவர்களும் வார்த்தைகள் மூலமாக செய்த பதிவுகள்தான்.

அவர் நியூட்டன் பிரின்ஸிபியா (Principia) வை எல்லோருக்கும் புரியும் வகையில் விளக்கி புத்தகமாக எழுதினார். அவரின் 'ப்ளாக் ஹோல்ஸ்' (Black Holes) பற்றிய கண்டுபிடிப்பை போல், இதுவும் அவரின் மிகமுக்கியச் சாதனை.

அவரின் மனைவி லலிதா (100 வயதைக் கடந்து தற்போது சிகாகோ நகரில் வாழ்ந்து கொண்டிருக்கிறார்) 'என் அணையா தீபம்' (My Everlasting Flame) என்ற கட்டுரையில் மிக அற்புதமாக தன் கணவரைப் பற்றி விவரிக்கிறார். அதில் ஓர் அற்புதமான பதிவு: "அவரின் 'பிரின்ஸிபியா' குறித்த மறக்க முடியாத நிகழ்ச்சி ஒன்று நாங்கள் கேம்பிரிட்ஜ் பல்கலைக் கழகத்தின் ஆவணப் பாதுகாப்பக நூலகத்திற்குச் சென்றபோது நிகழ்ந்தது. நியூட்டன் பிரின்ஸ்பியா குறித்து தன் கைப்பட எழுதிய ஆவணங்களைப் பார்ப்பதற்குத்தான் அங்கு சென்றோம். நியூட்டன் தன் ஒரு கோட்பாட்டை

விளக்குவதற்காக இப்படித்தான் வரைபடம் வரைந்திருக்க வேண்டும் என்ற எண்ணத்தில், அதே கோட்பாட்டை விளக்க சந்திராவும் ஒரு படத்தை வரைந்திருந்தார். நியூட்டனின் ஆவணங்களைப் பார்த்தபோது எனக்குத் தாங்க முடியாத ஆச்சர்யம். நியூட்டனின் வரைபடமும் சந்திராவின் வரைபடமும் அச்சு அசலாக ஒத்திருந்தது. நான் சந்திராவிடம் சொன்னேன்: "சந்திரா, நீ நியூட்டனின் மூளைக்குள்ளேயே நுழைந்து, அது எப்படி செயல்பட்டது என்பதை அறிவதில் வெற்றி பெற்றுவிட்டாய்" என்றேன்."

இதைப் படித்தபோது எனக்கு மெய் சிலிர்த்தது. லலிதாவின் இந்த அற்புதமான பதிவுகளால், வாசகனான நானே சந்திராவின் மனதிற்குள் நுழைந்ததைப் போல் உணர்ந்தேன். வெறும் வார்த்தைப் பதிவுகளுக்கே இத்தனை சக்தி என்றால், திரைப்படப் பதிவுகளில் இதை நான் என் ஆவணப்படத்தில் கொண்டு வந்தால் எத்தனை பேரை சந்திராவின் மனதிற்குள் அழைத்துச் செல்லமுடியும் என்று நினைத்தபோது சுகமாக இருந்தது.

மாபெரும் மனிதர்களைப் பற்றிய ஆவணப்படங்களுக்கு எப்போதுமே தனி மதிப்பு உண்டு. வாழ்ந்து கொண்டிருக்கும் மாபெரும் மனிதர்களைப் பற்றி முழுநீள ஆவணப்படங்கள் எடுக்கவேண்டியது சினிமாவின் இரண்டாம் நூற்றாண்டில் தவிர்க்க முடியாத ஒன்று. அப்படி ஒருவேளை எடுக்காமல் போனால், அதற்கு ஒரே காரணம், சினிமாவின் முதல் நூற்றாண்டில் எப்படி அதன் சக்தி அறியாமல், அதற்கான இடத்தை பண்பாட்டு தளத்தில் தராமல் போனார்களோ, அதேபோல் சினிமாவின் இரண்டாம் நூற்றாண்டில் அதன் சாத்தியப்பாடுகளை அறியாமல் அதை பயன்படுத்தத் தவற விடுவதுதான்.

இந்த நூற்றாண்டில் வாழ்ந்து கொண்டிருக்கும் மாபெரும் மனிதர்களான நெல்சன் மண்டேலா, ஃபிடல் காஸ்ட்ரோ, ஹியூகோ சாவெஸ் போன்றவர்களைப் பற்றி பல ஆவணப்படங்கள் எடுக்கப்பட்டுள்ளன.

அமெரிக்காவின் மிகப்புகழ் பெற்ற இயக்குநரான ஆலிவர் ஸ்டோன் எடுத்த முதல் ஆவணப்படம் ஃபிடல் காஸ்ட்ரோவைப் பற்றியது.

இயக்குநர் ஆலிவர் ஸ்டோன்

தன் வழக்கமான மாபெரும் ஹாலிவுட் கதைப் படங்களிலிருந்து ஒரு மாறுதல் தேடி ஃபிடல் காஸ்ட்ரோவைக் குறித்து ஒரு படம் எடுக்க 2002ஆம் ஆண்டு ஹவானா செல்கிறார்.

கேஸ்ட்ரோவும், ஆலிவர் ஸ்டோனை ஏற்கெனவே அவரின் படங்கள் மூலம் அறிந்திருந்ததால் தன்னைக் குறித்து படமெடுக்க அனுமதித்தார். அதற்கு கேஸ்ட்ரோ விதித்த ஒரே நிபந்தனை, மூன்று நாட்கள் முழுமையாகத் தன்னோடு இருந்து படம் பிடிக்கலாம். அதே நேரத்தில் தேவையில்லை என்று தான் நினைத்தால், படப்பிடிப்பை நிறுத்த எந்த நேரத்திலும் தனக்கு உரிமை உண்டு என்பதுதான். ஆனால், கேஸ்ட்ரோதன் அதிகாரத்தைப் பயன்படுத்தி படப்பிடிப்பை நிறுத்தவே இல்லை.

மூன்று நாட்களில் முப்பது மணி நேரம் மூன்று கேமரா கொண்டு தொடர்ந்து படம் பிடிக்கப்பட்டது. அந்த முப்பது மணி நேரமும் கேஸ்ட்ரோவும் ஆலிவர் ஸ்டோனும் மனம் விட்டுப் பேசினர். 'ஏ' ஜோக்குகள் கூட பகிர்ந்து கொண்டனர். அந்த மூன்று நாட்களும் கேஸ்ட்ரோ எங்கெல்லாம் சென்றாரோ, கூடவே ஆலிவர் ஸ்டோனும் அவரது கேமராக்களும் சென்றன. அவர் அலுவலகம், மருத்துவக் கல்லூரி, அருங்காட்சியகம், சாலைகளில் இறங்கி மக்களோடு கலப்பது... என்று எல்லா இடங்களிலும் கேமரா கேஸ்ட்ரோவைத் தொடர்ந்தது.

பின்னர் சில மாத படத்தொகுப்பு வேலைக்குப் பின் 30 மணி நேர படக்காட்சிகள் கமாண்டன்ட் (Commandant) என்ற பெயரில் ஒன்றரை மணி நேரப் படமாக எடுக்கப்பட்டது.

இந்தப் படத்தில் கேஸ்ட்ரோவை ரத்தமும் சதையுமாய், சிரிப்பும் கும்மாளமுமாய், சிந்தனையும் கோபமுமாய் 100 நிமிடங்கள் தொடர்ந்து பார்ப்பது ஒரு கிடைத்தற்கரிய அனுபவம்.

வெறும் மூன்றே நாட்களில் நடந்த படப்பிடிப்பைக் கொண்டு இத்தனை அற்புதமான ஆவணப்படத்தை உருவாக்க முடியும் என்றால், அதற்கு காரணம் இப்படத்திற்கு உபயோகப் படுத்துப்பட்ட டிஜிட்டல் வீடியோ கேமராக்கள்தான்.

ஃபிடல் கேஸ்ட்ரோவுடன், ஆலிவர் ஸ்டோன்

இது போன்றதொரு சாத்தியப்பாடு சினிமாவின் இரண்டாம் நூற்றாண்டுக்கே உரிய ஒன்று. இது போன்றதொரு ஆவணப்படத்தை சினிமாவின் முதல் நூற்றாண்டில் எடுக்க மிகுந்த நேரமும், உழைப்பும், செலவும் செய்ய வேண்டியிருந்திருக்கும்.

ஆலிவர் ஸ்டோன் தன் இந்த முதல் ஆவணப்பட அனுபவத்தைப் பற்றி பின்வருமாறு கூறுகிறார்:

"இதற்கு முன் படப்பிடிப்பு என்பது எனக்கு மிகுந்த களைப்பைத் தந்தது. காரணம், அவற்றின் பிரம்மாண்டம், செலவு மற்றும் போலித்தனம். இந்த ஆவணப்படத்தின்போது மிகுந்த உற்சாகத்தோடு சுதந்திரத்தை அனுபவித்தேன். காரணம், நான் உபயோகப்படுத்திய டிஜிட்டல் தொழில்நுட்பம்தான்..."

எல்லா முக்கிய நிகழ்வுகளும் இன்று வெறும் அச்சிலும், புகைப்படமாகவும் மட்டும் பதிவு செய்தால் போதாது. கூடவே, அசையும் பிம்பமாய் ஒலியோடும் பதிவு செய்ய வேண்டியுள்ளது.

அதன் காரணமாகத்தான் நோபல் பரிசுக் குழு கடந்த பத்து ஆண்டுகளாக ஒவ்வொரு ஆண்டும், நோபல் பரிசு பெறுபவர் ஒவ்வொருவரின் வாழ்க்கையையும் ஆவணப்படமாக எடுக்கிறது. கூடவே, அவர்களின் நீண்ட பேட்டியையும் டிஜிட்டல் தொழில்நுட்பத்தில் பதிவு செய்கிறது. இவை யாவும் பிற்கால பயன்பாட்டிற்காக அவர்களின் ஆவணப் பாதுகாப்பகத்தில் பாதுகாக்கப்படுகிறது.

9

சினிமா ஒரு சர்வதேசியக் கலை

மாணவனாக இருந்தபோது, நான் சார்ந்திருந்த அரசியலும், அரசியல் இயக்கமும் என்னை நான் ஒரு சர்வதேச சிந்தனையாளன் என இறுமாப்புடன் நினைக்க வைத்தது. காரணம், நானும் தோழர்களும் அப்போது எந்நேரமும் பேசியது உலக நடப்பு, உலக அரசியல், பல்வேறு நாடுகளின் இலக்கியம், கலை... என்றிருந்தது.

காலச் சுழற்சியில், இந்த சர்வதேச அரசியல் சிந்தனையால் மட்டும் மனிதர்களை, உலகை, தத்துவத்தை, அறிவியலைப் புரிந்துகொள்ள பல கதவுகள் திறக்கப்படாமல் இருந்ததை உணர்ந்தேன்.

உலக சினிமா எனது வாழ்க்கையில் அறிமுகமாகி, பின்னர் அதனுடன் ஒரு பிரிக்கமுடியாத நெருக்கத்தை ஏற்படுத்திக் கொண்ட பின்பு அதுவரை திறக்கப்படாத பல கதவுகள் திறக்கப்பட்டதைப் பார்த்து எனக்கே ஆச்சர்யமாக இருந்தது.

உலகின் மூலை முடுக்கெல்லாம் புவியியலின் பாகமாக மட்டும் அல்லாமல், கதைக் களன்களாக, கதாமாந்தர்கள் உலவும் இடங்களாக, பண்பாடுகள் பயணிக்கிற பரிசல்களாக எனக்கு அறிமுகமானது சினிமாவில்தான்.

காதலுக்கும் அன்புக்கும் உள்ள மிக நுணுக்கமான வித்தியாசத்தை எனக்குப் புரிய வைத்தது சினிமாதான். அன்பு காதலாக மாறுகிற, காதல் அன்பாக மாறுகிற மாயாஜாலத்தைப் புரிய வைத்ததும் சினிமாதான்.

பல்வேறு நாடுகளில், பல்வேறு பண்பாட்டுத் தளங்களில் பெண்களின் போராட்டத்தை, துயரத்தை, மகிழ்ச்சியை, பலத்தை, பலவீனத்தைப் புரிய வைத்ததன் மூலம் பெண்களின் ஆழ்மனதை ஓரளவு புரிய வைத்ததும் சினிமாதான்.

சாதாரண மனிதன், மாபெரும் மனிதன், அரசன், அடிமை, தலைவன், கலைஞன், போராட்டக்காரன், பாடகன், பாடகி... என பல மனிதர்களின் வாழ்க்கையைக் காட்டியதன் மூலம் அவர்கள் வாழ்விற்குள்ளும், மனதிற்குள்ளும் என்னை நுழைய வைத்ததும் சினிமாதான்.

வார்த்தைகளால் மட்டுமே அறிந்திருந்த வரலாற்றின் பக்கங்களை வண்ணங்களோடு உயிரூட்டியது சினிமாவில்தான்.

உலகில் நிலவும் பல்வேறு மொழிகளை, அழுகைகளை, சிரிப்புகளை, முனகல்களை, அதற்கும் அப்பாற்பட்டு உலகில் நிலவும் பல்வேறு அமைதியை... என்று பல்வேறு ஒலி அலைகளை அறிமுகப்படுத்தியது சினிமாதான்.

இன்று நாட்டில் தினமும் பிரதான செய்திகளாக விவாதிக்கப் படுபவை "ஊழலும், ஊழலுக்கு எதிரான சட்டமும்" ஒரு புறம். இன்னொரு புறம், "மரண தண்டனை இன்னமும் தேவையா?" என்பவைதான். ஊழலுக்கு எதிரான சட்டம் வேண்டி அன்னா ஹசாரே உண்ணாவிரதம் இருக்கும் செய்தி இன்று நாட்டின் ஒரே செய்தியாக மாறிவிட்டது. வேறு எந்த நிகழ்ச்சியுமே செய்தியாய் மாறுவதற்கான தகுதி இல்லை என்பது போல் இந்த ஒரு நிகழ்ச்சியை மட்டுமே செய்தியாய் தேசியச் செய்தி சேனல்கள் ஒளிபரப்பிக் கொண்டிருக்கின்றன. நாட்டின் அத்தனை தலைவர்களும், சிந்தனையாளர்களும், பத்திரிகையாளர்களும், கலைஞர்களும் இதைத்தான் அந்தச் சேனல்களில் விவாதித்துக் கொண்டிருக்கின்றனர்.

இதன் காரணமாக அன்னா ஹசாரேவின் இந்த இயக்கத்துக்கு பெருகிவரும் ஆதரவைப் பார்த்து நாட்டின் ஆளும் கட்சியும், அமைச்சர்களும் ஸ்தம்பித்துப் போகிறார்கள்.

இத்தகைய சூழல், இந்த நூற்றாண்டுக்கே, இந்தக் காலகட்டத்திற்கே உரிய ஒன்று. ஒரு சில நாட்களில், நாட்டின் பல்வேறு பகுதிகளில்

லட்சக்கணக்கான மக்கள் திரளுகிறார்கள். ஒரு சில இரவுகளின் செய்திகளால் பல லட்சம் மக்கள் இது குறித்து பேசிக்கொண்டிருக் கிறார்கள், சிந்தித்துக் கொண்டிருக்கிறார்கள்.

இதற்குக் காரணம் என்ன? உண்ணாவிரதம் இருக்கும் குழுவினரா? அல்லது ஊழலால் பல காலம் பாதிக்கப்பட்ட மக்கள் திடீரென்று விழிப்புற்று, ஊழலை ஒழித்துவிட முடியும் என்ற அசட்டுத்தனமான நம்பிக்கையில் ஒன்று சேர்ந்ததா? அல்லது சினிமாவின் டிஜிட்டல் யுக அவதாரமான ஒளி ஒலி ஊடகங்கள் உருவாக்கிய ஒரு நீர்க்குமிழா? ஊடகங்கள் நினைத்தால் ஒருவரை உருவாக்கவும் முடியும், ஒருவரை அழிக்கவும் முடியும் என்ற பழைய கூற்று இங்கே செல்லுபடியாகுமா? அப்படியென்றால் ஊடகங்களைத் தங்கள் கைகளில் வைத்திருக்கும் கோடீஸ்வர முதலாளிகள் தங்கள் நலனுக்காக எதை வேண்டுமானாலும் சாதித்துக் கொள்ள முடியுமா? அல்லது ஊடகங்களின் சக்தியோடு ஓரளவு சத்தியமும், மக்களின் கோபமும், விழிப்புணர்வும் சேர்ந்தால்தான் இது சாத்தியமா?

இப்படி பல சிந்தனைகளும், விவாதங்களும் நடந்துகொண்டிருக்கின்ற அதே நேரத்தில், இந்த நிகழ்ச்சி காரணமாக, உலகமே இந்தியாவை உற்று நோக்கிக் கொண்டிருக்கிறது என்பதுதான் முக்கியம்.

சர்வதேச ஊடகங்கள் இந்நிகழ்ச்சி குறித்து விவாதிக்கின்றன, கருத்துகளைத் தெரிவிக்கின்றன.

இதே ஊடகங்கள் சில மாதங்களுக்கு முன்பு இந்தியாவின் மிகப்பெரிய ஊழல்கள் என்று சில ஊழல்களைக் குறித்து இரவும் பகலும் பேசிக்கொண்டிருந்தன. இப்போது அதே ஊடகங்கள் ஊழலுக்கெதிரான இந்த எழுச்சியைக் குறித்து இரவும் பகலும் அரற்றிக் கொண்டிருக்கின்றன.

இந்த இரண்டிற்கும் ஏதாவது தொடர்பு உள்ளதா? அல்லது இன்னும் ஒரு சில வாரங்களில் இன்னுமொரு விஷயம் இதைவிட முக்கியமான செய்தியாக்கப்படலாம். அப்போது இந்த ஊழலும் ஊழலுக்கெதிரான எழுச்சியும் மறக்கப்படலாம்.

இந்த ஊடகங்களுக்கு இப்படியொரு மாபெரும் சக்தியைத் தந்தது எது? சினிமாவின் அடிப்படைத் தொழில்நுட்பமும் அழகியலும் இன்றைய டிஜிட்டல் தொழில்நுட்பத்தோடு சேர்ந்து, நிகழ்காலத்தை ஒளி, ஒலி அலைகளாய் நிகழ்காலமாகவே எல்லா வெளிகளுக்கும் கொண்டு செல்கிற அபூர்வத் தன்மைதான் இந்தச் சக்தியை ஊடகங்களுக்குத் தந்ததோ!

சினிமாவின் அடிப்படை மூலக்கூறுகள் என்பதே காலமும் (Time) வெளியும் (Space) தான். இன்றைய டிஜிட்டில் தொழில்நுட்ப வளர்ச்சி, காலத்தை அதே காலமாகவே பல வெளிகளுக்குக் கொண்டு செல்வதன் மூலம் காலத்தையும் வெளியையும் ஒன்றிணைத்து ஒரே மூலக்கூறாக்குகிறதே என்று நம்மை வியக்க வைக்கிறது.

அடிப்படையில் மேற்கூறிய விஷயங்கள் நமக்குச் சொல்வது இதுதான் "தொழில்நுட்ப வளர்ச்சியின் துணைகொண்டு சினிமா என்றழைக்கப்பட்ட கலை, காலத்தையும் வெளியையும் ஒன்றிணைப்பதன் மூலம் காலம், வெளி... அதற்கும் அப்பால் தேசம், மொழி, பண்பாடு... என எல்லாவற்றையும் கடந்து இயற்கையானதொரு சர்வதேச கலையாகத் திகழ்கிறது."

இன்று எந்த மொழியில், எந்த வடிவத்தில் படம் எடுத்தாலும், இன்றைய தொழில்நுட்பச் சூழலில் அது உடனடியாக சர்வதேச கலையாக மாறிவிடுகிறது.

இன்று ஒருவர் தமிழிலே எளிய தொழில்நுட்பத்தில் குறும்படம் ஒன்றை எடுக்கலாம். அதற்கு அவர் ஆங்கிலத்தில் சப்டைட்டில் செய்யலாம் அல்லது செய்யாமல் இருக்கலாம். ஆனால், அவர் அதை உடனே ஃபேஸ்புக்கிலோ (Facebook) அல்லது யூட்யூபிலோ (Yootube) பதிந்து விடுகிறார். உடனே அப்படம் நாடு, மொழி, பண்பாடுகளைக் கடந்து சர்வதேச கலையாகிவிடுகிறது.

தமிழ்நாட்டில் ஒரு கிராமத்தில் எடுக்கப்பட்ட ஒரு படத்தை கொரிய நாட்டிலோ, அல்லது சீனாவிலோ அல்லது டென்மார்க்கிலோ வாழ்கின்ற ஒருவர் தன் வீட்டில் இருந்துகொண்டு தன் கணினியில் அப்படத்தைப் பார்க்கிறார். அதேபோல் ஏதோ ஒரு நாட்டில், ஏதோ ஒரு மூலையில் எடுக்கப்பட்ட படத்தை நாம் நம் வீட்டில் இருந்துகொண்டு நம் கணினியில் பார்க்கிறோம். இதன் மூலம் இன்று உலகில் எடுக்கப்படும் எல்லாப் படங்களும் சர்வதேசக் கலையாக மாறிவிடுகிறது.

இது சினிமாவின் இரண்டாம் நூற்றாண்டுக்கே உரிய வரப்பிரசாதம் என்றுதான் சொல்ல வேண்டும். அதே நேரத்தில் இதில் ஒரு பிரச்சனையும் உள்ளது. உலகில் எந்த மூலையில் எடுக்கப்பட்ட படத்தையும் தன் வீட்டில் இருந்துகொண்டே பார்க்கக்கூடிய தொழில்நுட்ப வசதி நம் நாட்டில் பலருக்கு இன்னும் வாய்க்கவில்லை. இதனால்தான் எங்கோ, யாரோ எடுத்தப் படத்தை கிட்டத்தட்ட அப்படியே காப்பியடித்து தங்களின் சொந்தப் படைப்புகளாக மார்தட்டிக் கொள்கிறார்கள். அதையறியாத சில விமர்சகர்களும், சில பத்திரிகைகளும் அப்படங்களைத் தலையில்

வைத்துக் கொண்டாடுகிறார்கள். இது எதைக் காட்டுகிறது? சினிமா இரண்டாம் நுற்றாண்டை எட்டிவிட்டது. ஆனால், நம்மில் இன்னும் பலர் சினிமாவின் முதல் நூற்றாண்டிலேயே இருந்துகொண்டு சினிமாவைப் பார்த்துக்கொண்டு இருக்கிறோம்.

அப்படியென்றால், சினிமா, தனது முதல் நூற்றாண்டில் சர்வதேச கலையாக இல்லையா என்ற கேள்வி எழலாம்.

நிச்சயமாக சினிமா தனது பிறப்பிலிருந்தே சர்வதேச கலையாகத்தான் திகழ்கிறது. ஆனால், தனது இரண்டாம் நூற்றாண்டில் டிஜிட்டல் என்கிற மாயாஜாலம் நிகழ்ந்ததன் காரணமாக, எங்கும் எப்போதும் வியாபித்துக் கொண்டிருக்கும் ஊடகமாக மாறியது.

ஆனால் சர்வதேசக் கலை என்கிற சினிமாவின் மகத்துவம் எப்போதுமே தொழில்நுட்பத்தை மீறி அதன் அடிப்படை அழகியலில்தான் உள்ளது.

இப்போதும் பல நேரங்களில் தீவிரமாக சில விஷயங்களைக் குறித்து சிந்திக்கும்போதும், விவாதிக்கும் போதும், எப்போதோ பார்த்த ஒரு படத்திலிருந்து ஒரு கதாபாத்திரத்தின் முகபாவமோ, பேசிய வார்த்தைகளோ சிந்திக்கும், விவாதிக்கும் விஷயத்திற்கு வலு சேர்க்கும் வகையில் என் மனதைக் கடந்து போகும்.

மிக்கியெ நருசேவின் "யியேர்னிங்" படத்திலிருந்து ஒரு காட்சி

ஜப்பானிய இயக்குநர் மிக்கியெ நருசே

‘காதல் வயப்படுதல்’ என்கிற நுட்பமான உணர்வை எத்தனையோ படங்களில் பார்த்திருக்கிறோம். அற்புதமான கலைப்படங்களிலிருந்து வியாபாரப் படங்கள் வரை இந்த உணர்வு கையாளப்பட்டுள்ளன.

‘காதல் வயப்படுதல்’ என்றாலே, எப்போதோ பார்த்த ஒரு ஜப்பானிய படத்தின் ஒரு காட்சியும், அதில் ஒரு பெண் கதாபாத்திரம் பேசிய வசனமும்தான் எனக்கு ஞாபகம் வரும்.

‘யியேர்னிங்’ (Yearaing) என்ற பெயர் கொண்ட அந்த ஜப்பானியப் படத்தை இயக்கியது உலகப் புகழ் பெற்ற ‘மிக்கியே நருசே’ (Mikio Narusae) ஆவார். இவரது பெரும்பாலான படங்கள் 50 மற்றும் 60களில் ஜப்பானின் சிறுநகரங்களில் வாழ்ந்த பெண்களைப் பற்றியது.

‘யியேர்னிங்’ படத்தின் பிரதான பெண் கதாபாத்திரம் கணவனை இழந்த இளம்பெண். கணவனின் குடும்பத்துக்குச் சொந்தமான ஒரு பலசரக்குக் கடையைப் பொறுப்பாக நடத்திக் கொண்டிருக்கிறாள். கணவனின் தாயாரும் சகோதரிகளும் அவளை அன்போடு நடத்துகின்றனர். கணவனின் தம்பியும் அவளோடு அன்புடன் இருப்பான். ஒரு கட்டத்தில் அவன் அவளால் கவரப்பட்டு காதல் வயப்படுகிறான். அவளைப் பொருத்தவரை அவனைச் சகோதரனாகவே கருதுகிறாள். அவன் தன் காதலை அவளிடம் தெரிவித்த உடன், அவளுக்கு அதிர்ச்சியும் கோபமும் ஏற்படுகிறது. பின்னர் அவள் தன்னைக் கட்டுப்படுத்திக் கொண்டு அன்போடு அறிவுறுத்துகிறாள். அது முறையற்ற ஒன்று. மேலும் அவளுக்கு எப்போதுமே அவன்

மீது அத்தகைய உணர்வு இருந்ததில்லை என்று சொல்கிறாள். ஆனால் அவன் அதை ஏற்காமல் கோபித்துக் கொண்டு சென்றுவிடுவான். சந்தர்ப்பம் கிடைக்கும் போதெல்லாம் தன் காதலை வெளிப்படுத்துவான். அவள் அவனைப் பொருட்படுத்த மாட்டாள். ஒரு கட்டத்தில் அவன் வீட்டுக்கு வராமல், பல நாட்கள் வெளியிலேயே சுற்றிக் கொண்டிருப்பான். திடீரென ஒருநாள் அவன் வீட்டுக்கு வரும்பொழுது, அவள் அவனைத் தனியாக அழைத்துச் செல்வாள். தான் நிரந்தரமாக சொந்தக் கிராமத்துக்கே திரும்பப் போவதாக சொல்வாள். அவன் அதிர்ச்சியுடன் ஏன் என்று கேட்பான்.

அவள், பெண்ணின் ஆழ்மனதைப் புரிந்துகொள்ளும் வகையில் பின்வருமாறு சொல்வாள், "நீ ஆண் மகன். பட்டென்று காதலிக்கிறேன் என சொல்லிவிட்டாய். என் மனம் அதை ஏற்கவில்லை. ஆனால், படிப்படியாக நீ வீட்டில் இல்லாதபொழுது, உன் பிரிவை நான் மெல்ல உணர ஆரம்பித்தேன். எனக்கே பயம் வந்துவிட்டது. எங்கே நானும் காதலில் வீழ்ந்துவிடுவேனோ என்று. அதனால்தான் உங்களையெல்லாம் விட்டுப் பிரிந்து என் சொந்த கிராமத்திற்கே செல்ல தீர்மானமாக முடிவெடுத்து விட்டேன்."

காதல் என்பதே பிரிதலை உணர்தல்தான் என இப்படத்தின் அந்த ஒரு காட்சி உணர்த்தியது. காதல் குறித்து எத்தனையோ கதைகளை, புத்தகங்களைப் படித்திருந்தாலும் அவையெல்லாம் உணர்த்தாத ஒன்றை இச்சிறு காட்சி மனதில் இருந்து என்றுமே அழியாவண்ணம் உணர்த்தியது.

நெல்சன் மண்டேலா பற்றிய ஒரு கதைப்படத்தில், 26 வருடங்களுக்குப் பிறகு தன் மனைவியை அணைக்கும்பொழுது ஏற்படும் உணர்வை வார்த்தைகளாக வெளிப்படுத்துவார். அது நெல்சன் மஸ்டேலா பற்றிய எந்தப் புத்தகத்திலும் காணக்கிடைக்காத ஒன்று.

குழந்தைகளை வெளியாட்கள் முன்பு அடிக்கக்கூடாது என்பதை எனக்கு உணர்த்திய படம் பெர்க்மெனின் 'தி பெஸ்ட் இண்டன்ஷன்ஸ்' (The Best Intentions). இப்படத்தில் 10வயது சிறுவனை, அவன் தந்தை ஒரு படகுப் பயணத்தின்போது, பல வெளியாட்கள் முன்பு கன்னத்தில் பளீரென அறைந்து விடுவார். அச்சிறுவன் தன் தந்தையைக் கடைசிவரை மன்னிக்க மாட்டான்.

இப்படிப் பல காட்சிகளை, பல உணர்வுகளின் வெளிப்பாடாக பல படங்கள் சொல்லியதை அடுக்கிக் கொண்டே போகலாம்.

சினிமாவுக்கே உரிய கதை சொல்லும் திறன். இன்று, சினிமாவினால் பல வடிவங்களில் எங்கும் வியாபித்திருக்க முடியும் என்கிற தன்மை இவற்றிற்கு அப்பாற்பட்டு சினிமாவுக்கே உரிய அழகியல்தான் அதை சர்வதேச கலையாக்குகிறது. அதுதான் மற்ற கலை வடிவங்களால் நம் மனதிற்கு வசப்படாத பல விஷயங்களை வசப்படுத்துகிறது. அதுகுறித்து அடுத்த அத்தியாயத்தில் பார்ப்போம்.

10

சர்வதேச ஆவணப்படங்கள்

கதைப் படங்களுக்கும், ஆவணப்படங்களுக்கும் இடையே எப்போதுமே ஒரு போராட்டம் இருக்கும். இப்போராட்டம் வடிவம், அழகியலைத் தாண்டிய ஒன்று.

இப்போராட்டம் ஆவணப்படங்களை இயக்கும் இயக்குநர்களின் மனதில் நடக்கும் போராட்டம்.

சினிமாவின் மொழியை, தொழில்நுட்பங்களை, ரகசியங்களை ஓரளவு அறிந்து, முழுநேரத் தொழிலாய் ஆவணப்படங்களை இயக்கும் இயக்குநர்களின் மனதில் நடக்கும் போராட்டம் இது.

சினிமாவின் இரண்டாம் நூற்றாண்டில், டிஜிட்டல் தொழில் நுட்ப யுகத்தில் சினிமா என்கின்ற கலை, தன் எல்லைகளை, மொழியை, அழகியலை விரிவாக்கம் நடத்தும் போராட்டம் இது.

கதை சொன்னாலே, அதில் சுவாரஸ்யம் இல்லையெனில் மக்களுக்கு சலிப்பு ஏற்படுகிறது. அவ்வாறு சலிப்பு ஏற்படாமல் கதை சொல்வதற்குத்தான் சினிமா தற்போது படாதபாடு படுகிறது. திரை நட்சத்திரங்களுக்கான அதிமுக்கியத்துவம், மசாலாக் கதைகள், செலவு மிகுந்த விளம்பரங்கள் எல்லாமே இந்தப் போராட்டத்தின் வெளிப்பாடுதான்.

கதைப் படங்களுக்கே இந்தப் பாடு என்றால், ஆவணப் படங்களைக் குறித்து யோசித்துப் பாருங்கள். ஆவணப் படங்களுக்கு கதைப் படங்களைப் போன்று, வெளியீடு, விளம்பரப் பிரச்சனைகள் இல்லாத காரணத்தால், ஆவணப்படங்களுக்கான போராட்டம் என்பது உள்நோக்கிய ஒன்றாக இருக்கும். இந்த உள்நோக்கிய போராட்டம் ஆவணப்படங்களின் அமைப்பில், கதை சொல்லுதலில், அழகியலில் வியத்தகு மாற்றங்களைக் கொண்டு வந்துள்ளது. சினிமா அரங்குகளில் இப்படங்கள் வெளியிடப்படவில்லை என்றும், சர்வதேச நிதியுதவி, சர்வதேச டெலிவிஷன் கூட்டமைப்பு, பணம் கொடுத்து பதிவிறக்கம் செய்துகொள்ளக்கூடிய இணைய வசதி போன்ற காரணங்களால் வாய்ப்பும் வரமும் பெற்ற சில ஆவணப்படத் தயாரிப்பாளர்கள் மற்றும் இயக்குநர்கள் தற்போது பல அற்புதமான ஆவணப்படங்களை எடுத்து வருகின்றனர்.

இந்தியாவில் நடைபெறும் மிக முக்கியமான சர்வதேச ஆவண, குறும்பட மற்றும் அனிமேஷன் படங்களுக்கான திரைப்பட விழாவின் அடுத்த ஆண்டு விழாவிற்காக, சர்வதேச போட்டிக்காக வந்திருக்கும் ஆவணப்படங்களைப் பார்த்து, போட்டிக்கான படங்களைத் தேர்வு செய்யும் குழுவில் உறுப்பினராய் இருந்ததால், கடந்த இரு ஆண்டுகளில் இந்தியாவிலும், உலகின் பிற நாடுகளிலும் எடுக்கப்பட்ட சில அற்புதமான ஆவணப்படங்களைக் காணும் வாய்ப்பு கிடைத்தது.

அதே நேரத்தில் சில மோசமான படங்களையும், பல சுமாரான படங்களையும் பார்க்க நேர்ந்தது.

ஒருவிதத்தில் இது தற்போது சர்வதேச ஆவணப்பட உலகில் நிலவும் மூன்றுவித நிலைப்பாடுகளையே காட்டுகிறது.

சினிமாவைப் பற்றி ஒன்றுமே அறியாத சிலர், கையில் கேமராவும் கொஞ்சம் பணமும் இருக்கிறது என்கின்ற ஒரே காரணத்திற்காக சமூக பிரச்சனைகளைக் குறித்து படம் எடுப்பதாக நினைத்துக் கொண்டு பிதற்றலான படங்களை மிக தைரியமாக படவிழாவின் பரிசுக்கான போட்டிக்கு அனுப்பி வைத்துள்ளனர்.

இன்னும் ஒரு சிலரோ சினிமாவின் எல்லைகளை விரிவுபடுத்த வேண்டும் என்ற போராட்டம் உள்ளுக்குள் இல்லாததால். பழைய பாணியிலேயே சொல்ல வந்ததை சுவாரஸ்யம் இல்லாமல் சொல்கிறார்கள்.

இன்று சர்வதேச அளவில், சிலர் பிரச்சனைகளை சொல்வதற்கும், அதன் ஆழத்திற்கு செல்வதற்கும், அதன் தீவிரத் தன்மையை

வெளிக்கொண்டு வரவும் கதைப்படங்களைக் காட்டிலும் ஆவணப்படங்களே சிறந்தது என அத்தகைய ஆவணப்படங்களை இயக்குநர்கள் சிந்திக்கிறார்கள். பல ஆவணப்படங்கள் முதன் முறையாக எனக்கு பல பிரச்சனைகளை அறிமுகப்படுத்தியது. அறிமுகப்படுத்திய உடனே அப் பிரச்சனையின் ஆழத்திற்கும் இட்டு செல்கிறது. அவற்றில் பல படங்கள் இந்திய ஆவணப்படங்களாக இருந்தது பெருமையும் ஆச்சர்யமும் தருவதாக இருந்தது.

அத்தகைய சில படங்கள் குறித்து அனுபவத்தைப் பகிர்ந்து கொள்வது ஒரு சுகமான பணி.

இந்தியாவின் வடகிழக்கு மாநிலங்கள் குறித்த முக்கியப் பிரச்சனைகளை அவ்வப்போது செய்தித்தாள்களிலும், டெலிவிஷன் களிலும் நான் பார்ப்பது உண்டு. வடகிழக்கு மாநிலங்கள் குறித்த பல அற்புதமான ஆவணப்படங்களைப் பார்த்தபோதுதான், அம்மாநிலங்களில் உள்ள பிரச்சனைகளின் ஆழத்தை என்னால் முதன்முதலாக உணரமுடிந்தது.

குறிப்பாக மணிப்பூரில் இருந்தும், மணிப்பூர் பிரச்சனைகள் குறித்தும் பல அற்புதமான படங்களைப் பார்க்க முடிந்தது.

மணிப்பூர் பெண்களின் போராட்டம்

Fried Fish, Chicken Soup and a Premier show என்கின்ற ஆவணப்படம் மணிப்பூரின் சினிமா மற்றும் சினிமாத் தொழில் குறித்தப் படம். மணிப்பூரில் சினிமா எடுப்பதற்கு பல நடவடிக்கைகள் உண்டு. மணிப்பூர் மக்களில் பலர் தங்களை வலுக்கட்டாயமாக இந்திய அரசு ஆளுவதாகவே கருதுகிறார்கள். இந்திய ராணுவத்தை அந்நிய அடக்கு சக்தியாகவே கருதுகிறார்கள். உள்ளூர் போராட்டக்குழுக்கள் விதித்த தடை காரணமாக, இந்தியப் படங்கள் ஏதும் அங்கு வெளியிடப்படுவதில்லை. உள்ளூரில் குறைந்த செலவில் எடுக்கப்படும் டிஜிட்டல் திரைப்படங்கள்தான் மணிப்பூர் மக்களுக்கு ஒரே பொழுதுபோக்கு. இந்த ஆவணப்படம் உள்ளூர் குழு ஒன்று தயாரிக்கும் மணிப்பூர் திரைப்படத்தைப் பற்றிய பதிவாகத்தான் துவங்குகிறது.

சினிமாவில் ஆர்வம் மிகுந்த ஒரு நடுத்தரக் குடும்பம்தான் இப்படத்தை தயாரிக்கிறது. கணவன் தயாரிப்பாளர், அவரது நண்பர் இயக்குநர், மனைவிதான் படக்குழுவினருக்கான மொத்த உணவையும் வீட்டிலேயே தயாரிக்கிறார். மகள்கள் சிறிய சிறிய தயாரிப்பு வேலைகளைச் செய்கின்றனர். அவர்கள் குறைந்த செலவில் படமெடுக்கும் அவஸ்தை சிறிது நகைச்சுவை உணர்வோடு காட்டப்படுகிறது. இதை மட்டும் காட்டியிருந்தால் இப்படம் சாதாரண ஆவணப்படமாக இருந்திருக்கலாம். இப்படத்தினூடே மணிப்பூர் சினிமாவின் சுவையான வரலாற்றுப் பக்கங்களும் சொல்லப்படுகின்றன. முதன் முதலில் எடுக்கப்பட்ட மணிப்பூரி மொழிப்படம், அரசியல் போராட்டங்களால் மணிப்பூரி சினிமா ஸ்தம்பித்துப் போனது வரை பல விஷயங்கள் சுவைபட சொல்லப்படுகிறது. மணிப்பூரி என்ற ஒரு மொழி உண்டு. அம்மொழியிலும் சினிமா தயாரிக்கப்படுகிறது என்பதை 1982ஆம் ஆண்டுதான் உலகம் அறிய நேர்ந்தது. காரணம், அப்போதுதான் இமாகி நிங்கதம் (Imagi Ningthem) என்கின்ற மணிப்பூரி படம் வெளிவந்து, இந்தியாவின் கவனத்தையும், உலகின் கவனத்தையும் ஈர்த்தது. இப்படத்தை இயக்கியவர் அரிபாம் ஷியாம் சர்மா என்பவர். இவர் மணிப்பூரி சினிமாவின் தந்தையாக கருதப்படுகிறார். எந்த வசதியும் இல்லாமல் மிகச் சாதாரண போலக்ஸ் (Bolex) கேமராவால் அரிபாம் ஷியாம் ஷர்மா இப்படத்தை எடுத்தார். இப்படத்தை பிரான்சு நாட்டு திரைப்பட விழா ஒன்றில் உலகின் முன்னணி சினிமா கேமரா தயாரிக்கும் ஏரிஃப்ளக்ஸ் (Arriflex) கம்பெனி ஆட்கள் பார்க்க நேர்ந்தது. இத்தனை அழகான கதையை ஏன் மிகச் சாதாரண பழைமையான போலக்ஸ் கேமராவால் எடுத்தார் என்பதை அறிந்தபோது, மனம் நெகிழ்ந்த ஏரிஃப்ளக்ஸ் கம்பெனி

இமாகி நிங்கதம் படபிடிப்பில் அரிபாம் ஷர்மா

ARRI III என்கின்ற தொழில் ரீதியான கேமராவை அரிபாம் ஷர்மாவுக்கு இலவசமாகவே தந்தனர். இது போன்று பல சுவையான தகவல்கள் தற்போது போராடி டிஜிட்டல் படம் எடுக்கும் படக்குழுவினரின் கதையினூடே சொல்லப்படுகிறது. இந்த பல்வேறு சுவையான தகவல்களினூடாக மணிப்பூரின் சமூக, அரசியல் நெருக்கடிகளும் நமக்குத் தெரிய வருகின்றன. வெறும் மூன்று லட்ச ரூபாயில் டிஜிட்டல் படமெடுக்கும் இக்குழுவினரின் ஒருவித எதிர்மறை நகைச்சுவையைக் கடைசிவரை பார்க்க முடிகிறது.

படத்தின் முதல் விஷேசக் காட்சிக்காக போஸ்டர் அடித்து, ஒலி பெருக்கியில் விளம்பரம் செய்கிறார்கள். விஷேச முதல்காட்சி என்பது ஒரு பெரிய விளையாட்டு மைதானத்தில் வீடியோ ப்ரொஜக்டர் மூலம் அடர்தகடைத் (DVD), திரையிடுவதுதான். அந்தக் காட்சிக்காக ஆயிரக்கணக்கான மக்கள் கூடி விடுகின்றனர். விஷேச காட்சிக்கு முன்பு மணிப்பூர் சினிமா சங்கம் என்கின்ற அமைப்பின் அனுமதியை பெறவேண்டும். கிட்டத்தட்ட சென்சார் போர்டு அமைப்பு அது. அவர்கள் முக்கியமாகப் பார்ப்பது படத்தில் சம்பந்தப்பட்ட அனைவரும் மணிப்பூரைச் சேர்ந்தவர்களாக இருக்கவேண்டும். இன்னொன்று, படத்தில் இந்தியத் தன்மைகள் ஏதும் இருக்கக்கூடாது.

அவசர அவசரமாக படத்தின் முதல் பாதியை ஒரு DVDயில் கமிட்டிக்குத் தருவார்கள். அதைப் பார்த்து முடிப்பதற்குள் அடுத்த DVD வந்துவிடுவதாகச் சொல்வார்கள். ஆனால் அடுத்த DVD ஐ தயாரிப்பதில் தொழில்நுட்ப சிக்கல்கள் கமிட்டி உறுப்பினர்கள் காத்திருப்பர். கடைசியாக படத்தைப் பார்த்து முடித்ததும் கமிட்டி சில ஆட்சேபணைகளைத் தெரிவிக்கிறது. அதில் முக்கியமான ஒன்று ஒரு பாடல் காட்சியில் கதாநாயகன், நாயகியின் உடை வண்ணம் பாடலினூடே மாறுகிறது. அது இந்தியத்தன்மை என்று ஆட்சேபிக்கிறார்கள். படத்தின் இயக்குநரோ, உடையின் வண்ணம் மாறவில்லை, பாடலின் காட்சிகள் வெவ்வேறு நாட்களில் நடைபெறுகிறது. அதனால்தான் வெவ்வேறு உடைகளில்

வருகின்றனர் என சொல்லிப் பார்க்கின்றார். கமிட்டி அதை ஏற்பதாக இல்லை. இறுதியில் வேறு வழியில்லாமல் படத்தின் இயக்குநர் பாடல் காட்சியை மட்டும் வண்ணத்திலிருந்து, கறுப்பு வெள்ளைக்கு மாற்றி விடுகிறார்.

90 நிமிடங்கள் ஓடும் இந்த ஆவணப்படத்தை பார்த்து முடித்தபோது ஆச்சர்யமாகவும் மகிழ்ச்சியாகவும் இருந்தது.

ஆச்சர்யத்திற்கு காரணம், 2010ஆம் ஆண்டில், சினிமாவின் இரண்டாம் நூற்றாண்டில், இந்தியாவின் ஒரு பகுதி என்று சொல்லப்படும் ஒரு மாநிலத்தில் ஒரு சாதாரண டிஜிட்டல் திரைப்படத்தை எடுக்க பாடுபடுகிறார்களே என்பதுதான்.

மகிழ்ச்சிக்கு காரணம், மணிப்பூரின் தற்போதைய சமூக, வரலாற்று, அரசியல் நிலையை, அதன் சினிமாவைக் குறித்து வெறும் 90 நிமிடத்தில் என் மனதில் இத்தனை ஆழமாக பதிய வைத்தது.

சர்வதேச தரத்திலான இந்த ஆண்டின் இந்தியாவின் இன்னொரு முக்கியமான ஆவணப்படம் “ஜெய் பீம் காம்ரேட்” இப்படத்தை இயக்கியவர் இந்திய அரசியல் ஆவணப்படங்களின் முன்னோடிகளில் ஒருவரான ஆனந்த் பட்டவர்த்தன் ஆவார். இவர் கடந்த முப்பது ஆண்டுகளாக அரசியல் ஆய்வு ஆவணப்படங்களை எடுத்து வருபவர். இந்துத்துவாவுக்கு எதிரான இவரது “ராம் கி நாம்” ஆவணப்படம் இந்திய ஆவணப்படங்களில் முக்கியமான மைல் கல் ஆகும். “ஜெய் பீம் காம்ரேட்” படத்திற்கு முன்பு இவர் எடுத்த படம் “வார் அன்ட் பீஸ்” (War and Peace) ஆகும். இப்படம் வெளிவந்து 9 ஆண்டுகளுக்கு பின் ஆனந்த் பட்வர்த்தன் “ஜெய் பீம் காம்ரேட்” படத்தை வெளியிட்டுள்ளார்.

கடந்த 14 ஆண்டுகளாக இப்படம் தயாரிப்பில் இருந்தது. படத் தலைப்பில் உள்ள பீம் என்பது தலித் தலைவரும், இந்திய அரசியலமைப்பு சட்டத்தை உருவாக்கியவருமான டாக்டர் பீம்ராவ் அம்பேத்கரை குறிக்கிறது.

ஆவணப்பட இயக்குநர் ஆனந்த் பட்வர்த்தன்

1997ஆம் ஆண்டு மும்பையில் போலீஸ் நிராயுதபாணிகளாக இருந்த 10 தலித்துக்களை சுட்டுக் கொன்றது. அந்தக் கொடுமையைத் தாங்க முடியாமல் தலித் இனத் தலைவரும், பாடகரும், கவிஞருமான விலாஸ் கோக்ரே தற்கொலை செய்து

கொள்கிறார். தன் நண்பனாக இருந்த விலாஸ் கோக்ரேயின் இந்த மரணம்தான் தன்னை இப்படம் எடுக்கத் தூண்டியதாக பட்டவர்த்தன் சொல்கிறார். இந்த மரணத்தையும், அதைத் தொடர்ந்து அடுத்த 14 ஆண்டுகளில் குறிப்பாக மகாராஷ்டிராவில் தலித் எழுச்சி வரலாற்றில் ஏற்பட்ட மாற்றங்களையும் இந்த ஆவணப்படம் மிக அருமையாகப் படம் பிடித்துள்ளது. மகாராஷ்டிராவை மையமாகக் கொண்டிருந்தாலும், இப்படம் இந்திய நாட்டின் ஒடுக்கப்பட்ட மக்கள் சாதி, வர்க்கம் என்ற இரட்டை துன்பங்களுக்கு ஆளாகிறார்கள் என்பதையும் ஆழமாகக் காட்டுகிறது.

இப்படத்தில் முக்கியமாகக் குறிப்பிடப்பட வேண்டியது. படம் முழுக்க தலித் இனக் கலைஞர்கள் எப்படி பேச்சை, கவிதையை, பாடலை, இசையை, தெரு நாடகங்களை தங்கள் போராட்ட ஆயுதங்களாகப் பயன்படுத்துகிறார்கள் என்பதுதான்.

இப்படம் ஏற்கெனவே கடந்த அக்டோபரில் காட்மண்டுவில் நடைபெற்ற தெற்காசிய ஆவணப்படங்களுக்கான படவிழாவில் சிறந்த படத்துக்கான பரிசைத் தட்டிச் சென்றுள்ளது.

இப்படம் மூன்று மணி நேரம் இருபது நிமிடங்கள் ஓடுகிறது. இந்தியாவில் தலித் இன எழுச்சி வரலாற்றை ஒருவித ஆக்கப்பூர்வமான விமர்சனப் பார்வையோடு பார்ப்பதால், தமுஎகச போன்ற இயக்கங்கள் இப்படத்தை பல பகுதி மக்களுக்கும் கொண்டு சேர்க்க வேண்டும்.

இப்படத்தின் அதீத நீளம் காரணமாக, படத்தின் கருப்பொருள் குறித்த அறிவோ, அக்கறையோ இல்லாதவர்கள் இப்படத்தை பார்க்க முடியுமா என்பது சந்தேகமே. ஆனந்த் பட்வர்த்தனின் இதற்கு முந்தைய படமான ‘வார் அண்ட் பீஸ்’ மூன்று மணி நேரம் ஓடக்கூடியது. படத்தின் நீளம் காரணமாக சாதாரண மக்களுக்கு இப்படங்களைக் காட்டுவதில் சிரமம் உள்ளதே என்று நான் ஒரு சினிமா விமர்சகராக விவாதித்தேன். மக்களுக்கு தற்போது அந்த அளவு நேரமும் பொறுமையும் இருப்பதில்லையே என்று சொன்னேன். அதற்கு அவர் உடனே ஒன்றுமில்லாத முகநூலில் பல மணி நேரம் தினமும் செலவு செய்யும் இளைஞர்களால் இதுபோன்ற ஒரு படத்திற்காக மூன்றரை மணி நேரம் செலவு செய்ய முடியாதா என கோபமாகக் கேட்டார். ஒரு விதத்தில் அவர் சொன்னது உண்மைதான்.

பட்வர்த்தனின் படங்கள் பல ஆண்டு உழைப்பினால் உருவானவை. பல நூறு மணி நேர படப்பதிவுகளிலிருந்து தொகுக்கப்பட்டது.

பட்வர்த்தனின் ஆவணப்படங்கள் எப்போதுமே, படத்தின் கருப்பொருள் பற்றிய கூட்டங்கள், விவாதங்களுக்கு உதவும் ஒரு கருவியாக உள்ளது. அதே நேரத்தில் அரசியல் ஆய்வு ஆவணப்படங்கள் எடுக்க விரும்புவர்களுக்கு ஒரு வழிகாட்டியாகவும் உள்ளது.

பிங்க் சாரிஸ் (Pink Saris) என்ற பெயரில் வந்துள்ள ஆவணப்படமும், இந்த ஆண்டு சர்வதேச அளவில் பேசப்பட்ட படம்.

உத்தரப்பிரதேச மாநில கிராமங்களில் பெண்கள் அனுபவிக்கும் கொடுமைக்கு எதிராக சம்பத் பால் என்கின்ற பெண், பிங்க் சாரிஸ் (குலாபி கூட்டம்) என்ற பெயரில் ஓர் அமைப்பை ஏற்படுத்தி எப்படி கிட்டத்தட்ட ஒரு தனி மனுஷியாகப் பேராடுகிறாள் என்பது பற்றியதுதான் இந்த ஆவணப்படம்.

இங்கிலாந்து நாட்டுத் தயாரிப்பான இப்படத்தை இயக்கியதும் இங்கிலாந்தை சேர்ந்த பிரபல பெண் ஆவணப்பட இயக்குநர் கிம் லாங்கிநோட்டோ (Kim Longinotto). இவர் ஏற்கெனவே பல்வேறு நாடுகளில் பெண்களின் போராட்டங்களை, குறிப்பாக வெற்றி பெற்ற போராட்டங்களைக் குறித்து ஆவணப்படங்கள் எடுத்தவர்.

பிங்க் சாரிஸ் படத்தில், பெரும்பாலும் பெண்கள் அமைப்பின் போராட்டமாகக் காட்டுவதைவிட, சம்பத் பால் என்கின்ற தனி மனுஷியின் போராட்டமே காட்டப்படுகிறது.

பிங்க் சாரிஸ் ஆவணப்படத்திலிருந்து ஒரு காட்சி

விறுவிறுப்பான கதைப்படம் போல படம் பிடித்து, தொகுக்கப் பட்ட பிங்க் சாரிஸ் ஆவணப்படம் 'பாண்டிட் குயின்' படத்தை ஆவணப்படமாக பார்ப்பதுபோல் உள்ளது.

குழந்தைத் திருமணம், இளம் பெண்களைக் கணவன், மாமனார், மாமியார் கொடுமைப்படுத்துவது போன்ற கொடுமைகள் எங்கு நடந்தாலும் வெற்றிலை குதப்பும் வாயோடு அங்கே சம்பால் ஆஜராகி விடுகிறார்.

ஒன்று பிரச்சனையைத் தீர்த்து வைக்கிறார். அல்லது பாதிக்கப்பட்ட பெண்ணைத் தன்னோடு அழைத்து வந்து விடுகிறார்.

அவளின் இந்தப் போராட்டத்தினூடே அவளின் தனிப்பட்ட வாழ்க்கையையும், அவள் சிறுவயதில் பாதிக்கப்பட்டதையும், பெண் கொடுமைக்கு எதிராக ஏன் போராடத் துணிந்தாள் என்பதையும், ஒரு சிறந்த கதைப்படத்துக்கான நேர்த்தியோடு இந்த ஆவணப்படத்தில் இயக்குநர் காட்டியுள்ளார்.

இன்று சர்வதேச அளவில் புகழ்பெற்ற பெரும்பாலான ஆவணப்படங்கள், கதைப்படங்களைப் போல ஒரு மணி நேரம் அல்லது ஒன்றரை மணி நேரம் ஓடக்கூடியதாக உள்ளது. அப்படங் களின் கருப்பொருளைக் கையாண்ட விதமும் கதைப்படங்களுக்கு நிகராக உள்ளது.

சமீபத்தில் கணித மேதை ராமானுஜத்தின் 125ஆவது பிறந்த நாள் விழாவின் ஒரு பகுதியாக, ராமானுஜத்தின் வாழ்க்கை சரிதத்தை எழுதிய அமெரிக்க எழுத்தாளர் ராபர்ட் கனிகல் சென்னை வந்திருந்தார்.

கணித மேதை இராமானுஜன் வாழ்க்கை வரலாற்று ஆசிரியர் ராபர்ட் கனிகல்

'The Man Who Knew Infinity' என்ற தலைப்பில் வெளியான இந்த ஆங்கில புத்தகத்தை 25 ஆண்டுகளுக்கு முன்பு ராமானுஜத்தின் 100ஆவது பிறந்த நாள் விழா கொண்டாட்டத்தின் ஒரு பகுதியாக வெளியிட்டார். ராமானுஜத்தைப் பற்றி ஓரளவு முழுமையாக அறிந்து கொள்ள உதவும் புத்தகம் இன்றளவும் இது ஒன்றுதான்.

ராமானுஜம் எப்படி நடந்தார், எப்படி கணிதத்தை சிலேட்டு பலகையில் எழுதி எழுதி தன் முழங்கையால் துடைத்தார் என்பது போன்ற பல தனிப்பட்ட பழக்க வழக்கங்களைப் பற்றியும், முறையாக

எங்குமே படிக்காமல் உயர் எண் கணிதத்தைப் பற்றிய அவர் அறிவு இன்றளவும் புரிந்து கொள்ள முடியாமல் உள்ளது என்பது பற்றியும், அவருக்கும் இங்கிலாந்து கணித மேதை G.H.ஹார்டிக்கும் ஏற்பட்ட உறவைப் பற்றியும் மிக ஆழமாக இப்புத்தகத்தில் எழுதியுள்ளார்.

இப்புத்தகத்தைப் படித்த பலர், ராபர்ட் கெனிகல் ஏதோ ராமானுஜத்தோடு பல ஆண்டுகள் பழகியவர் போல் எழுதியுள்ளாரே என வியந்தனர். இது எப்படி சாத்தியமாயிற்று என ராபர்ட் கெனகலிடம் கேட்டபோது அவரது பதில் ஆச்சர்யமளித்தது. ராபர்ட் ஏற்கெனவே அறிவியல் சம்பந்தமாகவும், அறிவியல் வல்லுநர்களின் வாழ்க்கை குறித்தும் எழுதியுள்ளார். அடிப்படையில் அவர் ஓர் எழுத்தாளர், பத்திரிகை விமர்சகர்.

ஒரு பதிப்பகம் சார்பாக, ராமானுஜத்தைக் குறித்து ஒரு புத்தகம் எழுத முடியுமா என அதன் ஏஜென்ட் கேட்டபோது, ராபர்ட் அதற்கு முன்பு ராமானுஜத்தைக் குறித்து கேள்விபட்டது கூட இல்லை. ராமானுஜம் பற்றி மட்டுமல்ல, G.H.ஹார்டியைக் குறித்துக் கூட கேள்விப்பட்டது இல்லை.

தொழில் முறையாக புத்தகத்தை எழுதத் தீர்மானித்த அவர், ராமானுஜத்தைக் குறித்த சில விவரங்களைத் தேடிப் படிக்கிறார். பின்னர் அந்த விவரங்களால் கவரப்பட்ட அவர், தீவிர ஆய்விற்காக அமெரிக்காவிலிருந்து தமிழ்நாட்டுக்கு பயணம் செய்கிறார். சென்னை, கும்பகோணம், நாமக்கல், ஈரோடு என பல இடங்களுக்குப் பயணம் செய்து, ராமானுஜன் வாழ்ந்த இடங்களையும், ராமானுஜத்தோடு தொடர்புடைய சிலரையும், ராமானுஜன் குறித்த தன் ஆய்விற்காகப் பயன்படுத்திக் கொள்கிறார். பின்னர் ராமானுஜன் என்ற மனிதரால் முழுவதுமாக ஆகர்ஷிக்கப்பட்டவராக 'The Man Who Knew Infinity' என்ற புத்தகத்தை எழுதத் தொடங்குகிறார். ராமானுஜன் என்ற அரிய மனிதனை மேலைநாட்டு மக்களுக்கு அறிமுகப்படுத்தியது இந்தப் புத்தகம்தான்.

ராமானுஜன் வரலாற்றை, வாழ்க்கையை, தான் எழுதிய விதத்தை "புதுவிதமான எழுத்து, புதிதாய் தோன்றும் பத்திரிகை எழுத்து" என்கிறார். இப்புத்தகம் பின்னர் பல ஐரோப்பிய மொழிகளிலும் மொழிபெயர்க்கப்பட்டது. ராமானுஜத்தின் 125ஆவது பிறந்தநாளைக் கொண்டாடும் இந்த நேரத்தில்கூட இப்புத்தகம் இன்னமும் தமிழில் வெளிவராதது வருந்தத்தக்கது.

ராபர்ட் கெனகல் குறிப்பிடுகின்ற இந்தப் புதுவித எழுத்தின் அடிப்படையும், புதிதாகத் தயாரிக்கப்படுகின்ற சர்வதேச

ஆவணப்படங்களின் அடிப்படையும் ஒன்றுதான் என நினைக்கிறேன். சிரத்தைமிக்க ஆய்வை அடிப்படையாகக் கொண்டு, தன் படைப்புத் திறனை முழுவதுமாகப் பயன்படுத்தி புனைகின்ற படைப்புகளே இத்தகைய புத்தகங்களாகவும், ஆவணப் படங்களாகவும் உருவாகின்றன.

ஆவணப் படங்களைப் பொறுத்தவரை படைப்பாளி, தன் ஆய்வு மற்றும் படைப்புத் திறனோடு சினிமா குறித்த தன் அறிவையும், ஆளுமையையும் பயன்படுத்திக் கொள்கிறார்.

இந்த அடிப்படையில் நான் சமீபத்தில் பார்த்த சர்வதேச தரத்திலான மேலும் சில இந்திய ஆவணப்படங்களைக் குறித்து என் அனுபவத்தைப் பகிர்ந்து கொள்ள விரும்புகிறேன்.

‘I was born in Delhi’ என்கின்ற ஆவணப்படம் சகோதரிகளான ஜோஸ்னா, ஹஸீனா ஆகிய இரு இளம் பெண்களைப் பற்றியது. முழுநீள கதைப்படம் போல் 93 நிமிடங்கள் ஓடக்கூடிய இந்த ஆவணப்படத்தின் வடிவமைப்பும் கதை சொல்லும் பாங்கும் என்னை ரொம்பவே கவர்ந்தது. பிஷ்னு தேவ் ஹல்தர் (Bisnu Dev Halder) இயக்கிய இந்த ஆவணப்படம் வங்காள கிராமத்திலிருந்து ஓடி வந்து டில்லியில் புது வாழ்க்கையைத் தேடிய இரு சகோதரிகளைப் பற்றியது. திருமணமாகாத இந்த இரு பெண்களும் கிராமத்தை விட்டு மட்டும் ஓடிவரவில்லை. தங்களின் வறுமையை, திருமணம் என்கிற சிறையை, சமையல் கட்டை சார்ந்தே அமைந்த அவர்கள் வாழ்க்கையை, கிராமத்தின் பழமைவாதத்தை என்று எல்லாவற்றையும் விட்டு ஓடிவருகிறார்கள்.

சகோதரிகள் இருவருமே அழகாக உள்ளனர். நன்றாக ஹிந்தி பேசுகின்றனர். அவர்கள் தனியாக ஒரு வீடு எடுத்துக்கொண்டு வசிக்கின்றனர். பிஷ்னு தேவ் இந்த இரு சகோதரிகளின் டில்லி வாழ்க்கையை ஐந்து ஆண்டுகளாக தன் வீடியோ கேமராவோடு அவ்வப்போது பதிவு செய்கிறார்.

மூத்த சகோதரியோ மிகுந்த பொறுப்புணர்வோடு குடும்பத்திற்காக உழைக்கிறாள். இளைய சகோதரி ஹஸீனாவோ வாழ்க்கையை விளையாட்டாக எடுத்துக்கொண்டு, தனக்கு சரியான கணவனைத் தேர்ந்தெடுக்க வேண்டும் என்ற ரீதியில் பல ஆண் நண்பர்களோடு பழகுகிறாள்.

நெருக்கமான நேரங்களில் கேமரா அவர்கள் வாழும் இடுக்கமான வீட்டில் உள்ளது. அவ்வப்போது அந்த சகோதரிகளோடு கேமராவும் வெளியே செல்கிறது.

ஆவணப்பட இயக்குநர்
பிஷ்னு தேவ் ஹல்தர்

90 நிமிடங்களுக்கு மேல் ஓடும் இந்த ஆவணப்படத்தில் இயக்குநரும் அவர் கேமராவும் ஐந்தாண்டுகளாக அந்த சகோதரியின் வாழ்க்கையின் ஓர் அங்கமாக இருந்ததை அற்புதமாக உணர முடிகிறது.

பல நேரங்களில் அந்த இரு சகோதரிகளும் பல ஆண்டுகளாக தங்களோடு வசிக்கும் மூன்றாவது நபர் போல அந்த கேமராவோடு வெகுஇயல்பாகப் பேசுகின்றனர். கேமராவோடு இயல்பாகப் பேசுவது பார்வையாளர்களோடு பேசுவதாய் அமைகிறது. படம் பார்க்கும் அந்த 90 நிமிடங்களில் நாமும் அந்த சகோதரிகளோடு கூடவே ஐந்து ஆண்டுகள் இருந்தது போன்றதொரு உணர்வைத் தருகிறது. இது போன்றதொரு உணர்வை எந்த ஒரு ஆணவப்படத்திலும் நான் உணர்ந்ததில்லை. அந்த சகோதரிகள் இரவு நேரத்தில் செல்போனில் கிராமத்தில் உள்ள தன் தாயோடு நீண்ட நேரம் பேசும் காட்சிகள் அத்தனை தத்ரூபமாக அமைந்துள்ளன. அந்த இரு சகோதரிகளும் அவ்வாறு பேசும்போது நாமும் அவர்கள் அறையில் அவர்கள் அருகே அமைதியாய் உட்கார்ந்திருப்பது போன்ற ஓர் உணர்வு.

'I was born in Delhi'
ஆவணப்படத்திலிருந்து ஒரு காட்சி

படத்தின் இயக்குநர் மிக சாமர்த்தியமாக மொத்தப் படத்தையும், இரவுக் காட்சிகள் உட்பட எல்லாவற்றையும் இயற்கையான ஒளியிலேயே படம் பிடித்துள்ளார். இதன் காரணமாக பெரும்பாலான இரவுக் காட்சிகள் போதுமான ஒளியில்லாமல் படம் பிடிக்கப்பட்டுள்ளது போன்ற உணர்வைத் தந்தாலும் இரு சகோதரிகள் ரத்தமும் சதையுமாய் தத்ரூபமாக உள்ளதால் அது பார்வையாளர்களை பாதிப்பதே இல்லை. இரு சகோதரிகளும் ஒரு கட்டத்தில் உண்மையான மனிதர்கள் என்பது மறந்துபோய் தேர்ந்த இரு நடிகர்கள் போல் காட்சியளிக்கின்றனர்.

93 நிமிடங்கள் ஓடும் இப்படத்தில் அந்தச் சகோதரிகளின் ஐந்து ஆண்டு வாழ்க்கையில் பல விஷயங்கள் நடந்து விடுகின்றன. மூத்த சகோதரி இளைய சகோதரியோடு சண்டை போட்டுக்கொண்டு கிராமத்துக்கே சென்று விடுகிறாள். ஆனால், அவளால் அங்கு இருக்க முடியவில்லை. மீண்டும் டெல்லிக்கே திரும்பிவிடுகிறாள். இளைய சகோதரி கடைசியாய் ஒருவனைத் திருமணம் செய்து கொள்கிறாள். குழந்தையும் பிறக்கிறது. குழந்தை பிறந்த மூன்று மாதத்தில் எங்கோ வேலைக்குச் சென்றவன் வீட்டுக்குத் திரும்பவே இல்லை. திருமணமே செய்து கொள்ளாத மூத்த சகோதரி இளைய சகோதரியை குழந்தையோடு பார்த்துக் கொள்கிறாள். இப்படியாக இந்த ஆவணப்படத்தில் ஒரு கதைப் படத்துக்குரிய அம்சங்களும் உள்ளன.

பார்ப்பதற்கு எளிமையாக இந்த ஆவணப்படம் தோன்றினாலும், இயக்குநரின் பொறுமையும், நீண்டகால உழைப்பும், தன் கருப்பொருளில் ஆர்வம் குறையாமல் பார்த்துக் கொள்வதும்தான் இது போன்ற ஆவணப்படங்களின் வெற்றி.

இன்று சர்வதேச அளவில் பேசப்படும் பெரும்பாலான ஆவணப்படங்கள் இது போன்றதொரு பாணியையே பயன்படுத்துகின்றன. சில நேரங்களில் இதுபோல் நீண்ட காலம் பதிவு செய்வது செலவு மிகுந்த ஒன்றாகவும் அமையலாம்.

இந்தப் படத்தை இதன் இயக்குநர் பிஷ்னு தேவ் ஹல்தார் சர்வதேச நிதியுதவியுடன்தான் எடுத்துள்ளார்.

கொல்கத்தாவில் உள்ள சத்யஜித் ரே திரைப்படக் கல்லூரியில் படித்த பிஷ்னு தேவ் தன்னுடைய விசேஷ ஈர்ப்பு எப்போதுமே ஆவணப்படங்களில்தான் என்கிறார். வாழ்க்கையின் உண்மையான தருணங்களைப் பதிவு செய்வதுதான் எனக்கு திருப்தி தரும் பணியாக உள்ளது என்கிறார்.

திரைப்படக் கல்லூரியில் படித்தபொழுது, ஹௌரா ரயில் நிலையத்தில் தன்னந்தனியாக வசிக்கும் ஒரு சிறுவனைப் பற்றி இவர் எடுத்த ஆவணப்படமான The Tiger's Cub (புலிக்குட்டி) ஏற்கெனவே பல சர்வதேச விருதுகளைப் பெற்றுள்ளது. இந்தியாவின் இளம் நவீன ஆவணப்பட இயக்குநர்களில் இவர் முக்கியமானவராக கருதப்படுகிறார்.

இதேபோல் சென்ற ஆண்டின் இன்னொரு முக்கியமான ஆவணப்படம் 'மியார் வீடு' (Miyar House) என்பதாகும். இதை இயக்கியவர் என் நண்பரும் பூனா திரைப்படக் கல்லூரியில் படித்தவருமான ராமச்சந்திரா.

கர்நாடகாவின் உடுப்பி மாவட்டத்தில் உள்ள மியார் எனும் குக்கிராமத்தில் உள்ள 200 ஆண்டு கால பழமையான தன் மூதாதையர் வீட்டைப் பற்றி ராமச்சந்திரா எடுத்த படம் இது.

அந்த வீடு இடிக்கப்பட இருக்கிறது என்று கேள்விப்பட்ட உடன் தன்னோடு திரைப்படக் கல்லூரியில் படித்த நண்பனோடும் சிறிய வீடியோ கேமராவோடும் கிராமத்துக்குச் செல்கிறார். இடிப்பதற்கு முன் வீட்டைப் பார்ப்பதற்காக வீட்டின் சொந்தக்காரர்களான தன் தந்தை, அவரது சகோதரர் மற்றும் சகோதரி ஆகியோரை கிராமத்துக்கு வரவழைக்கிறார். மிக இயல்பான பாணியில் அவர் வீட்டைச் சுற்றியும், அந்த கிராமத்தைச் சுற்றியும் அவர்களோடு உரையாடுகிறார். அந்த உரையாடல்கள்தான் இப்படத்தின் உயிர்நாடி. அந்த உரையாடல்களில் அவர்கள் தங்களின் குழந்தை மற்றும் இளமைப் பருவங்களை நினைவு கூர்கையில் காலத்தின் மாற்றமும் இந்தியக் குடும்பங்களில் ஏற்படும் மாற்றமும் மிக அழகாக கொண்டுவரப்படுகிறது. அந்தக் காலத்தில் அந்த வீட்டில் வேலையாட்களாக இருந்த சிலர் இன்னமும் வயதாகி அந்த கிராமத்திலேயே உள்ளனர். அவர்களையும் அவ்வீட்டிற்கு அழைத்து வந்து அவர்கள் நினைவுகளையும் இயக்குநர் பதிவு செய்கிறார். பெரும் காலமாற்றத்தை, சமூக மாற்றத்தைப் பதிவு செய்வதில் அவர்களின் பேட்டி வலுசேர்க்கிறது.

அந்தப் பாரம்பரியமிக்க வீட்டை அப்படியே பெயர்த்தெடுத்து, வேறொரு இடத்தில் அருங்காட்சியகத்தில் வைப்பதற்காக அந்த நிறுவனம் முயற்சிக்கிறது.

இப்படி இடிக்கப்படும் ஒரு பழைய பாரம்பரிய வீட்டின் கதையைச் சொல்வதன் மூலம் மிக எளிமையாக இந்தியாவில் ஏற்படும் சமூக மாற்றத்தை இப்படம் அழகாக சொல்கிறது.

மிகக்குறைந்த செலவில் சாதாரண மினி DV கேமராவினால் ராமசந்திராவாலும் அவரின் வகுப்புத் தோழனாலும் எடுக்கப்பட்ட இந்த ஆவணப்படம் இயக்குநரின் புனையப்பட்ட நாட்குறிப்புபோல் உள்ளது.

சமயங்களில் சாதாரண வீடியோ பதிவுகள் அதன் காலவெளியைத் தாண்டி வேறொரு கண்ணுக்குத் தெரியாத மாற்றத்தை பார்வையாளனுக்கு உணர்த்தும்போது எப்படி அந்த சாதாரணப் பதிவுகள் மிகச்சிறந்த ஆவணப்படமாக மாறுகிறது என்பதற்கு இப்படம் சரியான உதாரணமாகும்.

Dreaming Taj Mahal ஆவணப்படத்திலிருந்து ஒரு காட்சி

இன்று சர்வதேசிய அளவில் ஆவணப்படங்களுக்கான கருப் பொருளுக்குப் பஞ்சமே இல்லை. ஆனால், சிறந்த ஆவணப்படங்களை நிர்ணயிப்பது அதன் இயக்குநர்கள் அந்தக் கருப்பொருளை அணுகும் விதம்தான். முற்றிலும் புதிதான அணுகுமுறையில் ஒரு கருப்பொருளைப் பற்றி ஆவணப்படம் எடுத்து அதன் மூலம் மக்கள் மனதைத் தொடுவது எப்படி என்பதில்தான் இன்று பலத்த போட்டி நிலவுகிறது.

அதே நேரத்தில் மிகப்பெரிய செலவில், பிரம்மிக்க வைக்கும் அளவுக்கு 'Docu Drama' என அழைக்கப்படும் ஆவணப்படங்களும் எடுக்கப்படுகின்றன. நேஷனல் ஜியாகரபிக் மற்றும் டிஸ்கவரி போன்ற சேனல் இத்தகைய ஆவணப்படங்களை எடுக்கின்றன. இவர்கள் எடுக்கும் ஒரு மணி நேரப் படத்திற்கு குறைந்தபட்சம் இரண்டு கோடி ரூபாய் செலவு செய்கின்றனர். சமீபத்தில் மும்பையில் நிகழ்ந்த குண்டு வெடிப்பு சம்பவத்தை எல்லா தகவல்களையும் திரட்டி ஒரு புனைவு ஆவணப்படமாக இரண்டு சர்வதேச டெலிவிஷன் சேனல்கள் எடுத்திருந்தன. இதுபோன்ற ஆவணப்படங்கள் என்றுமே மனதைத் தொடுவதில்லை. மாறாக, இவற்றின் பிரம்மாண்டமும், தயாரிப்பு முறையும் பலமுறை காண்பிக்க வேண்டும் என்பதற்காகவே எடுக்கப்பட்ட வணிகப்படங்கள் போல் உள்ளன.

புனைதல் என்பது சர்வதேச ஆவணப்படங்களில் இன்று எழுதப்படாத விதியாக மாறிவிட்டது. ஆனால், இந்தப் புனைதலில்தான் இன்று எத்தனைவிதமான பாணிகள் வந்துவிட்டன. அவைதான் அந்த ஆவணப்படங்களுக்கு ஒரு தனித்தன்மையைத் தருகின்றன.

"தாஜ்மஹாலைப் பற்றிய கனவு" (Dreaming Taj Mahal) என்கிற சமீபத்திய ஆவணப்படத்தைப் பார்த்தபோது புனைதலின் இன்னொரு பரிமாணத்தைப் பார்த்தேன்.

நிர்மல் சந்தர் இயக்கிய இந்த ஆவணப்படம், பாகிஸ்தானில் டாக்ஸி ஓட்டுநராக உள்ள ஹைதர் என்பவரின் கனவைப் பற்றியது. அவர் கனவெல்லாம் இந்தியா சென்று தாஜ்மஹாலை நேரில் பார்க்க வேண்டும் என்பதுதான். அது என்ன அப்படி நிறைவேற முடியாத கனவா என்று நாம் யோசிக்கலாம். ஆம் ஹைதரைப் பொறுத்தவரை அது இன்றுவரை கனவாகவே உள்ளது.

அவரிடம் பணம் உள்ளது, எல்லா வசதியும் உள்ளது. ஆனால், இந்தியா வருவதற்கு விசாவிற்காக எத்தனை முறை விண்ணப்பித்தும் அவருக்கு இந்திய அரசாங்கம் விசா தர மறுக்கிறது. அதற்கு என்ன காரணம் என புரிவதே இல்லை. படத்தின் இயக்குநர் இந்தியாவில் இருந்து பாகிஸ்தான் சென்று ஹைதரின் டாக்ஸியில் பல மணி நேரம் பயணம் செய்து ஹைதரின் கிராம வீட்டுக்குச் செல்கிறார். அங்கு ஹைதரின் அழகான மனைவியும் குழந்தைகளும் அவரை அன்போடு வரவேற்கின்றனர். ஹைதரின் மனைவி அவரிடம் சொல்கிறார், "இந்தியாவிலிருந்து வருகிறீர்களே, நீங்கள் எப்படி இருப்பீர்களோ என்று பயந்துக் கொண்டிருந்தேன். உங்களைப் பார்த்ததும் என் பயம் போய்விட்டது. காரணம், எல்லா விதத்திலும் நீங்கள் எங்களைப் போலவே இருக்கிறீர்கள்" என்கிறார்.

கிட்டத்தட்ட இந்தப் புரிந்து கொள்ள முடியாத பயத்தைத்தான் படத்தில் இயக்குநர் ஆராய முயற்சிக்கிறார்.

வழி நெடுகவும், பின்னர் வீட்டிலும் இயக்குநர், ஹைதரோடு பேசிக்கொண்டே வருகிறார். அதில் ஹைதரின் வாழ்க்கை, உணவு பழக்கவழக்கங்கள் நம்பிக்கைகள் எல்லாம் வெளிவருகின்றன. அவை எல்லாம் ஓர் இந்தியனுக்குப் பரிச்சயப்பட்ட ஒன்று. அவரின் ஒரே கனவு வாழ்நாள் முடிவதற்குள் காதலின் சின்னமான தாஜ்மஹாலைப் பார்த்து விடவேண்டும் என்பதுதான். படத்தின் இயக்குநர் அவருக்கு உதவி செய்ய மீண்டும் விசாவுக்கு விண்ணப்பிக்கிறார். ஆனால், இம்முறையும் அவருக்கு விசா மறுக்கப்படுகிறது. அதோடு படம் முடிகிறது. அவருக்கு ஏன் விசா மறுக்கப்படுகிறது? இந்திய அரசு

அவரை ஒரு பயங்கரவாதியாகப் பார்க்கிறதா? அல்லது பாகிஸ்தான் உளவாளியாகப் பார்க்கிறதா? அல்லது அவர் செல்வாக்கு ஏதும் இல்லாத சாதாரண மனிதர் என்பதாலா? இந்தக் கேள்விகளைத்தான் படம் நம் மனதில் எழுப்புகிறது.

இந்தக் கேள்விகளில் 1947க்கு முன் இந்தியாவும் பாகிஸ்தானும் ஒரே நாடாக இருந்தது என்பதைக்கூட மறந்து விடுகிறோம்.

புனைதல், புனைதல், புதுப் புது பாணியில் புனைதல் இதுதான் இன்றைய நவீன சர்வதேச தரத்திலான ஆவணப்படங்களின் அடிப்படையாய் உள்ளது.

11

பிப்ரவரி ஆஸ்கர் மாதம்

நம் தமிழ்ப் படங்களும், இந்தியப் படங்களும் ஏன் ஆஸ்கர் வாங்குவதில்லை என பல நேரங்களில், பல கூட்டங்களில், பலர் கேட்டிருக்கின்றனர்.

ஒவ்வொரு ஆண்டும் நவம்பர் மாதத்தில் செய்தித்தாள்களில் சில இந்தியப் படங்கள் மற்றும் தமிழ்ப் படங்களின் பெயர்கள் ஆஸ்கர் போட்டிக்குச் செல்வதாகச் செய்திகள் வரும். பல நேரங்களில் கமல்ஹாசன் படங்களின் பெயர்களைப் போட்டு அப்படங்கள் ஆஸ்கர் போட்டிக்குச் செல்வதாக தினத்தந்தியில் செய்திகளைப் பார்த்திருக்கிறேன்.

இந்தக் கேள்விகளும் செய்திகளும் பல நேரங்களில் ஆச்சரியத்தையும், சில நேரங்களில் அதிர்ச்சியையும் தந்திருக்கின்றன. இன்றளவும் பலர் ஆஸ்கர் விருது என்பது ஏதோ எல்லாப் படங்களுக்குமான உலக அளவிலான விருது என்றே நினைக்கின்றனர். அடிப்படையில் ஆஸ்கர் விருது என்பது அமெரிக்கப் படங்களுக்கான அமெரிக்க அளவில் தரப்படும் விருது என்பது இன்றளவும் பலர் அறியாத செய்தியாகவே உள்ளது.

அப்படியெனில், நம்ம ஊர் ஏ.ஆர்.ரஹ்மான் 2010ஆம் ஆண்டு இரண்டு ஆஸ்கர் பரிசுகளை வாங்கினாரே? என்று சிலர் கேட்கலாம். ஆம். அவர் வாங்கியது ஓர் அமெரிக்கப் படத்தில் இசையமைப்பாளராகப் பணிபுரிந்ததற்காகவே. அதேபோல்தான் பூனா திரைப்பட கல்லூரியில் பயின்ற கேரளாவைச் சேர்ந்த ரசூல் பூக்குட்டியும் அதே அமெரிக்கப்படத்தில் தொழில்நுட்பக் கலைஞராகப் பணிபுரிந்ததற்காக ஆஸ்கர் விருது பெற்றார். அவர்கள் இந்தியர்கள் என்ற காரணத்தால் அவர்களுக்கு ஆஸ்கர் வழங்கப்படவில்லை. மாறாக அவர்கள் பணிபுரிந்த அமெரிக்கப் படத்தில் அவர்களின் பணி சிறப்பாக அமைந்ததற்காகத்தான்.

சினிமாவுக்கு மிகச்சிறந்த சேவை செய்தவர் என்ற வாழ்நாள் சாதனையாளர் ஆஸ்கர் விருது வழங்கப்பட்ட ஒரே இந்தியர் சத்யஜித் ரே தான். 'காந்தி' திரைப்படத்திற்காக சிறந்த ஆடை வடிவமைப்பாளர் என்கிற ஆஸ்கர் விருதைப் பெற்ற பானு ஆத்தயாவும் இந்தியர்தான். ஆனாலும் அது முழுமையான இந்தியத் தயாரிப்பல்ல. ரிச்சர்ட் ஆடன்பரோ இயக்கிய 'காந்தி' திரைப்படம் ஓர் அமெரிக்க இங்கிலாந்து இந்திய கூட்டுத் தயாரிப்பாகும்.

ஆஸ்கர் விருது அரங்கு

தற்போதைய நிலையில் இந்தியப்படம் ஒன்று ஆஸ்கர் விருது வாங்க வேண்டுமென்றால். ஒரே ஒரு பிரிவில்தான் வாங்க முடியும். அப்பிரிவு, வெளிநாட்டுப் படங்களுக்கான ஆஸ்கர் விருது என்கின்ற பிரிவாகும். அமெரிக்கா அல்லாத வேறொரு நாட்டில் தயாரிக்கப்பட்ட ஆங்கிலம் பேசாத படத்துக்கான விருது அது.

ஆஸ்கர் விருதுகள் 1929ல் தொடங்கப்பட்டாலும் வெளிநாட்டு படத்துக்கான ஆஸ்கர் விருது எனும் பிரிவு 1956ஆம் ஆண்டுதான் தொடங்கப்பட்டது. இந்தப் பிரிவுக்கு அமெரிக்கா அல்லாத எந்த நாடுகளும் தங்கள் நாட்டின் சார்பாக ஒரே ஒரு படத்தை அனுப்பலாம். அந்தப் படத்தை அனுப்பும் நாட்டின் சார்பாக ஒரு குழுவோ, நடுவர்களோ தேர்ந்தெடுத்து அனுப்ப வேண்டும். அவ்வாறு தேர்ந்தெடுக்கும் குழு உறுப்பினர்கள் அல்லது நடுவர்கள் பெயர்களை முன்னதாகவே ஆஸ்கர் விருது தரும் அகடெமிக்கு அனுப்பி வைக்க வேண்டும்.

இவ்வாறு அனுப்பப்படும் படங்கள் எல்லாம் போட்டியில் பங்கு பெறும் தகுதிச் சுற்றுக்காக அனுப்பப்படும் படங்களே தவிர போட்டியில் பங்கு பெறுவதற்காக அனுப்பப்படும் படங்கள் அல்ல. அவ்வாறு இந்த ஆண்டு இந்தியா சார்பில் தகுதிச் சுற்றுக்காக அனுப்பப்பட்ட படம் ‘ஆதாமிண்ட மகன் அபு’ என்கிற படமாகும். ஆனால் இப்படம் போட்டியில் பங்கு பெறும் தகுதியைப் பெறவில்லை. 1957ஆம் ஆண்டிலிருந்து இந்தியா சார்பாக இடையில் சில ஆண்டுகளைத் தவிர ஒவ்வொரு ஆண்டும் ஒரு படம் அனுப்பப்பட்டுள்ளது. அவ்வாறு அனுப்பப்பட்ட படங்களில் ஏழு தமிழ்ப் படங்களும் அடக்கம். ஆனால், இதுவரை எந்த தமிழ்ப் படமும் போட்டிக்கான தகுதியைப் பெறவில்லை. இப்பிரிவு தொடங்கப்பட்டு, கடந்த 56 ஆண்டுகளில் மூன்றே மூன்று இந்தியப் படங்கள்தான் போட்டியில் கலந்து கொள்ளக்கூடிய தகுதியைப் பெற்றுள்ளன.

மெஹ்பூப் கான் இயக்கிய ‘மதர் இந்தியா’, மீரா நாயர் இயக்கிய ‘சலாம் பாம்பே’ மற்றும அஷுடோஸ் காவாரிக்கர் இயக்கிய ‘லகான்’ ஆகியவைதான் அந்த மூன்று படங்கள். கடந்த 56 ஆண்டுகளில் வெளிநாட்டுப் படங்களுக்கான ஆஸ்கர் பிரிவில் ஏன் மூன்றே மூன்று இந்தியப் படங்கள்தான் போட்டிக்கான தகுதியைப் பெற்றன? அந்த மூன்று படங்களில் ஏன் ஒன்றுகூட விருது வாங்கவில்லை? வரக்கூடிய ஆண்டுகளில் இந்தியப் படங்கள் ஆஸ்கர் போட்டிக்குத் தகுதி பெறுமா? ஆஸ்கர் விருதுகள் வாங்குமா? போன்ற கேள்விகளுக்கெல்லாம் பதிலைத் தெரிந்துகொள்ள, பொதுவாக

ஆஸ்கர் போட்டி நடத்தப்படும் விதத்தையும், குறிப்பாக வெளிநாட்டுப் படங்களுக்கான ஆஸ்கர் பிரிவு பற்றியும் அதன் சட்டதிட்டங்கள் பற்றியும் நாம் தெரிந்து கொள்ள வேண்டியுள்ளது.

இந்த ஆண்டு தகுதிச் சுற்றுக்காக அனுப்பப்பட்ட "ஆதாமிண்ட மகன் அபூ'வை முதலில் பார்த்தபோது அப்படத்தின் ஒலிப்பதிவு மிகப்பெரிய குறையாக இருந்தது. இன்று உலகளவில் எடுக்கப்படும் எல்லாப் படங்களுமே நேரடி ஒலிப்பதிவில் (Live Sound recording) எடுக்கப்படுகின்றன. நம் இந்தியப் படங்கள் இன்னமும் டப்பிங் முறையையே பயன்படுத்துகின்றனர். கதையும் படப்பிடிப்பும் சிறப்பாக உள்ள இந்தியப் படங்கள்கூட அதன் டப்பிங் முறை ஒலிப்பதிவினால் தரமிழந்து போகின்றன. நேரடி ஒலிப்பதிவு அந்த (Live Sound recording) திரைப்படத் தொழிலின் தவிர்க்க முடியாத பாகமாக மாறும்வரை, நம் இந்தியப் படங்கள் உலகத் தரத்திலான படங்களோடு இணையாக நிற்க முடியாது என்பதே என் கருத்து.

வெளிநாட்டுப் படங்களுக்கான ஆஸ்கர் பிரிவில் போட்டிக்கு தகுதி பெற்ற இரு படங்களான 'சலாம் பாம்பே' மற்றும் 'லகான்' இரண்டுமே நேரடி ஒலிப்பதிவில் தயாரிக்கப்பட்டவை.

நேரடி ஒலிப்பதிவு மாத்திரம் இல்லாமல், படத்தில் வரும் பல்வேறு சூழல்களுக்கே உரிய உண்மையான சப்தங்களும், அமைதியும் படத்தின் ஒரு பாகமாக இருக்க வேண்டியுள்ளது. இன்று உலகத் தரத்திலான எல்லாப் படங்களுமே நம் மனதைத் தொடுவதற்கு முக்கிய காரணம், அவற்றின் கதையும் காட்சியமைப்பும் மாத்திரம் அல்ல. மாறாக காட்சிகளின் வெளிகளுக்கே உரிய சப்தங்களும் அமைதியும் தேவைப்பட்டால் இசையும் ஒன்று சேர்ந்து கலாபூர்வமாக இழைவதும்தான்.

பல இந்தியப் படங்களில் மிகச்சிறந்த ஒலியமைப்பு இருந்தாலும் அவற்றில் மிளிரும் செயற்கைத் தன்மையும், பொருந்தாத் தன்மையும் சர்வதேச தரத்திலான படங்களைத் தொடர்ந்து பார்ப்பவர்களுக்கு எரிச்சலூட்டவே செய்கிறது.

இந்தத் தொழில்நுட்ப காரணத்திற்கு அப்பாற்பட்டு, ஆஸ்கர் விருது கமிட்டி உறுப்பினர்கள் பார்ப்பது மற்ற நாடுகளிலிருந்து வரும் படங்கள் அந்நாட்டின் மொழியை, கலாச்சாரத்தை பேசுவதோடு உலக அளவிலான ஒரு மானுட, அரசியல், சமூகப் பிரச்சனையை அழகியலோடு கையாளுகிறதா என்பதுதான்.

சிறந்த வெளிநாட்டுப் படத்துக்கான ஆஸ்கர் விருது பெறும் படம்தான் அந்த ஆண்டு அமெரிக்காவுக்கு வெளியே தயாரிக்கப்பட்ட

படங்களில் மிகச்சிறந்த படம் என்பதை தர்க்கரீதியாக யாராலும் ஏற்றுக் கொள்ள முடியாது. காரணம், உலக நாடுகளில் தயாரிக்கப்படும் பல சிறந்த படங்கள் ஆஸ்கர் போட்டிக்கு அனுப்பப்படுவதே இல்லை. ஒவ்வொரு ஆண்டும் வெளிநாட்டுப் படத்துக்கான ஆஸ்கர் விருது பிரிவின் தகுதிச் சுற்றுக்கு உலகம் முழுமையிலிருந்தும் சுமார் 60 படங்களே அனுப்பப்படுகின்றன. இந்த 60 படங்களிலிருந்துதான் போட்டிக்குத் தகுதியானவை என்று 5 படங்களைத் தேர்ந்தெடுக்கின்றனர். இந்த 5 படங்களை தேர்ந்தெடுப்பது ஆஸ்கர் கமிட்டி நியமிக்கும் ஒரு நிபுணர் குழு.

இந்த ஒரு பிரிவைத் தவிர மற்ற பிரிவுகளில் போட்டிக்கான படங்களைத் தேர்ந்தெடுப்பது ஆஸ்கர் விருதைத் தரும் அகடமியின் உறுப்பினர்கள்.

இந்த விருது ஆஸ்கர் விருது என்று உலகம் முழுதும் பிரபலம் அடைந்திருந்தாலும் இதன் உண்மையான பெயர் அகடெமி விருது என்பதுதான். இந்த விருதை வழங்கும் அமைப்பின் பெயர் 'அசையும் படங்களின் கலை மற்றும் அறிவியலுக்கான அகடெமி' (Academy of Motion Picture Arts and Sciences) சுருக்கமாக இதை AMPAS என்றும் அழைப்பதுண்டு.

சமீபத்தில் நடந்து முடிந்த ஆஸ்கர் விருது நிகழ்வு, 84ஆவது நிகழ்வு ஆகும். இந்த 84 ஆண்டுகளில் இந்த அகடெமி விருது பெறும் படங்கள் சரியானதாக இருக்க வேண்டும் என்பதற்காக பல நேரங்களில், அகடெமி அதன் சட்ட திட்டங்களை மாற்றியுள்ளது. அடிப்படையில் போட்டிக்கான படங்களைத் தேர்ந்தெடுப்பது இந்த அகடெமியின் உறுப்பினர்கள். ஒரு சிக்கலான வாக்களிக்கும் முறையின் மூலமாக அகெடெமியின் உறுப்பினர்கள் பல்வேறு பிரிவுக்கான போட்டிக்கு படங்களைத் தேர்ந்தெடுக்கின்றனர். இந்த அகடெமியின் உறுப்பினர்கள் எல்லோருமே அமெரிக்க திரைப்படத் துறையில் பணியாற்றும் கலைஞர்களும் எழுத்தாளர்களும் தொழில்நுட்பக் கலைஞர்களும் ஆவர்.

இந்த அகடெமியில் உறுப்பினராவது என்பது அத்தனை எளிதான காரியம் அல்ல. உறுப்பினருக்கான ஆண்டு சந்தா என்னவோ வெறும் 100 அமெரிக்க டாலர்தான். அகடெமியின் அழைப்பின் பேரிலேயே ஒருவர் உறுப்பினர் ஆகமுடியும். தற்போது அகடெமியின் உறுப்பினர்களாக கிட்டதட்ட 6000 பேர் உள்ளனர். இந்த எண்ணிக்கை அமெரிக்க திரைப்படத் துறையில் முழு நேரமாக பணிபுரிபவர்களில் பத்தில் ஒரு பகுதிதான். பெரும்பாலான உறுப்பினர்கள் பிரபலமான, புகழ்பெற்ற, தேர்ந்த கலைஞர்கள்,

எழுத்தாளர்கள், தொழில்நுட்பக் கலைஞர்கள் ஆவர். சமீபத்தில் இந்திய ஒளிப்பதிவாளரும் இயக்குனருமாகிய சந்தோஷ் சிவன் அகடமியின் முதல் இந்திய உறுப்பினர் என்ற பெருமையைப் பெற்றார்.

மிகப்பெரும் வெற்றி பெற்ற அல்லது பல விருதுகள் வாங்கிய ஏதாவது இரு படங்களிலாவது அகடெமியின் உறுப்பினர்கள் பிரதான பங்கு வகித்திருப்பர். அகடெமி விருதுக்கான படங்களை தேர்ந்தெடுப்பதற்கு பொதுவான சட்டதிட்டங்களோடு ஒவ்வொரு பிரிவுக்கும் விஷேச சட்ட திட்டங்களையும் வைத்துள்ளது.

வெளிநாட்டுப் படத்துக்கான அகடெமி விருதுக்கு அனுப்பப்படும் படங்கள் கண்டிப்பாக 35m.m. அல்லது 70m.m. அல்லது 2k டிஜிட்டல் தொழில் நுட்பத்தில் 24 FPS முறையில் எடுக்கப்பட்டிருக்க வேண்டும். எனவே, 16mm-லோ அல்லது சாதாரண டிஜிட்டல் தொழில்நுட்பத்திலோ எடுத்த படங்களை இப்பிரிவுக்கு அனுப்ப முடியாது.

மேலும் அப்படங்கள் எந்த நாட்டின் சார்பாக எடுக்கப்பட்டதோ, அந்த நாட்டில் வணிக ரீதியாக வெளியிடப்பட்டு குறைந்தபட்சம் ஒரு வணிக தியேட்டரிலாவது தொடர்ந்து 7 நாட்கள் ஓடியிருக்க வேண்டும். எனவே தியேட்டரில் வெளியாகாத சொந்த நாட்டில் யாருமே பார்க்காத படங்களை இவ்விருதுக்கு அனுப்ப முடியாது.

இப்படங்களில் பேசப்படும் மொழி பெரும்பாலும் அந்நாட்டின் மொழியாக இருக்க வேண்டும். அப்படத்தில் பணிபுரிந்த கலைஞர்களும், தொழில்நுட்பக் கலைஞர்களும் பெரும்பாலும் அந்நாட்டைச் சார்ந்தவர்களாகவே இருக்கவேண்டும்.

சிறந்த வெளிநாட்டு அகடெமி விருதுக்கான படத்தை எல்லா அகடெமி உறுப்பினர்களும் தேர்ந்தெடுக்கலாம். ஆனால், அவர்கள் அப்படத்தை DVD-யிலோ அல்லது தனிப்பட்ட முறையிலோ பார்க்கக்கூடாது. மாறாக அகடெமியின் தியேட்டரில் திரையிடப்படும் பொழுதுதான் பார்க்கவேண்டும். அவ்வாறு பார்க்கும்பொழுது அவர்கள் பெயர் பதிவு செய்யப்படும். பதிவு செய்யப்பட்டவர்கள் மட்டுமே பின்னர் சிறந்த படத்துக்கான வாக்கை அளிக்க முடியும்.

பொதுவான சட்டதிட்டங்களோடு இது போன்று ஒவ்வொரு பிரிவுக்கும் விசேஷ சட்டங்களும் உள்ளன. பிரதான பிரிவுகளுக்கான போட்டிப் படங்களைத் தேர்ந்தெடுப்பது அந்தந்தப் பிரிவுகளைச் சேர்ந்த உறுப்பினர்கள் ஆவர். உதாரணமாக சிறந்த ஒளிப்பதிவுக்கான

போட்டிப் படங்களைத் தேர்ந்தெடுப்பது ஒளிப்பதிவாளர்களாக இருக்கும் உறுப்பினர்கள் ஆவர். இவர்கள் தங்கள் துறையில் விற்பன்னர்களாக இருப்பதால், சிறந்த ஒளிப்பதிவு என்பது வெறும் தரமான அழகான படப்பிடிப்பு என்று மட்டும் பார்க்காமல், படத்தின் கதையைச் சொல்வதில், படத்தின் இயக்குநரின் பார்வையைக் கொண்டுவருவதில் எந்த அளவுக்கு ஒளிப்பதிவாளர்கள் பங்காற்றியிருக்கிறார்கள் என்பதையும் பார்ப்பார்கள். ஒவ்வொரு பிரிவிலும் உறுப்பினர்கள் இதுபோன்ற அளவுகோள்களை கடைபிடிப்பர்.

சிறந்த படத்துக்கான போட்டிப் படங்களை மட்டும் எல்லா உறுப்பினர்களும் தேர்வு செய்வர். 2010 வரை சிறந்த படத்துக்கான போட்டிப் படங்களின் எண்ணிக்கை வெறும் 5ஆகத்தான் இருந்தது. அதன்பின் அந்த எண்ணிக்கையை 10ஆக அதிகப்படுத்தினார்கள்.

இந்த ஆண்டு முதல் குறைந்தபட்சம் 5 என்றும், அதிகபட்சம் 10 என்றும் மாற்றிவிட்டார்கள். அதனால் இந்த ஆண்டு சிறந்த படத்துக்கான பிரிவுக்கு 9 படங்கள் தேர்ந்தெடுக்கப்பட்டுள்ளன.

சிறந்த படத்துக்கான போட்டி பிரிவு படங்களை தேர்ந்தெடுப் பதற்கும் சில விசேஷ விதிகள் உள்ளன. சிறந்த படத்துக்கான போட்டியில் ஒரு படம் இடம் பெறவேண்டுமானால் குறைந்தபட்சம் வாக்களித்த உறுப்பினர்களில் ஐந்து சதவீதத்தினராவது அப்படத்திற்கு முதலிடத்தைத் தந்திருக்க வேண்டும். உதாரணமாக 6000 உறுப்பினர்களில் 5000 உறுப்பினர்கள் வாக்களித்திருந்தால் குறைந்தது 250 பேராவது ஒரு படத்திற்கு முதலிடம் தந்து வாக்களித் திருந்தால்தான் அப்படம் போட்டியில் பங்கு பெறமுடியும்.

அதனால்தான் இந்த ஆண்டு அத்தனை பிரபலமில்லாத படங்களான The Tree of Life மற்றும் Extremely Loud and Incredibly Close போன்ற படங்கள் போட்டியில் பங்கு பெறமுடிந்தது. அதே நேரத்தில் Bridesmaids போன்ற படங்கள் இந்த ஆண்டு அமெரிக்காவில் மிகச்சிறந்த தியேட்டர்களில் ஓடியிருந்தாலும் அந்தப் படம் சிறந்த படத்துக்கான போட்டிப் பிரிவில் இடம்பெறவில்லை. அந்தப் படத்திற்கு பலர் இரண்டாம், மூன்றாம் இடம் தந்திருப்பர். ஆனால் 250க்கும் குறைவானவர்களே அப்படத்திற்கு முதலிடம் தந்திருப்பர். அதனால்தான் அப்படம் போட்டிப் பிரிவில் இடம்பெற முடியாமல் போனது.

ஆஸ்கர் விருது என்பது இப்படி விசேஷ விதிகளை மட்டும் கொண்டதில்லை. பல விநோதங்களையும் கொண்டது. 2005ஆம் ஆண்டு ஆங் லீ (Ang Lee) இயக்கிய ப்ரோக் பேக் மவுண்டெய்ன்

(Brokeback Mountain) படத்துக்குத்தான் சிறந்த படத்துக்கான விருது வந்திருக்க வேண்டும். வாக்கு எண்ணிக்கைப்படி அதுதான் முதலிடத்தில் இருந்தது. ஆனால் அப்படம் ஆண்களின் ஓரினச் சேர்க்கைப் பற்றியதாக இருந்ததால் அப்படத்திற்கு சிறந்த படத்துக்கான விருது தருவதன் மூலம் எங்கே தவறான செய்தியைத் தந்துவிடுவோமோ என பயந்து கடைசி நேரத்தில் இரண்டாம் இடத்தில் இருந்த Crash படத்திற்கு சிறந்த படத்துக்கான விருதை அகடெமி தந்தது.

அகடெமியின் விருதாகத் தரப்படும் ஆஸ்கர் சிலை தங்க முலாம் பூசப்பட்ட செம்பு சிலையாகும். ஓர் அடிக்கு சற்றுக் கூடுதலான உயரமும், 4 கிலோ எடையும் கொண்ட இந்த சிலைக்கு ஏன் ‘ஆஸ்கர்’ என்ற பெயர் வந்தது என்பதற்கு பல கதைகள் உண்டு. அதில் அதிகமாக சொல்லப்படும் கதை இதுதான். அகடெமி விருதின் ஆரம்ப நாட்களில், இந்த சிலையைப் பார்த்த அகடெமி பெண் ஊழியர் ஒருவர் அந்தச் சிலை அவளின் மாமா ஆஸ்கர் மாதிரியே இருப்பதாகக் கூற, அதிலிருந்து அச்சிலையை எல்லோரும் ஆஸ்கர் என அழைக்க ஆரம்பித்தார்கள்.

ஆஸ்கர் விருதின் முக்கிய அம்சமே, விருது பெறும் நபர் மற்றும் படங்களின் பெயர்களைக் கடைசி வரை சஸ்பென்ஸாக வைத்திருப்பதுதான். முதல் அகடெமி விருது விழாவில் விருதுப் பட்டியல் ஏற்கெனவே வெளியிடப்பட்டு விட்டதால் அந்த விழா முழுதும் நீண்ட சலிப்பு தரும் பேச்சாக இருந்தது. இதன் காரணமாக அடுத்த ஆண்டு விருதுப் பட்டியலை விருது வழங்கும் தினம் மதியத்திற்கு மேல்தான் பத்திரிகைக்கு கொடுத்தனர். ஆனாலும் ஒரு பத்திரிகை அப்பட்டியலை தன் மாலைப் பதிப்பில் வெளியிட்டு விட்டது. இதன் பிறகுதான் தற்போது கடைபிடிக்கப்பட்டு வரும் கடைசி நேரத்தில் கவரைப் பிரித்து விருது பெற்ற படம் மற்றும் நபர்களின் பெயரை அறிவிக்கும் முறை வந்தது.

இந்தப் பெயர்களைக் கடைசி வரை சஸ்பென்ஸாக வைத்திருக்க அகடெமி பெருமுயற்சி எடுக்கிறது. அகடெமியின் வாக்கு சேகரிப்பு மற்றும் வாக்கு எண்ணிக்கையை நிர்வகிக்கும் தனியார் நிறுவனத்தைச் சேர்ந்த இருவரைத் தவிர யாருக்குமே கடைசிவரை இப்பெயர்கள் தெரியாது. அப்படியானால் விருது பெறும்போது அந்த விருதில் வாங்கும் நபர்களின் பெயர் பொறிக்கப்பட்டிருக்குமா என்ற கேள்வி வரும்.

அகடெமி விழா மேடையில் கலைஞர்கள் விருது வாங்கும்பொழுது, அதில் அவர்கள் பெயரோ, படத்தின் பெயரோ பொறிக்கப்பட்டிருக்காது.

அது வெறும் விருது சிலைதான். விருது வாங்கிப் பேசிய பின்பு, இரு பெண்கள் விருது வாங்கிய நபரை மேடையின் இடதுபுறம் அழைத்துச் செல்வர். மேடையின் விளிம்பை அடைந்ததும் விருது சிலை அவரிடமிருந்து பறிக்கப்படும். அதில் அவர் பெயர், ஆண்டு, படத்தின் பெயர், விருதின் பெயர் பொறிக்கப்பட்டு, அடுத்த நாள் காலை மீண்டும் அவருக்கு வழங்கப்படும்.

இந்த விருதின் பொருள் ரீதியான மதிப்பு என்னவோ வெறும் பத்தாயிரம் ரூபாய் தான். ஆனால் விருது வாங்கிய பின் வாங்கிய நபரின் பெயரைப் பொறுத்து அதன் மதிப்பு பல மடங்கு உயர்கிறது. அதனால்தான் அவ்விருதை விருது வாங்குபவர்கள் யாருக்கும் விற்க முடியாதபடி அவர்களோடு அகடெமி ஓர் ஒப்பந்தந்தை செய்கிறது. அந்த ஒப்பந்தத்தின்படி விருது வாங்கியவர்கள் விருதை அகடெமிக்கு மட்டுமே விற்க முடியும். அதுவும் வெறும் ஒரு டாலர் விலைக்கு. ஆரம்ப காலத்தில் இந்த ஒப்பந்தம் இல்லாததால் சில பழைய ஆஸ்கர் விருதுகள் பல கோடி ரூபாய்க்கு விற்கப்பட்டுள்ளன.

AMPAS என்றழைக்கப்படும் அகடெமியின் மிகப் பிரபலமான பணி இந்த விருது வழங்கும் நிகழ்ச்சிதான். காரணம் விருது வழங்கும் நிகழ்ச்சியை நேரடி ஒளிபரப்பாக 200க்கும் மேற்பட்ட நாடுகளில் கிட்டத்தட்ட 100 கோடி பேர் பார்க்கின்றனர். இதன் மூலம் அகடெமிக்கு மிகப்பெரிய வருமானம் கிடைக்கிறது. இந்த வருமானத்தின் மூலம் அகடெமி விருது வழங்கும் நிகழ்ச்சியைக் காட்டிலும் பல சிறப்பான பணிகளைச் செய்கிறது.

அதில் இரு முக்கியப் பணிகளைக் குறிப்பிட்டாக வேண்டும். ஒன்று, அகடெமியின் திரைப்படச் சுருள் நூலகம் உலகின் மிகச்சிறந்த திரைப்பட நூலகம். இந்நூலகத்தை அகடெமி வெகு அற்புதமாக பராமரிக்கிறது. இன்னொரு மிகமுக்கியப் பணி, பழைய திரைப்படங்களின் நெகட்டிவ் படச்சுருளை கெட்டுப் போகாமல் கவனத்தோடு பாதுகாத்தல். காலத்திற்கேற்றபடி, புதிய தொழில்நுட்ப உத்திகளைப் பயன்படுத்தி படங்களின் மூலவடிவங்களை மாற்றியும் பாதுகாக்கிறது. இதற்காக அகடெமி பெருந்தொகையை செலவு செய்கிறது. என்னைப் பொருத்தவரை அகடெமியின் அளப்பற்கறிய பணி என்பது இதுதான்.

12

டிஜிட்டல் யுகமும், தேசிய திரைப்பட விருதுகளும்

இந்த ஆண்டுக்கான, திரைப்பட தேசிய விருதுகளை இந்திய அரசு மார்ச் மாத முதல் வாரத்தில் அறிவித்தது.

பதினைந்து ஆண்டுகளுக்கு முன்பு வரை தேசிய விருது என்பது திரைப்படத் துறையினரால் மிகப்பெரிய கௌரவமாக, அங்கீகரிப்பாக, திறமைக்கான சான்றிதழாகக் கருதப்பட்டது.

கடந்த பத்தாண்டுகளில் திரைப்படத்திற்கான தேசிய விருதின் மதிப்பு என்பது படிப்படியாகக் குறைந்து இன்று கிட்டத்தட்ட ஒரு சடங்குபோல ஆகிவிட்டது. இதற்கு முக்கியமாக இரு காரணங்களைச் சொல்லலாம். ஒன்று, கலைப்படங்கள், வியாபாரப் படங்கள் என்ற இரு பிரிவுகளுக்கான இடைவெளி படிப்படியாகக் குறைந்து போனது. இன்னொன்று, விருதுகள் காரணமாக விருது வாங்கும் படங்களுக்கு பொதுச்சந்தையில் விஷேச வியாபாரம் ஏதும் இல்லாமல் போனது.

இது குறித்து மேலும் ஆய்வதற்கு முன்பு, இந்த ஆண்டு தேசிய விருதுகளைப் பார்ப்போம்.

இந்த ஆண்டின் சிறந்த படமாக இரு படங்கள் தேர்வு செய்யப்பட்டுள்ளன. ஒன்று பியாரி (Byari). இப்படத்தின் மொழியும்

தேசிய விருது பெற்ற பியாரி படத்திலிருந்து ஒரு காட்சி

பியாரி. என்ன? பியாரி என்ற ஒரு மொழியா? அதுவும் இந்தியாவில் உள்ள மொழியா? என்று பலர் கேட்கலாம். இப்படத்திற்கு தேசிய விருது கிடைத்ததின் மூலம் இப்படி ஒரு மொழி இந்தியாவில் உள்ளது பலருக்குத் தெரியவந்துள்ளது. பியாரி மொழியில் தயாரிக்கப்பட்ட முதல் படமும் இதுதான்.

தெற்கு கர்நாடகாவின் கடலோரப் பகுதியில் வாழும் முஸ்லிம் சமூகத்திற்கு பெயர் பியாரி என்பதாகும். இவர்கள் பேசும் மொழியும் பியாரி என்றழைக்கப்படுகிறது. சட்டென்று இம்மொழியைக் கேட்டால் கன்னட மொழி போலவே இருக்கும். சற்றுக் கூர்ந்து கவனித்தால் நிறைய வார்த்தைகள் மலையாள மொழியாய் இருக்கும். உண்மையில் பியாரி மொழி அதிக அளவில் கன்னட மொழியும், பின்னர் மலையாள மொழியும், ஓரளவு துலு மொழியும் கலந்த ஒன்று. இதன் எழுத்துகள் கிட்டத்தட்ட கன்னட மொழியை ஒத்ததாகவே உள்ளது. பியாரி மொழியை கேரளத்தின் வடகோடியில் உள்ள காசர்கோட்டில் வாழ்கின்ற ஒரு சில இந்துக்களும் பேசுகின்றனர். இதை அவர்கள் மாப்பிள்ளை மலையாளம் என்றும் அழைக்கின்றனர்.

மற்ற முஸ்லிம் சமூகத்தின் பழக்க வழக்கங்களைத்தான் பியாரி முஸ்லிம் சமூகமும் பின்பற்றுகிறது.

திருமணம் மற்றும் விவாகரத்து குறித்து முஸ்லிம் சமூகம் பின்பற்றும் பழக்க வழக்கங்களால் அப்பாவி இளம் முஸ்லிம் பெண்கள் எப்படி பாதிக்கப்படுகிறார்கள் என்பதுதான் பியாரி (Byari) படத்தின் கதை.

இளம் பெண் நதீரா வயதுக்கு வரும் அதே நாளில் அவளின் திருமணமும் நிச்சயிக்கப்படுகிறது. அவள் தன் குழப்பங்களை, கவலைகளை தன் குழந்தைப் பருவ சிநேகிதனோடு பகிர்ந்து கொள்கிறாள். அவளைத் திருமணம் செய்பவன் அவளைப் போன்று மூன்று மடங்கு வயதுடையவன். திருமணம் நடந்தேறுகிறது. அவளுக்கு குழந்தையும் பிறக்கிறது. வயதான கணவனும் அவளை நேசிக்கிறான். ஆனால் அவள் அப்பாவுக்கும் அவள் கணவனுக்கும் இடையே ஏற்படுகின்ற பிரச்சனை காரணமாக, கணவன் அவளை விவாகரத்து செய்துவிடுகிறான். குழந்தையோடு வெளியுலகத் தொடர்பே இல்லாமல் தன் தாய் வீட்டில் நதீரா அடைந்துகிடக்கிறாள். அவள் கணவன் ஒரு நாள் குழந்தையையும் எடுத்துச் சென்றுவிடுகிறான். அவள் பல தடைகளைத் தாண்டி மீண்டும் கணவனோடு சேர்வதற்கு வாய்ப்பு வருகிறது. ஆனால், அவளின் சமூக வழக்கப்படி, ஏற்கெனவே கணவனை விவாகரத்து செய்துவிட்டதால், மீண்டும் சேர வேண்டுமெனில், வேறொருவனைத் திருமணம் செய்து, விவாகரத்து செய்த பின்னர்தான் கணவனை மீண்டும் திருமணம் செய்து சேரமுடியும். இப்போது அவளின் பால்ய சிநேகிதன் அவள்மீது கொண்ட சிநேகம் காரணமாக அவளைத் திருமணம் செய்து, ஒரே நாளில் விவாகரத்து செய்ய முன்வருகிறான்... இப்படியாகப் போகிறது கதை.

இப்படத்தில் நதீராவாக தமிழ் நடிகை மல்லிகாவும் (ஆட்டோகிராஃப் படத்தில் நடித்தவர்), தந்தையாக மலையாள நகைச்சுவை நடிகர் மாமுகோயாவும் நடித்துள்ளனர்.

இப்படத்தின் இயக்குநர் சுவீரனுக்கும் இதுதான் முதல் படம். தெற்கு கர்நாடகாவிலும், வடக்கு கேரளத்திலும் எடுக்கப்பட்ட இப்படத்தின் தயாரிப்பு செலவு வெறும் 70 லட்சம் ரூபாய்தான்.

இப்படம் சென்ற ஆண்டு மங்களூரில் மட்டும் இரு தியேட்டர் களில் வெளியிடப்பட்டு ஒரு சில நாட்கள் ஓடின. 'பியாரி மொழியின் முதல் படம்' என்ற முழக்கத்தோடு இப்படம் கேரளாவிலும், கர்நாடகாவிலும் சில திரைப்பட விழாக்களில் காண்பிக்கப்பட்டது.

தேசிய விருதின் மூலம், கேரளாவுக்கும், கர்நாடகாவுக்கும் வெளியே உள்ள இந்தியர்கள் பியாரி என்கின்ற சமூகமும் மொழியும் கர்நாடகாவில் உள்ளது என்பதை அறிய நேர்ந்துள்ளது.

தேசிய அளவில் சிறந்த படமாக விருதினைப் பகிர்ந்து கொள்ளும் இன்னொரு படம் தியோல் (Deool) எனும் மராத்தியப் படம். இப்படம் நவீன பாணியில் விறுவிறுப்பாக எடுக்கப்பட்ட படமாக இருந்தாலும், மகாராஷ்டிராவின் தற்போதைய கிராம வாழ்வை தத்ரூபமான நடிப்புக் கலைஞர்கள் மூலம் வெளிக்கொண்டு வந்துள்ளது. தற்போதைய வளர்ச்சியும், உலகமயமாதலும் ஒரு கிராம வாழ்வை எப்படி பாதிக்கிறது என்பதையும், ஊழல் என்பது அங்கீகரிக்கப்பட்ட அரசியல் தன்மையாய் கிராம மக்களின் வாழ்வில் எப்படி ஊடுருவுகிறது என்பதையும் நுட்பமாகக் காட்டுகிறது. அப்பாவி கிராம இளைஞன் ஒருவன், கிராமத்தின் ஒதுக்குப்புறமான ஓர் இடத்தில் மரத்தடியில் உறங்கும்பொழுது, தன் கனவில் கடவுளைக் காண்கிறான். இதை அவன் எல்லோரிடமும் பகிர்ந்து கொள்கிறான். இதையறிந்த உள்ளூர் அரசியல்வாதிகளும், மற்றவர்களும் அதை ஓர் அதிசய நிகழ்ச்சியாக மாற்றி, அந்த இடத்தில் கோயில் கட்டி, அந்த இடத்தை சுற்றுலாப் பயணிகள் வரும் புனித ஸ்தலமாக மாற்ற முயற்சிக்க, ஊரே ஊழலில் மூழ்கித் திளைக்கிறது. ஆனால், படித்த வயதான ஒருவர் மட்டும் இதிலிருந்து விலகி வெறுத்துப் போய் தனியே இருக்கிறார். அவர் பெயர் அன்னா. படத்தின் திறந்த முடிவு பலருக்கு குழப்பத்தை ஏற்படுத்தினாலும், இப்படத்தை ஒரு நவீன இந்திய கலைப்படம் எனச் சொல்லலாம்.

பியாரி, தியோல் ஆகிய இரு படங்களும், இந்த ஆண்டின் சிறந்த படங்களாக இந்திய அரசின் தேசிய விருதுகளைப் பெற்றதின் மூலம் இந்த படங்களுக்கோ அல்லது நல்ல சினிமாவின் ரசிகர்களுக்கோ ஏதாவது பயன் உள்ளதா என்று தீவிரமாய் யோசித்துப் பார்த்தால், மிகக்குறைந்த அளவிலான பயனே உள்ளது என்பதே விடையாய் கிடைக்கிறது.

சிறந்த படத்துக்காக தேர்ந்தெடுக்கப்படும் படத்தின் இயக்குநருக்கும், தயாரிப்பாளருக்கும் தலா இரண்டரை இலட்சம் ரூபாய் தரப்படுகிறது. இந்த சிறிய பணத்தொகையோடு விருதும் சான்றிதழும் தரப்படுகிறது. விருது கிடைத்தவுடன், ஒரு வாரத்திற்கு பத்திரிகைகளும், ஊடகங்களும் படத்தைப் பற்றியும், படத்தின் இயக்குநர் குறித்தும் ஓரளவு எழுதும், பேசும். அதற்கு மேல் எதுவுமே நடப்பதில்லை.

ஒரு சில வாரங்களில் இப்படங்களை குறித்து எல்லோருமே மறந்து விடுகின்றனர். அதிர்ஷ்டம் இருந்தால் இப்படங்கள் சில

உள்நாட்டு, வெளிநாட்டுத் திரைப்பட விழாக்களுக்கு அழைக்கப்படலாம். அவ்வாறு அழைக்கப்படும்பொழுது, இயக்குநருக்கு ரயில் செலவும், விமான செலவும் தந்து, நல்லதோர் ஓட்டலில் தங்க வைத்து, நாலு நல்ல வார்த்தைகளால் பாராட்டி, ஒரு விருதைக் கொடுத்து, வெறுங்கையோடு இயக்குநரை திருப்பி அனுப்பி விடுவர். தன் அடுத்தப் படத்துக்கான போராட்டம் இயக்குநருக்கு அப்படியே இருக்கும். அல்லது முன்பிருந்ததைவிட மோசமாக இருக்கும்.

அப்படியானால், விருதுகள் என்பது பின்விளைவுகள் ஏதும் இல்லாத, ஒரு குறுகிய கால அங்கீகரிப்பு மட்டும்தானா? ஆனால், அதே படம் சில தியேட்டர்களில் வெளியாகி, சில நாட்கள் நன்றாக ஓடி, படத்திற்காக செலவு செய்த தொகையை விட கூடுதலாக சம்பாதித்தால், அப்படம் வெற்றிப்படம் எனக் கருதப்படுகிறது. அதன்மூலம் அப்படத்தின் இயக்குநருக்கு அடுத்த படம் எடுக்கும் பணி சற்றே சுலபமாகிறது. அதன் மூலம் படைப்பாளி ஊக்குவிக்கப்படுகிறார்; தன் அடுத்த படைப்பை இன்னும் செழுமையாக செய்ய முற்படுகிறார்.

ஆனால், எல்லா படைப்புகளுமே வெற்றி பெறுவதில்லை. குறிப்பாக, சினிமாவில் வெற்றி என்பது போட்ட பணத்திற்கு மேல் எடுப்பது. செலவு செய்த பணத்தை எடுக்க முடியாத படைப்புகளின் அங்கீகரிப்பு வெற்றியாக கருதப்படுவதில்லை. குறிப்பாக, தற்போது டிஜிட்டல் யுகத்தில் அங்கீகரிப்பு என்பது பல புதிய பரிமாணங்களைக் கொண்டதாய் உள்ளது. இன்று ஒரு குறும்படத்தை எடுத்து யு ட்யூப் (You Tube)ல் போடுவதன் மூலமும், பின்னர் அதன் இணைப்பை ஃபேஸ்புக் (Facebook) போன்ற சமூக வலைத்தளங்களில் தருவதன் மூலம் உங்கள் படைப்பை ஆயிரக்கணக்கானவர்கள் பார்க்க முடியும். அப்படைப்பு ஓரளவு சிறப்பாக இருக்குமெனில், பல நூறு பேர் தங்கள் வலைத்தளங்களில் அதைப் பகிர்ந்து கொள்வதன் மூலம், பல்லாயிரக்கணக்கானோர் பார்க்க வாய்ப்பு உண்டு.

சமீபத்தில் ஓர் இளைஞனின் குறும்படத்தை வலைத்தளங்களில் பல லட்சம் பேர் பார்த்ததன் மூலம், அதற்கு பெரிய அங்கீகாரம் கிடைத்தது. அந்த அங்கீகாரம் தந்த தெம்பினால் அந்த இளைஞன், அதே குறும்படத்தை முழுநீள திரைப்படமாக மாற்றியமைத்து, நல்ல முறையில் எடுத்து, பல தியேட்டர்களில் வெளியாகி, ஓரளவு வெற்றியும் பெற்றுவிட்டது.

இன்றைய டிஜிட்டல் யுகத்தில் அங்கீகரிப்பு என்பது வெற்றியை நோக்கி அழைத்துச் செல்வதாக இருக்கவேண்டும். அல்லது அந்த அங்கீகரிப்பே வெற்றியாக மாறவேண்டும். வெற்றிக்கு இட்டுச்

செல்லாத, வெற்றியாக மாறாத எந்த அங்கீகரிப்புமே டிஜிட்டல் யுகத்தில் வெறும் சடங்காய் மாறிவிடுகிறது.

இக்கட்டுரையின் தொடக்கத்தில், தேசிய திரைப்பட விருதுகள் கிட்டத்தட்ட தற்போதைய டிஜிட்டல் யுகத்தில் சடங்காகிப் போனது என்று குறிப்பிட்டது இந்த அர்த்தத்தில்தான்.

தேசிய திரைப்பட விருதுகளின் நோக்கம் என்னவோ சிறந்த ஒன்றாகும். இந்தியா முழுதும் தயாராகும் படங்களில் சிறந்த ஒன்றையும், பல்வேறு பிரிவுகளில், ஒவ்வொரு பிரிவிலும் சிறந்த ஒன்றையும் தேர்ந்தெடுப்பதுதான் இந்த விருதின் நோக்கம். குறிப்பாக, இந்தியா பல்வேறு இனங்களையும், மொழிகளையும் கொண்ட நாடு. அந்த அடிப்படையில் ஒவ்வொரு மொழிக்கும் ஒரு சிறந்த படத்தையும் தேர்ந்தெடுப்பது என்பது உண்மையிலேயே ஆர்வத்துக்குரிய ஒன்றாகும்.

முதல் தேசிய திரைப்பட விருதுகள் 1954ஆம் ஆண்டு தரப்பட்டன. அந்த ஆண்டு இந்திய அரசால் ஒரே ஒரு குழுதான் விருதுக்காக அனுப்பப்பட்ட எல்லாப் படங்களையும் பார்த்து சிறந்த படத்தையும், பல்வேறு பிரிவுகளில் சிறந்த படங்களையும், சிறந்த கலைஞர்களையும் தேர்ந்தெடுத்தது.

முதல் தேசிய விருது பெற்ற சிறந்த இந்தியப் படம் ஒரு மராத்தியப் படம். ‘ஷியாம்ச்சி ஆய்’ என்கின்ற இந்த மராத்தியப் படம் ‘ஒரு குழந்தைக்கு உண்மையான கல்வியைத் தருவது பள்ளியைக் காட்டிலும் அக்குழந்தையின் பெற்றோர்களே’ என்ற கருத்தைச் சொல்கின்ற படம். இப்படத்தை இயக்கியது மஹாராஷ்டிராவின் புகழ்பெற்ற எழுத்தாளரும் கல்வியாளருமான ஆச்சார்யா ஆத்ரே ஆவார். தெரிந்தோ தெரியாமலோ துவக்கம் முதலே தேசிய விருதுகள் குழு, சிறந்த படத்தை தேர்ந்தெடுக்க படத்தின் கதையையும், கதையில் சொல்லப்பட்ட கருத்தையுமே பிரதானமாகப் பார்த்தது. கதை சொல்லப்பட்ட விதத்துக்கோ, புதுவிதமான சினிமா உத்திகளுக்கோ தேசிய விருதுகள் வெகுஅபூர்வமாகவே அங்கீகாரம் தந்துள்ளன.

தேசிய அளவில் சிறந்த படத்துக்கான விருதை அதிகம் பெற்ற மொழி வங்காள மொழிதான். அதற்கு அடுத்தபடியாக மலையாளமும், மராத்தியும் உள்ளன. தமிழ் இதுவரை கடந்த 59 ஆண்டுகளில் ஒரே ஒரு முறைதான் தேசிய அளவில் சிறந்த படத்துக்கான விருதைப் பெற்றது. அப்படம் ‘மறுபக்கம்’. அதை இயக்கியவர் மலையாள இயக்குநரான சேதுமாதவன்.

சிறந்த நடிகருக்கான விருதைப் பெரும்பாலும் பிரபலம் அல்லாத நடிகர்களே பெற்றுள்ளனர். நடிகர் சிவாஜிகணேசன் ஒருமுறை

கூட சிறந்த நடிகருக்கான தேசிய விருது வாங்காததும், எம்.ஜி.ஆர் 'ரிக்‌ஷாக்காரன்' படத்துக்காக சிறந்த நடிகருக்கான விருது பெற்றதும் தேசிய விருதின் விநோதங்களில் ஒன்று. 1978ஆம் ஆண்டு மட்டும், தேசிய அளவில் சிறந்த படத்துக்கான தகுதி எந்தப் படத்துக்குமே இல்லை என்று, அவ்விருது அந்த ஆண்டு வழங்கப்படவே இல்லை. இந்த ஆண்டு பியாரி மொழிப் படம் விருது பெற்றது போல, ஒரு முறை சமஸ்கிருத மொழியில் தயாரிக்கப்பட்ட படமும், சிறந்த படத்துக்கான விருது பெற்றது. அப்படம் ஜி.வி.அய்யர் இயக்கிய "ஆதி சங்கராச்சார்யா" ஆகும்.

துவக்கத்தில், சிறந்த படத்துக்கான பணமுடிப்பு என்பது தயாரிப்பாளருக்கு இருபதாயிரம் ரூபாயும், இயக்குநருக்கு ஐந்தாயிரம் ரூபாயுமாக இருந்தது. அது படிப்படியாக உயர்த்தப்பட்டு இன்று தயாரிப்பாளருக்கும் இயக்குநருக்கும் தலா இரண்டரை லட்சம் ரூபாயாக உயர்ந்துள்ளது. இந்தப் பணம் அல்லாமல், தேசிய விருது பெற்ற படங்கள் பின்னொரு நாளில் தேசியத் தொலைக்காட்சி தூர்தர்ஷனில் ஒளிபரப்பப்படும். அச்சமயத்தில் படத்தின் தயாரிப்பாளருக்கு மட்டும் மேலும் சில லட்சங்கள் கிடைக்கும்.

இன்றைய தேதியில் ஒரு முழுநீளத் திரைப்படத்தை ஓரளவு தரத்தோடு தொழில்ரீதியாக எடுக்க குறைந்தது படத்தின் கதை மற்றும் படப்பிடிப்பு இடங்களைப் பொறுத்து ரூபாய் ஒன்றரை கோடியிலிருந்து நான்கு கோடி வரை செலவாகிறது. வெகுஅபூர்வமாகவே தரமான படங்கள் ஒரு கோடிக்கும் குறைவான செலவில் எடுக்கப்படுகின்றன.

இத்தகையச் சூழலில், தேசிய விருதுகளினால் படத்தின் சந்தை மதிப்பு உயர்ந்தால், படத்தின் தயாரிப்பாளருக்கோ இயக்குநருக்கோ, கூடுதல் வருமானமோ லாபமோ கிடைப்பதில்லை.

இன்றைய தேதியில் திரைப்படங்களுக்கான சர்வதேச சேட்டிலைட் சேனல்கள் பல இந்தியாவில் உள்ளன. உலக சினிமாவுக்கென்றேகூட பல சேனல்கள் வந்துவிட்டன. ஆனால் இச்சேனல்கள், தேசிய விருது பெற்ற ஒரு காரணத்தினாலேயே படங்களைத் தங்கள் சேனல்களில் காட்டுவதில்லை.

தேசிய விருது பெற்ற படங்களை இச்சேனல்கள் ஒளிபரப்ப முன்வருமானால், இப்படங்களுக்கு கூடுதல் வருமானம் கிடைப்பதோடு, ஒரு மாற்றுச் சந்தையும் உருவாகும். அதைவிட முக்கியமாக நாடு முழுக்க உள்ள மக்களுக்கு இப்படத்தைப் பார்க்க வாய்ப்புக் கிடைக்கும்.

பிரசித்திப்பெற்ற உலகத் திரைப்பட விழாக்களான கேன்ஸ், பெர்லின், வெனிஸ், டோரண்டோ போன்ற திரைப்பட விழாக்களில்

மீரா நாயர்

ஓர் இந்தியப் படம் விருது வாங்குமேயானால் இப்படத்திற்கான உலகச் சந்தை மதிப்பு பல மடங்கு கூடிவிடுகிறது. சத்யஜித்ரே, மீரா நாயர் தவிர இதுபோன்ற பட விழாக்களில் வேறு எந்த இந்திய இயக்குநரின் படங்களும் விருது வாங்கவில்லை.

இது போன்ற படவிழாக்களில் பிரதான விருதை ஒரு படம் வாங்கும் எனில், அப்படம் பல உலக தனியார் டெலிவிஷன் சேனல்களால் விலை கொடுத்து வாங்கப்படும்.

இது போன்ற பட விழாக்களில் ஓர் இயக்குநரின் பல படங்கள் தொடர்ந்து காட்டப்படுமேயானால், அவருக்கென்று ஒரு மதிப்பு உலகச் சந்தையில் வந்துவிடுகிறது. இதன் காரணமாக இந்த இயக்குநர்களால், துணிச்சலான கதைகளையும், கருப்பொருளையும் எந்தவிதமான பயமும் இல்லாமல் எடுத்துக் கையாள முடிகிறது.

தனக்கென்று ஒரு மதிப்பை உலக சினிமா சந்தையில் வைத்திருக்கும் இந்திய இயக்குநர்கள் ஒரு சிலரே. சேகர் கபூர் தன்னுடைய பண்டிட் குயின், எலிஸபெத் படங்களின் மூலம் அத்தகைய மதிப்பைப் பெற்றார். ஆனால் ஏதோ காரணங்களால், அவரால் அதைத் தொடர்ந்து தக்க வைத்துக் கொள்ள முடியவில்லை.

இயக்குநர் ஒளிப்பதிவாளர் சந்தோஷ் சிவன்

இன்றைய தேதியில் மீரா நாயரும், சந்தோஷ் சிவனும் மட்டுமே அத்தகைய மதிப்பை உலக சினிமா சந்தையில் வைத்துள்ளனர். அவர்களும் தங்கள் படத்துக்கான தயாரிப்பாளர்களை இந்தியாவுக்கு வெளியே தேடுகின்றனர்.

இன்றைய நவீன உலக சினிமா நாள்தோறும் மாறிக்கொண்டே வருகிறது. இந்த மாற்றம் தற்போது உலகத் திரைப்பட விழாக்களிலும் ஏற்பட்டுள்ளது. நவீன டிஜிட்டல் தொழில்நுட்பத்தை முழுமையாக பயன்படுத்திக் கொள்வதன் மூலம் சில உலகத் திரைப்பட விழாக்கள் தங்களின் எல்லைகளையும், சந்தையையும் விரிவுபடுத்திக் கொண்டன.

சன்டான்ஸ் (Sundance), டோரண்டோ (Toronto) உலகத் திரைப்பட விழாக்கள் தங்கள் விழாப் படங்களை இணையங்கள் மூலம் காட்டத் தொடங்கியுள்ளன. இப்படங்களைக் காண விரும்புவோர் அதற்குரிய பணத்தை செலுத்தி, வீட்டிலிருந்தே தங்கள் கணினித் திரையிலும், டெலிவிஷனிலும், வீடியோ ப்ரொஜக்டர் மூலமும் மோடம் (Modem) தொழில் நுட்பத்தைப் பயன்படுத்தி பார்க்கமுடியும். இந்த ஆண்டு முதல் குறும்படங்களுக்கான ஓபர்ஹாஸன் (Oberhausen) திரைப்பட விழாவும், ட்ரைபெகா (Tribeca) திரைப்பட விழாவும் இம்முறையைக் கையாளத் தொடங்கியுள்ளன.

படிப்படியாக, வரக்கூடிய ஆண்டுகளில் எல்லா உலகத் திரைப்பட விழாக்களும் இம்முறையைப் பின்பற்றலாம்.

நம் தேசிய விருதுகள் உண்மையான பலனைத் தரவேண்டுமானால், விருது பெறும் படங்கள், அப்படங்களைப் பார்க்க விரும்புவோரை எளிதில் சென்றடைய வேண்டும். அதன் மூலம் படத்திற்கு கூடுதல் வருமானமும் வரவேண்டும்.

13

இந்திய சினிமாவின் முதல் நூற்றாண்டு விழா

சென்ற மாதம் முழுவதும் நான் கலந்துகொண்ட திரையிடல்களிலும், சினிமா குறித்த நிகழ்ச்சிகளிலும் ஒரு சிலர் வரப்போகும் இந்திய சினிமாவின் முதல் நூற்றாண்டுக் கொண்டாட்டத்தைக் குறித்து சிலாகித்துப் பேசினர்.

மும்பையில் ஏற்கெனவே திரைப்படத் துறையைச் சேர்ந்த பல அமைப்புகள் இந்த ஆண்டு ஜனவரி மாதமே இந்திய சினிமாவின் நூற்றாண்டு விழாவிற்கான கொண்டாட்ட ஏற்பாடுகளைத் தொடங்கிவிட்டன.

இந்திய இயக்குநர் குருதத் பற்றிய ஓர் ஆங்கில புத்தக வெளியீட்டு விழாவில் அதன் ஆசிரியர், “இந்திய சினிமாவின் முதல் நூற்றாண்டு விழா தொடங்கப்போகும் இச்சமயத்தில் இப்புத்தகத்தை வெளியிடுவதில் பெருமையடைகிறோம்” என்றார்.

இந்த ஆண்டு தேசிய விருது பெற்ற பல படங்கள் தேசிய திரைப்பட வளர்ச்சி நிறுவனம் (NFDC) தயாரித்த படங்கள். அவர்கள் இப்போது தங்கள் தொடக்க காலத்தில் (1980களில்) தயாரித்த பல அற்புதமான இந்தியப் படங்களையெல்லாம் தேடிப் பிடித்து

அவற்றைப் புதுப்பித்து சீரிய முறையில் அடர்தகடுகள் (DVD) வெளியிடும் பணியைத் தொடங்கியுள்ளனர். அது மட்டுமல்லாமல், வியாபார நோக்கமின்றி பல சிறந்த திரைப்படங்களை உருவாக்க திரைக்கதைகளை இளம் இயக்குநர்களிடமிருந்து வரவேற்கின்றனர். இவையெல்லாம் இந்திய சினிமாவின் நூற்றாண்டு விழா தொடங்குவதையொட்டி புதிய வேகம் பெற்றுள்ளன.

பதினாறு ஆண்டுகளுக்கு முன்பு 1995ஆம் ஆண்டு சினிமாவின் நூற்றாண்டு விழா கொண்டாடப்பட்டது. அமெரிக்க, ஐரோப்பிய நாடுகளில் இந்த நூற்றாண்டு விழா வெகுவிமரிசையாகக் கொண்டாடப்பட்டது. ஆனால், இந்தியாவில் அங்கொன்றும் இங்கொன்றுமாகவே இவ்விழா கொண்டாடப்பட்டது. எனினும், இந்திய சினிமாவின் நூற்றாண்டு விழா இந்தியா முழுவதும் பெருமளவில் கொண்டாடப்படும் என்பதற்கான ஏற்பாடுகள் ஏற்கெனவே தொடங்கிவிட்டன.

இந்தியாவில் மட்டுமல்லாமல், இந்தியர்கள் அதிக அளவில் வாழும் நாடுகளிலும், இந்திய சினிமா பிரபலமாக விளங்கும் நாடுகளிலும் இதற்கான கொண்டாட்ட ஏற்பாடுகள் திட்டமிடப்படுகின்றன.

சிலருக்கு இது ஆச்சர்யமாக இருக்கலாம். அடுத்த ஆண்டு மத்திய ஆசிய நாடான தாஜிகிஸ்தானில் இந்திய சினிமாவின் நூற்றாண்டு விழா பெருமளவில் கொண்டாடப்படவிருக்கிறது.

சோவியத் யூனியனின் பாகமாக தாஜிகிஸ்தான் இருந்த நாட்களிலிருந்தே இந்தியச் சினிமா இங்கு பிரபலம். ராஜ்கபூரிலிருந்து கரினாகபூர் வரை இங்கு பிரபல நட்சத்திரங்கள். எல்லா 'கான்' நடிகர்களும் இங்கு பிரபலம். இன்றளவில் ஒவ்வொரு ஆண்டும் தாஜிகிஸ்தானில் 600 இந்தியப் படங்கள் தாஜிகிஸ்தானிய மொழியில் டப்பிங் செய்யப்படுகிறது. தாஜிகிஸ்தானிய மொழி, ஈரானில் பேசப்படும் பெர்ஷிய மொழியோடு மிகநெருக்கமான ஒன்று. அதனால்தான் அரசியல் காரணங்களுக்காக ஈரானிலிருந்து வெளியேறிய பிரபல இயக்குநர் மக்மல்பாஃப் தற்போது தாஜிகிஸ்தானில் தங்கி படம் எடுத்து வருகிறார்.

தாஜிகிஸ்தான் பல்கலைக்கழகத்தில் ஹிந்தி மற்றும் உருது மொழித்துறைகள் மிகச் சிறப்பாக இயங்குகின்றன. இதன் காரணமாகவே இந்திய மொழிப்படங்கள் இங்கு மொழிமாற்றம் செய்யப்படுவது மிக சுலபமாக உள்ளது. தாஜிக் இசையிலும் இந்தியத் திரைஇசையின் தாக்கம் பெருமளவில் உள்ளது.

இந்திய சினிமாவின் நூற்றாண்டு விழா இந்த ஆண்டு மே மாதம் மூன்றாம் தேதி தொடங்குகிறது. அடுத்த ஆண்டு மே மாதம் இந்த நூற்றாண்டு விழா நிறைவு பெறுகிறது.

1913ஆம் ஆண்டு மே மாதம் மூன்றாம் நாள். இந்தியாவின் முதல் முழுநீளத் திரைப்படமான "ராஜா ஹரிச்சந்திரா" மும்பையின் கோரனேஷன் (Coronation Theatre) தியேட்டரில் வெளியிடப்பட்டது.

இந்திய சினிமாவின் தந்தை எனக் கருதப்படும் தாதா சாகேப் பால்கே இயக்கிய இப்படம் அப்போது திரையில் நாற்பது நிமிடங்கள் ஓடியது. இந்தியாவின் முதல் முழுநீளக் கதைப்படமாக இது கருதப்படுகிறது. இதன் காரணமாக இந்திய சினிமாத் துறை தொடங்கப்பட்ட நாளாகவும் 1913 மே மூன்றாம் நாள் கருதப்படுகிறது.

2013ஆம் ஆண்டு மே மூன்றாம் நாள் முதல் இந்திய சினிமாப் படம் வெளிவந்து நூறு ஆண்டுகள் முடியப்போகிறது. எனவேதான், இந்த ஆண்டு (2012) மே 3ஆம் நாள் இந்திய சினிமாவின் நூற்றாண்டுத் தொடக்கமாகக் கருதப்படுகிறது.

சினிமா இரண்டாம் நூற்றாண்டில் காலடி எடுத்து வைத்து 16 ஆண்டுகள் ஓடிவிட்டன. ஆனால், இந்திய சினிமாவோ அடுத்த ஆண்டுதான் தன் இரண்டாம் நூற்றாண்டில் காலடி எடுத்து வைக்கப்போகிறது.

அடுத்த ஓர் ஆண்டில் இந்திய சினிமாவின் முதல் நூற்றாண்டு விழாவைக் கொண்டாடும் வேளையில் இந்திய சினிமாவின் வரலாற்றில் சில சுவாரஸ்யங்களைப் பார்ப்போம்.

நல்ல சினிமா, சமூக அக்கறை கொண்ட சினிமா என்று பேசுபவர்கள் இப்போதெல்லாம் சினிமா வியாபாரமாகிவிட்டது என்று புலம்புவதை அடிக்கடி பார்க்கிறோம். உண்மையில் சினிமா என்பது எப்போதுமே வியாபாரமாகத்தான் இருந்திருக்கிறது. சினிமா ஒரு தொழில்நுட்பமாகத் தொடங்கி, உடனே ஒரு கலையாக பரிணமித்தாலும் அது எப்போதுமே ஒரு வியாபாரமாகத்தான் கையாளப்பட்டுள்ளது. உலக சினிமாவின் தொடக்கமும் அதைத்தான் சொல்கிறது. இந்திய சினிமாவின் தொடக்கமும் அதைத்தான் சொல்கிறது.

சமீபத்தில் வெளியாகி, இந்த ஆண்டின் ஐந்து ஆஸ்கர் விருதுகளைப் பெற்ற மார்ட்டின் ஸ்கார்ஸிஸி இயக்கிய ஹியுகோ (Hugo) திரைப்படம் இந்தக் கதையைத்தான் சொல்கிறது. சினிமாவின் தொடக்கத்தில் லூமியர் சகோதரர்களின் திரைப்படங்களைப் பார்த்து கவரப்பட்ட பிரெஞ்சு நாட்டைச் சேர்ந்த ஜியார்ஜ் மீலியே

என்கிற மேஜிக் நிபுணர் சினிமாவையும் தன் மேஜிக்குகளையும் இணைத்து பல அற்புதமான திரைப்படங்களை எடுத்தார்.

முதல் உலகப் போருக்குப் பின் அவர் பாணிப் படங்களில் மக்களுக்கு ஆர்வம் குறைந்ததால் அவர் தொழில் படிப்படியாக நசிய, மனமுடைந்த மீலியே தன் அடையாளத்தை இழந்து யாரும் அறியாதவண்ணம் பாரிஸ் ரயில் நிலையத்தில் ஒரு பொம்மைக் கடைக்காரராக வாழ்ந்தார். பின்னர் அவரின் இறுதி நாட்களில் அவர்தான் ஒரு காலத்தில் புகழ்பெற்ற இயக்குநராக இருந்த ஜியார்ஜ் மீலியே என்று கண்டறியப்படுகிறார். 'ஹியுகே' படத்தின் கதை இதுதான்.

இந்திய சினிமாவின் தொடக்க நிகழ்ச்சிகளைப் பார்க்கும்போது, சினிமா எப்படி ஒரு நூறு சதவீத வியாபாரமாகக் கையாளப்பட்டது என்பதையே காட்டுகிறது.

தாதா சாகேப் பால்கேவிடம் “இந்திய சினிமாத் தொழில்துறையை நீங்கள்தான் தொடங்கினீர்களா?” என்று கேட்டபோது, “ஆம். 1912ஆம் ஆண்டு இந்திய சினிமாத் தொழில்துறை என்னால் தொடங்கப்பட்டது” என கம்பீரமாக பதில் அளித்தார்.

இந்திய சினிமாவின் தொடக்கமாகக் கருதப்படும் அவரது முதல் படமான 'ராஜா ஹரிச்சந்திரா'வின் நான்கு ரீல்களில் முதல் மற்றும் கடைசி ரீல் மட்டுமே இன்றளவும் தேசிய திரைப்பட ஆவணப் பாதுகாப்பகத்தில் உள்ளன. இந்த இரண்டு ரீல்கள் கிடைக்கப் பெற்றதே ஒரு பெரிய வரப்பிரசாதம் என்கிறார் தேசியத் திரைப்பட ஆவண பாதுகாப்பகத்தை தொடங்கிய பி.கே. நாயர். 1964ல் அவர் திரைப்பட ஆவண பாதுகாப்பகத்தை தொடங்கியபோது வெறும் முதல் ரீல் மட்டுமே அவர்களுக்கு கிடைத்தது. பின்னர் பால்கேயின் மூத்த மகன் நீல்காந்தின் பெருமுயற்சிக்குப் பின் கடைசி ரீல் கிடைத்தது. இடையில் உள்ள இரண்டு ரீல்கள் இதுவரையில் கிடைக்கவில்லை. ஆனால் அதை கண்டுபிடிப்பதற்கான முயற்சிகள் இன்னமும் நடந்து கொண்டிருக்கின்றன.

முதல் இந்திய திரைப்படத்தின் இயக்குநர் தாதா சாகேப் பால்கே

முதல் இந்திய திரைப்படமான ராஜா ஹரிசந்திராவிலிருந்து ஒரு காட்சி

இன்றளவும் தேசிய திரைப்பட ஆவணப் பாதுகாப்பகத்தில் வெறும் ஒரு டஜன் இந்திய மௌனப் படங்கள்தான் உள்ளன. இந்த 12 படங்களில் தென்னிந்தியாவில் தயாரிக்கப்பட்ட மௌனப்படம் ஒன்றே ஒன்றுதான் உள்ளது. அது "மார்த்தாண்ட வர்மா" ஆகும். இப்படம் நவீன திருவாங்கூர் மண்டலத்தை உருவாக்கிய மகாராஜா மார்த்தாண்ட வர்மாவைப் பற்றியது.

1913க்கும் 1914க்கும் இடையே இந்தியாவில் தயாரிக்கப்பட்ட மொத்த மௌனப்படங்கள் 1300 ஆகும். அதில் வெறும் 12தான் தப்பிப் பிழைத்துள்ளன என்றால், காரணம் அப்போதைய திரைப்படத் தயாரிப்பாளர்கள் தங்கள் திரைப்படங்களைப் பாதுகாக்கப்பட வேண்டிய வரலாற்று சான்றாகவோ அல்லது பண்பாட்டு சான்றாகவோ கருதவில்லை. படம் ஓடி முடித்துப் போதுமான வசூல் கிடைத்தவுடன் நைட்ரேட் படச்சுருளை உருக்கி அதிலிருந்து வெள்ளியை எடுத்தவுடன், மீதமுள்ளதைக் கொண்டு பெண்களுக்கான கை வளையல்களும், கைப்பைகளும் செய்யப்பட்டன.

இந்திய சினிமாவின் நூற்றாண்டு விழாவைத் தொடங்கப்போகும் இச்சமயத்தில் நாம் கற்றுக் கொள்ளவேண்டிய முக்கியப் பாடம் என்னவென்றால், தற்போது இருக்கும் முக்கியமான இந்திய திரைப்படங்களையெல்லாம் அழிந்து போகாமல் பாதுகாக்கவும்,

அவற்றை டிஜிட்டல் பதிவு செய்து பாதுகாக்கவும் முயற்சி செய்வதுதான். சமீபத்தில் இயக்குநர் பாலுமகேந்திரா தன்னுடைய முக்கியமான பல படங்கள் DVD-யில் கிடைக்காததற்கு காரணம் அவற்றின் படப்பிரதிகள் சரியாகப் பாதுகாக்கப்படாததுதான் என்றார். அவரின் 'வீடு' திரைப்படத்தின் ஒரு பிரதிகூட சரியாகப் பாதுகாக்கப்படவில்லை என்பது மிகவும் வருத்தத்திற்குரியது.

இந்திய சினிமாவைத் தொடங்கிய தாதாசாகேப் பால்கேயின் வாழ்க்கையும், அவர் சினிமாவுக்கு வந்ததும் சுவாரஸ்யமான ஒன்று. சிறுவயது முதலே ஓவியக் கலையில் ஆர்வம் கொண்ட பால்கே ஜே.ஜே. கலைக்கல்லூரியிலும், புகழ்பெற்ற பரோடா கலாபவனிலும் ஓவியம் பயின்றவர். அதன் தொடர்ச்சியாய் பரோடா கலாபவனின் புகைப்படத் துறைக்கு பொறுப்பாளராகி, புகைப்படம் குறித்த பல நுணுக்கங்களைக் கற்றறிந்தார். பின்னர் அச்சுக்கலையில் புகைப்படத்தை உபயோகிக்கும் தொழிலை நண்பரோடு சேர்ந்து தொடங்கினார். அதற்கான உபகரணங்களை வாங்க ஜெர்மனி வரை சென்றார். பின்னர் நண்பரோடு ஏற்பட்ட கருத்து வேறுபாடு காரணமாக அத்தொழிலை விட்டு மிகுந்த மனக் கவலையோடு விலகினார். அப்போது வெளிநாட்டில் தயாரிக்கப்பட்ட மௌனப்படங்கள் மும்பையில் ஓடிக்கொண்டிருந்தது.

வாழ்க்கையில் அடுத்து என்ன செய்வது என்ற மனநிலையில் 'Life of Christ' என்ற படத்தை அவர் பார்க்க நேரிட்டது. படத்தில் அவர் ஏசு கிருஸ்துவைப் பார்த்தபோது அவர் மனக்கண்களில் இந்தியக் கடவுள்கள் தெரிந்தனர். கிருஷ்ணர், ராமர் என்று திரையில் உருவங்களை அவர் கற்பனை செய்தார்.

இந்தியக் கடவுள்களையெல்லாம் இப்படித் திரையில் காட்டினால், மக்கள் எப்படி ரசிப்பார்கள் என கற்பனை செய்தார். பின்னர் தொடர்ந்து அவர் எல்லா மௌனப்படங்களையும் பலமுறைப் பார்த்தார். சினிமா சம்பந்தமான சில உபகரணங்களையும், புத்தகங்களையும் வெளிநாடுகளிலிருந்து வரவழைத்தார். அவற்றைக் கொண்டு பல .பரிசோதனைகளைச் செய்தார். அப்போது அவருக்கு வயது 40. நாள் ஒன்றுக்கு 20 மணி நேரம் உழைத்தார். ஒரு கட்டத்தில் அவர் கண் பார்வையே பாதிக்கப்பட்டு, மருத்துவர் உதவியால் மீண்டும் பார்வை கிடைக்கப் பெற்றார். இங்கிலாந்திலிருந்து வரவழைத்த ஒரு சாதாரண கேமராவின் மூலம் 'Growth of a Pea plant' என்ற குறும்படத்தைக்கூட எடுத்தார். பின்னர் தன் காப்பீட்டுப் பத்திரங்களை அடகு வைத்து பத்தாயிரம் ரூபாய் திரட்டினார்.

திரைப்படம் எடுப்பதற்காக அவ்வளவு பெரிய பணத்தை முதலீடு செய்வதற்கு முன், திரைப்படம் எடுப்பது குறித்த தன் கருத்துகள் சரியானதுதானா என்கின்ற சந்தேகம் வந்தது. அதற்காக அவர் லண்டன் சென்றார். தான் ஏற்கெனவே வைத்திருந்த விலைப்பட்டியல் மூலம் சினிமா உபகரணங்கள் விற்கும் பல கம்பெனிகளுக்குச் சென்றார்.

அப்போது லண்டனிலிருந்து வெளியான சினிமா பத்திரிகையான 'தி பயோஸ்கோப்' (The Bioscope) பத்திரிகையின் ஆசிரியர் காபோர்னை (Caboorne) சந்தித்தார். அவரோடு தொடர்ந்து எட்டு நாட்கள் விவாதித்து அவரின் நண்பரானார். பின்னர் அவர் உதவியால் அப்போது சிறப்பாக விளங்கிய வில்லியம்சன் (Williamson) சினிமா கேமராவையும், மற்ற உபகரணங்களையும், நெகட்டிவ் படச்சுருள் களையும் வாங்கிக்கொண்டு 1912, ஏப்ரல் முதல் நாள் இந்தியா திரும்பினார்.

தன் புதிய கேமரா மூலம் தன் மனைவி மற்றும் குழந்தைகளை வைத்து 200 அடியில் ஒரு படம் எடுத்தார். அந்தப் படத்தைக் காண்பித்து, பைனான்சியரிடமிருந்து கடன் பெற்று, தன் முதல் படத்திற்கான இந்தியாவின் சினிமா தொழில் தொடங்குவதற்கான வேலையைத் தொடங்கினார்.

பணம் கிடைத்தாலும், படத்தில் நடிப்பதற்கு நல்ல நடிகர்கள் கிடைக்கவில்லை. குறிப்பாக, பெண் நடிகர்கள் அவருக்கு கிடைக்கவே இல்லை. வேறு வழியில்லாமல் ஆண் நடிகர்களே பெண் கதாபாத்திரங்களைச் செய்தனர். இது மட்டுமல்லாமல், தன் முதல் படத்தை முடிப்பதற்குள் பல்வேறு சவால்களை சந்திக்க நேர்ந்தது. எல்லா வேலைகளையும் அவரே செய்ய நேர்ந்தது. எழுதுவது, நடிகர்களுக்கு பயிற்சி அளிப்பது, படம் பிடிப்பது, எடுத்த படத்தை கழுவி பிரிண்ட் போடுவது, படத் தொகுப்பு செய்வது... என்று ஓர் ஆளாக பல வேலைகளைச் செய்தார். இப்படியெல்லாம் கஷ்டப்பட்டுத்தான் தன் முதல் படமும், இந்தியாவின் முதல் படமுமான "ராஜா ஹரிசந்திரா"வை எடுத்தார். அதன் மூலம் இந்தியாவின் சினிமா தொழிலைத் தொடங்கினார்.

தன் படங்களை அயல்நாடுகளிலும் வியாபாரமாக்க வேண்டும் என நினைத்து லண்டனுக்குச் சென்று பழைய நண்பர்கள் மூலம் தன் படங்களைக் காட்டினார். லண்டன் பத்திரிகைகள் அவரை வெகுவாகப் பாராட்டின. அவர் படத்தின் தொழில்நுட்பங்கள் சிறப்பாக இருந்ததாக எழுதின. இத்தகைய நபர் இங்கிலாந்தில் பிறந்திருந்தால் நன்றாக இருந்திருக்குமே என்றுகூட எழுதின.

பால்கே, லண்டனிலேயே தங்கி படங்களைத் தயாரிக்கக்கூட அவருக்கு வாய்ப்பு வந்தது. ஆனால் அவர் அதையெல்லாம் மறுத்து இந்தியா திரும்பி தனது அடுத்த படங்களை எடுக்கத் தொடங்கினார். அடுத்தடுத்த படங்களும் பெரும் வெற்றி பெற்று அவரது பெயர் வெளிநாட்டிலும் பரவியது. தனது வருமானத்தை எல்லாம் ஒரு ஸ்டுடியோ உருவாக்குவதிலும், அதற்கான உபகரணங்களை வாங்குவதிலுமே செலவிட்டார்.

1914ல் அவர் லண்டன் சென்றபோது முதல் உலக யுத்தம் வெடித்தது. இந்தியாவின் நிலைமை மாறியது. இறக்குமதியை நம்பியிருந்த எல்லா தொழில்களும் முடங்கின. அவருக்குப் பண உதவி செய்தவர்கள் அதை நிறுத்திக் கொண்டனர். தன் கீழ் இருந்த பெரிய ஊழியர் பட்டாளத்தை வைத்துக்கொண்டு அவரும், அவரது மனைவியும் படாத பாடு பட்டனர். அரை சம்பளம் தந்தும், சம்பளம் தராமலும் சில காலம் கம்பெனியை நடத்தினர். பின்னர் ஒன்றும் முடியாமல் 1917ல் அவர் தன்னை ஹிந்துஸ்தான் ஃபிலிம் கம்பெனியோடு இணைத்துக் கொண்டு அங்கு பங்குதாரர் ஊழியராகச் சேர்ந்தார்.

இடையில் தன் பங்குதாரர்களோடு ஏற்பட்ட மனக்கசப்பினால் அவர் கம்பெனியை விட்டு விலகி வாரணாசி சென்று தனிமையில் வாழ்ந்தார். அங்குதான் அவர் தன்னுடைய புகழ்பெற்ற நாடகமான 'ரங்கபூமி'யை எழுதினார். அவர் ஹிந்துஸ்தான் ஸ்டுடியோவில் கடைசியாக எடுத்த 'லங்காதன்' பெரும் வெற்றி பெற்றதால் மீண்டும் அவர் ஹிந்துஸ்தான் ஃபிலிம் கம்பெனிக்கு அழைக்கப்பட்டார். அங்கு அவர் சில படங்களை எடுத்தாலும், சுதந்திரமாக இயங்கிய அவருக்கு கட்டுப்பாடுகளோடு பணிபுரிவது பிடிக்கவில்லை. இதற்கிடையில் மௌன சினிமாவின் காலம் முடிந்து சினிமாவில் ஒலி அறிமுகப்படுத்தப்பட்டது. பால்கே கடைசியாக எடுத்த 'சேது பந்தன்' திரைப்படத்தை ஸ்டுடியோ ஒலி சேர்த்து வெளியிட்டனர். ஆனாலும் அப்படம் பெரிதாக வரவேற்பு பெறவில்லை.

சினிமாவிலிருந்து ஓய்வு பெற விரும்பிய அவருக்கு அப்போது வயது 62. இருபது ஆண்டு கால உழைப்பில் 96 படங்களைத் தயாரித்த அவருக்கு கையில் ஒரு காசு இல்லை. அவர் எந்த சேமிப்பையும் வைத்திருக்கவில்லை. மீண்டும் ஏதாவது வேலை தேடும் நிலையில்தான் இருந்தார். தன் பழைய தொழில் அறிவைக் கொண்டு உலோகத் தகடுகளுக்கு ஈயப்பூச்சு செய்யும் தொழிலை மேற்கொண்டார். அவரின் 68ஆவது வயதில் அவர் ஏற்கெனவே எடுத்த 'கங்கா அவதாரன்' படத்தை ஹிந்தி மற்றும் மராத்தி மொழியில் தயாரித்து

தருமாறு பூனாவில் உள்ள 'சினிடோன்' என்ற நிறுவனம் அழைத்தது. இரண்டு வருடத் தயாரிப்பில் அப்படம் இருந்தபோது, பால்கே அடிக்கடி நோய்வாய்பட்டார். அப்படம் அவரின் கடைசிப்படமாக அமைந்தது.

பின்னர் அவர் தொழிலிலிருந்து முழுமையாக விலகியவராய், தன்னுடைய சொந்த ஊரான நாசிக்கில், யாராலும் அறியப்படாதவராய், வறுமையில் வாடியவராய் 1944ஆம் ஆண்டு பிப்ரவரி 16தேதி ஆம் மரணம் அடைந்தார்.

அவர் மரணம் அடைவதற்கு ஐந்து ஆண்டுகளுக்கு முன் இந்திய சினிமாவின் வெள்ளிவிழா கொண்டாட்டங்கள் பம்பாயில் நடைபெற்றது. அப்போது பால்கே அந்நிகழ்ச்சிக்கு அழைக்கப்பட்டு கௌரவிக்கப்பட்டார். ரூபாய் 5000 பண முடிப்பும் அவருக்குத் தரப்பட்டது. மீண்டும் எல்லோரும் அவரை மறந்து விட்டனர்.

அவர் இறப்பதற்கு சில தினங்களுக்கு முன் 'Moving Picture Monthly' என்கிற பத்திரிகை அவரைக் குறித்த ஒரு சிறப்பிதழ் வெளியிட விரும்பியது. அவ்விதழுக்காக அவரின் புகைப்படத்தைக் கேட்டு அவர்கள் கடிதம் எழுதியபோது பால்கே பின்வருமாறு பதில் எழுதினார்.

"நான் தோற்றுவித்த சினிமாத்துறை என்னை மறந்துவிட்டது. இப்போது எதற்காக என்னை ஞாபகம் வைத்துக் கொள்ள விரும்புகிறீர்கள்? உலகின் நியதி மறப்பதுதான். நீங்களும் அதையே செய்யுங்கள்."

பால்கே எழுதியதுபோல், கலைஞர்களையும், அறிஞர்களையும், தலைவர்களையும் மறப்பது, குறிப்பாக அவர்களின் கடைசி காலத்தில் அவர்கள் வாழும்போது மறப்பது என்பது இன்னும் நியதியாக உள்ளது. அதேபோல அத்தகையவர்கள் இறந்த பின்பு, அவர்களைக் கொண்டாடுவதும் நியதியாக உள்ளது.

இந்திய அரசு, சினிமாவுக்காகத் தங்கள் வாழ்க்கையை அர்ப்பணித்தவர்களுக்காக ஆண்டுதோறும் பால்கே பெயரில் "தாதா சாகேப் பால்கே" விருது வழங்குகிறது. சத்யஜித்ரே, மிருணாள் சென், ஷியாம் பெனகல், அடூர் கோபாலகிருஷ்ணன், ராஜ்கபூர்... போன்ற எல்லாக் கலைஞர்களுக்கும் இவ்விருது வழங்கப்பட்டுள்ளது. சென்ற ஆண்டு இயக்குநர் கே.பாலசந்தருக்கு இவ்விருது வழங்கப்பட்டது. இந்த ஆண்டு சத்யஜித் ரேவால் அறிமுகப்படுத்தப்பட்டு அவரின் பல படங்களில் நடித்த வங்க நடிகர் சுவுமித்ரா சட்டர்ஜிக்கு வழங்கப்படுகிறது.

இந்திய சினிமாவின் நூற்றாண்டு விழாவையொட்டி WAX MUSEUM WORKS (CWM) என்ற நிறுவனம் பால்கேயின் முழுநீள மெழுகு உருவச் சிலையை லோனாவாலாவில் திறக்க உள்ளது.

பால்கேவின் அர்த்தமும், சுவாரஸ்யமும் மிகுந்த வாழ்க்கை சினிமாவிலும் பதியப்பட வேண்டிய ஒன்று. மார்ட்டின் ஸ்கார்ஸிஸி இயக்கிய 'ஹியுகோ' (Hugo) போன்று யாராவது அவரது வாழ்க்கையைப் பெரிய காவியப்படமாக எடுத்திருக்க வேண்டும். பெரிய தயாரிப்பாளர்களோ, இயக்குநர்களோ அதற்கு முன்வராத நிலையில் இரண்டாண்டுகளுக்கு முன்பு மஹாராஷ்டிராவைச் சேர்ந்த 'பாரேஷ் மொக்காஷி' என்கின்ற மராத்திய இளைஞன் அவரின் வாழ்க்கையை 'ஹரிசந்திராஜி பேக்டரி' என்கின்ற முழுநீள மராத்தியத் திரைப்படமாக எடுத்தார். இப்படம் பால்கே தன் முதல் திரைப்படம் எடுக்க மேற்கொண்ட முயற்சியையும், கஷ்டங்களையும் ஓரளவு நகைச்சுவை உணர்வோடு காட்டுகிறது. அவரின் மொத்த வாழ்க்கையோ, காலச்சூழலோ பெரிதாக காட்டப்படவில்லை. ஆனாலும் இப்படம் எல்லா மொழிகளிலும் மொழிமாற்றம் செய்யப்பட்டு, இந்திய சினிமாவின் நூற்றாண்டு விழாவின் ஒரு பகுதியாகக் காட்டப்பட வேண்டிய ஒன்று.

இந்தப் படத்தைச் சென்ற மே மாதம் மூன்றாம் நாள் இந்திய சினிமாவின் முதல் நூற்றாண்டின் தொடக்க நாளைக் கொண்டாடும்

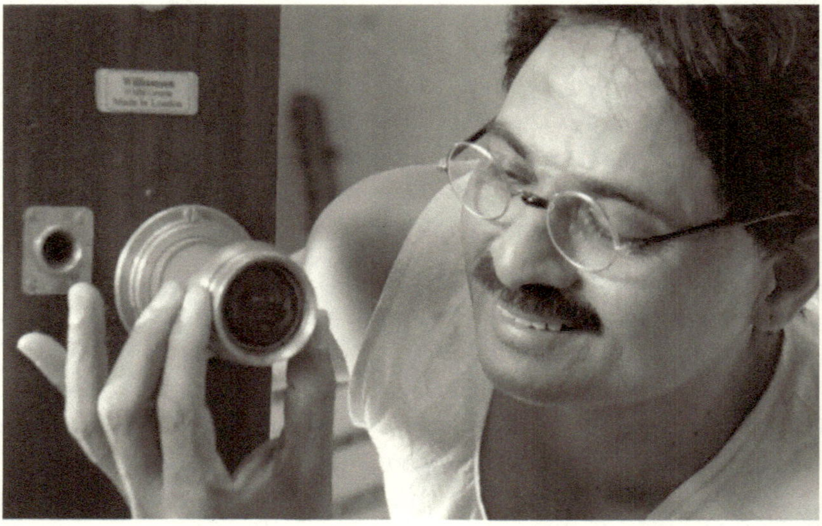

ஹரிசந்திராஜி ஃபேக்டரி மராத்திய திரைப்படத்திலிருந்து ஒரு காட்சி

வகையில் நான் பணிபுரியும் திரைப்பட அகடமியில் மாணவர்களுக்கு அப்படத்தைத் திரையிட்டேன். திரையிடலுக்குப் பின் நடந்த விவாதத்தில் ஒரு குறிப்பிட்ட விஷயம் மிகத் தெளிவாக வெளிப்பட்டது.

சினிமாவின் திருப்புமுனைகளுக்கெல்லாம் காரணமாக அமைந்த சில தனிப்பட்ட சினிமாக் கலைஞர்களின் சினிமா கலை மீதான பைத்தியக்காரத்தனமான காதல்தான் இந்திய சினிமாவின் தோற்றத்திற்கும் காரணமாக இருந்தது.

பால்கே ஒரு சாதாரண குடும்பத்தில் பிறந்த நபராக இருந்தாலும் 1912ல் சினிமா என்பது என்னவென்றே அறியாதவர்கள் இந்தியாவின் பெரும்பகுதிகளில் இருந்தனர். மும்பை, கல்கத்தா, சென்னை போன்ற பெருநகரங்களில் மட்டுமே சில படித்த மேல்தட்டு வர்க்கத்தினர் சினிமா என்கின்ற அதிசயம் ஐரோப்பிய நாடுகளிலிருந்து இறக்குமதியான விஷயத்தை அறிந்திருந்தனர். அத்தகையதொரு சூழலில் சினிமா என்ற அந்த கலை மீது அத்தகையதொரு தீராத காதல் கொண்டு தன் குடும்பம், தன் ஆரோக்கியம் என எல்லாவற்றையும் மறந்தவராய் வெறி கொண்டு உழைத்ததால்தான் பால்கேவினால் ராஜா ஹரிச்சந்திரா படத்தை உருவாக்கமுடிந்தது. அதன்மூலம் இந்திய சினிமாவையே ஒரு தொழிற்துறையாக அவரால் தொடங்கமுடிந்தது. அப்படத்தில் வெளிப்பட்ட பால்கேயின் அசுரத்தனமான உழைப்பையும் காதலையும்தான் எல்லா மாணவர்களும் சிலாகித்துப் பேசினர்.

அடுத்த மாதம் தன் முதல் திரைப்படத்தை இயக்கப்போகும் ஒரு இளம் இயக்குநரும் அந்தத்திரையிடலில் இருந்தார். அப்படத்தைப் பார்த்துவிட்டு அன்றிரவே அவர்தன் முகநூலில் பின்வருவாறு எழுதினார், “பால்கேவின் வெறி மற்றும் அசுரத்தனமான உழைப்பில் 10 சதவீதம் எனக்கு இருக்குமேயானால் நான் நிச்சயம் என் முதல் படைப்பில் வெற்றி அடைவேன்.” என்னுடைய ஆர்வம் எல்லாம் இந்திய சினிமாவின் முதல் நூற்றாண்டைக் கொண்டாடும் நேரத்தில் பால்கே போன்ற சினிமா மீது தீராத வெறியும் காதலும் கொண்ட உணர்வுபூர்வமான சினிமா காதலர்களை இனம் காண்பதுதான்.

ஆங்கிலத்தில் Cinephile மற்றும் Cinephilia என்கின்ற பதங்கள் உண்டு. இதன் அர்த்தம் சினிமாவின் உணர்வுபூர்வமான காதலன் மற்றும் சினிமாவின் மீதான உணர்வுபூர்வமான காதல் என்று சொல்லலாம். Cinema + Philia என்பதன் கூட்டுவார்த்தைதான் Cinephile மற்றும் Cinephilia என்பதாகும். Philia என்றால் கிரேக்க மொழியில் காதல் என்று அர்த்தம். இந்தக் காதல் சாதாரண வெறும்

காதல் அல்ல. இந்தக் காதலுக்காக தன்னையே தன் உயிரையே அர்ப்பணிக்கின்ற காதல்.

அந்த விதத்தில் இந்திய சினிமாவின் முழு முதல் உணர்வுபூர்வமான காதலன் என்றால், அது தாதா சாகேப் பால்கேவாகத்தான் இருக்க முடியும். கடந்த நூறு ஆண்டுகளில் இந்திய சினிமா (தமிழ் சினிமா உட்பட) இதுபோன்ற உணர்வுபூர்வமான சினிமா காதலர்கள் எத்தனை பேரை உருவாக்கியிருக்கிறது? என்று என் மூளையைக் கசக்கினால் ஒரு சிலரே என் நினைவில் வருகின்றனர். பலர் அவ்வப்போது ஓரிரு படைப்புகளில் இது போன்றதொரு உணர்வுபூர்வமான காதலர்களாக இருந்திருக்கின்றனர். நிச்சயமாக சத்யஜித் ரேவை அப்படிப்பட்ட ஒரு காதலராகக் காண முடிகிறது. குருதத்தையும் அப்படிப்பட்ட காதலராக காண முடிகிறது. மற்றபடி, பெரும்பாலான இந்திய திரைப்பட இயக்குநர்களை அத்தகைய காதலர்களாக அவர்களின் ஓரிரு படைப்புகளில் மட்டுமே பார்க்க முடிகிறது. மிருணாள்சென், ரித்திவிக் கட்டக், ஷியாம் பெனகல், அடூர் கோபாலகிருஷ்ணன் போன்ற இயக்குநர்களை அத்தகைய காதலர்களாக அவர்களின் ஒரு சில படைப்புகளிலேயே பார்க்க முடிகிறது.

தமிழ் சினிமாவிலும் அதுபோன்ற பகுதி நேரக் காதலர்களும் ஒரு சில படைப்புகளில் மட்டுமே அத்தகைய காதலர்களாக இருந்தவர்களும் இருக்கின்றனர். தமிழ்ச்சினிமாவின் தந்தை என கருதப்படும் நடராஜ முதலியார் தொடங்கி எஸ்.எஸ்.வாசன் தொட்டு ஏ.பி.நாகராஜன், பீம்சிங், ஸ்ரீதர், கே.பாலசந்தர், பாலுமகேந்திரா, பாரதிராஜா போன்றவர்கள் அத்தகைய அற்புத சினிமா காதலர்களாக தங்களின் சில படைப்புகளில் திகழ்ந்தனர்.

முதல் தமிழ் திரைப்படத்தை இயக்கிய நடராஜ முதலியார்

இந்த இடத்தில் சத்யஜித்ரே, எஸ். எஸ். வாசன் இடையே நிகழ்ந்த ஒரு சந்திப்பைக் குறிப்பிட்டாகவேண்டும். இந்த சந்திப்பு குறித்து சத்யஜித் ரே தன்னுடைய "My years with Appu" என்ற புத்தகத்தில் குறிப்பிடுகிறார்.

சத்யஜித்ரேயின் பதேர் பாஞ்சாலி கல்கத்தாவில் வெளியாகியிருந்த நேரம். பதேர் பாஞ்சாலி ஓடிக்கொண்டிருந்த திரையரங்கம்

இயக்குநர் தயாரிப்பாளர் எஸ்.எஸ்.வாசன்

அப்படத்திற்காக வெறும் மூன்று வாரம் மட்டுமே புக் செய்யப்பட்டிருந்தது. அதற்கு பின் அதே அரங்கம் எஸ்.எஸ். வாசன் இயக்கிய சந்திரலேகா படத்திற்காக ஒதுக்கப்பட்டிருந்தது. ஆனால் மூன்றாவது வாரம் பதேர் பாஞ் சாலி படம் கல்கத்தா பொது மக்களிடையே பெரும் வரவேற்பைப் பெற்று அரங்கு நிறைந்த காட்சிகளாக ஓடிக்கொண்டிருந்தது. தொடர்ந்து படத்தைக் காட்ட முடியாமல் அடுத்த வாரம் திரையரங்கை வேறொருவர் புக் செய்திருக்கிறாரே என குழம்பினார். அப்போது ஒரு நாள் அதிகாலையில் சத்யஜித்ரே தன் வீட்டின் மேல் அறையில் இருந்தார். அவரின் பணியாள் அவர் அறைக்கு வந்து தங்களைக் காண ஒரு மதராஸி வந்திருக்கிறார் என்றார். வந்திருந்தவர் வேஷ்டி அணிந்திருந்ததால் பணியாள் அவ்வாறு சொன்னார். அவரை மேலே அனுப்புமாறு சொன்னவுடன் ரேயிடம் தன்னைத் தானே மிடுக்காக அறிமுகப்படுத்திக் கொண்டார் எஸ்.எஸ். வாசன். "சென்னையிலிருந்து வந்திருக்கிறேன். என்னுடைய படம்தான் தற்போது உங்கள் படம் ஓடிக்கொண்டிருக்கும் திரையரங்கில் அடுத்த வாரம் வெளியாக உள்ளது. நேற்று மாலைக் காட்சி உங்கள் படத்தைப் பார்த்தேன். அற்புதமான படம். உங்கள் படத்தை அந்த அரங்கிலேயே ஓட்டிக்கொள்ளுங்கள். நான் வேறு ஏற்பாடு செய்து கொள்கிறேன், நன்றி" என்று கூறியவராய் எதற்கும் காத்திராமல் புறப்பட்டுச் சென்றாராம். அவர் சென்ற பிறகு தான் எஸ்.எஸ். வாசன் எத்தனை மகத்தான மனிதர் என்பதை அறிந்த சத்யஜித் ரே அவருக்கு தான் ஒரு காபிகூட தரவில்லையே என மனம் வருந்தினாராம்.

சந்திரலேகா, ஔவையார் போன்ற படங்களால் இந்திய சினிமா வரலாற்றில் தனக்கென ஒரு நிரந்தர இடத்தைப் பிடித்த எஸ்.எஸ். வாசன் பல நேரங்களில் அத்தகையதொரு சினிமாவின் அற்புத காதலராக தன்னுடைய படைப்புகளிலும், தயாரிப்புகளிலும் இருந்திருக்கிறார்.

சமீபத்தில் பிரபல பிரெஞ்சு இயக்குநர் லுயிமால் (Louis Malle) 1960களில் இந்தியாவைப் பற்றி இயக்கிய ஒரு ஆவணப்படத்தைப் பார்த்தேன். அதில் அவர் சென்னை வந்திருந்த போது பல

இயக்குநர் எஸ்.எஸ்.வாசன் இயக்கிய சந்திரலேகா திரைப்படத்திலிருந்து ஒரு காட்சி

விஷயங்களை அற்புதமாகப் படம் பிடித்துள்ளார். மைலாப்பூர் கபாலீஸ்வரர் கோவிலின் அறுபத்தி மூவர் விழாவை அத்தனை அற்புத மாக படம் பிடித்துள்ளார். சோவின் நாடகம் ஒன்றை படம் பிடித்துள்ளார். அப்போது இயக்குநர் ஏ.பி.நாகராஜன் சிவாஜி, பத்மினி நடித்த தில்லானா மோகனாம்பாள் படத்தை இயக்கிக் கொண்டிருந்தார். படப்பிடிப்புக்குச் சென்று லூயி மால் தன்னுடைய ஆவணப் படத்திற்காக அந்தப்படப் பிடிப்பைப் படம் பிடித்துள்ளார். அதில் இயக்குநர் ஏ.பி.நாகராஜன் சிவாஜிக்கும், பத்மினிக்கும் காட்சியை விளக்கி, முகபாவங்களைக் கற்றுத் தந்து, தொழில் நுட்ப கலைஞர்களுக்கு கட்டளை பிறப்பித்து இயக்கும் விதத்தைப் பார்த்து உண்மையிலேயே அசந்து போனேன். அந்தக் காட்சிகளில் நிச்சயமாக ஏ.பி.நாகராஜனை அத்தகையதொரு சினிமாவின் உணர்வுப் பூர்வமான காதலனாகப் பார்க்க முடிந்தது.

இந்திய சினிமா தன் முதல் நூற்றாண்டைக் கொண்டாடுகின்ற இந்த சமயத்தில் இந்திய சினிமாவின் எதிர்காலம் எப்படி இருக்கும் என்று யோசித்துப் பார்த்தால் பொதுவான இந்திய சினிமா என்பது சீரழிந்து வரும் கலையாகவே உள்ளது. இது இந்திய சினிமாவுக்கு மட்டுமல்ல உலக சினிமாவுக்கும் பொருந்தும் என்றே நினைக்கிறேன். பிரமிக்க வைக்கும் கலைப்படைப்புகளை இனி சினிமாவில் எதிர்பார்க்க முடியுமா என்ற கேள்வி எழுகிறது. அப்படி அபூர்வமாக சில கலைப் படைப்புகளை சினிமாவில் பார்க்கும் பொழுது அது நமக்கு பெருத்த ஆச்சர்யத்தைத் தருவதோடு, அது சினிமாக் கலையில் நிகழ்த்தப்பட்ட பெரும் சாதனையாகவும் தெரிகிறது. அத்தகைய படங்கள் அடிப்படையில் தற்போது சினிமாவை நெறிப்படுத்தும் வியாபார உலகின் எல்லா விதிகளையும் மீறிய ஒன்றாகவும் உள்ளது. பெரும்பாலான மக்களின் ரசனைக்காக எடுக்கப்படும் வியாபாரப் படங்கள் அந்த மக்களின் ரசனையையோ அல்லது மனோபாவத்தையோ மதிப்பதேயில்லை. மாறாக முந்தைய வெற்றிகளின் நகலை உருவாக்கும் முயற்சிகளாகஉள்ளன.

தமிழ் திரைப்பட இயக்குநர் ஏ.பி.நாகராஜன்

இந்திய சினிமாவின் முதல் நூற்றாண்டு முடியப்போகும் இந்த சமயத்தில் முடிந்து போனது உணர்வுபூர்வமான காதலர்களும்தான். இந்திய சினிமாவின் முதல் நூற்றாண்டின் மத்தியில் குறிப்பாக 70களின் இறுதியில் டெலிவிஷன் வளரத் தொடங்கும் வரை சினிமா மீதான காதல் என்பது உணர்வுபூர்வமாக இருந்தது. எல்லா கலைகளுமே தனக்கான தீவிரமான உணர்வுபூர்வமான காதலர்களை உருவாக்கியுள்ளது. ஆனால் சினிமாக்கலை உருவாக்கிய காதல் என்பது விசேஷமான ஒன்றாகும். அடிப்படையில் சினிமா நவீனக் கலை அதே நேரத்தில் எல்லோரையும் எளிதில் சென்றடையக் கூடிய ஒன்று. கவித்துவமானது. அதே நேரத்தில் ரகசியங்கள் பொதிந்தது. கிளர்ச்சியூட்டும் கலை அது. அதே நேரத்தில் நீதி போதனைகளை சொல்லும். மதங்களைப் போன்றே சினிமாவுக்கும் போதகர்கள் இருந்தார்கள். உணர்வுப் பூர்வமான சினிமா ரசிகர்களுக்கு சினிமா என்பது எல்லாமுமாக இருந்தது. சினிமா என்பது ஒரு கலை புத்தகம் மட்டுமல்ல. அது அவர்களுக்கு வாழ்க்கை புத்தகமாகவும் இருந்தது.

ஏ.பி.நாகராஜன் இயக்கிய தில்லானா மோகனம்பாள் படத்திலிருந்து ஒரு காட்சி

உண்மையில் பார்க்கப்போனால் சினிமா தோன்றும்பொழுதே இரு முகங்களோடுதான் தோன்றியது. ஒன்று உள்ளதை உள்ளபடியே காட்டும் முகம். லூமியர் சகோதரர்களின் படங்கள் அந்த முகத்தைத்தான் காட்டியது. அதனால்தான் திரையில் ரயில் ரசிகர்களை நோக்கி வந்தபோது அவர்கள் கூச்சலிட்டார்கள். தலையைக் குனிந்து கொண்டார்கள் அல்லது அரங்கத்தை விட்டே ஓடினார்கள். சினிமாவின் இன்னொரு முகமோ அவர்களுக்கு மாயையின், கற்பனையின், புதுமையின், கவித்துவத்தின் கதவுகளைத் திறந்தது. ஜியார்ஜ் மீலியேவின் படங்கள் அதைத்தான் செய்தன. இரண்டு முகங்களும் ஒன்றுக்கொன்று எதிரான முகங்கள் அல்ல. மாறாக இரண்டுமே நமக்கு ஆச்சரியத்தின் கதவுகளைத் திறந்தது. ஒன்று உண்மை நிகழ்வை காலத்தைக் கடந்து நமக்கு அண்மையில் காட்டியது. இன்னொன்றோ கற்பனையை உண்மை போன்று காட்சி நிகழ்வாய் காட்டியது. இரண்டுமே ஆச்சரியங்களை மீட்டெடுத்து எப்போதும் நம் அருகே வைத்தது.

இது போன்றதொரு தொடக்கத்தின் தொடர்நிகழ்வாகத்தான் சினிமா நமக்குத் தொடர்ந்து ஆச்சர்யங்களைத் தந்தது. இந்த ஒரு சூழலில்தான் சினிமா மீதான பிரத்யேக ஈர்ப்பு நமக்கு ஏற்பட்டது. அதன் விளைவாகத்தான் சினிமாவுக்கான விசேஷ காதலர்கள் உருவானார்கள். ஆனால் டெலிவிஷனின் வருகையைத் தொடர்ந்து எல்லாம் படிப்படியாய் நின்று போனது. நிரம்பி வழிந்த திரையரங்குகள் படிப்படியாக காலியானது. தொலைக்காட்சியின் வருகைக்கு முன்பு வாரம் ஒரு முறை பார்த்த சினிமாவிலிருந்துதான் நாம் பல விஷயங்களைக் கற்றுக் கொண்டோம். நடப்பது எப்படி, புகைப்பது எப்படி, பெண்ணிடம் காதல் சொல்வது எப்படி, முத்தமிடுவது எப்படி, சண்டை போடுவது எப்படி, ஏன் அழுவது எப்படி என்றுகூட சினிமாவிலிருந்துதான் கற்றுக்கொண்டோம். அற்புதமாக உரையாற்றும் கதாபாத்திரத்தைப் பார்த்து விட்டு சினிமா அரங்கத்தை விட்டு வெளியேறிய பின்பும் சிறிது நேரம் நம் குரலும், தொனியும் அக்கதாபாத்திரத்தினுடையது போலவே இருக்கும். மற்றவர்களின் வாழ்க்கையில் புகுந்து வெளியேறும் அனுபவத்தின் சுவாரஸ்யத்தையும், ரகசியத்தையும் நமக்கு கற்றுத் தந்தது சினிமாதான். சினிமா என்பது ஏதோ கடத்தல்காரன் போன்று நம்மை சில மணி நேரம் கடத்திக் கொண்டு போனது. அவ்வாறு கடத்தப்படுவதில் நமக்கு சந்தோஷம் இருந்தது. அந்த சந்தோஷத்திற்காகவே நாம் காசு கொடுத்து சினிமாவுக்குச் சென்றோம். ஆனால் இப்போது தொலைக்காட்சித் திரைகளில் அற்புதமான திரைப்படங்களைப் பார்க்கும்போதுகூட நமக்கு அந்த

கடத்தல் அனுபவம் ஏற்படுவதில்லை. காரணம், திரையின் அளவு மாத்திரம் அல்ல. இன்றைய வளர்ந்துவிட்ட தொழில்நுட்ப சூழலில் திரையரங்கைப் போன்றே பெரிய திரைகளை நம்மால் வீட்டிலேயே அமைக்க முடியும். ஆனாலும், நாம் இருப்பது வீட்டில்தான். வீட்டுச் சூழலில் சினிமா பார்க்கும்போது சினிமா மீதான விசேஷ மரியாதையை நம்மால் செலுத்த முடிவதில்லை. சினிமாவினால் கடத்தப்படும் உணர்வைப் பெற வேண்டுமானால், நாம் திரையரங்கில் இருக்க வேண்டும். அதுவும் இருளில் முகம் தெரியாத அன்னியர்கள் மத்தியில் இருக்கவேண்டும். இன்று டிஜிட்டல் யுகத்தில் சினிமா என்றழைக்கப்படும் ஒளியோடு கூடிய அசையும் பிம்பங்கள் பல்வேறு வடிவங்களைப் பெற்று பல்வேறு அளவுகளில், பல்வேறு தளங்களில் நம்மை எதிர்கொள்கிறது. இதன் காரணமாக சினிமாவே அழுத்தமற்று லேசான ஒரு ஊடகமாக மாறி யாருடைய கவனத்தையும் முழுவதுமாக ஈர்ப்பதில்லை. ஒரு கலை மற்றும் பிரபல பொழுதுபோக்கு என்ற அடிப்படையில் சினிமாவுக்கு இருந்த அளவுகோல்கள் எல்லாம் இன்று சிதைந்து போய்விட்டன.

சினிமா தோன்றியபோது உலகெங்கிலும் கலை மற்றும் பொழுதுபோக்கு ஊடகம் என்று இரு நிலைகளிலும் செயல்பட்டது. இந்தியாவில் மௌனப் படம் யுகம் தாதா சாகேப் பால்கே, போகிலால் தாவே, ஆர்தேஷிர் இரானி, நடராச முதலியார், சந்துலால் உக்ஷா போன்ற இயக்குநர்கள், தயாரிப்பாளர்கள் சினிமாவை அப்படித்தான் பார்த்தார்கள். ஆனால், தாதா சாகேப் பால்கேவைத் தவிர மற்ற யாருமே உலக அளவில் அறியப்பட்ட சினிமா கலைஞர்களாக விளங்கவில்லை. அப்போதே அவர்கள் தங்களின் படங்கள் எல்லாம் இந்தியாவுக்காக, இந்திய மக்களுக்காக என்ற அடிப்படையில்தான் பார்த்தார்கள். தங்களின் படைப்புகள் உலக மக்களுக்கானவை என்று எப்போதுமே அவர்கள் நினைத்ததில்லை. அது மாத்திரமல்ல, சினிமாவின் பணி பொழுதுபோக்காக மக்களுக்கு கதை சொல்வது மாத்திரமே என நினைத்தார்கள். இதன் காரணமாகவே உலகின் பிற நாடுகளில் உருவான மௌனப்பட சினிமா மேதைகள் போன்று இந்தியாவில் யாரும் தோன்றவில்லை. அமெரிக்காவில் கிரிஃபத், கிங் விடோர் போன்ற கலைஞர்களும், ரஷ்யாவில் ஐஸன்ஸ்டைன், சிகா வெர்த்தோவ், தாவ்ஷன்கோ போன்ற கலைஞர்களும், ஜெர்மனியில் முர்னாவ், பிரிட்ஸ் லேங் போன்ற கலைஞர்களும் மௌனப்பட காலத்தில் மட்டுமல்ல, இன்றளவும் சினிமாவின் மேதைகளாக அறியப்படுகின்றனர். இவர்களின் படைப்புகள் சினிமா மொழியின் அழகியல் எல்லைகளை அப்போதே விரிவுபடுத்தின. 1920களின்

இறுதியில் சினிமாவில் ஒலி வந்தபோது சினிமாவின் பிம்பங்களுக்கு அதுவரை இருந்த கவித்துவமும், அழகும் மெல்ல மாறிப்போயின. அப்போதுதான் அமெரிக்க சினிமா உலக சினிமாவை ஆதிக்கம் செய்யத் தொடங்கியது. ஹாலிவுட் பாணி என்றழைக்கப்படும் படம் எடுக்கும் முறை உலகெங்கும் வியாபித்தது. அப்போது ஆர்சன் வெலெஸ், ஏரிக் வான் ஸ்ட்ரோஹைம் போன்ற அற்புத அமெரிக்க இயக்குநர்கள் கூட ஹாலிவுட் பாணி பிடிக்காமல் மெல்ல ஐரோப்பாவை நோக்கி நகர்ந்தனர். கிட்டத்தட்ட 25 ஆண்டுகள் 1930லிருந்து 1955 வரை உலக சினிமா ஹாலிவுட் பாணியில் இருந்து விடுபட்டு தங்களின் சொந்த தேசிய சினிமாவை உருவாக்கத் தொடங்கினர். அப்போதுதான் இந்தியாவிலும் சத்யஜித்ரே போன்ற சினிமா ஆளுமைகள் உருவானார்கள். 1950களில் இத்தாலிய சினிமாவில் யுத்தத்துக்கு பிந்திய நவீன யதார்த்தவாதம் என்ற இயக்கமே சினிமாவில் தோன்றியது. டி சிகா, விஸ்கோந்தி, ரோஸ்லினி போன்ற மேதைகளை உலக சினிமாவுக்கு இத்தாலி தந்தது.

1930களைப் பொறுத்தவரை உலக சினிமா என்பது இத்தாலியின் வசம் இருந்தது. 1960களிலோ அது பிரெஞ்சுக்கு கைமாறிப் போனது. புதிய சமூக சிந்தனைகளோடு புதுவிதமான சினிமா காதலர்கள் அப்போது பிரான்சில்தான் தோன்றினார்கள். புதிய அலை, படைப்பாளியின் சினிமா போன்ற இயக்கங்களைத் தோற்றுவித்தவர்கள் அவர்கள்தான். ட்ரூஃபோ, கோதார்த், ரோமர், பிரஸ்ஸான், ரிவெத்தே போன்ற பல சினிமா மேதைகளை உலக சினிமாவுக்கு பிரான்சு அளித்தது. பின்னர் 70கள் நிச்சயமாக ஜெர்மனியிடமும், கிழக்கு ஐரோப்பிய நாடுகளுடனும் இருந்தது. ஃபாஸ்பைண்டர், ஹெர்ஸாக் போன்ற ஜெர்மானிய இயக்குநர்களும் ஸோல்தான் ஃபாப்ரி, யான்ஸ்ஸோ, போலன்ஸ்கி, வாய்தா போன்ற எண்ணற்ற கிழக்கு ஐரோப்பிய இயக்குநர்களும் அப்போதுதான் தோன்றினர். 1980கள் உலக சினிமாவைப் பொறுத்தவரை தென் அமெரிக்காவிடம் (லத்தீன் அமெரிக்காவிடம்) இருந்தது. அங்கு பல இயக்குநர்கள் புதிய அரசியல் சிந்தனையோடு சினிமாவை தங்கள் போராட்டத்துக்கான ஆயுதமாகப் பயன்படுத்தினர். 1990களைப் பொறுத்தவரை உலக சினிமா சீனாவின் வசம் இருந்தது. சீனாவில் ஏற்பட்ட புதிய பொருளாதாரச் சூழலும் அரசியல் பண்பாட்டு மாற்றமும் உயரிய தொழில்நுட்பம் கை வசப்பட்டதும் உலக சினிமாவை சீனாவுக்கு சொந்தமாக்கியது. ஷாங்கிமோவ், ஷன்கைய்கே போன்ற அற்புத மேதைகளையும் இளம் இயக்குநர்களையும் சீனா அப்போது உலக சினிமாவுக்குத் தந்தது. சீனப்படங்களின் வரத்து இந்தியாவில்

மிகக்குறைவாக இருப்பதால் நவீன சீன சினிமா என்பது இந்தியாவில் உலக சினிமா ரசிகர்களால்கூட அவ்வளவாக அறியப்படாத ஒன்றாகவே உள்ளது.

தற்போது 21ஆம் நூற்றாண்டில் முதல் பத்தாண்டுகள் கடந்த நிலையில் இந்திய சினிமாவையும் உலக சினிமாவையும் உற்றுப்பார்க்கும்பொழுது ஒருவித வெறுமையும் விரக்தியும்தான் ஏற்படுகிறது.

அபூர்வமாக சில இயக்குநர்களின் சில படைப்புகள் மட்டுமே நமக்கு ஆறுதல் தருவதாக உள்ளன. போலன்ஸ்கி, மைக்கேல் ஹெனக்கே, அபாஸ் கைரொஸ்தமி போன்ற இயக்குநர்களின் ஒரு சில படைப்புகள்தான் சினிமா இன்னும் புதிய கலையாக மிளிர்கிறது என்ற எண்ணத்தை தருகிறது.

இன்னமும் நாம் சினிமாவின் பழைய மேதைகளின் படைப்பு களையே சிலாகித்துப் பேசிக்கொண்டிருக்கிறோம். அப்படி பேசுபவர்கள் எல்லாம் சினிமாவின் பழைய உணர்வுப்பூர்வமான காதலர்கள். தற்போதைய சினிமா ஏன் அது போன்ற உணர்வுப் பூர்வமான புதிய காதலர்களை உருவாக்குவதில்லை என்ற கேள்வி எழுகிறது. சினிமாவுக்கென்றே உரித்தான அத்தகைய உணர்வுப் பூர்வமான காதலை தற்போதைய சினிமா ஏற்படுத்துவதே இல்லை. அத்தகைய காதல் தற்போது இல்லை என்றுதான் சொல்லவேண்டும். அத்தகைய காதல் மறையும்பொழுது சினிமாவும் மறைந்து போகிறது. தற்போது தயாரிக்கப்படும் திரைப்படங்களின் எண்ணிக்கை பெருமளவில் அதிகரித்திருக்கலாம். அவற்றில் பல நல்ல, சிறந்த படங்களும்கூட இருக்கலாம். ஆனாலும் நாம் இழந்துபோன அந்த அற்புத சினிமா கலையை மீட்டெடுக்க முடியுமா? அதை மீட்டெடுப்பதற்கான ஒரே வழி சினிமாவுக்கே உரித்தான சினிமா மீதான உணர்வுப்பூர்வமான காதலை மீட்டெடுப்பதுதான். அப்போதுதான் டெலிவிஷன் வருகைக்கு முன் நாம் கொண்டாடிய சினிமாவை மீண்டும் கொண்டாட முடியும்.

இந்திய சினிமாவின் முதல் நூற்றாண்டு விழாவைக் கொண்டாடும் இவ்வேளையில் சினிமா சீரழிந்துவிட்டதே என்று புலம்புவதைவிட தற்போதைய தலைமுறையை எப்படி சினிமாவின் புதிய உணர்வுப்பூர்வமான காதலர்களாக மாற்றுவது எனச் சிந்திக்க வேண்டும். பண்பாட்டாளர்களும், சமூகவியலாளர்களும் சினிமாவோடு சம்பந்தப்பட்டவர்களோடு சேர்ந்து இதைச் சிந்திக்கவேண்டும்.

சினிமா என்றாலே பண்பாட்டுச் சீரழிவு எனப் பார்ப்பவர்கள் இன்றளவும் நம்மிடையே பலர் இருக்கிறார்கள். அவ்வாறு பார்ப்பவர்களில் பல அரசியல்வாதிகளும் உள்ளடக்கம் என்பதுதான் வேதனையான விஷயம்.

இத்தகைய சூழலில் சென்ற மாதம் தமிழ்நாடு முற்போக்கு எழுத்தாளர் கலைஞர்கள் சங்கம் 'திரைப்பயணம்' என்ற பெயரில் ஒரு சினிமா இயக்கத்தை நடத்தியது. சாலைகள், சந்திப்பு முனைகள், சந்தைகள், பள்ளிகள், கல்லூரிகள், அரங்கங்கள் என 500க்கும் மேற்பட்ட இடங்களில் தமிழ்நாடு முழுவதும் தமிழில் எடுக்கப்பட்ட சில குறும்படங்கள் காண்பிக்கப்பட்டன.

சென்ற இதழில் கட்டுரையின் இறுதியில் கூறியிருந்தேன், "சினிமா சீரழிந்துவிட்டதே எனப் புலம்புவதைவிட, தற்போதைய இளம் தலைமுறையினரை சினிமாவின் புதிய உணர்வுப்பூர்வமான காதலர்களாக மாற்றுவதுதான் இந்திய சினிமாவின் முதல் நூற்றாண்டு விழாவைக் கொண்டாடுவதாக இருக்கும்.

அந்த அடிப்படையில் நடத்திய திரைப்பயணம் ஒரு சிறு தொடக்கப்புள்ளியாக இருந்திருக்குமா என யோசிக்கிறேன். பல்வேறு இடங்களில் நிகழ்ந்த இந்த திரைப்பயணம் குறித்த அனுபவங்களை தோழர்களோடு பகிர்ந்துகொண்ட பிறகுதான் இது எந்த அளவுக்கு தொடக்கப்புள்ளியாக இருந்திருக்கும் என சொல்லமுடியும்.

திரைப்பயணத்தின் ஒரு திரையிடலில் நான் பங்குகொள்ள நேர்ந்தது. சென்னை நகரின் தொழிலாளர்கள் அதிகமாக வாழும் நெருக்கடியான பகுதி அது. ஒரு சாலை சந்திப்பில் நிகழ்த்தப்பட்ட அந்தத் திரையிடலில் 30 சிறுவர் சிறுமியர் அமர்ந்துகொண்டும், 10-15 ஆண்கள் நின்றுகொண்டும் படம் பார்த்தார்கள். ஓரளவு கவனச்சிதறல் இல்லாமல் அவர்கள் படம் பார்த்தார்கள். திரையிடல் முழுதும் படத்தைவிட படம் பார்ப்பவர்களைத்தான் நான் பார்த்துக் கொண்டிருந்தேன். அத்தகைய சந்தடி மிகுந்த சூழலிலும், அவர்கள் கவனம் சிதறாமல் படம் பார்த்ததற்கு முக்கியமாக இரு காரணங்களை உணர்ந்தேன். ஒன்று, அவை கதைப்படங்களாக, குறும்படங்களாக இருந்தன. இன்னொன்று, அப்படங்கள் எளிய தமிழில், அவர்கள் இனங்காணக்கூடிய கதாபாத்திரங்களைக் கொண்டிருந்தன. திரையிடலைவிட திரையிடல் முடிந்ததும் பேராசிரியர் காளீஸ்வரன் கூடியிருந்த சிறுவர்களிடம் திரையிடப்பட்ட படங்கள் குறித்து கேள்வி கேட்டதும், அதற்கு அவர்கள் பதில் சொல்லிய விதமும் சுவாரஸ்யமாக இருந்தது. சிறந்த பதிலளித்த சிறுவர்களுக்கு

புத்தகமும், பேனாவும் பரிசளித்தவுடன், மேலும் பல சிறுவர்கள் போட்டி போட்டுக்கொண்டு பதிலளித்தார்கள்.

அப்போது மற்ற இடங்களில் திரையிடல் குறித்து பேராசிரியர் காளீஸ்வரனிடம் பேசிக்கொண்டிருந்தபோது, சென்னை கோயம்பேடு சந்தையில் நடைபெற்ற திரையிடலில் பெருமளவு கூலித்தொழிலாளர்கள் கலந்துகொண்டதைக் கூறினார். அவர்கள் அங்கு திரையிடப்பட்ட பல குறும்படங்களால் மிகவும் ஈர்க்கப்பட்டதாகவும் அதன் வெளிப்பாடாக பலர் திரையிடலின் இறுதியில் கனிகளையும் காய்களையும் கூடைகளில் அன்பளிப்பாகக் கொடுத்து தங்கள் பாராட்டைத் தெரிவித்ததாகவும் கூறினார். ஒரு தொழிலாளி தன் சட்டைப் பையிலிருந்த 20 ரூபாயைக் கொடுத்து, “என்னால் இன்று இவ்வளவுதான் தரமுடிகிறது. இதுவே சனிக்கிழமையாயிருந்தால் நிறைய தந்திருப்பேன்” என்று ஒருவித குற்ற உணர்வுடன் கூறினாராம். காளீஸ்வரன் இச்சம்பவத்தை விவரித்தபோது, எனக்கு ‘பேட்டில்ஷிப் பொட்டம்கின்’ படத்தின் ஒரு காட்சிதான் நினைவுக்கு வந்தது. பொட்டம்கின் கப்பலின் மாலுமிகள் ஜார் மன்னனின் கடற்படை அதிகாரிகளை முறியடித்து கப்பலைக் கைப்பற்றிய பின் கப்பல் ஒடெஸ்ஸா நகரின் துறைமுகத்துக்கு வந்து சேரும். ஜார் மன்னனின் அதிகாரிகளை முறியடித்த மாலுமிகளின் வீரக்கதை காற்றுத்தீயாய் நகரில் பரவ, மாலுமிகளைக் காணவும், அவர்களுக்கு தங்கள் மகிழ்ச்சியையும், பாராட்டையும் காட்டும்முகமாக பல்வேறு பரிசுப் பொருட்களோடு மக்கள் ஆயிரக்கணக்கில் கப்பலை நோக்கி வருவர். அவர்களில் பெரும்பாலானவர்கள் சாதாரணத் தொழிலாளர்ககள். தங்களிடம் எது உள்ளதோ, அதை பரிசாகக் கொண்டு வருவர். பழங்கள், காற்கறிகள், கோழிகள், ஆடுகள்... என கற்பனை செய்ய முடியாதவற்றையெல்லாம் கொண்டுவருவர்.

தொழிலாளி வர்க்கம், தங்களுக்கானவர்களை அடையாளங்காணும் போது, அவர்கள் தங்கள் அன்பை வெளிப்படுத்தும் விதம் ஒரே மாதிரிதான் உள்ளது என்பதை பேராசிரியர் காளீஸ்வரன் குறிப்பிட்ட அனுபவம் எனக்கு உணர்த்தியது.

திரைப்பயண திரையிடல்களின் இதுபோன்ற பல்வேறு அனுபவங் களைத் தொகுத்து ஆய்வு செய்வதன் மூலமே இந்த திரைப்பயணம், புதிய சினிமா காதலர்களை உருவாக்குவதற்கான ஒரு சிறு தொடக்கப் புள்ளியாக அமைந்ததா, இல்லையா என்பதை தீர்மானிக்க முடியும்.

இந்திய சினிமாவின் நூற்றாண்டு விழாவைக் கொண்டாடுவதற்காக நாம் இந்த திரைப்பயணத்தை தொடங்காவிட்டாலும், இரண்டும்

ஒருசேர அமைந்ததால், இந்த திரைப்பயணத்தின் மூலம் இது இந்திய சினிமாவின் நூற்றாண்டு என்பதைப் பலருக்கும் நினைவுபடுத்த முடிந்தது.

உண்மையில், இங்கு தமிழ்ப் பண்பாட்டு தளத்தில் இந்நிகழ்ச்சி ஒரு பெரும் பொருட்டாகவே எடுத்துக் கொள்ளப்படவில்லை என்றுதான் சொல்லவேண்டும். இவ்வாண்டு, இந்திய சினிமாவின் நூற்றாண்டு என நினைவுபடுத்தப்பட்டதன் காரணமாகவே ஆங்காங்கு ஒரு சிலர் திரையிடல்களை நடத்துகிறார்களே தவிர, பெரிதாக இது குறித்து சிந்தித்து ஏதும் செய்யவில்லை.

தமிழகத்தில் இந்திய சினிமாவின் நூற்றாண்டு பெரிதாக எடுத்துக்கொள்ளப் படாததற்கு சில உண்மையான காரணங்களும் இருக்கலாம் என நினைக்கிறேன்.

இந்தியன், இந்தியத்தன்மை போன்றவற்றை உணர்வதற்கான தருணங்கள் நமக்கு வெகுஅபூர்வமாகவே அமைகின்றன. நான் மானுடன், தேசியங்களைக் கடந்தவன், சர்வதேசவாதி என்று நினைக்கக்கூடிய தருணங்கள்கூட தினசரி வாழ்க்கையில் இலகுவாக அமைந்துவிடுகின்றன. ஆனால், நம் இந்தியத்தன்மையை அடையாளப்படுத்திக் கொள்ளக்கூடிய தருணங்கள் வெகுஅபூர்வமாகவே அமைகின்றன. நம்முடைய பாஸ்போர்ட், வெளிநாடு பயணம், நம் நாட்டு விளையாட்டு அணி சர்வதேச அரங்கில் வெற்றிபெறும்போது, நம் நாட்டில் பிறந்த (தற்போது நம் நாட்டில் இல்லையென்றாலும்கூட) அறிவியல் வல்லுநர்கள் நோபெல் பரிசு போன்ற உயரிய விருதுகளைப் பெறும்போது... இதுபோன்ற தருணங்களில் மட்டுமே நம்மால் நம் இந்திய அடையாளத்தை ஓரளவு உணரமுடிகிறது. இந்தியத்தன்மை என்பது, உணர்வு சாராத, பண்பாடு சாராத வெறும் ஒரு வசதியான அரசியல் அமைப்பை மட்டுமே சார்ந்த அடையாளம் என்றே நினைக்கிறேன். ஆங்கிலேயர் நம்மை அடிமைப்படுத்திக் கொண்ட பின்னர்தான் இந்தியா என்ற அடையாளம் அரசியல் காரணங்களுக்காக ஏற்படுத்தப்பட்டது.

சினிமா என்பது பெரும்பாலான மக்களைப் பொறுத்தவரை மொழி, பண்பாடு சார்ந்த ஒன்றாக இருப்பதால், அதற்கு இந்தியா என்கிற அடையாளத்தை சுலபமாக பொருத்திப் பார்க்க முடிவதில்லை. இந்திய சினிமா என்பது இந்தி பேசும் சினிமா என வடஇந்தியர்கள் தவறாக நினைத்துக் கொண்டிருப்பதுபோல, வெளி நாடுகளிலும் பலர் இந்தி பேசும் சினிமாதான் இந்திய சினிமா என தவறாக நினைத்துக் கொண்டிருக்கின்றனர். ஒரு காலத்தில் நம்மில்

பலரும் சோவியத் சினிமா என்றால் ரஷ்ய மொழி பேசும் சினிமா என்று நினைத்துக் கொண்டிருந்தோம். அப்போதும் ஜியார்ஜியா, கஜாகிஸ்தான், உக்ரெய்ன்... என பல மொழிகளில் அந்தந்த குடியரசுகளில் படங்களைத் தயாரித்துக் கொண்டிருந்தனர்.

"இந்திய சினிமா" என்கின்ற சொற்றொடரில் உள்ள "இந்திய" என்பதை அடையாளப்படுத்துவதில் உள்ள சிக்கல்தான் இந்திய சினிமாவின் நூற்றாண்டு விழாவைப் பெரிய விஷயமாக எடுத்துக் கொள்ளாமல் தமிழகத்திலும் மற்ற மாநிலங்களிலும் தடுத்துவிட்டதோ? இதன் இன்னொரு வெளிப்பாடாகத்தான் மும்பையில் இந்திய சினிமாவின் நூற்றாண்டு விழாவை பாலிவுட்டின் நூற்றாண்டு விழாவாகக் கொண்டாடுகிறார்கள்.

அப்படியெனில், தமிழகத்தில் நாம் தமிழ்ச் சினிமாவின் நூற்றாண்டு விழாவைக் கொண்டாட 2019 வரை காத்திருக்கவேண்டும். காரணம் தென்னிந்தியாவின் முதல் மௌனப்படமான 'கீச்சா வதம்' 1919ஆம் ஆண்டுதான் சென்னையைச் சார்ந்த நடராஜ் முதலியாரால் தயாரித்து வெளியிடப்பட்டது.

இந்திய சினிமாவை அடையாளப்படுத்துவதில் எத்தனையோ சிக்கல்கள் இருக்கலாம். முதல் இந்திய சினிமா வெளியானபோது, அரசியல் அமைப்பு ரீதியாக தற்போதைய பாகிஸ்தானும், வங்கதேசமும் இந்தியாவின் ஒரு பகுதியாகத்தான் இருந்தது. அப்படியெனில், பாகிஸ்தானிலும், வங்க தேசத்திலும்கூட அவர்கள் தங்கள் சினிமாவின் நூற்றாண்டு விழாவைக் கொண்டாட வேண்டும்.

எது எப்படியிருந்தாலும், உண்மையான சினிமா ரசிகனுக்கு, சினிமா காதலனுக்கு சினிமா என்பது புதிய கலை, ஊடகம், மொழி மற்றும் தொழில்நுட்பம். அந்த அடிப்படையில் சினிமா வரலாற்றில் எல்லா முக்கியப் பதிவுகளும் கொண்டாடப்பட வேண்டியவை.

இந்திய சினிமாவின் வரலாற்றை கொண்டாடும்பொழுது இந்திய சினிமாவின் முதல் நூறு ஆண்டுகள் என்பது மிகமுக்கியமானது. சினிமா ரசிகர்களைவிட வரலாற்றாசிரியர்களுக்கும், சமூக அறிஞர்களுக்கும் இது முக்கியமான ஒன்று. வரலாற்றைக் கொண்டாடுவது என்பதே அதன் முக்கியப் பதிவுகளைப் பாதுகாப்பதுதான். இந்திய சினிமாவின் முதல் ஐம்பது ஆண்டுகால வரலாற்றில் பல முக்கியப் பதிவுகள் பாதுகாக்கப்படவேயில்லை. இதற்கு பல்வேறு காரணங்கள் இருக்கலாம். அதில் முக்கிய காரணம், சினிமாவை ஒரு கேளிக்கை என்பதை மீறி, முக்கியமான பதிவு, கலை என்று யாருமே எண்ணவில்லை. சினிமாக் கலையின் முக்கியத்துவத்தை

உணரத் தொடங்கும்பொழுது அதன் முக்கியமான பதிவுகளை இழந்துவிட்டிருந்தோம்.

1913ல் இந்திய முதல் மௌனப்படம் 'ராஜா ஹரிச்சந்திரா' தொடங்கி, 1931ல் முதல் இந்திய ஒலிப்படம் 'ஆலம் ஆரா' வரையிலான 17 ஆண்டுகளில் 300க்கும் மேற்பட்ட மௌனப்படங்கள் இந்தியாவில் தயாரிக்கப்பட்டன. ஆனால், இன்று வெறும் 14 இந்திய மௌனப்படங்களே தேசிய திரைப்பட ஆவணப் பாதுகாப்பகத்தில் உள்ளன. இது ஒரு பெரும் இழப்பு. 17 ஆண்டுகால வரலாறின் முக்கியப் பதிவுகளை இழந்திருக்கிறோம். முதல் தமிழ்ப் படம் அல்லது தென்னிந்தியப் படம் என்று சொல்லக்கூடிய 'கீச்சக வதம்' படத்தின் பிரதி இல்லாதது பெரும் இழப்பே.

இன்று 'ராஜா ஹரிச்சந்திரா' மௌனப்படத்தைப் பார்ப்பது என்பது ஏதோ சினிமா பார்ப்பதுபோல அல்ல. மாறாக, ஒரு காலத்தின் வரலாற்றுப் பதிவை, சமூகப் பதிவைப் பார்ப்பதாகும். நூறு ஆண்டுகால இந்திய சினிமாவில் பழைய படங்களை மீட்டெடுத்துப் பாதுகாப்பது என்பது வரலாற்றை மீட்டெடுத்து பாதுகாப்பதாகும். அது ஒரு தனி அனுபவம்.

இந்த அனுபவத்திற்காகத்தான் இந்த ஆண்டு அக்டோபரில் நடைபெற இருக்கும் 'மும்பை சர்வதேச திரைப்பட விழா'வில் ஒன்பது இந்திய மௌனப்படங்கள் திரையிடப்பட உள்ளன. அது வெறும் திரையிடல் மட்டும் அல்ல. மாறாக, மௌனப்பட யுகத்தில் மக்கள் எப்படி திரைப்படம் பார்த்தார்களோ, அதே பாணியில் படம் ஓடும்பொழுது, உண்மையான வாத்திய இசைக்குழுவினர் நேரடியாய் இசைக்கருவிகளை வாசிக்க, மௌனப்படங்கள் திரையிடப்பட உள்ளன. இந்த திரைப்பட விழாவுக்கு தலைமை தாங்கும் திரைப்பட இயக்குநர் ஷியாம் பெனகல், இந்திய சினிமாவின் நூற்றாண்டைக் கொண்டாட இதைவிட சிறந்த வழியில்லை என்கிறார்.

ஒரு முக்கிய திரைப்படத்தின் எந்தப் பிரதியும் இல்லாது போகும்பொழுது, வரலாற்றின் ஒரு சிறு பகுதியையே நாம் இழந்து விடுகிறோம். சமீபத்தில், நான் கான்ஸ் திரைப்பட விழா குறித்த வரலாற்றுப் பதிவுகளை ஆய்வு செய்து கொண்டிருந்தபோது ஓர் அதிசயத் தகவல் கிடைத்தது.

கான்ஸ் திரைப்பட விழா 1946ல் தொடங்கியது என்பது எல்லோருக்கும் தெரியும். இன்று உலகத் திரைப்பட விழாவின் ராணியாகத் திகழும் கான்ஸ் திரைப்பட விழாவில், மிக உயரிய விருதான பாமோதார் (தங்கப்பனை) விருதைத் தன் படத்துக்காக

வாங்குவது என்பது உலகின் மிகச்சிறந்த இயக்குநர்களின் கனவாகும். 1946ல் இப்படவிழா தொடங்கப்பட்டபோது அதன் உயரிய விருது பாமோதார் (தங்கப்பனை) என்பதற்கு பதிலாக 'கிராண்ட் ட்ரீ என்றழைக்கப்பட்டது.

முதல் கான்ஸ் திரைப்படவிழாவின் போட்டிப் பிரிவு படங்களையும், நடுவர் குழு உறுப்பினர்களின் பெயரையும் பார்த்துக் கொண்டிருந்தேன். இப்பட விழாவுக்கு நடுவர் குழு தலைவராய் இருந்தது ஜியார்ஜ் ஹீயுஸ்மான் (George Huisman) என்கிற புகழ் பெற்ற வரலாற்றாசிரியரும், பின்னாளில் பிரெஞ்சு அரசில் அமைச்சராகவும் இருந்தவர். கான்ஸ் திரைப்பட விழாவை தோற்றுவித்தவர்களுள் இவரும் ஒருவர்.

அப்போதே போட்டிப் பிரிவில் டில்லி வைல்டர் (அமெரிக்கா), ஹிட்ச்காக் (அமெரிக்கா), டேவிட் லீன் (இங்கிலாந்து), ஜியார்ஜ் குக்கார் (அமெரிக்கா), மிக்கயில் ரோம் (ரஷ்யா), ரெனே கிளெமெண்ட் (பிரான்சு), ழான் காக்டோ (பிரான்ஸ்) போன்றோரின் படைப்புகள் இருந்தன. இவ்வளவு பெரிய இயக்குநர்களின் படங்கள் எல்லாம் போட்டியிட்ட இப்படவிழாவில் உயரிய விருதான 'கிராண்ட் ட்ரீ விருது' பெற்ற படம் எது தெரியுமா? சொன்னால் ஆச்சர்யப்படுவீர்கள். அது ஓர் இந்தியப் படம். இந்தத் தகவலை சினிமா குறித்து நன்கறிந்த பல நண்பர்களிடம் பகிர்ந்துகொண்டபோது எல்லோருக்குமே இது ஆச்சர்யமான செய்தியாக இருந்தது. இப்படத்தைக் குறித்தோ, இப்பட இயக்குநரைக் குறித்தோ பெரும்பாலானவர்கள் அறிந்திருக்கவில்லை.

அப்படம் 'நீச்சா நகர்' எனும் இந்தி திரைப்படம் ஆகும். இப்படத்தை இயக்கியவர் ஓரளவு அறியப்பட்ட 'சேத்தன் ஆனந்த்' ஆவார். இவர் பாலிவுட்டின் புகழ்பெற்ற நடிகர் தேவ்ஆனந் மற்றும் இயக்குநர் விஜய்ஆனந்தின் சகோதரர் ஆவார்.

முதல் கான்ஸ் திரைப்பட விழாவில் உயர் விருது பெற்ற இந்திய திரைப்படமான நீச்சா நகர் படத்தின் இயக்குநர் சேத்தன் ஆனந்த்

'நீச்சா நகர்' (கீழேயுள்ள நகரம்) அக்கால கட்டத்திலேயே முக்கிய சமூகப் பிரச்சனையை கதையாகச் சொல்லியிருந்தது. பணத்திற்காக எதையும் செய்யக் கூடிய முதலாளி ஒருவன், ஏழை

மக்கள் வசிக்கும் நீச்சா நகரை அபகரித்து அங்கு தன் கட்டிடத் தொழிலை அபிவிருத்தி செய்ய, ஏழை மக்களை அங்கிருந்து விரட்டத் திட்டமிடுகிறான். அதற்காக சாக்கடைக் குழாய்களை நீச்சா நகர் நோக்கி திருப்பிவிடுகிறான். இதனால் அங்கு பல தொற்றுவியாதிகள் பரவி ஏழை மக்கள் துன்புறுகின்றனர். பின்னர் இதற்கான காரணத்தை அறிந்த அவர்கள் ஒன்றுதிரண்டு பணக்கார முதலாளியை எதிர்த்துப் போராடுகின்றனர். இதுதான் படத்தின் கதை.

இப்படத்தை அப்போதைய பிரிட்டிஷ் அரசு வெளியிட அனுமதிக்கவில்லை. இப்படம் அப்போதைய காலகட்டத்தை தாண்டிய ஒரு படமாக இருந்தது என்று சொன்னார்கள். பின்னர் 1947ல் சுதந்திரம் கிடைத்த பின்பும் இந்திய அரசு இப்படத்தை வெளியிட அனுமதிக்கவில்லை. சுதந்திர இந்தியாவின் முதல் பிரதமராக இருந்த நேருவுக்கு சேத்தன் ஆனந்த் எத்தனையோ முறை கடிதம் எழுதியும் ஒரு பலனும் இல்லை. இத்தாலிய நியோரியலிஸ சினிமா இயக்கத்தின் தாக்கம் இந்தியாவில் ஏற்படுவதற்கு முன்பே சேத்தன் ஆனந்த் இப்படத்தை இயக்கியிருப்பது அதிசயமான ஒன்று. ஃபிலிம் சொஸைட்டி இயக்கம் அப்போது இந்தியாவில் வேரூன்றாத ஒன்று. ஆனாலும், சேத்தன் ஆனந்த் இப்படத்தை சர்வதேச தரத்தில் புகழ்பெற்ற ஜெர்மானிய இயக்குநர் ஃபிரிட்ஸ் லேங்கின் 'மெட்ரோபாலிஸ்' படத்தின் சாயலில் எடுத்திருந்தார். இப்படத்திற்கு இசையமைத்தது யார் தெரியுமா? பண்டிட் ரவிசங்கர். இப்படத்திற்கு பல ஆண்டுகளுக்குப் பின்புதான் சத்யஜித் ரேயின் 'பதேர் பாஞ்சாலி' படத்துக்கு இசையமைக்கிறார். நீச்சா நகரின் சில பகுதிகளை நான் பார்க்க நேர்ந்தபோது, அதன் இசை அப்படியே எனக்கு பதேர் பாஞ்சாலியைத்தான் நினைவுபடுத்தியது.

இத்தனை சிறப்புகளைப் பெற்றிருந்தும் 'நீச்சா நகர்' கடைசிவரை இந்தியாவில் திரையிடப்படவே இல்லை. சினிமாவெறி கொண்ட இந்தியாவில், இந்த மகோன்னதப் படைப்பை, இந்திய சினிமா தன் நூற்றாண்டைக் கொண்டாடும்வேளையில் யாருமே நினைவில் கொள்ளவில்லை என்பது வேதனைக்குரிய விஷயம். இன்று கான்ஸ் திரைப்படவிழாவில் போட்டிக்கு வெளியே, அங்கீகரிக்கப்படாத

பிரிவுகளில் தங்களது ஏதேனும் ஒரு படம் திரையிடப்பட்டு விட்டாலே, அது குறித்து பூமிக்கும் வானுக்குமாகக் குதித்து, கொஞ்சம்கூட வெட்கம் இல்லாமல் தங்கள் புகழை தாங்களே பாடிக்கொள்ளும் இயக்குநர்கள் நிறைந்த இந்நாளில், உண்மையான அங்கீகரிப்பு பெற்ற இப்படத்தை எல்லோரும் மறந்து போனது ஆச்சர்யமான ஒன்று. திடீர் திருப்பமாக 2013 நவம்பரில் கோவாவில் நடைபெற்ற சர்வதேச திரைப்பட விழாவில் "நீச்சா நகர்" படம் திரையிடப்பட்டது.

இந்தியாவில் பிரிட்டிஷ் ஆட்சியின் இறுதிக் கட்டத்தில் இப்படம் தயாரிக்கப்பட்டதால், இப்படம் பல பிரச்சனைகளை சந்தித்தது. இப்படம் கையாண்ட சமூகப் பிரச்சனை காரணமாக பிரிட்டிஷ் அரசு மேலும் தொல்லை கொடுத்தது. படப்பிடிப்பிற்கான நெகட்டிவ் படச்சுருளை அரசு அனுமதியில்லாமல் இறக்குமதி செய்வது மிகக் கடினம். அத்தகையதொரு கடினமான சூழலில் சேத்தன் ஆனந்த் மிகக்குறைந்த செலவில், புதிய நடிப்புக் கலைஞர்களைக் கொண்டு உருவாக்கினார். இப்படத்தில் அறிமுகமான காமினி கவுஷல், சோரா ஜெய்கல் போன்றவர்கள் பின்னாளில் புகழ்பெற்ற நடிகைகளாயினர்.

பல சமயங்களில் சேத்தன் ஆனந்த் இப்படத்திற்காக காலாவதியான நெகட்டிவ் படச்சுருளைக்கூட உபயோகப்படுத்தினார். அவற்றை அவர் சாமர்த்தியமாக இரவுக் காட்சிகள் சிலவற்றை எடுக்க உபயோகப்படுத்தினார்.

இப்படத்தின் பிரதிகள் இந்தியாவில் வெளியிடப்படாமலேயே பெட்டியிலேயே இருந்து நசிந்து மாயமாகிப்போனது. ஆனால் படம் தயாராகி, இருபதாண்டுகளுக்குப் பின் சத்யஜித்ராயின் புகழ் பெற்ற ஒளிப்பதிவாளரான சுப்ரதா மித்ரா ஒரு நாள் கொல்கத்தாவின் பழைய பொருட்கள் விற்கும் ஒரு கடையில் யதேச்சையாக கண்டுபிடிக்கிறார். அந்தப் பிரதிதான் தற்போது புனே நகரில் உள்ள தேசியத் திரைப்பட ஆவணப் பாதுகாப்பகத்தில் உள்ளது. இப்பிரதி பல இடங்களில் சிதைந்துள்ள நிலையில், அதிலிருந்து தயாரிக்கப்பட்ட DVD பிரதிகள் இன்றளவும் சந்தையில் தேடினால் கிடைக்கக்கூடியதாய் உள்ளது. சேத்தன் ஆனந்த் 1973 வரை 'டாக்ஸி டிரைவர்ஷ, 'ஹக்கிகத்', 'ஹிந்துஸ்தான் கி கஸம்' போன்ற பல படங்களை எடுத்திருந்தாலும் ஒரு சில படங்களே வியாபார ரீதியாக வெற்றி பெற்றன.

குப்பைத் தொட்டியாய் மாறிப்போன ஹிந்தி சினிமாவில் கடினப்பட்டுக் கிளறித்தான் சேத்தன் ஆனந்த் போன்ற இயக்குநர்களை கண்டுபிடிக்க வேண்டியுள்ளது.

இதுபோன்ற இயக்குநர்களையும், படைப்புகளையும் கண்டுபிடித்து அறிமுகப்படுத்துவதும் இந்திய சினிமா நூற்றாண்டைக் கொண்டாடுவதின் ஒரு பகுதி என நினைக்கிறேன்.

2013-ல் வெளியான 150 தமிழ்ப் படங்களில் வெறும் 5 படங்கள் மட்டுமே போட்ட முதலையும் எடுத்து, லாபத்தையும் சம்பாதித்தது. மீதி 145 படங்கள் சிறிதளவு முதல் பெருமளவு வரை தங்கள் முதலீட்டை இழந்துள்ளன. ஆனாலும் தயாரிப்பில் இருக்கும் தமிழ்ப் படங்களின் எண்ணிக்கை மட்டும் குறையவில்லை.

விபரீத விளையாட்டு, சூதாட்டம் எனத் தெரிந்தும் பலர் இதில் குதிக்கத் தயாராக உள்ளனர். சூதாட்டம், விபரீத விளையாட்டுகளில் சிலர் பணத்தை இழப்பர். சிலர் லாபம் அல்லது அதீத லாபம் அடைவர். சினிமாவில் இழக்கின்ற பணம் எங்கே போகிறது? சினிமாவில் பணம் செலவு செய்யப்படுகிறது. அதை இழப்பு என்று சொல்ல முடியுமா? சினிமா சந்தையைப் பொறுத்தமட்டில் இன்று ஒரு படத்தைத் தயாரிக்க குறைந்தது 2 கோடியிலிருந்து 6 கோடி வரை தேவைப்படுகிறது. அதிகபட்சம் என்பதற்கு அளவே இல்லை. பின்னர், அவ்வாறு தயாரித்த படத்தை விளம்பரம் செய்து சந்தையில் கொண்டு செல்ல குறைந்தபட்சம் 1 கோடியிலிருந்து 3 கோடி ரூபாய் வரை தேவைப்படுகிறது. இதிலும் அதிகபட்சம் என்பதற்கு அளவே கிடையாது.

குறிப்பிட்ட அளவு செலவு செய்து படத்தை தயாரிக்கிறோம். பின்னர் குறிப்பிட்ட அளவு செலவு செய்து படத்தை சந்தைக்குக் கொண்டு செல்கிறோம். சந்தைக்குக் கொண்டு செல்லப்படும் படத்தை குறிப்பிட்ட அளவு மக்கள் பணம் கொடுத்துப் பார்க்கவேண்டும். அப்போதுதான் செலவழித்த பணமும், கூடுதலாக லாபமும் திரும்பக் கிடைக்க சாத்தியமுண்டு.

குறிப்பிட்ட அளவு மக்கள் பணம் கொடுத்து திரைப்படத்தைப் பார்க்க வரவேண்டுமெனில் அதற்கு பல காரணங்கள் உண்டு. அந்தக் காரணங்களையெல்லாம் புரிந்து கொள்வதிலும், அறிவியல் ரீதியாக அணுகுவதிலும் பல சிக்கல்கள் உள்ளன. பிரபல நடிகர்கள் இருந்தால் மட்டுமே தொடக்க நாட்களில் ரசிகர்கள் அரங்கு நோக்கி வருகிறார்கள். மூன்று, நான்கு நாட்களுக்குப் பிறகு ரசிகர்கள் வரவேண்டுமெனில் பிரபல நடிகர்கள் மட்டும் போதாது. படமும் படத்தின் கதையும் அவர்களைக் கவர்ந்திழுக்க வேண்டும். சில நேரங்களில் பிரபல நடிகர்கள் இல்லாவிட்டாலும்கூட கதையும், கதை சொல்லப்பட்ட விதமும் பிரமாதமாக இருக்கும் பட்சத்தில் தொடக்க நாட்களை தாக்குப்பிடிக்கும் சக்தி இருக்கும் எனில், அப்படம் வெற்றி பெறலாம். அப்படி தாக்குப்பிடிக்க திரையரங்குகள்

தேவைப்படுகின்றன. ஆனால் இன்று இந்தியாவில் திரையரங்குகள் இயங்கும் விதமும், அவற்றின் கூட்டமைப்பும் முழுக்க முழுக்க மாற்று சினிமாவுக்கு எதிராகவே உள்ளன.

இந்தியாவின் பெரும்பாலான தியேட்டர்களை சில தனியார் நிறுவனங்களே சொந்தம் கொண்டாடுகின்றன. பல திரைகளைக் கொண்ட மல்டிபிளக்ஸ் எனப்படும் திரையரங்குகள் பெருநகரங்களில் மட்டுமல்லாமல் சிறுநகரங்களிலும் தலையெடுக்கத் தொடங்கிவிட்டன.

ஒரு திரை கொண்ட திரையரங்குகள் பொருளாதாரரீதியாக பராமரிக்க முடியாதவைகளாகி விட்டன. சமீபத்தில் நண்பர் ஒருவர் ராஜபாளையத்தில் உள்ள திரையரங்கு (டிஜிட்டல் சாதனங்களோடு) வெறும் ரூபாய் 400 தின வாடகைக்குக் கிடைப்பதாகக் கூறியபோது என்னால் நம்பமுடியவில்லை. ஆனால் அந்த திரையரங்கை வாடகைக்கு எடுத்து நடத்த ஆளில்லை. திரை வாடகை குறைவாக இருக்கலாம். ஆனால் பராமரிப்புச் செலவை கணக்கில் எடுத்துக் கொண்டால் தியேட்டரை வாடகை இல்லாமலே கொடுத்தால்கூட நிர்வகிப்பது கஷ்டமே. கடும் மின்பற்றாக்குறை காரணமாக, ஜெனரேட்டர், டீசல் செலவு என்பது எல்லா திரையரங்குகளுக்கும் இன்று அத்தியாவசியமாகிவிட்டன. நான் நண்பரிடம் “400 ரூபாய் தின வாடகைக்குப் பதிலாக இலவசமாகக் கொடுத்தால்கூட தியேட்டரை எடுத்துக் கொள்ள வேண்டாம்” எனக் கூறினேன்.

இன்று இந்தியாவில் திரையரங்குகள் எண்ணிக்கையும், அவற்றின் கூட்டமைப்பும், அவை இயங்கும் விதமும் முழுக்க முழுக்க சந்தைச் சினிமாவை அடிப்படையாகக் கொண்டது. எனவே, ‘மாற்று சினிமா’ என்று பேசிக்கொண்டும், போராடிக்கொண்டும் இருக்கும் நண்பர்களும், தோழர்களும் முதலில் கவனம் செலுத்தவேண்டியது மாற்று சினிமாவுக்கு ஏதுவான திரையிடல் வழிமுறைகளை க்கண்டுபிடிப்பதும், அதன்மூலம் மாற்று சினிமாவுக்கான முதலீட்டை ஓரளவு லாபத்தோடு எப்படி மீட்டெடுப்பது என்பது குறித்து யோசிப்பதும்தான். அடிப்படையில் மாற்று சினிமாவுக்கான பணியும், போராட்டமும் மாற்றுச் சந்தையிலிருந்து தொடங்கவேண்டும்.

இந்திய சினிமாவின் நூற்றாண்டைக் கொண்டாடும் இந்த வேளையில், மாற்று சினிமா குறித்த ஒரு புதிய புரிதல் தேவைப்படுகிறது. இந்தப் புரிதல் இல்லாததால்தான் சினிமாவில் ஆர்வம் கொண்ட சிலர் மாற்று சினிமா எடுக்கிறோம் என்ற பெயரில் பல லட்சங்களையும், தங்கள் முகத்தில் புன்னகையையும் இழந்துவிட்டு நடமாடுவதை நான் கண்கூடாகப் பார்க்கிறேன்.

உலகிலேயே அதிகமான திரைப்படங்களை எடுப்பதில் இந்தியா முதலிடம் வகிக்கிறது. காசு கொடுத்து சினிமா பார்க்க டிக்கெட் எடுப்பவர்களின் எண்ணிக்கையிலும் இந்தியாவுக்குத்தான் முதலிடம். இந்தியாவில் சினிமா டிக்கெட்டின் விலை மற்ற பல நாடுகளின் சினிமா டிக்கெட் விலையோடு ஒப்பிடுகையில் மிகக்குறைவு என்பது வேறு விஷயம். சினிமா மீது மோகம் கொண்டவர்கள் அதிகம் இருப்பதிலும் இந்தியாவுக்குத்தான் முதலிடம்.

ஆனால், இந்தியாவில் உள்ள திரையரங்குகளின் எண்ணிக்கையைப் பார்க்கும்போது விநோதமாக உள்ளது. 124 கோடி பேர் வசிக்கும் இந்தியாவில் உள்ள திரையங்குகளின் எண்ணிக்கை வெறும் 12,000ம்தான். அதாவது மக்கள் தொகையோடு ஒப்பிடுகையில் 1,20,000 பேருக்கு ஒரு தியேட்டர்தான் உள்ளது. அமெரிக்காவில் 8,000 பேருக்கு ஒரு தியேட்டர் உள்ளது. இந்த விநோத முரண்பாட்டில் இன்னொரு வேடிக்கை என்னவென்றால், இந்த 12,000 திரையரங்குகளில்கூட வார இறுதி நாட்கள் மற்றும் விடுமுறை நாட்கள் தவிர மற்ற நாட்களில் திரையரங்குக்குச் செல்வோரின் எண்ணிக்கை மிகக்குறைவாகவே உள்ளது. இந்த 12,000 தியேட்டர்களில் 8,000 தியேட்டர்கள் இருப்பது தென்னிந்தியாவில்தான். அப்படியெனில், எஞ்சிய இந்தியாவில் உள்ள தியேட்டர்களின் எண்ணிக்கை வெறும் 4,000தான்.

அப்படியெனில், மிக அதிகமான சினிமா மோகம் கொண்ட இந்தியர்கள் எப்படித்தான் சினிமா பார்க்கிறார்கள்? பெரும்பாலான இந்தியர்கள் இன்று சினிமா பார்ப்பது டெலிவிஷனிலும், கள்ளச்சந்தை DVDகளிலும்தான். இன்றைய சினிமா சந்தை இயங்கும் விதத்தில் பைரேட்டட் (Pirated) DVD என்பது தவிர்க்கவே இயலாத ஒன்று. இந்தியாவில் திரைப்படத் துறையினர் ஓயாது புலம்புவது, பல நூறு கோடி ரூபாய்களை ஆண்டுதோறும் திருட்டு DVDக்களால் இழக்கிறோம் என்பது. ஆனால், இவர்கள் மக்கள் தொகையோடு ஒப்பிடுகையில் இந்தியாவில் ஏன் திரையரங்குகள் குறைவாக உள்ளன. அந்த திரையரங்குகளுக்கும் மக்கள் ஏன் வருவதில்லை? டிக்கெட்டின் விலை அதற்குக் காரணமா? அல்லது பெரும்பாலானவர் களுக்கு வாழ்க்கையே சுமையாகிப்போனதால், திரையரங்குகளுக்கு செல்வதற்கான உடல், மனோசக்தி இருப்பதில்லையா? வீட்டின் வசதிகளோடு டெலிவிஷனிலும், நினைத்த நேரத்தில் DVDயிலும் பார்க்கக்கூடிய வசதி இருக்கும்போது, கஷ்டப்பட்டு, பயணம் செய்து தியேட்டருக்கு ஏன் செல்ல வேண்டும் என்ற நினைப்பா?... இப்படி எந்தக் கேள்விகளையுமே அவர்கள் கேட்பதில்லை. இவை திரைத்துறையினர் மட்டும் கேட்கவேண்டிய கேள்விகளல்ல.

ஒவ்வொரு சமூகவியலாளரும், பண்பாட்டு ஊழியரும் கேட்கவேண்டிய கேள்வி இது. குறிப்பாக மாற்று சினிமா குறித்து பேசுபவர்கள் நிச்சயமாக கேட்கவேண்டிய கேள்வி இது.

சில அத்தியாயங்களுக்கு முன்பு மணிப்பூரி சினிமா குறித்து எழுதியபோது, அங்கு தியேட்டர்களே இல்லை, எல்லாமே DVD திரையரங்குகள்தான் என்றும் குறிப்பிட்டிருந்தேன். அங்கு படம் எடுப்பதும் மலிவான வீடியோ தொழில்நுட்பத்தில்தான் என்று குறிப்பிட்டிருந்தேன். அங்கு இந்திய சினிமா முழுமையாகத் தடை செய்யப்பட்டிருப்பதால், உள்ளூர் சினிமாவை அவர்கள் மூன்றிலிருந்து ஐந்து லட்ச ரூபாய் செலவில் எடுக்கிறார்கள். படத்தின் இறுதி வடிவத்தை DVDக்களில் பதிவு செய்து, DVD திரை அரங்குகளிலும், தனிப்பட்ட முறையிலும் பார்க்கின்றனர். இதன் மூலம் படத்தயாரிப்பின் செலவை மீட்டெடுப்பதோடு, ஓரளவு லாபத்தையும் ஈட்டுகின்றனர்.

பெரும் செலவில் தயாரிக்கப்பட்ட இந்தியப் படங்கள் தடை செய்யப்பட்ட பின்பு உள்ளூர் மணிப்பூரி சினிமா என்பது புதிதாய் பிறந்த குழந்தைபோல் உள்ளது. எனவே, அவற்றை மக்கள் வெறும் DVD-க்களில் பார்ப்பது ஒத்துப் போகிறது.

இந்திய சினிமாவுக்கு நூறு வயதாகிவிட்டது. ஆனால், இந்திய மாற்று சினிமா என்பது இன்னும் பிறக்கவேயில்லை. அப்படியானால் சத்யஜித்ரே, மிருணாள்சென், அடூர் கோபாலகிருஷ்ணன் போன்றவர் களின் படங்களை என்னவென்று சொல்வது? அவையெல்லாம் உலகத்தரத்தில் எடுக்கப்பட்ட இந்தியப் படங்கள் அல்லது உலக சந்தைக்காக எடுக்கப்பட்ட தரமான படங்கள்.

மாற்று சினிமா என்பது தற்போதைய சந்தைப் பொருளாதாரத்துக்கு எதிராக இருக்கவேண்டும். அதே நேரத்தில் அவை மாற்று சமுதாயத்தைக் குறித்த பலரின் கனவுகளின் ஏதாவதொரு அம்சத்தை பிரதிபலிப்பதாக இருக்கவேண்டும். கூடவே, அத்தகைய மாற்று சமுதாயத்தை அமைப்பதற்காக தற்பொழுது நடந்து வரும் பல்வேறு போராட்டங்கள், முயற்சிகளையும் பிரதிபலிப்பதாக இருக்கவேண்டும்.

இந்திய சினிமாவின் கடந்த நூறு ஆண்டுகால வரலாற்றைப் பார்க்கும்பொழுது மாற்று சினிமா என்ற ஒன்று என்றுமே இருந்ததில்லை. மாறாக, கலைப்படங்கள் (Art Films), இணை சினிமா (Parallel Cinema) என்றுதான் இருந்தது. சில தனிப்பட்ட மிகச்சிறந்த சினிமா கலைஞர்களின் படைப்புகள் கலைப்படங்கள் என்றழைக்கப் பட்டன. இவை பெரும்பாலும் திரைப்பட விழாக்களிலும்,

பெருநகரங்களில் சில காட்சிகளாகவும் காண்பிக்கப்பட்டன. இத்தகைய கலைப்படங்கள் குறிப்பாக 1980களில் பிராந்திய மொழிகளில் உச்சத்தில் இருந்தது. டெலிவிஷனின் பெருவளர்ச்சிக்குப் பின் 1980களிலேயே இப்போக்கு மறையத் தொடங்கியது.

"கேங் ஆஃப் வாசிப்பூர்" திரைப்படத்திருந்து ஒரு காட்சி

இணை சினிமா என்றழைக்கப்பட்ட படங்கள் சந்தை சினிமாவின் கட்டமைப்புக்குள் எடுக்கப்பட்டிருந்தாலும், வித்தியாசமான கதை, வித்தியாசமான அணுகுமுறை என்றிருந்தது. கலைப்படங்களைப் போல் அல்லாமல் இவை ஓரளவு பொருட்செலவில் எடுக்கப்பட்ட படங்களாகவும் இருந்தன. ஷியாம் பெனகல், கோவிந்த் நிஹலானி போன்றோர் இத்தகைய சினிமாவை பிரதிநிதித்துவப் படுத்துபவர்களாக இருந்தனர். 90களில் செயற்கைக்கோள் டெலிவிஷனின் வருகைக்குப் பின் இரு போக்குகளுமே முற்றிலுமாக மறையத் தொடங்கின.

இணை சினிமாவின் அடுத்தகட்ட வளர்ச்சியாக, இன்று இந்திய சினிமாவில் சில இயக்குநர்கள் சாதுர்யமான படங்களை எடுக்கின்றனர். இவர்கள் உள்ளூர் மற்றும் உலக சினிமா சந்தையின் போக்கை ஓரளவு புரிந்துகொண்டவர்களாக உள்ளனர். அனுராக் கேஷ்யப் போன்ற இயக்குநர்கள் இதை பிரதிநிதித்துவப் படுத்துகின்றனர். சமீபத்தில் அவர் இயக்கிய "கேங் ஆஃப் வாசிப்பூர்" (Gang of Wassepur) படத்தைக் குறிப்பாகச் சொல்லவேண்டும். ஐந்தரை மணி நேரம் ஓடக்கூடிய இப்படத்தை சமீபத்தில் அவர் இரு பாகங்களாக இந்தியாவெங்கும் வெளியிட்டார். ஏறத்தாழ 20 கோடி ரூபாய் செலவில் தயாரிக்கப்பட்ட படம். விநியோகம் மற்றும் விளம்பரத்துக்காகவும் இப்படத்திற்கு பல கோடி ரூபாய்கள் செலவிடப்பட்டன. இறுதியில் இப்படம் 40 கோடி ரூபாய்க்கு மேல் வசூலித்ததன் மூலம், ஒரு வெற்றிப்படம் என சினிமா சந்தையால் அறிவிக்கப்பட்டது.

இப்படம் சந்தையில் வெற்றிபெற்றதோடு, இவ்வாண்டு 'கேன்ஸ் திரைப்பட விழா'வில் "இயக்குநர்களுக்கான இரு வாரங்கள்" என்ற பிரிவிலும் திரையிடப்பட்டு, பின்னர் பிரெஞ்சு திரையரங்குகளிலும், பிரெஞ்சு சப்டைட்டிலோடு திரையிடப்பட்டது. அனுராக் காஷ்யப்பை போல ஒரு சில இயக்குநர்கள் வடஇந்தியாவில் சந்தைக்கு உள்ளேயும், வெளியேயும் பொருந்துகிற மாதிரி படங்களை

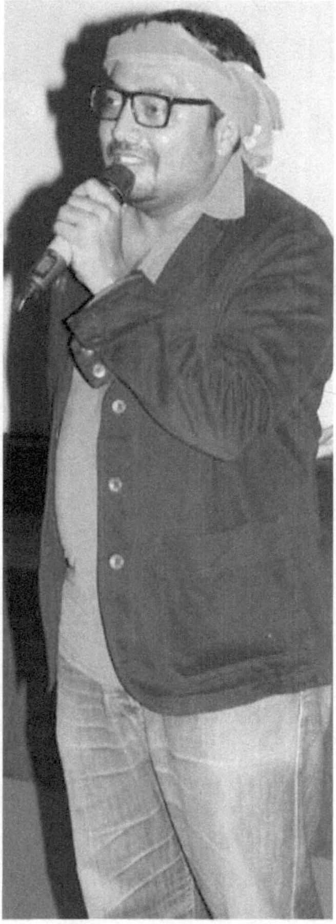
இயக்குநர் அனுராக் கேஷ்யப்

எடுத்து வருகிறார்கள். இப்படங்கள் எல்லாம் ஓரளவு பொருட்செலவில் எடுக்கப்பட்டாலும், சரியான விளம்பரம், விநியோகிப்பு முறை காரணமாக உள்ளூர் சந்தை, வெளிநாட்டு சந்தை மற்றும் DVD உரிமம் போன்றவற்றின் மூலமாக போட்ட முதலையும் ஓரளவு கணிசமான லாபத்தையும் ஈட்டுகின்றன.

நாம் இன்று 'மாற்று சினிமா' என்று சொல்வது, தற்போதைய இந்திய சினிமா சந்தைக்கு பொருத்தமற்றதாக உள்ளது. தற்போதைய சந்தைக்குப் பொருந்தி எடுக்க வேண்டுமெனில், ஒன்று அதிக செலவில் திரைப்படத்தை தயாரிக்கவேண்டும். தயாரிப்பதோடு மட்டுமல்லாமல் விநியோகம் மற்றும் விளம்பரத்திற்கு கணிசமாக செலவு செய்ய வேண்டும். அப்போதுதான் அப்படம் மக்கள் கவனத்திற்குச் செல்லும். அதன்பின் படத்தின் தன்மைக்கேற்ப படத்தின் தலைவிதியை மக்கள் நிர்ணயிப்பார்கள்.

தற்போதைய சந்தையோடு தொடர்புகொள்ள முடியாவிட்டால் மாற்று சினிமா என்று நாம் சொல்பவை மக்கள் கவனத்துக்கே செல்லாது. இயக்கம், திரையியக்கம் என்ற பெயரில் நாம் எவ்வளவுதான் நம் சக்தியையும், நேரத்தையும் செலவு செய்தாலும் நம்மால் ஒரு சில ஆயிரம் பேரையே சென்றடைய முடிகிறது. அப்படியானால், அதற்கு மாற்று வழிமுறைதான் என்ன? மாற்று விநியோகம், மாற்று விளம்பரம், மாற்றுச் சந்தை போன்றவற்றை உருவாக்குவதுதான். அதற்கு வழிமுறை என்று சுலபமாக சொல்லிவிடலாம். ஆனால், அதை எப்படி உருவாக்குவது, எங்கிருந்து தொடங்குவது என்பது குறித்து மாற்றுப் பண்பாடு, மாற்று இலக்கியம், மாற்றுக் கலை, மாற்று சினிமாவில் அக்கறையுள்ள எல்லாரும் சேர்ந்து செயல்பட வேண்டிய ஒன்று. ஆழமான சிந்தனை, ஆழமான திட்டமிடல் இவற்றோடு சாதுர்யமான செயல்பாடும் அதற்குத் தேவைப்படுகிறது.

நைஜீரியாவில் திரைப்பட படப்பிடிப்பு

சமீபத்தில் சினிமா தயாரிப்பு நிர்வாகம் குறித்து படிப்பதற்கு சென்னை வந்திருந்த நைஜீரிய நாட்டு மாணவி ஒருவரோடு ஆப்பிரிக்க சினிமா தயாரிப்பு முறைகளைக் குறித்து விவாதித்துக் கொண்டிருந்தேன். அப்போது பல சுவையான தகவல்கள் கிடைத்தன.

முதலில் ஆப்ரிக்க சினிமா என்பது பரந்துபட்ட ஒன்று. மொழிகள், பல கலாச்சாரங்களை உள்ளடக்கியது. தென் ஆப்ரிக்காவைத் தவிர மற்ற ஆப்ரிக்க நாடுகளில் இந்தியா, ஐரோப்பா, அமெரிக்கா போன்று சினிமா சந்தையோ, விநியோகிப்பு முறையோ கிடையாது. பெரும்பாலான ஆப்ரிக்க நாடுகளில் சினிமா தியேட்டர்கள் மிகக்குறைந்த அளவிலேயே உள்ளன. பல ஆப்ரிக்க நாடுகளில் 20 லட்சம் பேருக்கு ஒரு திரையரங்கு என்ற விகிதத்தில்தான் உள்ளன. நைஜீரிய நாட்டில் 50 லட்சம் பேருக்கு ஒரு தியேட்டர் என்ற அளவில் மிக சொற்ப தியேட்டர்களே உள்ளன என்று அம்மாணவி கூறியபோது, நான் மிகவும் ஆச்சர்யமடைந்தேன். ஆனால், நைஜீரிய சினிமா இன்று உலகளவில் இந்திய, அமெரிக்க சினிமாவுக்கு அடுத்தபடியாக மூன்றாம் நிலையில் உள்ளது. நைஜீரியாவில் ஆண்டொன்றுக்கு 2,000 படங்கள் தயாரிக்கப்படுகின்றன. 50 லட்சம் பேருக்கு ஒரு திரையரங்கம் என்றுள்ள நாட்டில் எப்படி இத்தனை படங்களைத் தயாரிக்கின்றனர் என ஆச்சர்யமாகக் கேட்டேன். நைஜீரியாவில் எல்லாப் படங்களுமே டிஜிட்டல் வீடியோவில்தான் எடுக்கப்படுகின்றன. இப்படங்கள் எல்லாமே VCD

மற்றும் DVD மூலம்தான் மக்களைச் சென்றடைகின்றன. பல லட்சம் DVD பிரதிகள் போடப்பட்டு நைஜீரியாவின் மூலை முடுக்கெல்லாம் இந்த DVD பிரதிகள் சென்றடைகின்றன. பல இடங்களில் வீடியோ ப்ரொஜக்டர் மூலம் இந்த DVD பிரதிகள் காண்பிக்கப்படுகின்றன. அல்லது மக்கள் நேரடியாக அதை DVDயாக தங்கள் இல்லங்களில் பார்க்கின்றனர்.

பொதுவாக, அங்கு ஒரு திரைப்படத்திற்கான தயாரிப்பு செலவு என்பது 20 முதல் 25 ஆயிரம் அமெரிக்க டாலர்கள் ஆகும். அதாவது 10லிருந்து 12 லட்சம் ரூபாய் செலவில் அங்கு படங்களை எடுக்கின்றனர். பெரும்பாலான படங்கள் தொழில்நுட்ப ரீதியாகவும், அழகியல் ரீதியாகவும் மிகமோசமாக இருக்கும் என சொல்லப்படுகிறது. ஆனாலும் மக்கள் இப்படங்களை பெரிதும் விரும்பிப் பார்க்கின்றனர்.

திரைப்படத் தயாரிப்புத் தொழில் என்பது நைஜீரியாவில் தொடர்ந்து லாபகரமானதாகவே உள்ளது. ஹாலிவுட், பாலிவுட் என்பது போல், நைஜீரிய திரைப்படத்துறை உலகளவில் நாலிவுட் (Nallywood) என்றழைக்கப்படுகிறது. பெரும்பாலும் இங்கு தயாரிக்கப்படும் நைஜீரியப் படங்கள் நைஜீரியாவைத் தாண்டி வெளியே செல்வதில்லை. படிப்படியாக சில படங்கள் அதிகப் பொருட்செலவில் எடுக்கப்படுகின்றன. சமீபத்தில் மிக அதிகப் பொருட்செலவில் “Tango with Me” என்ற படம் எடுக்கப்பட்டு, அமெரிக்கா மற்றும் இங்கிலாந்திலும் திரையிடப்பட்டன.

இப்படத்தின் தயாரிப்பு செலவு 2 கோடி ரூபாய். முதலிரவில் பாலியல் பலாத்காரம் செய்யப்படும் ஒரு பெண்ணைப் பற்றியது இப்படம். இப்படத்தை விமர்சித்த லண்டன் பத்திரிகைகள் படத்தில் கதை சொல்லப்பட்ட விதமும், அழகியலும் சிறுபிள்ளைத்தனமாக இருந்ததாகக் குறிப்பிடுகின்றன.

இந்தியாவில் மாற்று சினிமா குறித்து பேசிக்கொண்டிருக்கும்போது, நைஜீரிய சினிமாவைக் குறித்து ஏன் குறிப்பிடுவானேன் என்று சிலர் ஆச்சர்யப்படலாம். ஒரு விதத்தில் நைஜீரிய சினிமாவைப் போல்தான் நம்முடைய மாற்று சினிமாவும் உள்ளது. ஆனால் நம் சினிமாவின் கதை சொல்லும் பாங்கும், அழகியலும் நைஜீரிய சினிமாவைப் போலல்லாமல், வலுவானது. ஆனால் நம் மாற்று சினிமாவுக்கான புதிய சந்தையை உருவாக்குவதில் நைஜீரிய சினிமா சந்தை அனுபவத்திலிருந்து ஏதாவது பயில முடியுமா என சிந்திக்கிறேன். நைஜீரியாவில் ஒரு DVD இரண்டு அமெரிக்க டாலர் மதிப்பில் விற்கப்படுகிறது. நம்மூர் மதிப்பில் 100 ரூபாய்க்கு விற்கப்படுகிறது.

நம் நாட்டில் இன்று மாற்று சினிமாவைப் பற்றி சிந்திப்பவர்கள், நிச்சயமாக சரியான நபர்கள் மூலம் குறைந்த செலவில் தரமான படங்களைத் தயாரிக்க முடியும். சரியான கதைகளைத் தேர்ந்தெடுப்பதன் மூலம் 5 லிருந்து 10 லட்சம் ரூபாய் செலவில் 30, 40 நிமிடம் ஓடக்கூடிய கதைப்படத்தை உலகத் தரத்தில் எடுக்கலாம். 100-120 நிமிடம் ஓடக்கூடிய படத்தை 25 அல்லது 30 லட்சம் ரூபாய் செலவில் எடுக்கலாம். இப்படங்களின் இறுதித் தொழில்நுட்ப வடிவம் என்பது தரமான DVD பிரதிகளாகத்தான் இருக்கும். இந்த DVDக்களை திரையிட செலவு குறைந்த DVD திரையரங்குகளைக் கட்டலாம்.

பெரும்பாலானவர்கள் இந்த DVD-க்களை நேரடியாக தங்கள் வீட்டில் திரையிட்டுக் காணலாம். சரியான திட்டமிடுதல், ஒருங்கிணைப்பு மற்றும் கூட்டமைப்பின் மூலம் 20,000 முதல் 2 லட்சம் DVD பிரதிகளை விற்பதென்பது சாத்தியமற்ற ஒன்று இல்லை என்றே நினைக்கிறேன். தற்போதுள்ள சினிமா சந்தையில் மாற்று சினிமாவுக்கான இடம் இல்லை என்றாகிவிட்டதால் மாற்று சினிமாவை மாற்று சினிமாவுக்கான சந்தையிலிருந்து தொடங்க முயற்சிப்போம்.

14

இரண்டாம் நூற்றாண்டு உருவாக்கிய உலக இயக்குநர்கள்

ஆங் லீ

சென்னையை நீலம் புயல் கடக்கப் போகிறது என்று அறிவிக்கப்பட்ட நாளில் ஓர் அமைதியான தென்றல்போல் இயக்குநர் ஆங் லீ (Ang Lee) சென்னை வந்திறங்கியபோது எனக்கு ஆச்சர்யமாக இருந்தது.

அவரை நான் அறிந்தது, வியந்தது எல்லாம் அவரின் அவ்வளவாக அறியப்படாத படங்கள் மூலம்தான். ஆனால் அவரைப் பெரும்பாலானவர்கள் அறியக் காரணம் அவர் இயக்கிய பிரபலமான ஹாலிவுட் படங்கள்தான். அவர் அன்றைய தினம் சென்னை வந்ததும் தன்னுடைய சமீபத்திய படைப்பான "லைஃப் ஆஃப் பை" (Life of Pie) படத்தை இந்தியாவில் வியாபார ரீதியாக விளம்பரப்படுத்துவதற்காகத்தான்.

மிகப்பெரிய பொருட் செலவில் தயாரிக்கப்பட்ட இப்படம் ஓர் இந்தியப் பையனின் ஆன்மீக மற்றும் அனுபவத் தேடல் பற்றியது. ஹாலிவுட்டில் தயாரிக்கப்பட்ட இப்படம் இந்தியாவில் ஆங்கில மொழி மட்டுமல்லாமல், இந்தி, தமிழ், தெலுங்கு மொழிகளிலும் மொழி மாற்றம் செய்யப்பட்டு வெளியிடப்படுகிறது. இந்திய சினிமா சந்தையிலிருந்து இப்படத்திற்கு கணிசமான வருமானத்தை

தயாரிப்பாளர்கள் எதிர்பார்க்கிறார்களோ என்னவோ அதற்காகத்தான் இப்படத்தை விளம்பரம் செய்ய ஆங் லீயை அனுப்பியிருக்கிறார்கள். இந்த ஆண்டு கோவா சர்வதேச திரைப்பட விழாவைத் துவக்கி வைப்பதும், ஆங் லீயும் அவரின் “லைஃப் ஆஃப் பை”யும்தான்.

3D (முப்பரிமாண) தொழில்நுட்பத்தில் எடுக்கப்பட்ட இப்படத்திற்கு, இந்தியாவில் மட்டுமல்லாமல் உலகெங்கும் பெரும் விளம்பரம் செய்யப்படுகிறது. அதிநவீன கிராஃபிக்ஸ் தொழில் நுட்பமும் இப்படத்தில் உபயோகப்படுத்தப்பட்டுள்ளது. ஏற்கனவே க்ரௌச்சிங் டைகர் ஹிடன் டிராகன் (Crouching Tiger Hidden dragen) மற்றும் ஹல்க் (Hulk) படங்களின் மூலம் பெரும்பாலானவர்கள் இவரை ஒரு பிரம்மாண்டமான ஹாலிவுட் இயக்குநராக அறிந்திருக்கின்றனர். உலக சினிமாவில் ஆர்வமுள்ளவர்கள் இவரை சிறந்த கலை இயக்குனராக அறிந்துள்ளனர். அதற்குக் காரணம் இவருடைய சென்ஸ் அண்ட் கெசன்சிபிலிட்டி (Sense and Sensibility) மற்றும் ஆஸ்கர் விருது பெற்ற ப்ரோக்பேக் மவுண்டெய்ன் (Brokeback Mountain) படங்களாகும். ஆனால் என்னைப் பொறுத்தவரை இவர் சினிமாவின் இரண்டாம் நூற்றாண்டு உருவாக்கிய முக்கிய இயக்குநர், சினிமாவின் இரண்டாம் நூற்றாண்டுக்கே உரிய தொழில்நுட்பங்களின் சூட்சுமங்களை அற்புதமாகப் புரிந்து கொண்டவர். புரிந்துகொண்டது மட்டுமல்லாமல், அதைத் தனக்கே உரிய கதை சொல்லும் பாணி, அழகியலுக்கு அற்புதமாகப் பயன்படுத்தியவரும் கூட. அவர் ஒரு பிரபல, பிரம்மாண்டமான இயக்குநராக தன் ஹாலிவுட் படங்களில் மிளிரலாம். ஆனால் சிறந்த கதை சொல்லியாக, கலைஞனாக மிளிர்வது அவ்வளவாக அறியப்படாத அவரின் மற்றப் படங்களில்தான்.

சினிமாவின் வரலாறு என்பது எப்போதுமே மிகச்சிறந்த இயக்குநர்களின் வரலாறாகவே உள்ளது. சினிமாவின் பெரும்பாலான மேதைகள் சினிமாவின் முதல் நூற்றாண்டில் தோன்றியவர்கள்தான். ஜியார்ஜ் மீலியே முதல் ஸ்பீல்பர்க் வரை சினிமாவின் முதல் நூற்றாண்டில் தோன்றியவர்கள்தான். ஸ்பீல்பர்க், போலன்ஸ்கி, வாய்தா, அலென்ரெனே போன்றவர்கள் சினிமாவின் முதல் நூற்றாண்டில் தோன்றி அதன் இரண்டாம் நூற்றாண்டிலும் தொடர்ந்து பணியாற்றிக் கொண்டிருக்கிறார்கள்.

சினிமாவின் இரண்டாம் நூற்றாண்டுக்கே உரிய மாபெரும் இயக்குநர்கள் இருக்கிறார்களா? 1990க்குப் பிறகு திரைப்படங்கள் எடுக்கத் துவங்கி உலக சினிமாவில் தங்களின் பிரத்தியேக முத்திரையைத் தொடர்ந்து பதித்தவர்கள் உள்ளனரா என்று யோசித்தபோது, ஒரு சில இயக்குநர்கள் சினிமாவின் இரண்டாம்

இயக்குநர் ஆங் லீ

நூற்றாண்டில் உருவாக்கப்பட்டு, இரண்டாம் நூற்றாண்டுக்கே உரியவர்களாக இருக்கிறார்கள். இவர்கள் மிகப் பிரபலமானவர் களாகவும், சிலர் ஓரளவு அறியப்பட்டவர்களாகவும், சிலர் அறியப்படாதவர்களாகவும் உள்ளனர்.

இவர்கள் எல்லோருமே, சினிமாவை ஆளுமைப்படுத்தியது, முதல் நூற்றாண்டைச் சேர்ந்த சினிமா மேதைகள் மற்றும் அவர்களின் படைப்புகள் மூலம்தான். ஆனால் சினிமாவின் இரண்டாம் நூற்றாண்டுக்கே உரிய வணிக மற்றும் பண்பாட்டுச் சூழலில் இவர்கள் தங்களின் தனி முத்திரையைப் பதிந்திருக்கிறார்கள். அவர்களில் ஒரு சிலரைக் குறித்து சற்று விரிவாகப் பார்ப்போம்.

1990களின் துவக்கத்தில் தன் முதல் படத்தை எடுத்த சீன மொழி பேசும் தைவான் நாட்டைச் சேர்ந்த ஆங் லீ இந்த வரிசையில் மிக முக்கியமான இயக்குநர். சென்ற மாதம் அவரின் உரையாடலை சென்னையில் அருகில் இருந்து கேட்டபோது எனக்கு ஆச்சரியமாயிருந்தது. "நான் தேர்ந்த வாசகனுமில்லை. எழுத்தாளனுமில்லை. ஆனால், ஒரு படத்தை இயக்குவதில் எனக்கு விசேஷத் திறமை இருப்பதாக நம்புகிறேன்" என்று அவர் சொல்லியபோது, திரைப்பட இயக்கத்துக்கும் வாசிப்பு மற்றும் எழுத்துக்கும் அவ்வளவு ஒன்றும் பெரிதாகத் தொடர்பில்லையோ என நினைக்கத் தோன்றியது. "என்னைப் பொறுத்தவரை திரைப்பட இயக்கம் என்பது ஒருவிதமான

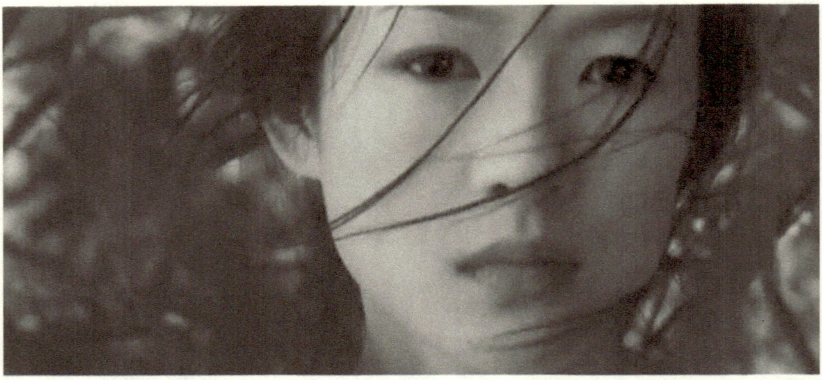

ஆங் லீ இயக்கிய Crouching Tiger Hidden dragen திரைப்படத்திலிருந்து ஒரு காட்சி

கட்டமைப்பு. ஒரு கதையின் அல்லது வாழ்வின் நிகழ்வுகளை உள்வாங்கிக் கொண்டு அதை சினிமாவுக்காக கட்டமைப்பது. அதற்கு தொழில்நுட்பம், நடிகர்கள், சூழல்... என எல்லாமே என் கட்டுப்பாட்டுக்குள் இருக்க வேண்டும். அப்போதுதான் கட்டமைப்பின் மூலம் விரும்பிய தாக்கத்தை ஏற்படுத்த முடியும்" என அவர் கூறியபோது இயக்குநர் என்ற அடிப்படையில், திரைப்படத் தொழிலில் அவர் ஒரு வலுவான இடத்தை கடின உழைப்பின் மூலம் அடைந்துள்ளார் எனப் புரிந்துகொள்ள முடிந்தது.

அவரின் தற்போதைய "லைஃப் ஆஃப் பை" படத்தின் பிரதான கதாபாத்திரத்திற்காக 3000 இளைஞர்களை நேர்முகத் தேர்வு செய்து சூரஜ் என்ற இந்திய இளைஞனைத் தேர்வு செய்துள்ளார். பெரும்பாலான காட்சிகள் படத்தில் சீற்றமிகு கடலில் நடப்பதால், படப்பிடிப்புக்காக சீற்றமிகு கடலின் ஒரு பகுதியை செயற்கையாக உருவாக்கியுள்ளார். இதற்காக தைவான் நாட்டில் உபயோகப்படுத்தாமல் இருந்த ஒரு பெரிய பழைய விமான தளத்தை வாடகைக்கு எடுத்து அதில் செயற்கைக் கடலை உருவாக்கினார். அத்தோடு அவர் நிற்கவில்லை. அதில் ராட்சத இயந்திரங்களின் மூலம் சீறும் அலைகளையும் உருவாக்கினார். இயக்குநரின் கட்டுமானப் பணிக்கு எல்லாமும் அவர் கட்டுப்பாட்டுக்குள் இருக்க வேண்டும் என்பதன் அர்த்தம் புரிந்தது.

ஆனால் ஆங் லீ தன் சினிமா வாழ்க்கையைத் துவக்கியது மிக எளிமையாகத்தான். பிறந்து வளர்ந்து கல்லூரி வரை படித்தது தைவானில்தான். மாணவனாக இருந்தபோது சினிமா மீது அவருக்கு விசேஷ ஆர்வம் கூடக் கிடையாது. படிப்பிலும் அவர் ரொம்பவே சுமார் ரகம். மிகுந்த கூச்ச சுபாவம் உள்ளவர். யாரிடமும் சட்டென்று

பழக மாட்டார். கல்லூரித் தேர்வில் தோல்வியடைந்தபோதுதான். வேறு வழியின்றி தைவானின் கலை அகாடெமியில் சேர்ந்தார். அங்கும் திரைப்படம் எடுப்பது என்பது செலவு மிகுந்த ஒன்றாக இருந்ததால் பெரும்பாலும் நாடகப் பணிகளிலேயே இருந்தார். பின்னர் அமெரிக்காவின் இலியானிஸ் பல்கலைக்கழகக் கலை அகாடெமியில் சேர்ந்தார். அங்கும் நாடகத் துறையில்தான் அதிக நேரத்தைச் செலவு செய்தார். அதுவரை அவர் உலகப் படங்களைக் கூட பார்த்தது இல்லை. அமெரிக்கா வந்த பிறகுதான் தரமான உலகப்படங்களைப் பார்க்கக்கூடிய வாய்ப்பு அவருக்கு கிட்டியது. தைவானில் நாடகத்துறையில் இருந்தபோது பெரும்பாலும் அவர் சக மாணவர்களின் நாடகங்களில் நடித்ததால், நடிப்புக்காக சில பரிசுகளைக்கூடப் பெற்றார். ஆனால் அமெரிக்காவில் அவருக்கு மொழி பெரும் பிரச்சனையாக இருந்தது. சென்ற மாதம் ஆங்லீயின் உரையாடலை அருகிலிருந்து கேட்டபோது கூட எனக்கு ஆச்சரியமாக இருந்தது. அவரின் ஆங்கிலம், அமெரிக்கா வந்து இரண்டாண்டுகளே ஆன ஒரு சீனனின் ஆங்கிலம் போல்தான் இருந்தது. இருபத்தைந்து ஆண்டுகளுக்கு மேலாக அமெரிக்காவில் இருந்து படங்களை எடுத்துக் கொண்டிருக்கிறார். ஆனாலும் அவர் உடல்மொழியில், ஆங்கிலத்தில் அமெரிக்க வாசனை வறண்டே இருந்தது. இவரா ஆங்கிலப் பண்பாட்டின் அடையாளமான "சென்ஸ் அண்ட் சென்ஸிபிலிட்டி" (Sense and Sensibility) போன்ற படங்களை எடுத்தார் என ஆச்சரியமாக இருந்தது. அவரைப் பொறுத்தவரை திரைப்பட இயக்கம் என்பது ஒரு கட்டமைப்புப் பணி அதிலே அவர் விற்பன்னராக இருந்தார்.

அமெரிக்க கலை அகாடெமியில் அவர் நடிப்பதற்கு மொழி தடையாக இருந்ததால் அவர் நடிப்பிலிருந்து இயக்கத்திற்கு மாறினார். அன்று முதல் இன்று வரை அவர் தெளிவாக உணர்ந்தது. தனக்கு கைவரக்கூடிய ஒரே பணி இயக்குவதுதான். மேடையிலோ அல்லது திரையிலோ இயக்குவதைத் தான் தன்னால் சிறப்பாகச் செய்ய முடியும் என்பதை உணர்ந்தார். "அடிப்படையில் நான் சங்கோஜப் பேர்வழி. எதையுமே சிறப்பாக செய்யத் தெரியாதவனாக இருந்தேன். ஆனால் திரைப்பட இயக்கம் என்று வந்தபோது எல்லாமே

ஆங் லீ இயக்கிய "லைஃப் ஆஃப் பை" படத்திலிருந்து ஒரு காட்சி

மாறிப்போனது. என்னை நான் மிகத் தெளிவாக மற்றவர்களுக்கு உணர்த்தினேன். நான் சொல்வதை மற்றவர்களுக்கு உணர்த்தினேன். நான் சொல்வதை மற்றவர்கள் கேட்டார்கள். கேட்டதும் பரவசம் அடைந்தார்கள். மொத்த உலகமும் மாறிப்போனது" என்றார்.

"திரைப்பட இயக்கத்துக்கு மொழிபெரிய தடையாக இல்லாததால் என் மனம் திரைப்பட இயக்கத்தையே நாடியது. நான் உருவாக்கிய சில குறும்படங்களின் மூலம் நியூயார்க் பல்கலைக்கழக திரைப்படப் பள்ளியில் படிக்க எனக்கு வாய்ப்பு வந்தது. அங்கு சேர்ந்த உடனே நான் வகுப்பின் சிறந்த மாணவனாக விளங்கினேன். காரணம் படிக்க விரும்பாத என்னைப் போன்ற மாணவர்களுக்கு அங்கிருந்த அமைப்பு வசதியாக இருந்தது. எப்போதும் திரைப்படம் எடுப்பது சம்பந்தமான பணியில் இருப்பேன். அல்லது திரைப்படம் எடுக்கும் மற்ற மாணவர்களுக்கு உதவி செய்து கொண்டிருப்பேன்" இப்படியாக அங்கு கழித்த மூன்று ஆண்டுகளில் பல குறும்படங்களை எடுத்தேன். இப்படியாகத்தான் என் திரைப்பட வாழ்வு துவங்கியது" என்று அவர் கூறியபோது, சினிமாவின் முதல் நூற்றாண்டு முடியும் தறுவாயில்தான் இப்படியொரு திரைப்பட இயக்குநர் உருவாகியிருக்க முடியும் என்பதை உணர்ந்தேன்.

சினிமாவின் முதல் நூற்றாண்டில் பெரும்பாலான இயக்குநர்கள் தங்களை இயக்குநராக நிரூபிக்கப் பலரிடம் வேலை செய்ய வேண்டியிருந்தது. திரைக்கதை எழுத வேண்டியிருந்தது. பின்னர் திரைப்படம் எடுக்க சரியான சந்தர்ப்பத்திற்காக காத்திருக்க வேண்டி வந்தது. ஆனால் சினிமாவின் இரண்டாம் நூற்றாண்டிலோ, ஒருவர் தன்னை இயக்குநராக நிரூபிக்க, முன்னிருந்த மேற்கூறிய பணிகளோடு ஒரு திரைப்படத்தையும் எடுத்துக் காண்பிக்க வேண்டியுள்ளது. இன்று பெரும்பாலான இளைஞர்கள் தங்களைத் திரைப்பட இயக்குநர்களாக முன்னிறுத்த, திரைப்படத்துறையில் நுழைய, தன்னால் இயக்க முடியும் என்பதை நிரூபிக்க ஒரு திரைப்படத்தைக் குறைந்த பட்சம் ஒரு குறும்படத்தை எடுத்து நிரூபிக்க வேண்டியுள்ளது. அதன் பிறகு ஒரு முழுநீளத் திரைப்படத்தை எடுத்து, அதில் வணிக ரீதியாக வெற்றிபெற்ற பின்னர்தான் நானும் திரைப்படத் துறையில் நுழைந்து விட்டேன் என்று ஒருவரால் சொல்லிக்கொள்ள முடியும். இன்று இதற்கு இரண்டே வழிமுறைகள்தான் உள்ளன. ஒன்று திரைப்படக் கல்லூரியில் சேர்ந்து சில படங்களை எடுத்து அதன் மூலம் வாய்ப்பைத் தேடவேண்டியுள்ளது. அல்லது தானே முட்டி மோதி திரைப்படம் எடுப்பது குறித்து ஏதோ தெரிந்து கொண்டு, டிஜிட்டல் தொழில்நுட்ப உதவியோடு குறைந்த செலவில் படம் ஒன்றை எடுத்து வாய்ப்பைத் தேட வேண்டியுள்ளது.

சினிமாவின் முதல் நூற்றாண்டு முடியும் நேரத்தில் புதிய இயக்குநர்கள் உருவாவதற்கான சூழல் இதுபோலதான் இருந்தது. ஆங் லீயின் சூழலும் இதற்கு விதிவிலக்காக இல்லை.

நியூயார்க் பல்கலைக்கழகத் திரைப்படக் கல்வியில் தன் இறுதி ஆண்டில் ஃபைன் லைன் (fine Line) எனும் குறும்படத்தை எடுத்தார். 43 நிமிடங்கள் ஓடும் இப்படம் குடியுரிமைப் பிரச்சனையில் இருந்து தப்பி ஓடும் ஒரு சீனப் பெண்ணும், கொள்ளைக் கும்பலில் இருந்து தப்பியோடும் ஒரு இத்தாலிய இளைஞனும் சந்தித்து அவர்களுக்குள் ஏற்படுகின்ற உறவைப் பற்றிய கதை. நியூயார்க் போன்ற நகரில் புத்தி சுவாதீனத்தோடு இருப்பதற்கும், புத்தி சுவாதீனம் தவறுவதற்கும் இடையே ஒரு மெல்லிய இழைதான் உள்ளது. என்பதைக் குறியீடாகச் சொல்லும் படம்.

நியூயார்க் பல்கலைக்கழக திரைப்படக்கல்வி முடிந்ததும், என்ன செய்வதென்று தெரியாமல் குழம்பினார். பெரிதாக அவருக்கு வாய்ப்புகள் ஏதும் இல்லை. மொழி இன்னமும் அவருக்கு பிரச்சனை யாக இருந்தது. கலைப்படங்களிலோ, அதற்கான மானியத்திற்கு விண்ணப்பிக்கவோ அவருக்கு ஆர்வம் ஏதும் இல்லை. நாடகப் பாணி படங்களில்தான் அவருக்கு ஆர்வம் அதிகம். அவரின் தந்தை ஆங் லீ தைவானுக்கே திரும்பி வந்து ஆசிரியர் தொழில் செய்ய வேண்டும் என்று விரும்பினார். அது எப்படியோ, தைவானுக்குத் திரும்பிச் செல்வதென முடிவெடுத்து விட்டார். தன் சாமான்களை யெல்லாம் மூட்டை கட்டி அடுத்த நாள் துறைமுகத்திற்கு அனுப்ப ஏற்பாடு செய்து கொண்டிருந்தார். அப்போது தான் அவருக்கு ஒரு திரைப்படத் தயாரிப்பு அலுவலகத்திலிருந்து ஒரு தொலைப்பேசி. திரைப்படத் தயாரிப்பு சம்பந்தமாக தங்களை வந்து பார்க்குமாறு கூறினர். அவருக்கு ஒரே ஆச்சர்யம். காரணம், அதற்கு முந்தைய தினம் நியூயார்க் பல்கலைக்கழகத்தில் நடைபெற்ற ஒரு திரைப்பட விழாவில் அவரது கல்லூரிப் படமான ஃபைன் லைன் காண்பிக்கப் பட்டது. அப்படத்திற்கு சிறந்த படம், சிறந்த இயக்குநருக்கான விருது கிடைத்தது. அப்படத்தைப் பார்த்துவிட்டுத்தான் அந்த தயாரிப்பு கம்பெனியிலிருந்து அவருக்கு அழைப்பு விடுத்தனர். திடீரென ஆங் லீ திரைப்படக்கல்லூரியின் நட்சத்திர மாணவர் ஆகிவிட்டார்.

தைவானுக்குத் திரும்பப் போகும் திட்டத்தை ஒரு வாரம் தள்ளிவைத்துவிட்டு அந்த கம்பெனி நிர்வாகியை ஆங் லீ சந்தித்தார். அவர்கள் பல திட்டங்களைக் கூறினர். பல வாக்குறுதிகளைத் தந்தனர். இன்றோ, நாளையோ படம் எடுக்கப் போகிறோம் என்ற கனவில் இருந்த ஆங் லீக்கு அடுத்த ஆறு ஆண்டுகள் உருண்டோடி விட்டன. அதற்கிடையில் தான் காதலித்த தைவான் பெண்ணை

திருமணம் செய்துகொண்டு ஒரு குழந்தைக்குத் தந்தையாகிவிட்டார். மனைவி நுண் உயிரியல் துறையில் டாக்டர் பட்டம் பெற்றார். அவருக்கு கிடைத்த சொற்ப சம்பளத்தில்தான் அந்த ஆறு ஆண்டுகளைக் கடினப்பட்டு ஓட்டினார். அந்த ஆறு ஆண்டுகளை ஆங் லீ பிரதானமாக வீட்டையும் குழந்தையையும் பார்த்துக் கொண்டும் சமையல் செய்து கொண்டும் அவ்வப்போது சில திரைக்கதைகளையும், சினிமாக் கட்டுரைகளையும் எழுதிக் கொண்டும் காலத்தைக் கழித்தார்.

அந்த ஆறு வருடங்கள் அவர் தொடர்ந்து சமைத்ததன் மூலம், சமையல் கலையிலும் விற்பன்னர் ஆனார். "வாழ்க்கையில் எனக்குத் தெரிந்ததெல்லாம் இரண்டே இரண்டுதான் ஒன்று திரைப்படம் இயக்குவது இன்னொன்று வீட்டு உணவைத் தயாரிப்பது" என்று அடிக்கடி நகைச்சுவையாகக் குறிப்பிடுவார். "படப்பிடிப்பு என்பது மளிகைக்கடைக்குப் போய் சாமான்கள் வாங்குவது. படத்தொகுப்பு என்பது சமையல் அறையில் அவற்றைக் கொண்டு உணவைத் தயாரிப்பது. எனவே படத்தொகுப்பில்தான் ஒரு படம் உருவாகிறது" என்று மாணவர்களுக்கு பாடம் எடுக்கும்போது கூட நகைச்சுவையாகக் குறிப்பிடுவார். அவருடைய Eat, Drink, Man, Woman படத்தில் வருவதுபோன்ற காட்சிகளையோ உணவு தயாரிக்கும் காட்சிகளையோ நான் இதுவரை வேறெந்தத் திரைப்படத்திலும் பார்த்ததில்லை.

கிட்டத்தட்ட அந்த ஆறு ஆண்டுகள் அவர் வீட்டுக்குள்ளேயே ஒரு சிறைபோல், ஒரு நரகம்போல் அடைந்து கிடந்தார். பல இரவுகள் அவருக்குத் தூக்கம் வராத இரவுகளாகவே இருந்தது. தைவானுக்குத் திரும்பிச் செல்லலாம் என்றால், எதையுமே செய்யாமல் எப்படிச் செல்வது என்கின்ற மனச்சங்கடம். அப்போது அவரின் கல்லூரித் திரைப்படம் தைவானில் நடைபெற்ற ஒரு திரைப்படவிழாவில் பரிசு பெற்றது. அப்போது கிடைத்த ஒரு தொடர்பு காரணமாக நியூயார்க்கில் வசிக்கும் ஒரு சீனனைப் பற்றி ஒரு திரைக்கதை எழுதினார். சீன மொழியில் தயாரிக்க சீன மொழியில் தான் அதை எழுதினார். அவருக்கு அந்த திரைக்கதை பிடித்திருந்தது. அதுதான் "Wedding Banquet''. அது சீன மொழிப் படம் என்பதால், அமெரிக்காவில் தயாரிக்க முடியாது என்றனர். பிரதான கதாப்பாத்திரம் ஓரினச் சேர்க்கையாளன் என்பதால் தைவானிலும் அதைத் தயாரிக்க முடியாது என்று சொல்லிவிட்டனர். அப்போது ஆங் லீ உறங்க முடியாத இரவுகளோடு, விரக்தியின் உச்சகட்டத்தில் இருந்தார். அப்போது அவரின் ஒரு நண்பன் பாரிஸ் பத்திரிகை ஒன்றில் வந்திருந்த விளம்பரம் ஒன்றை அனுப்பியிருந்தான். அது சிறந்த திரைப்பட திரைக்கதைப் போட்டிக்காக தைவான் அரசு

வெளியிட்டிருந்த விளம்பரம் அப்போட்டியில் வெளிநாட்டில் வாழ்பவர்களும் பங்கு கொள்ளலாம் எனச் சொல்லப்பட்டிருந்தது. போட்டியின் பரிசுத் தொகை 16000 அமெரிக்க டாலர்கள். அப்போது அது பெரிய தொகை. பரிசுத் தொகையை மனதில் கொண்டே ஒரு திரைக்கதையை உருவாக்கினார். அதுதான் பின்னாளில் அவரின் முதல் படமாக அமைந்த "PUSHING HANDS" என்பதாகும். இந்தக் கதைக்கான அடிப்படைக் கருத்து இரண்டாண்டுகளாகவே அவர் மனதில் இருந்தது.

இப்படம் வயதான ஒரு சீனனுக்கும் எழுத்தாளரான அவனின் அமெரிக்க மருமகளுக்கும் இடையிலான முரண்பாடு பற்றியது. அவர்களின் ஒரே மகன் எப்படி பழைய மற்றும் புதிய சீன கலாச்சாரத்துக்கிடையே சிக்கித் தவிக்கிறான் என்பது பற்றியது இக்கதை. இந்தத் திரைக்கதையைக் கொண்டு கலைப்படமும் எடுக்க முடியாது. வியாபாரப் படமும் எடுக்க முடியாது என்பதை முழுமையாக உணர்ந்திருந்தார். வெறும் போட்டிக்காகவே இரண்டே மாதத்தில் அவர் அந்தத் திரைக்கதையை எழுதினார். அந்தத் திரைக்கதையோடு சேர்த்து, ஏற்கெனவே எழுதி வைத்திருந்த WEDDING BANQUET" திரைப்படத்திற்கு இரண்டாம் பரிசும் கிடைத்தது. பரிசை வாங்குவதற்கு தாய்வான் சென்று வர விமான டிக்கெட்டுக்கு கூட ஆங் லீயிடம் பணம் இல்லை. இதையறிந்த தைவான் அரசு போய்வர அவருக்கு விமான டிக்கெட்டையும் அனுப்பி வைத்தது. அப்போது தைவானின் மத்திய திரைப்பட நிறுவனம் வருடத்திற்கு மூன்று திரைப்படங்களையாவது எடுக்க வேண்டும். அவற்றில் ஒரு திரைப்படத்தை புதிய இயக்குநருக்குத் தர வேண்டும் என்று திட்டமிட்டிருந்தது. "PUSHING HANDS" படத்தை தயாரிக்க அவர்கள் முன்வந்தனர். ஆங்லீயோ முதலில் இதை நான் போட்டிக்காகத்தான் எழுதினேன். திரைப்படம் எடுப்பதற்காக எழுதவில்லை எனக் கூறி மறுத்தார். அவர்கள் நீங்கள் யோசித்து முடிவெடுங்கள் என்று சொன்ன பிறகு கடந்த ஏழு ஆண்டுகளில் ஒரு படமும் எடுக்கவில்லை. இப்போது இதை எடுத்தால் என்ன என்று தோன்றியது. அவர் அதை ஒப்புக் கொண்டார். படத் தயாரிப்புக்காக அவருக்கு நான்கு லட்சம் அமெரிக்க டாலர்கள் தரப்பட்டது. அப்போது அது ஒன்றும் அத்தனை பெரிய பணமில்லை. ஆங்லீக்கு படத் தயாரிப்பில் பெரிய அனுபவம் இல்லை. ஏற்கெனவே அறிந்திருந்த டெட்ஹோப் (Ted Hope) மற்றும் ஜேம்ஸ் ஷாமூல் ஆகியோரைத் தயாரிப்பாளராக நியமித்தார். மிகுந்த குழப்பங்களோடும், கஷ்டங்களோடும்தான் படப்பிடிப்பு நடைபெற்றது. அப்போது ஆங்கிலீயின் மனைவி தனது இரண்டாவது பிரசவத்திற்குப்

பின் தைராய்டு பிரச்சனையில் அவதிப்பட்டுக் கொண்டிருந்தார். அதனால் அவருக்கும் மனைவிக்கும் இடையே வீட்டில் எப்போதும் பிரச்சனை. வீட்டிலேயே நடிகர்கள் ஒத்திகை. தயாரிப்பு நிர்வாக வேலைகளை அவரே செய்ய வேண்டியிருந்தது. பின்னர் ஒரு கட்டத்தில் டெட்ஹோப் (Ted Hope) தயாரிப்பாளர் என்பதிலிருந்து மாறி உதவி இயக்குநராகப் பொறுப்பெடுத்து, ஆங்லீயின் சுமைகளைக் குறைத்ததால். படமும் முடிந்தது. படம் தைவானில் வெளியிடப்பட்டபோது பெரும் வரவேற்பு கிடைத்தது. ஹாங்காங்கில் ஒரு வாரம் ஓடியது. வேறு எங்கும் இப்படம் வெளியாகவில்லை. ஆனாலும் இப்படம் தைவானில் பெற்ற வெற்றிகாரணமாக, தனது இரண்டாவது படமான "WEDDING BANQUET" தயாரிக்க சந்தர்ப்பம் இலகுவாக அமைந்தது.

அதன் பின்னர் நடந்ததெல்லாம் வரலாறு. ஆங் லீ இன்று உலக சினிமாவின் முக்கிய இயக்குநராக சினிமாவின் இரண்டாம் நூற்றாண்டில் உள்ளார்.

ஆங் லீ தன் முதல் திரைப்படமான "PUSHING HANDS" படப்பிடிப்பில்

ஆங் லீ யின் 'லைஃப் ஆஃப் பை' படம் நான் எதிர்பார்த்தபடியே பலரைக் கவரவில்லை. பிரதான காரணம், இப்படம் களைப்புத் தருவதாக இருந்தது. படத்தின் நீளம்கூட ஏற்றுக் கொள்ளக் கூடியதாகவே இருந்தது. படத்தின் கதைதான் பெரும் சவாலாக இருந்திருக்க வேண்டும். யான் மார்த்தலின் நாவலைப் படித்தவர்கள் எல்லோருமே ஒன்றைத் தெளிவாக உணர்ந்தார்கள். அந்த நாவல் தத்துவார்த்த அடிப்படையிலான நாவல். கடவுள் அல்லது கடவுள் என்கின்ற கோட்பாட்டை விளக்க முற்படுகின்ற நாவல். ஆனாலும் கடவுள் நம்பிக்கை இல்லாதவர்களுக்கும் அதில் ஆர்வத்துக்குரிய பல விஷயங்கள் இருந்தன. படத்தில் விவாதிக்கப் படும் பெரும்பாலான கடவுள் மற்றும் மதக் கோட்பாடுகள் இந்து மதத்தைச் சார்ந்தவை. ஆங் லீ இது குறித்து எவ்வளவுதான் ஆய்வுகள் நடத்தியிருந்தாலும் பல இடங் களில் படம் ஒருவித செயற்கைத் தன்மையை கொண்டிருப்பதை நம்மால் உணர முடிகிறது. கிருத்துவ மதத்தை சேர்ந்த மேற்கத்திய நாட்டினருக்கு இப்படம் மேலும் சிரமமான ஒன்றாகவே இருந்திருக்க வேண்டும். மிகப்பெரிய பொருட்செலவில் இப்படம் தயாரிக்கப்பட்டிருப்பதால் ஆங் லீ இப்படத்தை வழக்கமான தன் ரசிகர்களுக்கு மட்டுமல்லாமல் பெரும்பாலான மக்களையும் சென்று சேரவேண்டும் என்கின்ற ஒரு கட்டாயத்துக்கு உட்பட்டு அதன் காரணமாக உருவாக்கிய கட்டமைப்பும், சமரசமுமே படத்தைப் பெரும்பாலானோருக்கு களைப்பு மிகுந்ததாக மாற்றியிருக்க வேண்டும். ஆங் லீ, நாவல் வெளிவந்தவுடன் அதைப் படித்ததாகவும், தத்துவார்த்த நாவல் என்ற அடிப்படையில் அது தனக்கு மிகவும் பிடித்திருந்ததாகவும், ஆனால் திரைப்படமாக்குவதற்கான நாவல் அல்ல அது என்பதை நன்கு உணர்ந்ததாகவும் அவரே சொல்கிறார். ஆனால் நான்கு ஆண்டுகளுக்கு முன் ஃபாக்ஸ் நிறுவனம் அந்நாவலைப் படமாக்க முடியுமா என அவரை அணுகியபோது, அது குறித்து சிந்திக்கத் துவங்கினார். மீண்டும் நாவலைப் படித்தார். அடிப்படையில் ஆங் லீ ஒரு திரைப்பட இயக்குநர். எழுத்தாளர் அல்ல. தனக்குக் கிடைத்த கதையைத் திரைப்பட மொழியினூடாக வடிவமைப்பது தான் தன் பணி என நினைப்பவர். திரைப்பட இயக்குநரின் பணி, என்பது ஏற்கெனவே உள்ள கதையை மேலும் சக்தி வாய்ந்த கதையாகத் தன் வடிவமைப்பின் மூலம் மாற்றவேண்டும். அப்போதுதான் பார்வையாளனை உணர்வுரீதியாகப் பயணிக்க வைக்க முடியும். உணர்வுரீதியான பயணத்தின் மூலம்தான் தான் விரும்பும் உலகத்துக்குப் பார்வையாளனை அழைத்துச் செல்லமுடியும் என்று நம்புபவர்.

புத்தக ஆசிரியருடன் ஆங் லீ

'லைஃப் ஆஃப் பை' நாவலின் மையக்கரு என்பது ஒருவித மாயை, பகுத்தறிவால் உணரமுடியாத ஒன்றை சோதனைக்குட்படுத்துவது. அடிப்படையில் இது போன்ற மையக்கரு கதைசொல்லிகளுக்கு பெரும் சவால். திரைப்படம் என்பதே ஒரு மாயை. அந்த மாயைக்குள், இன்னொரு மாயையை சோதனைக் குட்படுத்த வேண்டும். அந்த அடிப்படையில்தான் பல பரிமாணங்களைக் கொண்ட நாவலை எளிமையான மூன்று கட்டங்களில் கதையாகச் சொல்ல முயன்றிருக்கிறார். அடிப்படைத் திரைக்கதை அமைக்கவே ஒரு வருடம் செலவளித்தார். பின்னர் காட்சி அமைப்புக்கான ஆராய்ச்சிக்கு ஒரு வருடம் செலவளித்தார். அப்போதுதான் தான் இதுவரை உபயோகித்திராத புதியதொரு பரிமாணத்தை இப்படக்கதைக்கு சேர்க்கவேண்டும் என்று யோசித்துள்ளார். அப்போதுதான் 3D தொழில்நுட்பம் இப்படக்கதைக்கு உதவும் என நினைத்தார். தன் ஆய்வுகளில், தண்ணீர் உலகைக் காட்ட 3D தொழில்நுட்பம் பெரிதும் உதவும் என நினைத்தார். இப்படத்தின் பிரதான நடுப்பகுதி கடலில் நடப்பதால், "பை"யின் உலகை, பயணத்தைக் காட்ட 3D தொழில்நுட்பம் பெரிதும் உதவும் என தீர்மானித்தார்.

இப்படத்தின் இன்னொரு பிரச்சனை, நாவலில் வரும் கதையின் நீளம் அதிகம். நிகழ்வுகளும் பல. நாவலை அப்படியே எடுக்க வேண்டுமானால், திரையில் இப்படம் 15 மணி நேரம் ஓடியிருக்க வேண்டும் என்று ஆங் லீயே சொல்கிறார். ஆனால் திரை நேரம் என்பது இரண்டு மணி நேரம்தான் எனும்பொழுது நாவலின் மையக்கருவை மட்டும் எடுத்துக்கொண்டு, நாவலின் பல நிகழ்வுகளைக் கைவிட வேண்டும். தேவைப்பட்டால் சில புதிய நிகழ்வுகளைச் சேர்க்கவும் வேண்டும். சினிமாவுக்கான கட்டமைப்பில் ஆங் லீக்கு இது பெரும் சவாலாக இருந்திருக்க வேண்டும். நாவலில், இறுதியில் தீவின் நிகழ்வுகள் பல நாட்களில் நடப்பதாய் இருக்கும். ஆனால் ஆங் லீ அந்தப் பல நாட்களின் நிகழ்வை சினிமாவுக்காக ஒரே ஒரு நாள் நிகழ்வாக மாற்றிவிட்டார். ஒரு காட்சியில் அந்தத் தீவு லாங்ஷாட்டில் மகாவிஷ்ணு படுத்திருப்பதுபோல் காட்சியை வடிவமைத்திருப்பார். நாவலின் மையக் கருவான 'மாயை'யை சோதனைக்குட்படுத்துவது போன்ற காட்சியமைப்புதான் இது.

படத்தில் நிகழும் தீவுக் காட்சிகள் பெரும்பாலான பார்வையாளர்களின் புரிதலுக்கு அப்பாற்பட்டதாகவே உள்ளது. படத்தின் இறுதியில் 'பை' கடலில் நிகழ்ந்ததாக இரண்டாவதாக ஒரு கதை சொல்வான். அந்த இரண்டாவது கதையும் பகுத்தறிவாளர்களுக்காக சேர்க்கப்பட்டிருக்க வேண்டும். இப்படத்தில் 3D தொழில்நுட்பத்தையும் மற்ற 3D படங்களைப் போல் அல்லாமல் பார்வையாளர்களை ஆச்சரியமூட்டவோ, அதிர்ச்சியூட்டவோ பயன்படுத்தவில்லை. மாறாக, கதையினூடே நம்மை அழைத்துச் செல்லவும், 'பை'யின் உலகுக்கு நம்மைக் கொண்டு செல்லவுமே இந்த தொழில்நுட்பத்தை ஆங் லீ கையாண்டுள்ளார். அதனால்தானோ என்னவோ பெரும் பாலான நேரங்களில் கேமரா 'பை'யின் முதுகுப்புறமே உள்ளது.

அடிப்படையில் எல்லோருக்குமான படமாக ஆங் லீ வடிவமைக்க முயன்றிருக்கிறார். யார் வேண்டுமானாலும் கொடுப்பதை கொடுத்துப் பெறவேண்டியதைப் பெறலாம் என்பதுபோல் கதையைச் சொல்லியிருக்கிறார். ஆத்திகர்களுக்கு, நாத்திகர்களுக்கு, கிருத்துவர்களுக்கு, கிருத்துவர் அல்லாதவர்களுக்கு, எளிமையான கதை விரும்பிகளுக்கு, சிக்கலான கதை விரும்பிகளுக்கு, தொழில்நுட்ப அதிசயத்திற்கு என எல்லாவற்றுக்குமாக படத்தை வடிவமைத்ததுதான் படத்தின் களைப்பிற்கு காரணமோ என்னவோ.

ஆனால், இந்த ஒரு படைப்பை மட்டும் வைத்துக்கொண்டு ஆங் லீயை மதிப்பிட முடியுமா? நிச்சயமாக முடியாது. ஆங் லீ இன்று ஹாலிவுட்டை வெற்றிக்கொண்ட, சர்வதேசப் பட இயக்குநராக உலகச் சினிமாவில் வலம் வருகிறார். சீன சினிமா இன்று உலக அரங்கில், சினிமாவின் இரண்டாம் நூற்றாண்டில் சந்தை சினிமாவிலும், சந்தைக்கு வெளியே கலை சினிமாவிலும் மதிப்பிற்குரிய முக்கிய சினிமாவாகக் கருதப்படுகிறது. பெரும்பாலான சாதாரண சினிமா ரசிகர்களுக்கு சீன சினிமா என்றாலே ஜாக்கி சான்தான் நினைவுக்கு வருவார். ஆனால் அவர் எந்தவிதத்திலும் சீன சினிமாவையோ, சீனக் கலாச்சாரத்தையோ பிரதிநிதித்துவப்படுத்த வில்லை. அவர் ஒரு சர்வதேச ரஜினிகாந்த். தமிழ் ரசிகர்கள் தறிகெட்டு ரஜினியைக் கொண்டாடுவதால் அவரை தமிழ்க் கலாச்சாரத்தின் அடையாளமாகக் கொள்ள முடியுமா என்ன? அதுபோல்தான் ஜாக்கிசானும். "ஜாக்கிசான் சீனக் கலாச்சாரத்தின் மிகமோசமான, முரட்டுத்தனமான அம்சத்தை பிரதிநிதித்துவப் படுத்துபவர்" என்று ஆங் லீ சொல்கிறார். "சீன சினிமாவின் அத்தகைய மதிப்பீட்டை சரி செய்வதே என் நோக்கம். அதனால்தான் என் படைப்புகளில் என் கலாச்சாரத்தின் மீது ஒரு தந்தைக்குரிய பரிவு இருக்கும்" என்கிறார்.

சமீபத்தில், தமிழ்நாடு முற்போக்கு எழுத்தாளர் கலைஞர்கள் சங்கத்தின் தேர்ந்தெடுக்கப்பட்ட சிலருக்காக நடத்தப்பட்ட உலகத் திரைப்பட விழாவில் ஆங் லீ யின் ஆறு திரைப்படங்களைத் திரையிட்டேன். அதில் நான்கு படங்கள் சீனத் திரைப்படங்களாகும். இப்படங்களைப் பார்த்த பின் எல்லோரும் சொல்லிய ஒன்று ஆங் லீ அற்புதமான பன்முகத் திரரைப்பட இயக்குநர். தன் கலாச்சாரம் குறித்து ஆழ்ந்த உணர்வு கொண்டவர். அதை உலகுக்குச் சொல்வதில் அலாதி ஆனந்தம் கொள்பவர். அதே நேரத்தில் அமெரிக்காவில் வாழும் சீனப் படைப்பாளி என்ற அடிப்படையில், இரு கலாச்சாரங் களுக்கும் இடையேயான தொடர்பை ஆழ்ந்த கலைநயத்தோடு வெளிக்கொணர்பவர். சென்ற இதழில் நான் விவரித்த அவரது முதல் படமான Pushing Hands முழுக்க முழுக்க சீனக் கலாச்சாரத்தைப் பற்றியது. படத்தின் பிரதான கதாபாத்திரம் அமெரிக்காவில் வாழும் சீன இளைஞனாக இருந்தாலும் படம் முழுக்க சீனக் கலாச்சாத்தைச் சுற்றியும், அமெரிக்க வாழ் சீனர்களைச் சுற்றியுமே வருகிறது. அதே நேரத்தில் சினிமா என்பது சர்வதேச ஊடகம், சர்வதேசக் கதை சொல்லி என்பதை நன்கு உணர்ந்த ஆங் லீ இப்படத்தில் அழகாக நெய்திருப்பது ஒரு சுவாரஸ்யமான கதையைத்தான். இந்தக் கதையினூடாகத்தான் சீனக் கலாச்சாரம், புலம் பெயர்ந்த சீனர்களின் வாழ்வு, தனிமை, கலாச்சார இடைவெளி, தலைமுறை இடைவெளி... என்று பலவற்றை சொல்கிறார். இந்த அடிப்படையில் ஆங் லீ சர்வதேச அரங்கில் உள்ள மற்ற சீன இயக்குநர்களிலிருந்து மாறுபடுகிறார்.

ஃபேஸ் ஆஃப் (Face Off), மிஷன் இம்பாஸிபிள் 2 (Mission Impossible 2) போன்ற பிரபல படங்களை இயக்கிய ஜான் வூ (John Woo) ம் சீன இயக்குநர்தான். இவரின் ஆரம்பகால பிரம்மாண்ட படங்களுக்கு ஹாங்காங்கைச் சேர்ந்த திரைப்பட முதலாளிகள் பெருமளவில் பண உதவி செய்தனர். அதன் காரணமாக ஹாலிவுட்டின் பெரிய ஸ்டுடியோக்கள் இவரை சுவீகாரம் எடுத்துக் கொண்டது. இதுபோன்ற பெரிய ஸ்டுடியோக்களுக்காகப் படம் எடுக்கும்பொழுது, ஸ்டுடியோ நிர்வாகிகளின் அங்கீகாரம் இல்லாமல், ஒரு வசனத்தை, ஒரு காட்சியைக்கூட வெளியிட முடியாது என்பது ஆங் லீக்கு நன்றாகத் தெரியும்.

ஷாங்கி மோவ் (Zhang Yimov), சென் கெய்கே (Chen Kaige) போன்ற சீன இயக்குநர்களும் இன்று உலக சினிமாவில் இயங்குகின்றனர். இவர்கள் சீனாவை விட்டு வெளியேறாமல் சீனாவில் இருந்துகொண்டே பணியாற்றுகின்றனர். இவர்களின் படங்களுக்கு வெளிநாட்டுச் சந்தையில் ஓரளவு வரவேற்பு இருப்பதால், பல நேரங்களில்

இவர்களால் தங்கள் படைப்புகளுக்குச் சர்வதேச நட்சத்திர நடிகர்களையும், சர்வதேச நிதியுதவியையும் பெறமுடிகிறது. ஆனால் இவர்களையெல்லாம்விட மேற்கத்திய ரசிகர்களின் வாயைப் பிளக்க வைத்ததோடு, பர்ஸ்களைப் பிளக்க வைத்துப் பணத்தைக் கொட்டச் செய்தது ஜாக்கி சான், ஜெட் லீ போன்ற நடிகர்கள்தான்.

இவர்களில் இருந்து முற்றிலும் வித்தியாசப்பட்டவராக உள்ளார் 60 வயது ஆகும் ஆங் லீ. 30 ஆண்டுகளாக அமெரிக்காவில் இருந்தாலும் தன் சீனத்தன்மையை இழக்காமல், படைப்புச் சுதந்திரத்தை இழக்காமல் ஒரு சர்வதேச இயக்குநராக உள்ளார். காரணம், இவர் நியூயார்க் குழுவைச் சேர்ந்த ஸ்டுடியோ சாராத இயக்குநராய் இருப்பதுதான். இவரது இரண்டாவது படமான Wedding Banquet குறைந்த செலவில் எடுக்கப்பட்டு 90களில் பெருமளவு சம்பாதித்த படம் என சொல்லலாம். இன்றளவும், இப்படம் வெளிவந்து 20 ஆண்டுகளுக்கு மேலாகியும், பல அமெரிக்கச் சினிமா ரசிகர்கள் இதை தங்களுக்கு மிகப்பிடித்த படங்களில் ஒன்றாகக் கருதுகின்றனர். காரணம், படத்தின் கதாபாத்திரங்களோடும், கதையின் தளத்தோடும் தன் அற்புதமான கதைச் சொல்லும் இயக்கும் திறன் காரணமாக ரசிகர்களை பிணைத்திருப்பதுதான். இப்படத்தின் மிகப்பெரிய அதிசயம் என்னவென்றால், படத்தின் பிரதான கதாபாத்திரம் ஓரினச் சேர்க்கையாளன் என்பதுதான். ஓரினச் சேர்க்கையாளர்களைப் பிரதான கதாபாத்திரங்களாகக் கொண்ட படங்களோடு பெரும்பாலும் ரசிகர்கள் உணர்வுப்பூர்வமாக ஒன்றுவதில்லை. ஆனால் இப்படத்தில் ஓரினச் சேர்க்கையாளர்களான சீன, அமெரிக்க கதாபாத்திரங்களை நாம் நம்மை மறந்து நேசிக்கிறோம். அந்த மாய வித்தையை ஆங் லீ எப்படி நிகழ்த்தினார் என இன்றளவும் ஆச்சரியப்படுகிறேன். படத்தில் வரும் சீன இளைஞனின் தாய், தந்தை கதாபாத்திரங்கள்தான் படத்தின் அடித்தளம். படத்தின் எல்லா நிகழ்வுகளுமே அவர்களை மையமாக வைத்தே நகர்கின்றன. தன் பையனுக்குத் திருமணம் செய்து வைத்து பேரக்குழந்தையைப் பார்ப்பதற்காக இருவரும் முதன்முறையாக அமெரிக்கா வருகின்றனர். பெற்றோர்களின் தொடர்ந்த வற்புறுத்தலிலிருந்து தப்பிப்பதற்கும், தன் வீட்டில் குடியிருக்கும் சீனப் பெண்ணுக்கு அமெரிக்கக் குடியுரிமை பெற உதவுவதற்கும் சீன இளைஞனுக்கும், அந்தச் சீனப் பெண்ணுக்கும் ஒரு ஒப்பந்தத் திருமணத்தை அரங்கேற்றுகின்றனர். அந்தத் திருமணத்தை உண்மையென நம்பி மிகுந்த மகிழ்ச்சியோடு தாய், தந்தை இருவரும் அமெரிக்கா வருகின்றனர். மிக எளிமையாக நடத்தப்பட்ட அந்தத் திருமணத்தில் பெற்றோர்களுக்கு மிகுந்த ஏமாற்றம். அதைப் போக்க

பெற்றோர்கள் அவர்கள் மரபுப்படி, சீனாவில் ஓட்டல் நடத்திவரும் பழைய நண்பரின் உதவியோடு ஒரு பெரிய திருமண விருந்தை நடத்துகின்றனர். மிகநீளமான அந்தத் திருமண விருந்துக் காட்சி மறக்க முடியாத ஒன்று. சீனத் திருமணத்தின் எல்லாப் பாரம்பரியங்களும் பிரம்மாண்டமாக, சுவாரஸ்யமாக, நகைச்சுவை உணர்வோடு நிகழ்த்தப்படுகின்றன. நண்பர்களின் சீன மரபு விளையாட்டுகள் சீன ஜோடியின் முதல் இரவுவரை தொடர்கிறது. தவிர்க்க முடியாத வகையில் புது ஜோடி முதலிரவுக் கட்டிலில் போர்வைக்கு அடியில் நிர்வாணமாக இருக்க வேண்டி வருகிறது. அந்தச் சீனப் பெண்ணுக்கு அவன் மீது (ஓரினச் சேர்க்கையாளன் என்பது தெளிவாகத் தெரிந்தும்) ஈர்ப்பும் காதலும் உண்டு. திருமண விருந்து விளையாட்டின் உச்சகட்டமாக, அவளும் அந்தச் சந்தர்ப்பத்தை பயன்படுத்தி "நான் உன்னை விடுதலை செய்கிறேன்" என்று கூறியவளாய் அவனோடு உறவுகொள்ள, அவனும் திருமண விருந்து மயக்கத்தில் அதற்கு அடிபணிய எல்லாம் நடந்தேறி விடுகிறது. அவள் கர்ப்பமுறுகிறாள். சீன இளைஞனைப் பொறுத்தவரை, அது எதிர்பாராத விபத்து, அதிர்ச்சி. அவளின் உண்மையான ஈர்ப்பு, காதல் எல்லாம் தன் ஓரினச் சேர்க்கையாளனான அமெரிக்க இளைஞன் மீதுதான். அவள் கர்ப்பம் காரணமாக பல சிக்கல்கள். அம்மா, அப்பாவைத் திரும்ப தைவானுக்கு அனுப்புவதில் தாமதம். ஒரு கட்டத்தில் அம்மாவுக்கு மட்டும் தான் ஓரினச் சேர்க்கையாளன் என்பதைத் தெரியப்படுத்துகிறான். அவள் முதலில் அதிர்ந்தாலும், மகன், மருமகள் மீது கொண்ட அன்பினால் அது மெல்ல மறைகிறது. இறுதியில் எல்லாம் நல்லபடியாக முடிய, பிறக்கப் போகும் குழந்தைக்கு இருவருமே தந்தையாக இருப்போம் என இரு இளைஞர்களும் முடிவுசெய்ய, தன் மகன் ஓரினச் சேர்க்கையாளன் என்பதைக் கடைசிவரை அறியாத தந்தையும், அதை அறிந்து ஒருவிதமாக ஏற்றுக்கொண்ட தாயும் தைவான் திரும்புகின்றனர்.

படத்தைப் பார்க்காமல் கதையை மட்டும் கேட்டால் ஏற்றுக் கொள்வதில் சிக்கல் இருக்கலாம். ஆனால், படத்தைப் பார்த்தால்தான் அதன் இனிமையையும் சுவாரஸ்யத்தையும் உணரமுடியும்.

இப்படத்தின் பெருவெற்றிக்குப் பிறகு முழுக்க ஒரு முழுநீள சீனப்படத்தை தைவானிலேயே எடுக்கிறார். அதுதான் அவரின் புகழ்பெற்ற Eat, Drink, Man, Woman படமாகும். சமையல் நிபுணராய் விளங்கும் ஓர் அப்பா தன் வளர்ந்த மூன்று பெண்களின் மீது அன்பு செலுத்துவதுதான் படத்தின் கதை. உணவும், உணவு தயாரிப்பதும் அன்பின் வெளிப்பாடாகப் படம் முழுக்க ஆங் லீ சொல்லியிருப்பார்.

இப்படத்தின் முடிவும் எதிர்பாராத, சுவாரஸ்யமான ஒன்றாக இருக்கும். இப்படமும் பெருவெற்றி பெற்றது. ஆங் லீயின் இப்படம் உள்ளிட்ட முதல் மூன்று படங்களிலுமே தந்தையாக நடித்தவர் புகழ் பெற்ற தைவான் சீன நடிகரான சிஹுங் லுங் (Sihung Lung) ஆவார். இந்த மூன்று படங்களை சிலர் Father triology என்றும் அழைப்பது உண்டு.

இந்த மூன்று படங்களில் ஆங் லீ கதை சொன்ன அழகைப் பார்த்த பிரபல இங்கிலாந்து நடிகையும், திரைக்கதை ஆசிரியருமான எம்மா தாம்ப்ஸன் (Emma Thomson) தன்னுடைய Sense and Sensibility திரைக்கதையை இயக்கித் தருமாறு ஆங் லீயை அணுகினார். ஆங் லீயும் உடனே ஒப்புக் கொண்டார். “எம்மா தாம்ப்ஸனோடு பணிபுரிகின்ற சந்தர்ப்பத்தை நழுவவிட முடியுமா” என்கிறார்.

முதன் முறையாக பெரிய நடிகர்களைக் கொண்ட ஒரு ஆங்கிலப் படத்தை ஸ்டுடியோவின் தயாரிப்பில் இயக்கினார். “இப்படத்தில் இயக்குநர் என்ற முறையில் நான் புதிதாக எனக்கென்று எதையும் செய்யவில்லை. ஆனாலும் நான் என்னை அடுத்த நிலைக்கு உயர்த்திக் கொண்டேன்” என்கிறார் ஆங் லீ. இப்படம் சந்தையிலும் திரைப்பட விழாக்களிலும் பெரும் வெற்றி பெற்றது. நாவலைத் தழுவிய சிறந்த திரைக்கதைக்கான ஆஸ்கர் விருதை இப்படத்திற்காக எம்மா தாம்ப்ஸன் பெற்றார். இப்படத்திற்குப் பின் உலகத் திரைப்பட விழாக்களாலும், அமெரிக்க ஸ்டுடியோக்களாலும் உன்னிப்பாக அவர் கவனிக்கப்பட்டார்.

இப்படத்தின் வெற்றிக்குப் பின் ஆங் லீ தன்னுடைய நீண்ட நாள் நண்பரும், தயாரிப்பாளரும், திரைக்கதை ஆசிரியருமான ஜான் ஷாமுஸுடன் சேர்ந்து தன்னுடைய முழு முதல் அமெரிக்கப் படமான ஐஸ் ஸ்டார்ம் (Ice Storm) படத்தை இயக்குகிறார். இப்படம் அமெரிக்காவின் 70களைப் பற்றியது. நிக்ஸன் காலகட்டத்தைப் பற்றியது. ரிக் மூடி எழுதிய நாவலை அடிப்படையாகக் கொண்டது. 70களின் அமெரிக்காவின் தனிமனித பண்பாட்டுச் சீரழிவை இரு குடும்பங்களின் கதை மூலம் சொல்கிறார். அறுபதுகளின் ஹிப்பி கலாச்சாரம் முடிந்து, 70களில் அமெரிக்காவில் மாபெரும் பண்பாட்டு மாற்றங்கள் நிகழ்ந்தன. அரசியல் ரீதியாக அது நிக்சனின் காலகட்டமாக இருந்தது. மக்கள் தங்கள் சலிப்புகளைப் போக்கிக் கொள்ள பல தப்பிக்கும் வழிமுறைகளை குடி, போதை, செக்ஸ் என தேடினர். அந்த வழிமுறைகளே அவர்களுக்குச் சலிப்பைத் தந்தபோது, அதில் பல யுத்திகளை அவர்கள் புகுத்தினர். அதுதான் பண்பாட்டு மற்றும் தனிமனித ஒழுக்கச் சிதைவுக்கு வழி வகுத்தது. அதைத்தான் இப்படம் பட்டவர்த்தனமாகச் சொல்லியது.

இதற்குப் பின் எடுத்த Crouching Tiger, Hidden Dragon படம் ஆங் லீயை மாபெரும் சர்வதேச வெற்றிப்பட இயக்குநராக அறிவித்தது. வெறும் 100 கோடி ரூபாயில் தயாரிக்கப்பட்ட இந்தப் பிரம்மாண்ட படைப்பு, உலகெங்கும் 2000 கோடி ரூபாயைச் சம்பாதித்தது. சீனர்களைப் பொறுத்தவரை இது பிரம்மாண்ட சண்டைப் படம். கோடைக்கால பொழுதுபோக்குப் படம். கிட்டத்தட்ட ஜாக்கிசான் படத்தைப் போல் சீனர்கள் ரசித்துப் பார்த்தனர். ஆனால், மேற்கத்திய நாடுகளைப் பொறுத்தவரை இப்படத்தை பிரம்மாண்ட கலைப் படைப்பாகப் பார்த்தனர். கவித்துவமான சண்டைக் காட்சிகளும், இயற்கைக் காட்சிகளும் ஒரு பாலே நடனத்தை ரசிப்பதுபோல் ரசித்தனர். நான்கு ஆஸ்கர் விருதுகளோடு, பல சர்வதேச விருதுகளை இப்படம் தட்டிச் சென்றது.

இதற்கு பின்னர்தான் ஹாலிவுட் ஸ்டுடியோவிற்காக ஹல்க் (Hulk) படத்தை எடுத்தார். அமெரிக்காவின் பிரபல காமிக்ஸ் ஹீரோவை மையமாக வைத்து எடுக்கப்பட்ட இப்படத்திற்காக ஆங் லீ உடல்ரீதியாகவும் உணர்வுரீதியாகவும் கடுமையாக உழைக்க வேண்டியிருந்தது. இப்படத் தயாரிப்பினால் உருவான கடுமையான களைப்பின் காரணமாகச் சினிமாவை விட்டே விலக நினைத்தார். பின்னர், அவர் தந்தையின் அறிவுரைப்படி, சற்று எளிமையான, வித்தியாசமான படத்தை எடுக்க முற்பட்டுத்தான் “Brock Back Mountain” படத்தை எடுத்தார். இப்படமும் ஓரினச் சேர்க்கையாளர்களைப் பிரதான கதாபாத்திரங்களாகக் கொண்டது. E. Annie Proulx எழுதிய பிரபல சிறுகதையைத் தழுவி எடுக்கப்பட்ட இப்படம், ஆங் லீக்கு சிறந்த இயக்குநருக்கான ஆஸ்கர் விருதைப் பெற்றுத் தந்தது. மனதை நெகிழ வைக்கும் வகையில் ஓரினச் சேர்க்கையாளர்களை இந்த அளவில் காதலர்களாக சினிமாவில் இதற்கு முன்பு யாரும் சித்தரித்ததில்லை. இப்படத்திற்கும் “லைஃப் ஆஃப் பை” படத்திற்கும் இடையில் அவ்வளவாக அறியப்படாத Taking Woodstock என்கின்ற அமெரிக்க நகைச்சுவைப் படத்தையும், Lust, Caution ஆகிய சீனப்படத்தையும் எடுத்தார்.

இயக்குநரின் தனி முத்திரை என்பது பிரெஞ்சு இயக்குநர்களுக்கே உரிய ஒன்று. ஆனால், ஆங் லீ ஹாலிவுட்டை வெற்றி கொண்ட சீன அமெரிக்க இயக்குநராக இருந்தாலும் தன்னுடைய எல்லாவிதமான படங்களிலும் அவர் தன்னுடைய தனி முத்திரையைப் பதிக்கத் தவறியதில்லை. அவர் அமெரிக்க ஸ்டுடியோ பாணியில் படங்களைத் தயாரித்தாலும், படத்தயாரிப்புக்கு முன்பு படத்தின் எல்லா துறையினரோடும், படத்தின் மையக்கருவை வைத்து நீண்ட விவாதங்கள் நடத்துவது வழக்கம். அதனால்தான் அவரின் எல்லாப்

ஆங் லீ இயக்கிய *Lust, Caution* படத்திலிருந்து ஒரு காட்சி

படங்களிலும் ஆங் லீயின் பார்வை என்ற ஒன்றைக் காணமுடிகிறது.

ஆங் லீ தன்னைப் பற்றிச் சொல்லும்பொழுது பின்வருமாறு கூறுகிறார்:

"நான் ஒரு வியாபாரி அல்ல. திரைப்பட இயக்குநர். என்னைப் பணம் கொடுத்து வாங்க முடியாது. ஸ்டுடியோக்களோடு உறவு கொண்டிருப்பதில் எனக்கு ஆர்வம் இல்லை. ஸ்டுடியோ நிர்வாகிகளோடு விவாதிப்பது எனக்குப் பிடிக்காத ஒன்று. படத்தயாரிப்பை முடிவு செய்வதற்கு முன் ஒரு முறை ஸ்டுடியோ நிர்வாகிகளைச் சந்திப்பேன். அதற்குப்பின் படத்தயாரிப்பு முடிந்து சோதனைத் திரையிடலின்போதுதான் மீண்டும் அந்த நிர்வாகிகளைச் சந்திப்பேன். இடையில் எந்தக் காரணம் கொண்டும் அவர்களைச் சந்திக்க மாட்டேன்."

அடுத்த அத்தியாயத்தில் சினிமாவின் இரண்டாம் நூற்றாண்டைச் சேர்ந்த இன்னொரு முக்கிய இயக்குநரைக் குறித்துப் பார்ப்போம்.

15

இரண்டாம் நூற்றாண்டு உருவாக்கிய இயக்குநர்கள்

கிம் கி தக்

சமீபத்தில் நடந்து முடிந்த கோவா, திருவனந்தபுரம் மற்றும் சென்னை சர்வதேச திரைப்பட விழாக்களில் ஒரு குறிப்பிட்ட படத்திற்கு, படம் துவங்குவதற்கு அரை மணி அல்லது ஒரு மணி நேரம் முன்பே அரங்கு நிரம்பி வழிந்தது என்றால் அப்படம் கிம் கி தக்கின் "பியதா" (Pieta) படம்தான். இப்படத்தில் செக்ஸ் காட்சிகளோ, பிரபல நடிகர்களோ கிடையாது. ஆனாலும் இப்படத்திற்கு எல்லாத் திரைப்பட விழாக்களிலும் மக்கள் அலை மோதியதற்கு காரணம் படத்தின் இயக்குநர் கிம் கி தக் தான்.

உலக சினிமா ரசிகர்கள் மத்தியிலும், திரைப்படம் பயிலும் மாணவர்கள் மத்தியிலும் இன்று இரு பிரபல இயக்குநர்கள் ஆதர்ச புருஷர்களாக உள்ளனர். ஒருவர் ஹாலிவுட்டைச் சேர்ந்த "குவான்டின் டோரண்டினோ" (Quantin Tarrantino). இன்னொருவர் தென் கொரியாவைச் சேர்ந்த கிம் கி தக். இவர்களின் பெயர்கள் திரையில் வரும்பொழுதும், இவர்களின் முத்திரைக் காட்சிகள் திரையில் வரும்பொழுதும், திரைப்பட விழாக்களில் ரஜினி ரசிகர்கள் போல் இளைஞர்களும், மாணவர்களும் விசிலடிப்பதையும் கைத் தட்டுவதையும் பார்த்தவர்களுக்குத்தான் இவர்களின் பிரபலத்தன்மை புரியும்.

தென் கொரிய இயக்குநர் கிம் கி தக்

கோவா திரைப்பட விழாவில், இவரின் சமீபத்திய படமான 'பியதா'விற்கு, படம் துவங்குவதற்கு அரை மணி நேரம் முன்பே அரங்கத்தை அடைந்தபோதும் எனக்கு அமருவதற்கு இருக்கை கிட்டவில்லை. அப்படம் அதற்கு பின் படவிழாவில் மீண்டும் திரையிடல் இல்லாததால் சற்று ஏமாற்றத்துடன் வெளியேறி, வேறு எந்தப் படமும் பார்க்க மனமில்லாமல் சுற்றிக் கொண்டிருந்தேன். பின் காபி அருந்தலாம் என VIPகளுக்கான பகுதிக்குச் சென்றபோது எனக்கு ஆச்சர்யம். அங்கு கிம் கி தக் யாரும் இல்லாமல் அவருடன் வந்த இரு கொரியப் பெண்களோடு அமைதியாக அமர்ந்திருந்தார். உள்ளே நுழைந்த என் மீது அவர் பார்வை பதியவேயில்லை. ஆனாலும் அவர் அமைதியைக் குலைத்தவனாய் அவரோடு பத்து நிமிடம் பேசமுடியுமா எனக் கேட்டேன். உடனே அதற்கு ஒப்புக்கொண்டு அந்தப் பெண்களிடமிருந்து விலகி தனியாக ஒரு சோபாவில் என்னோடு அமர்ந்தார். "பியதா படம் பார்க்க இருக்கை கிட்டவில்லை. ஒருவேளை உங்களை சந்திப்பதற்காகத்தான் அவ்வாறு நிகழ்ந்ததோ" என்று சொன்னேன். புன்னகைத்தவராய் "நானும் 'பியதா' படம் முடிவதற்காகத்தான் காத்திருக்கிறேன். படம் முடிந்தவுடன், ரசிகர்களோடு சில நிமிடங்கள் உரையாட வேண்டும். அதற்காகத்தான் நானும் இங்கே அமர்ந்திருக்கிறேன்" என்றார்.

பதினைந்து நிமிடங்கள் கழித்து விழாக் குழுவினர் அவரை அழைத்துச் செல்லும்வரை எனக்கு மிகப்பிடித்த அவருடைய படங்களான "சாமரிட்டன் கேர்ள்" (Samaritan Girl), "ஃபோர் சீஸன்ஸ்" (Four Seasons) மற்றும் "பேட் கை" (Bad Guy) படங்கள் குறித்த சில கேள்விகளுக்கு அவரிடமிருந்த பதில்களைப் பெறமுடிந்தது.

உலக சினிமாவை நேசிக்கும் இளைஞர்கள், மாணவர்கள் மத்தியில் கிம் கி தக்கிற்கு உள்ள ஈர்ப்புக்குப் பிரதான காரணம், அவர் ஒரு நவீன கதைசொல்லி. கதைசொல்லி என்பதைவிட நீதிக் கதை சொல்லி என்று கூறலாம். அவர் படங்களின் பிரதான தன்மைகள் என பார்க்கும்பொழுது, தன் ஒவ்வொரு படத்திலும் தான் அனுபவப்பட்ட சமூக அநீதி, கொடுமைகளையும், அதற்கான காரணங்களையும் ஒரு நீதிக் கதை போல் சொல்வதுதான். அவ்வாறு சொல்வதற்கு துணிச்சலான எந்தவிதமான காட்சிகளையும் காட்டுவார். அக்காட்சிகளில் சில, பலருக்கு ஏற்றுக்கொள்ள முடியாததாய், ஜீரணிக்க முடியாததாய் இருக்கலாம். குறிப்பாக பாலியல் மற்றும் வன்முறைக் காட்சிகள் கிம் கி தக்கை அறியாத பலருக்கு அதிர்ச்சியாகக்கூட இருக்கலாம்.

நவீன உலகு ஏன் இத்தகைய பேதங்களைக் கொண்டிருக்கிறது. வன்முறைகள் ஏன் அன்றாட நிகழ்வுகளாகி விட்டன. வன்சொற்கள் ஏன் எல்லா உறவுகளையும் சிதைக்கின்றன. ஆண் பெண் உறவுகளில் ஏன் இத்தனை மோதல்கள், சிக்கல்கள் நிலவுகின்றன. குறிப்பாக ஆசியப் பண்பாட்டில் ஆண் - பெண் உறவுகள், சிக்கல்கள் நிறைந்ததாகவே உள்ளது. இதுபோன்ற கேள்விகளைக் கேட்பதுதான் பெரும்பாலான கிம் கி தக்கின் படங்கள். கேள்விகள் கேட்பதன் மூலம் அதற்கான பதில்களைத் தருவதல்ல அவரின் படங்கள். மாறாக, அத்தகைய கேள்விகளின் அழுத்தத்தைப் பார்வையாளர்கள் உணரவேண்டும் என்பதுதான் அவரது நோக்கம். அன்றாட வாழ்வில் தினமும் பேதங்களையும் அநீதிகளையும் சந்திக்கின்ற ஒருவனுக்கு இக்கேள்விகள் பழக்கப்பட்டதாக இருக்கலாம். ஆனால் கிங் கி தக் கின் படங்கள் இந்தக் கேள்விகளுக்கான பதிலை பார்வையாளர்களைக் கொண்டு அவர்களின் தன்மைக்கேற்ப தேட வைக்கிறது.

அவரின் சமீபத்திய படமான 'பியதா'வையே எடுத்துக் கொள்வோம். மனிதனுக்குள் இருக்கும் கொடூரத்தைப் பற்றிய ஒரு நீதிக்கதை என அதைச் சொல்லலாம். இன்றைய முதலாளித்துவ மற்றும் நவீன சந்தைப் பொருளாதார உலகில் எல்லாமே பணம் என்றாகிவிட்டது. பணம், மனித உறவுகளில் பிரதான பங்கு வகிக்கத் தொடங்கியதால் குடும்பங்கள் சிதைகின்றன. எல்லா உறவுகளிலும் ஒருவித அவநம்பிக்கை தோன்றிவிடுகிறது. இதைத்தான் 'பியதா' ஒரு

கிம் கி தக் இயக்கிய 'பியதா' படத்திலிருந்து ஒரு காட்சி

சங்கடமான இருண்ட கதை மூலம் சொல்கிறது. படத்தின் நாயகன் அன்பு, பாசம், நளினம் என்பதைத் துளியும் அறியாத ஒரு கொடூரன். அவன் பணி, தன் முதலாளிக்காக கடன் வாங்கியவர்களிடம் இருந்து கடனை வசூலிப்பதுதான். கடன் வாங்கியவர்கள் பெரும்பாலும் ஏழைகள், கடனைத் திருப்பிக் கொடுக்க முடியாத நிலையில் உள்ளவர்கள். ஆனால் அதைப்பற்றியெல்லாம் அவன் கவலைப்படுவதில்லை. அவனுக்குத் தெரியும் எப்படி கடனை வசூலிப்பது என்று. அவர்களின் கை கால்களை முறித்து, வெட்டி அவர்களை முடமாக்குகிறான். இதன் காரணமாக அவர்களுக்கு கிடைக்கும் காப்பீட்டுத் தொகையை அவன் பறித்துச் செல்கிறான். பார்ப்போரை உறைய வைக்கும் காட்சிகள் அவை. அப்படிப்பட்ட காட்சிகளில் ஒன்று கொடூர நகைச்சுவையாக இருக்கும். ஒருவன் தரவேண்டிய கடன் பாக்கிக்காக ஒரு கையை வெட்டினால் கிடைக்கும் காப்பீட்டுத் தொகை போதும் என்பதால், ஒரு கையை மட்டும் வெட்டுவான்.

ஆனால் அவனோ "என் இன்னொரு கையையும் வெட்டு" என்று கதறுவான். அப்போதுதான் அதனால் கிடைக்கப் போகும் கூடுதல் காப்பீட்டுத் தொகையில் எனக்குப் பிறக்கப் போகும் குழந்தையையும் காப்பாற்ற முடியும் என்பான்.

அவன் எத்தகைய கொடூரக்காரன் என்பதைக் காட்ட, அவன் எப்போதுமே சமைப்பதற்கு உயிரோடு கோழியை வாங்கி வந்து, அதைக் கொடூரமாக கொன்று சமைப்பான்.

இந்தக் கொடூரங்களோடு படம் நிற்பதில்லை. கிம் கி தக் படத்தை அடுத்த நிலைக்கு எடுத்துச் செல்கிறார். திடீரென அவன் வாழ்க்கையில ஒரு நடுத்தர வயதுப் பெண் வருகிறாள். அவள் நான் உன் தாய். குழந்தையிலேயே உன்னை அனாதையாக விட்டுச் சென்றேன். அன்பு, பாசம் எதுவும் இல்லாமல் வளர்ந்ததால்தான் நீ இத்தனை கொடுமைக்காரனாய் வளர்ந்திருக்கிறாய். அதை நிவர்த்தி செய்யவே தற்போது வந்திருப்பதாகச் சொல்கிறாள். ஆனால் அவன் அவளை நம்பவில்லை. அவளை மிக மோசமாக நடத்துகிறான். பாலியல் ரீதியாகவும் அவளை சங்கடப்படுத்துகிறான். ஆனால் அவள் எதற்கும் அசரவில்லை. அவனுடனேயே இருக்கிறாள். அவனுக்காக சமைக்கிறாள். தாயாக நடந்துகொள்கிறாள். அவனும் மெல்ல கரையத் தொடங்குகிறான். இறுதியில் என்ன நிகழ்கிறது என்பதுதான் கதை.

'பியதா' இந்த தலைப்பே பிரபல இத்தாலிய சிற்பக் கலைஞரான மைக்கலேஞ்சலோ படைப்பின் பெயராகும். ஏசு சிலுவையில் அறையப்பட்ட பின்பு அவரின் தாய் மேரி, ஏசுவின் உடலை மடியில் தாங்கியிருப்பதுதான் அந்தச் சிலை. படத்தின் இறுதியில் அவன் தாய் அவன் உடலை 'பியதா' சிலையைப் போலவே தாங்குகிறாள்.

ஒருவிதமான கதைப்படங்களையே பார்த்துப் பழக்கப்பட்டுவிட்ட சிலருக்கு அவள் உண்மையிலேயே அவனின் தாய்தானா? அப்படியானால் அவனால் அவளிடம் எப்படி அவ்வாறு நடந்து கொள்ள முடிகிறது போன்ற கேள்விகள் எழலாம். அது போன்ற கேள்விகள் கிம் கி தக்கைப் பொறுத்தவரை அர்த்தமற்றவை. அது போன்ற உறவுகளில், அது போன்ற சூழலில் என்ன நிகழும் என்பது தான் அவருக்கு முக்கியம். ஒருவேளை எல்லா கதாபாத்திரங்களும், எல்லா சூழல்களும் தான் சொல்ல வந்ததற்கான குறியீடாகக் கூட இருக்கலாம்.

இப்படம் இந்த ஆண்டின் வெனிஸ் திரைப்பட விழாவின் மிக உயரிய விருதான தங்கச்சிங்கத்தினை பெற்றுள்ளது. தென் கொரிய படம் ஒன்று இத்தகைய உயரிய விருதைப் பெறுவது இதுவே முதல்

முறை. இப்படத்தின் மிகப்பெரிய ஆச்சர்யம் என்னவென்றால் நம்பமுடியாத அளவுக்கு இதன் தயாரிப்பு செலவுதான். இப்படம் வெறும் 13,500 அமெரிக்க டாலர் செலவில், அதாவது நம்மூர் செலவில் வெறும் அறுபத்தைந்து லட்சம் ரூபாயில் எடுக்கப்பட்டது.

குறைந்த செலவு, குறியீடுகள், ஆழமான மனித மற்றும் சமூக பிரச்சனைகளைச் சொல்வதற்கென்றே ஒருவித நீதிக் கதையமைப்பு. வித்தியாசமான குரூரம், வன்முறை இவையெல்லாம் கிம் கி தக்கின் அடையாளங்களாகப் பார்க்கப்படுகின்றன.

கிம் கி தக் முறையாக திரைப்படம் பயின்றவர் இல்லை. திரைப்படப் பள்ளியில் பயிலவில்லை. உதவி இயக்குநராகப் பணி புரிந்ததில்லை. கடுமையான வாழ்க்கை அனுபவங்கள். ராணுவப் பயிற்சியின் கொடூர அனுபவங்கள். நாட்டை விட்டு பிரான்சுக்கு வெளியேறுதல், ஓவியத்தில் ஈடுபாடு, பின்னர் எழுத்தில் ஈடுபாடு... என்று சுயமாக திரைப்படத் தொழிலுக்கு வந்தவர். அவரே சொல்கிறார், "எனக்கு திரைப்பட மொழி, வடிவம் பெரிதாகத் தெரியாது. நான் மணலைப் போன்றவன். என்னால் பல வடிவங்களை அமைக்க முடியாது. கொரியாவின் மற்ற புகழ்பெற்ற இயக்குநர்கள் சினிமாவைப் படித்தவர்கள், நன்கு அறிந்தவர்கள். அவர்களோ மரத்தைப் போன்றவர்கள், உலோகத்தைப் போன்றவர்கள். அதனால்தான் அவர்களால் பல்வேறு வடிவங்களைத் தரமுடிகிறது. ஆரம்பக் காலங்களில் என் படங்கள் கரடுமுரடாக இருந்தன. அதேநேரத்தில் அதற்கான வலிமையும் இருந்தது. என் ஆரம்பப் படங்கள் அதிக அளவில் அகவயப்பட்டதாக இருந்தன. 'பியதா'வைப் பார்த்தவர்கள் அது மாதிரி இல்லை என்றார்கள். மேற்கத்திய ரசிகர்களோ என்னுடைய படங்கள் படத்துக்குப் படம் வித்தியாசப்படுவதாகச் சொல்கிறார்கள். கொரிய ரசிகர்களோ என்னுடைய எல்லாப் படங்களும் ஒரே மாதிரியாய் இருப்பதாய் குறை சொல்கிறார்கள். மேற்கத்திய, கிழக்கத்திய நாடுகளுக்கிடையேயான இந்த இடைவெளியை என்னால் புரிந்து கொள்ளவே முடியவில்லை."

கிம் கி தக் தன் முதல் படமான க்ரொக்கோடைல் (Crocodile)ஐ 1996ல் எடுத்தார். மிகக் குறைந்த செலவில் எடுக்கப்பட்ட இப்படம், ஒரு விநோதமான மனிதனைப் பற்றியது. அவன் சியோல் நகரின் ஹான்ஸ் நதியில் விழுந்து தற்கொலை செய்து கொள்ள முயற்சிக்கும் ஒரு இளம் பெண்ணைக் காப்பாற்றுகிறான். பின்னர் அவன் அவளை பாலியல் பலாத்காரம் செய்கிறான். காதலனால் கைவிடப்பட்ட அந்த இளம்பெண் பின் ஏதோ சில காரணங்களுக்காக அவனுடனேயே சேர்ந்து வாழ்கிறாள். அதே ஆற்றங்கரையில் ஒரு

வீடற்ற சிறுவனும் கிழவனும் வசிக்கிறார்கள். பின்னர் நால்வரும் சேர்ந்து ஒரு குடும்பமாக வாழ்கிறார்கள். அவர்களுக்கிடையே ஒரு விநோத குடும்ப உறவு நிகழ்கிறது. பின்னர் அவன் மேலும் சில பிரச்சனைகளில் மாட்டிக்கொள்ள, மூர்க்கனாகிறான். அந்த இளம் பெண் மீண்டும் தற்கொலைக்கு முயல்கிறாள். இப்படித் தன் முதல் படத்திலேயே கிம் கி தக் கொரிய சமூகத்திற்கு அதிர்ச்சி வைத்தியம் அளித்தார். தொடர்ந்த அவரது படங்களிலும் விளிம்பு நிலை மனிதர்களை விநோத கதாபாத்திரங்களாகப் படைத்தார். இவரது படங்களின் வடிவமைப்பும், அழகியலும் மற்ற கொரியப் படங்களிலிருந்து முற்றிலும் வேறாக இருந்தன. இதன் காரணமாக தனக்கென்று ஒரு சிறு குழுவை தன் தீவிர ரசிகர்களாகப் பெற்றார். தொடர்ந்த அவரது படங்கள் கொரியாவில் வசூல் ரீதியாக வெற்றி பெறவில்லையெனினும் திரைப்பட விழாக்களின் மூலம் ஐரோப்பாவில் அவருக்கு ஒரு சிறு ரசிகர் பட்டாளத்தை ஏற்படுத்தியது. Birdcage Inn (1998), The Isle (2000) போன்ற இவரது ஆரம்ப காலப் படங்கள் இந்தப் பணியை செய்தன. அவரின் பேட் கை (Bad Guy) படம் முதன் முதலாக பெர்லின் திரைப்பட விழாவில் போட்டி பிரிவில் காண்பிக்கப்பட்ட உடன் கொரியாவுக்கு வெளியே மிகப் புகழ் பெற்ற கொரிய இயக்குநராக கிம் கி தக் உருவெடுத்தார். இப்படமும் விநோதமான கதாபாத்திரங்களைக் கொண்டது. ஒரு விபச்சார விடுதியில் வேலை செய்யும் முரடன்தான் படத்தின் கதாநாயகன். அவன் ஒரு கல்லூரி மாணவியைப் பார்த்ததும் காதல் வயப்படுகிறான். அவளோ அவனை அவமானப்படுத்துகிறாள். அதற்காக அவன் அவளை எப்படியெல்லாம் பழிவாங்குகிறான் என்பதுதான் கதை. அவன் பழிவாங்கும் நடவடிக்கைகள் எல்லாம் ஒன்று காதலின் வெளிப்பாடு அல்லது சமூகத்தின் மீது அவனுக்கிருக்கும் வெறுப்பின் வெளிப்பாடு. "இப்படத்தில் காட்டப்படும் வெறுப்பு தனி மனித வெறுப்பல்ல. மாறாக, நான் என் வாழ்க்கையில் புரிந்து கொள்ள முடியாத விஷயங்களைப் புரிந்துகொள்ளும் முயற்சிதான். சில விஷயங்களை என்னால் புரிந்து கொள்ள முடியாதபோது, அதைப் புரிந்துகொள்ளும் முயற்சியாகவே படங்களை எடுக்கிறேன்" என்கிறார் கிம் கி தக்.

மேலோட்டமாகப் பார்க்கும்பொழுது, கல்லூரி மாணவி தன்னை விரும்பாததற்கு காரணம், தான் முரடன், அழகற்றவன், படிப்பறிவில்லாதவன், நளினமற்றவன் என்று படத்தின் நாயகன் உணர்கிறான். அதனால்தான் அவள் மீதும் சமூகத்தின் மீதும் கோபம் கொள்கிறான். ஆனால் கிம் கி தக்கைப் பொறுத்தவரை வன்முறை என்பது எதிர்மறைச் செயல்பாடல்ல. மாறாக, சமூகத்தால் காயப்படுத்தப்பட்டவனின் உடல்மொழி என்கிறார். தன்

அனுபவங்களிலிருந்தே அத்தகைய முடிவுகளுக்கு வருவதாகக் கூறுகிறார். "ஒருமுறை விபச்சார விடுதியில் வேலை செய்யும் ஒருவனை சந்தித்தபோது, எந்தக் காரணமும் இல்லாமல் என்னை அடித்துவிட்டான். அப்போது அவனை நான் கடுமையாக வெறுத்தேன். ஆனால் ஒன்றும் செய்ய முடியவில்லை. அப்போது அவனை, அவன் செயலை என்னால் புரிந்துகொள்ளும் முயற்சியாகத்தான் இந்தப் படத்தை எடுத்தேன். பிறக்கும்பொழுது எல்லோருமே ஒரே மாதிரி இருக்கிறோம். வளர வளரத் தாழ்வுகளும் வித்தியாசங்களும் வந்து சேர்கின்றன. உருவத்தையும் பணத்தையும் மட்டும் வைத்து ஏன் மற்றவர்களை மதிக்கிறோம். இதுபோன்ற கேள்விகள் என் மண்டையைக் குடைந்தன. இதற்கான பதில் ஒவ்வொரு மனிதனும் மற்றவனை அழகு, பணம் போன்றவற்றுக்கு அப்பாற்பட்டு சக மனிதனாக மதிக்க வேண்டும். இந்தப் பதிலை படத்தில் சொல்லாமல் கேள்வியை மட்டும் கேட்கிறேன். பார்வையாளர்கள் இதற்கான பதிலை நிச்சயம் கண்டுபிடிப்பார்கள்."

என்னுடைய கணிப்பில், 'பியதா'வைத் தவிர மனிதன், மனிதம் பற்றிய ஆழமான கேள்விகளை எழுப்பிய கிம் கி தக்கின் படங்கள் "சாமரிட்டன் கேர்ள்" மற்றும் "போர் சீசன்ஸ்" ஆகும். கிம் கி தக் கைப் புரிந்துகொள்ள இம்மூன்று படங்களையும் பார்க்க வேண்டியது அவசியம். எல்லாக் கலைஞர்களுமே எப்போதும் கலைஞர்களாக இருப்பதில்லை. அவர்கள் மலர்களைப் போன்றவர்கள். அவ்வப்போது மலர்வார்கள். சில படைப்புகளில் மட்டுமே மலர்வார்கள். அப்படி கிம் கி தக் கலைஞனாய் மலர்ந்த படங்கள் இம்மூன்றும் ஆகும்.

கிம் கி தக்கின் 'சாமரிட்டன் கேர்ள்' படத்திலிருந்து ஒரு காட்சி

கிம் கி தக்கின் பத்தாவது படமான "சாமரிட்டன் கேர்ள்" அவரது மற்ற படங்களைப் போல் அத்தனை வன்முறை, செக்ஸ் காட்சிகள் இல்லாத படம். இப்படத்தில் அவர் சொல்லும் நீதிக் கதையின் மையக் கருவாக இருப்பது "மன்னிப்பது, மனிதனின் மாபெரும் பண்புகளில் ஒன்று" என்பதாகும்.

படத்தின் இரு பிரதான கதாபாத்திரங்களாக இரு பள்ளி மாணவிகள். இருவரும் ஐரோப்பா செல்ல காசு சேர்க்க ஆசைப்படுகிறார்கள். காசு சம்பாதிக்க அவர்கள் தேர்ந்தெடுக்கும் வழியாக ஒருத்தி விபச்சாரியாகவும், இன்னொருத்தி அதற்கான ஏற்பாடுகள் செய்து, அதில் கிடைக்கும் பணத்தைப் பாதுகாப்பவளாகவும் மாறுகின்றனர். இருவருமே இதை வீட்டுக்குத் தெரியாமல் செய்கின்றனர். அவர்களின் வாடிக்கையாளர்கள் பெரும்பாலும் வயதானவர்கள். வயது வந்த பெண்களுக்குத் தந்தையாக இருப்பவர்கள். அது தவறு என்பதே தெரியாதது போல் ஒருவித அப்பாவித்தனத்தோடு அவர்கள் அதைச் செய்கின்றனர். விலைமகளாக வரும் பெண் ஒரு முறை ஓட்டலில் போலீஸ் வரும்போது, ஓட்டல் அறையில் இருந்து தப்பிப்பதற்காக பால்கனியிலிருந்து குதித்து இறந்துவிடுகிறாள். அவளது சிநேகிதியான இன்னொரு பெண்ணோ நிலை குலைந்து போகிறாள். குற்ற உணர்வில் புழுவாய்த் துடிக்கிறாள். தன் குற்ற உணர்வுக்கு நிவர்த்தியாக தன் சிநேகிதி உறவு கொண்ட வாடிக்கையாளர்களை ஒவ்வொருவராக அழைத்து அவர்களோடு உறவு கொள்கிறாள். உறவுக்குப் பின் அவர்கள் அவள் சிநேகிதியோடு உறவு கொண்டபோது கொடுத்த பணத்தை திருப்பித் தருகிறாள். அவளின் இந்த விநோதமான தியாக நடவடிக்கை பல வாடிக்கையாளர்களை ஆச்சர்யத்துக்கும், அதிர்ச்சிக்கும் உள்ளாக்குகிறது. சில வாடிக்கையாளர் களை மாற்றவும் செய்கிறது. அவளின் இந்த நடவடிக்கையால், மனம் நெகிழ்ந்து போன ஒரு வாடிக்கையாளன் தன் வயது வந்த மகளைத் தொலைபேசியில் அழைத்து கண்ணீர் மல்க தந்தையின் பாசத்தோடு பேசுகிறான். இருவரும் ஒன்றாக இரவுணவு சாப்பிடலாம் என்கிறான்.

எந்த விரசமும் இல்லாமல், நாசூக்காக எடுக்கப்பட்ட சிநேகிதியின் இந்தக் காட்சிகள் பார்வையாளனை மனம் நெகிழச் செய்யும் காட்சிகள். இந்தப் பெண்ணுக்குத் தாய் கிடையாது. தந்தைதான் தாயாகவும் இருந்து பாசத்தோடு வளர்க்கிறார். அவர் ஒரு போலீஸ் அதிகாரியும்கூட. மகளிடம் மாற்றத்தைக் கண்ட அந்தத் தந்தை அவளுக்குத் தெரியாமல் அவளைப் பின் தொடர்கிறார். மகளின் செய்கையைப் பார்த்து அதிர்ச்சியடைந்த தந்தை மகளோடு உறவு கொள்ளும் ஒவ்வொரு வாடிக்கையாளனையும் மகள் இடத்தை

விட்டுச் சென்ற பின் அவர்களுக்குத் தெரியாமல் அவர்களைத் பின்தொடர்ந்து ஒவ்வொரு விதமாக தண்டிக்கிறார். ஒரு வாடிக்கையாளனைக் கொன்றே விடுகிறார். இறுதியில் ஒன்றுமே சொல்லாமல் மகளை அழைத்துக் கொண்டு கிராமப்புறத்திற்கு பயணம் மேற்கொள்கிறார். தந்தைக்கு என்ன ஆச்சு என்று மகளும், மகள் ஏன் இப்படி ஆனாள் என்று தந்தையும் ரகசியமாகக் கவலை கொள்கின்றனர். இறுதியில் தான் இல்லாமல் மகள் தனித்து வாழ்வதற்கு தயார்படுத்துவது போல் மகளுக்கு கார் ஓட்டக் கற்றுத் தருகிறார் தந்தை. மகளைத் தனியாக காரை ஓட்டவைத்து விட்டு, நடந்து செல்ல, போலீஸ் அவர் செய்த கொலைக்காக அவரைக் கைது செய்து அழைத்துச் செல்கிறது. கத்தோலிக்க உணர்வும், பௌத்த உணர்வும் கலந்த ஓர் அற்புதமான நீதிக்கதை என்றே இதைச் சொல்லவேண்டும்.

“ஃபோர் சீசன்ஸ்” அல்லது “ஸ்பிரிங், சம்மர், ஃபால், விண்டர் மற்றும் ஸ்பிரிங்” என்றழைக்கப்படும் கிம் கி தக்கின் படம் நவீன சினிமாவின் அல்லது சினிமாவின் இரண்டாம் நூற்றாண்டின் மிகமுக்கியமான படங்களுள் ஒன்று என நிச்சயமாகச் சொல்லலாம். சினிமாவின் வரலாற்றில் மாசு மருவற்ற எளிமையான ஆன்மிகத் தேடல் என்றால் இப்படத்தைத்தான் சொல்ல வேண்டும். இப்படத்தில் வரும் ஒரு காட்சி ஏரியின் நடுவே மிதக்கும் புத்தக் கோயில் காட்சி ரீதியாகவே பார்வையாளனுக்கு எத்தனையோ உணர்வுகளைத் தரும். அந்த புத்தக் கோயிலில் ஒரு புத்த துறவியும் அவரின் சீடனாக ஒரு சிறுவனும் வசிக்கின்றனர். அச்சிறுவனின் வாழ்க்கையில் பல்வேறு காலகட்டங்களில் (ஒவ்வொரு காலகட்டமும் பத்தாண்டுகள் என்று வைத்துக் கொள்ளலாம்) நடக்கும் நிகழ்வுகளை ஒரு நீதிக்கதையாக, ஓர் ஆத்ம தரிசனமாக, ஓர் ஆன்மீகத் தேடலாக கிம் கி தத் தந்துள்ளார். அவை அவனின் ஒவ்வொரு பருவத்திலும் காட்டப்படுகிறது. முதல் பருவத்தில் மற்ற உயிர்களுக்குத் தீங்கு செய்யாதே என்று துறவி சிறுவனுக்கு சொல்கிறார். இரண்டாவது பருவத்தில் காமவயப்படாதே அது உன்னைக் கொலைகாரனாக்கும் என்கிறார். மூன்றாவது பருவத்தில் கொலைகாரனாய் ஆலயத்துக்கு திரும்பி வரும் இளைஞனை போலீஸ் கைது செய்கிறது. நான்காவது பருவத்தில் புத்த துறவி இறந்து போக நடுத்தர வயது கடந்த இளைஞன் விடுதலையாகி, ஒரு சிறுவனோடு கோயிலுக்குத் துறவியாக வருகிறான். இப்போது அந்தச் சிறுவன் அவன் சிறுவனாக இருந்தபோது செய்த தவறுகளை மீண்டும் செய்கிறான். இதுதான் வாழ்க்கை ஓட்டம் என்பதுபோல் படம் முடிகிறது.

புத்தக ஆசிரியருடன் கிம் கி தக்

கிம் கி தக் தன் சமீபத்திய படமான 'பியதா'வோடு சேர்த்து தன் 16 ஆண்டு கால சினிமா வாழ்க்கையில் 18 படங்களை எடுத்துள்ளார். இவரது பெரும்பாலான படங்களில் வன்முறையும், பாலியல் காட்சிகளும் இருந்தாலும் அவை சிதலமடைந்த மனித உறவுகளின் வெளிப்பாடாக, குறியீடுகளாகவே அமைந்துள்ளன. இவரின் பெரும்பாலான கதாபாத்திரங்கள் மிகக் குறைவாகவே பேசுகின்றன. காரணம், அவர்கள் நாம் வாழும் காலத்தின் சமூகக் கொடுமைகளால் பாதிக்கப்பட்டவர்கள். மற்றவர்கள் மீது நம்பிக்கை இழந்தவர்கள்.

கிம் கி தக்கின் பெரும்பாலான படங்கள் அடர் தகடுகளிலும் (DVD), இணையத்திலும் சுலபமாகக் கிடைக்கின்றன. நவீன சினிமாவில் ஆர்வமுள்ளவர்கள் அவற்றை தேடிப்பிடித்துப் பார்க்க வேண்டும்.

16

இரண்டாம் நூற்றாண்டு உருவாக்கிய இயக்குநர்கள்

மிக்கேய்ல் ஹெனக்கே

2012-13ஆம் ஆண்டின் மிகப்பெரிய திரைப்பட விழாக்களில் அதிக அளவில் உயரிய விருதைப் பெற்ற ஒரே படம் என்றால் அது 'மிக்கெய்ல் ஹெனக்கே'வின் 'அமோர்' (Amour) திரைப்படம்தான். இப்படம் சென்ற ஆண்டு கான்ஸ் திரைப்பட விழாவின் சிறந்த படத்திற்கான 'தங்கப்பனை' (Palmodar), சிறந்த வெளிநாட்டு திரைப்படத்திற்கான ஆஸ்கர் (Oscar), கோல்டன் க்ளோப் (Golden Globe) மற்றும் பாஃப்டா (BAFTA) என்ற பிரிட்டிஷ் அகெடெமி விருது என அனைத்தையும் தட்டிச் சென்றது.

இப்படத்தில் எந்தப் பிரம்மாண்டமும் கிடையாது. இப்படம் சிக்கலான அரசியல் அல்லது சமூகப் பிரச்சனையைக் கையாளவில்லை. ஆனாலும் உலகெங்கிலுமுள்ள தீவிர சினிமா ரசிகர்கள் இப்படத்தைப் பார்த்து உறைந்து போனார்கள் அல்லது பெரும் பாதிப்புக்கு உள்ளானார்கள். நாடு, இனம், மொழி, பண்பாடு, சமூக எல்லைகளைத் தாண்டி இப்படம் எல்லோரையும் ஒரே மாதிரியான பாதிப்புக்குள்ளாகியது.

இயக்குநர் மிக்கேய்ல் ஹெனக்கே

வாழ்வு, முதுமை, நோய், அன்பு, ஆதரவு, காதல்... போன்ற மனிதனின் அடிப்படைப் பிரச்சனைகளை இப்படம் நுண்ணோக்கியில் பார்ப்பது போல அலசி ஆராய்கிறது. வாழ்வில் முதுமையைக் கையாள்வது என்பது அத்தனை எளிதானதல்ல. முதுமையில் நோய் தாக்கிடும்பொழுது மற்றவர்களின் அன்பும் ஆதரவும் இல்லாமல் கையாள்வது மிகமிகக் கடினம். அன்பும் ஆதரவும் எந்த எல்லைவரை இப்பிரச்சனையைக் கையாள முடியும். இன்றைய நவீன உலகில் அன்பும், காதலும்கூட ஒரு கட்டத்தில் அயர்ச்சியடைந்து விடுகிறது. அயர்ச்சியடைந்துவிட்டால் காதல் காதலாக இருக்க முடியுமா? இப்படி பல சங்கடமான கேள்விகளை ஓர் ஆழ்நிலையில் இப்படம் பார்வையாளன் முன் வைக்கிறது.

'அமோர்' என்றால், பிரெஞ்சு மொழியில் 'காதல்' என்று பொருள். ஓர் அந்நியப் பெண்ணின் உடலை நுண்ணோக்கியின் மூலம் நரம்பு மற்றும் செரிமான மண்டலங்களாகப் பார்ப்பது போல, காதல் என்ற உணர்வை நுண்ணோக்கியின் மூலம் இப்படம் பார்க்கிறது.

இந்த ஆண்டு பிப்ரவரி 14, காதலர் தினத்தன்று, மாணவர்களுக்குப் பாடம் எடுக்கும்பொழுது, காதலின் புதிய பரிமாணத்தை விவாதிக்கும் முகமாக இப்படத்தைத் திரையிட்டு விவாதித்தேன். படத்தைப் பார்த்து பல மாணவர்கள் பெரும் பாதிப்புக்குள்ளானார்கள். "அற்புதமான படம். ஆனால் காதலர் தினம் அதுவுமாக இப்படத்தைப் பார்த்தது மிகவும் சங்கடமாக இருந்தது" என ஒரு

மாணவி சொன்னபோது, எனக்கு லேசான குற்ற உணர்வு எழுந்தது. ஆனால் இப்படத்தை எந்த நாளில் பார்த்தாலும் சங்கடமாகத்தான் இருக்கும். அதுதான் இப்படத்தின் நோக்கம். இப்படத்தை இயக்கிய மிக்கெய்ல் ஹெனக்கேவின் நோக்கமும் அதுதான் என்று பதிலளித்தேன்.

'அமோர்' படம் வயதான மனைவியின் மீது அவளோடு பல காலம் வாழ்ந்த கணவனின் அன்பை, காதலைப் பற்றி சொல்கிறது. இருவரும் நன்கு படித்தவர்கள். கலா ரசிகர்கள். மனைவி மேற்கத்திய இசை ஆசிரியராக இருந்தவர். பிரான்சு தலைநகர் பாரிஸில் ஒரு பழைய அடுக்கு மாடிக் குடியிருப்பில் தனியாக வாழ்கின்றனர். நடுத்தர வயதைக் கடந்த அவர்களின் ஒரே மகள் எப்போதாவது ஒரு முறை வந்து பார்ப்பாள். அவளுக்கும் பல பிரச்சனைகள். எப்போதும் இசைப் பயணத்தில் இருக்கும் அவளின் ஆங்கிலக் கணவன். தனியாக வாழும் அவளின் ஒரே மகன்... போன்ற பிரச்சனைகள் இருந்தாலும் அவளின் அம்மா குறித்து அவளுக்கு உண்மையான அக்கறை இருக்கிறது.

எண்பது வயதைக் கடந்த இந்தத் தம்பதியினருக்குத் தனியாக வாழ்வதைத் தவிர எந்தப் பிரச்சனையும் இல்லை. அவர்களின் இளமை நாட்களில் இருவருமே மிகஅழகாக இருந்திருக்க வேண்டும் என்பதை இப்போதுள்ள அவர்களின் தோற்றத்திலிருந்து புரிந்து கொள்ள முடிகிறது.

படத்தின் துவக்கத்தில் வயதான தம்பதியினரைப் பார்க்கும்பொழுது மனது நிறைவாக உள்ளது. படம் முழுக்க அவர்களின் நடிப்பு ஒரு புதிய எல்லையைத் தொட்டிருக்கிறது. இயக்குநர் நடிகர்களைக் கையாளும் கலையையும், படத்தின் திரைக்கதை அதற்கு எப்படி உதவுகிறது என்பதை அறியவும் இப்படம் சினிமா மாணவர்களுக்கு ஒரு பொக்கிஷம் என்றே சொல்லவேண்டும்.

படத்தில் கணவனாக நடித்த 'ழான் லூயி ட்ரின்டினான்ட்' (Jean - Louis Tringenant) க்கு உண்மை வயது 81. மனைவியாக நடித்த இமானுவல் ரிவா (Emmanuelle Riva) விற்கு உண்மை வயது 85. இருவருமே புகழ் பெற்ற பிரெஞ்சு நடிகர்கள். சிறு வயதிலிருந்தே நடித்துக் கொண்டிருப்பவர்கள். ழான் லூயி பல ஐரோப்பியப் படங்களில் பெண்கள் மனம் கவரும் கவர்ச்சிகரமான இளைஞனாக நடித்தவர். இவர் கீவ்ஸ்லோவ்ஸ்கியின் ரெட் (Red) படத்திலும் வயதான பின்பு நடித்துள்ளார்.

இமானுவல் ரிவாவும் பல சிறந்த ஐரோப்பிய இயக்குநர்களின் படங்களில் நடித்தவர். அலென் ரெனேயின் 'ஹிரோஷிமா மான்

அமோர்' படத்தைப் பார்த்தவர்கள் ரிவாவை மறக்க முடியாது. அப்படத்தின் கதாநாயகியாக பிரெஞ்சு நடிகை கதாபாத்திரத்தில் நடித்தது இவர்தான். இவரும் வயதான பின்பு கீவ்ஸ்லோவ்ஸ்கியின் 'ப்ளூ' (Blue) படத்தில் நடித்துள்ளார்.

இந்த இருவரை மனதில் வைத்தே ஹெனக்கே 'அமோர்' திரைக்கதையை அமைத்தார். அந்த இருவரில் யாரேனும் ஒருவர் ஒப்புக்கொள்ளாமல் போயிருந்தால்கூட ஹெனக்கே இப்படத்தை எடுத்திருக்க மாட்டார். அந்த அளவுக்கு நடிகர்களை நம்பி எழுதப்பட்ட திரைக்கதையும், படமுமாகும்.

ஹெனக்கே ஆஸ்திரியா நாட்டைச் சேர்ந்தவர். பெரும்பாலும் ஜெர்மானிய மொழியில்தான் அவர் படங்கள் இருக்கும். இந்த இரு நடிகர்களுக்காகவே, அவர்களின் வசதிக்காகவே இப்படத்தை ஹெனக்கே பிரெஞ்சு மொழியிலும், பாரிஸ் நகரிலும் எடுத்தார்.

பெரும்பாலான ஹெனக்கேவின் திரைப்படங்களைப் போலவே, இத்திரைப்படமும் உணர்வுகளின் உச்சங்களைத் தொடுகின்ற படம். உணர்வுகளின் உச்சங்களைத் தொடும்பொழுது பட்டவர்த்தனமும் குரூரமும் தவிர்க்க முடியாததாகி விடுகின்றன.

அமோர் படம் நெடுக இதைப் பார்க்க முடிகிறது. படத்தின் துவக்கத்தில் மலர்ந்த முகத்துடன் வயதான தம்பதியினரை ஒரு மேற்கத்திய இசைக் கச்சேரியில் பார்க்க முடிகிறது. இருவரும் முதல் வரிசைகளில் இருப்பதில்லை. அரங்கின் மத்திய வரிசைகளில் அமர்ந்திருக்கிறார்கள். இசை நிகழ்ச்சி முடிந்ததும் அவர்கள் வீட்டிற்கு பஸ்ஸில் செல்கின்றனர். (இது அவர்களின் நடுத்தர பொருளாதார நிலையைக் காட்டுகிறது). வீட்டிற்கு வந்ததும் கணவன் மனைவியிடம் சொல்கிறார், "இன்று நீ ரொம்ப அழகாய் இருந்தாய் என்று நான் சொன்னேனா?" என்கிறார். உனக்கு என்ன ஆயிற்று என்பதுபோல் பாட்டி அவரைப் பார்க்கிறார். இருவரும் ஒன்றாக உணவு உட்கொள்கின்றனர். அப்போது கணவன் ஏதோ சொல்ல மனைவி நினைவு தப்பியவளாய் எங்கோ வெறித்துப் பார்க்கிறார். அவள் பெயரைச் சொல்லி பலமுறை அழைத்தும் அவள் நினைவு தப்பியவளாகவே இருக்கிறார். திகைப்பும், லேசான பதற்றமும் கணவனை ஆட்கொள்கிறது. ஈரத்துணியை நனைத்து வந்து முகத்தைத் துடைக்கிறார். திறந்த குழாயை மூடாமல் வந்து விடுகிறார். தண்ணீர் விழும் சப்தம் கேட்டுக்கொண்டே இருக்கிறது. மருத்துவருக்கு ஃபோன் செய்ய ஹாலுக்கு வந்து திரும்பும்பொழுது திறந்த குழாய் மூடப்பட்டு அமைதியாய் உள்ளது. நினைவு திரும்பிய பாட்டி "குழாயைக்கூட மூடத் தெரியாதா?" என தாத்தாவைத்

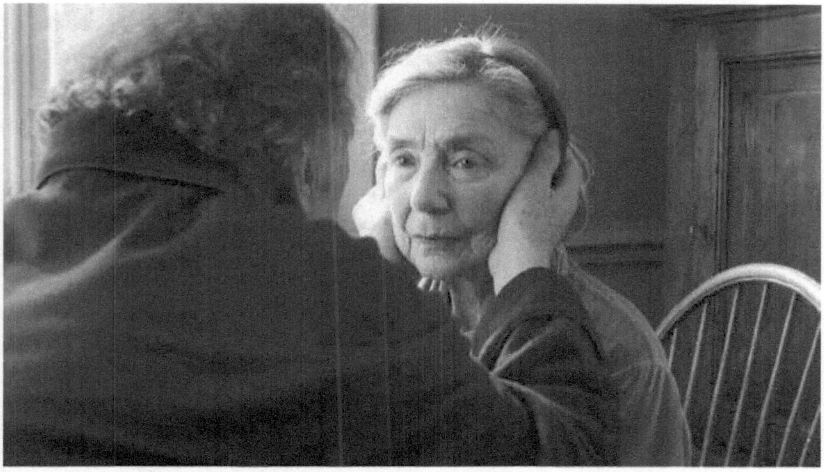

மிக்கேய்ல் ஹெனக்கே இயக்கிய அமோர் திரைப்படத்திலிருந்து ஒரு காட்சி

திட்டுகிறாள். "என்ன விளையாடுகிறாயா?" என தாத்தா திரும்பக் கேட்க, பாட்டி முழிக்கிறாள். பின்னர் தாத்தா அவளுக்கு கண நேரம் நினைவு தப்பியதைப் பொறுமையாக விளக்குகிறார். பாட்டியால் நம்ப முடியவில்லை. பின்னர் சகஜ நிலைக்குத் திரும்பியவராய், தாத்தா சிறுவயதில் நிகழ்ந்த சம்பவம் ஒன்றையும், சினிமா பார்த்ததையும் சுவாரஸ்யமாய் விளக்குகிறார். "இத்தனை சுவையான நிகழ்ச்சியை இதுவரை ஏன் என்னிடம் கூறவில்லை" என்கிறாள். "அப்படிப் பார்த்தால் எத்தனையோ சுவையான நிகழ்ச்சிகளை உன்னிடம் பகிர்ந்து கொள்ளவில்லை" என்கிறார். பாட்டி ஒரு மாதிரி பார்க்கிறாள். அடுத்த காட்சியில் மருத்துவரைப் பார்த்துவிட்டு இருவரும் வீடு திரும்பும்பொழுது, அவள் சக்கர நாற்காலியில் வருகிறாள். பாட்டிக்கு வலது பக்கம் லேசாக முடக்குவாதத்தால் பாதிக்கப்பட்டிருக்கிறது. தன்னை எந்தக் காரணம் கொண்டும் ஆஸ்பத்திரியில் சேர்க்கக்கூடாது என்று பாட்டி, தாத்தாவிடம் சத்தியம் வாங்கிக் கொள்கிறாள். வேகமாக நகரும் அடுத்தடுத்த காட்சிகளில் பாட்டியின் நிலைமை மோசமாகிறது. இடையில் அவர்களின் மகளும் மருமகனும் வந்து பார்த்துவிட்டுப் போகிறார்கள். பாட்டிக்கு பேச்சு வராமல் போகிறது. தானியங்கி நாற்காலியில் இயங்கிக் கொண்டிருந்த பாட்டி, முழுவதுமாக முடக்கப்பட்டு படுத்த படுக்கையாகிவிடுகிறாள். ஒரு காட்சியில் கஷ்டப்பட்டு தாத்தா பாட்டிக்கு ஸ்பூனில் உணவைத் தர முயற்சிக்கிறார். பாட்டி அதை மறுத்து துப்பிவிடுகிறாள். அந்த அயர்ச்சி, விரக்தி, கோபம் எல்லாம் ஒன்று சேர்ந்து தாத்தா அவளை

அறைந்து விடுகிறார். பாட்டியால் ஒன்றும் செய்ய முடியாது. உள்ளே உணர்வுகள் கொப்பளித்தாலும், உடலின் இயலாமையால் முகத்தில் பாட்டி காட்டும் வெறுமை ஆயிரமாயிரம் விதத்தில் பார்வையாளன் உணர்வுகளைத் தாக்கும். இது போன்றதொரு காட்சியை, இந்த அளவுக்கு என் மீது பாதிப்பு ஏற்படுத்திய காட்சியை சினிமாவில் இதற்கு முன் நான் பார்த்ததாக நினைவில்லை. தன் தவறை உணர்ந்த தாத்தாவும் "என்னை மன்னித்துவிடு" என்பார். அவர்கள் இருவருக்கும் இடையே இந்த நிகழ்வில் பார்வையாளனாகிய நாம் ஒன்றும் செய்யாமல் உள்ளோமே என்கின்ற வெறுமை நம்மையும் தாக்கும். நாம் பார்ப்பது வெறும் சினிமாதான் என்பதை உணர்ந்தாலும் இந்த வெறுமை நம்மை வெகுவாகத் தாக்குகிறது. சினிமா என்கின்ற ஊடகத்தின் மாயசக்தியை தனக்கே உரிய பாணியில் வெளிக் கொணர்வதில் ஹெனக்கே தனித்துவம் கொண்ட படைப்பாளி. அவர் தன் நடிகர்களைக் கையாளுவதில் ஓர் எதேச்சதிகாரக் கலைஞன் என்றே சொல்ல வேண்டும். ஒரு விதத்தில் ஹெனக்கே, ராபர்ட் பிரஸ்ஸானை (Rabert Bresson) போன்று ஆத்ம விடுதலையில் கவனம் செலுத்துகிறார்; இன்னொரு பக்கம் ஹிட்ச்காக் (Hitchcock) போல் பேதலித்துப் போன பிராந்தியில் கவனம் செலுத்துகிறார். சில சமயம் கடவுள்போல் தூர நின்று மனித மனதின் வக்கிரங்களையும், சொல்லொணாத் துயரங்களையும் வேடிக்கை பார்க்கிறார். ஹெனக்கேவே சொல்கிறார், "பல நேரங்களில் என் படங்கள் பார்வையாளனை பலாத்காரத்துக்கு உட்படுத்துகிறது. அந்த பலாத்காரத்தின் ஒரே நோக்கம் பார்வையாளனை விடுதலையை நோக்கி நகர்த்துவதுதான்".

'அமோர்' படத்தின் இறுதிக்காட்சி முற்றிலும் எதிர்பாராத ஒன்று. பார்வையாளனை குலை நடுங்க செய்யும் ஒன்று. எண்பது வயதைக் கடந்த நிலையில் ஒற்றை ஆளாக படுத்த படுக்கையாக கிடக்கும் தன் மனைவியைப் பார்த்துக் கொள்வதில் ஏற்படும் படிப்படியான அயர்ச்சியும், விரக்தியும், நம்பிக்கையின்மையும் ஒரு கட்டத்தில், ஒரு கண நேரத்தில் வெடிக்கிறது. அந்த நேரத்தில் அந்த வயதான கணவனின் செயல் நம்மை நிலை குலையச் செய்கிறது.

அந்த தருணத்தில் கணவன், தன் வயதான மனைவியை முகத்தில் தலையணையை வைத்து அழுத்திக் கொன்றுவிடுகிறான். பின்னர் நீண்ட கடிதம் ஒன்றை எழுதிவிட்டு (கடிதத்தின் உள்ளடக்கம் படத்தில் காண்பிக்கப்படுவது இல்லை) தானும் இறந்து விடுகிறான். இறப்பதற்கு முன் வீட்டின் எல்லாக் கதவுகளையும், சன்னல்களையும் அடைத்து உட்பக்கமாக மரத்துண்டுகளால் சீல் வைத்து விடுகிறான்.

ஒரு விதத்தில் ஹெனக்கேவின் இந்த இறுதிக்காட்சி பார்வையாளனுக்குப் பெரும் அதிர்ச்சியைத் தந்தாலும், படம் துவங்குவதற்கு முன் முகவுரை போல் வரும் காட்சியில் அடைக்கப் பட்ட வீட்டின் கதவை உடைத்துக்கொண்டு போலீஸ் உள்ளே வருகிறது. அங்கே ஒரு அறையில் பாட்டியின் இறந்த உடலைப் பார்க்கிறோம். படத்தின் இந்த முகவுரைக் காட்சி ஹெனக்கேவின் சினிமா மீதான நேர்மையைக் காட்டுகிறது.

இப்படம் கருணைக் கொலை பற்றியதா? முதுமையில் வாழ்வின் கடினங்களைக் காட்டுவதா? வயதாகும்போது குடும்ப, சமூக, பொருளாதார ஆதரவு இல்லாதபோது நிகழும் அவலத்தைக் குறித்ததா... எனப் பல கேள்விகளை எழுப்புகிறது. ஹெனக்கேவின் எல்லாப் படங்களுமே பார்வையாளன் மீது இத்தகைய கேள்விகளைத்தான் எழுப்புகின்றன.

இன்று 71 வயதாகும் ஹெனக்கே அடிப்படையில் ஜெர்மானியர். ஆரம்பம் முதலே இவரது குடும்பத்துக்கும், சினிமா மற்ற கலைகளுக்கும் தொடர்பு இருந்தது. இவரின் தந்தை 'ஃபிரிட்ஸ் ஹெனக்கே'வும் ஜெர்மானிய திரைப்பட இயக்குநராக இருந்தவர்தான். இவரது தாய் ஆஸ்திரிய நாட்டில் சினிமா நடிகையாக இருந்தவர். ஆரம்பத்தில் ஹெனக்கேவுக்கு நடிப்பு மற்றும் இசையில் ஆர்வம் இருந்தாலும் அத்துறைகளில் அவரால் மிளிர முடியவில்லை. பின்னர் வியன்னா பல்கலைக்கழகத்தில் சேர்ந்து தத்துவம், உளவியல், நாடகம் குறித்து படித்தார். சினிமாவுக்கு வருவதற்கு முன் சில காலம் அவர் சினிமா விமர்சகராகவும் பின்னர் பத்தாண்டுகளுக்கும் மேலாக ஜெர்மன் டெலிவிஷனில் பணிபுரிந்தார். 1974ல் முதன் முறையாக டெலிவிஷனில்தான் அவர் இயக்குநராக அறிமுகமானார். ஆனால் அதற்குப் பின் அவர் சினிமாத் துறைக்கு வர 15 ஆண்டுகள் பிடித்தன.

1989ல் தன் முதல் படமான 'தி செவன்த் காண்டினட்' படத்தை இயக்கினார். தன் முதல் படத்திலேயே இவர் பார்வையாளர்களைக் கலவரப்படுத்தினார். மனம் பேதலிக்கச் செய்தார் என்றுதான் சொல்லவேண்டும். அவரின் இந்த முதல் படத்திற்கு அடிப்படையாய் அமைந்தது அவர் செய்தித்தாளில் படித்த ஒரு செய்திதான். ஆஸ்திரியாவில் ஒரு குடும்பம் விநோதமான முறையில் எந்தக் காரணமும் இல்லாமல் தற்கொலை செய்துகொள்கிறது. போலீஸ் விசாரணையில் அந்த வீட்டின் குழாய்களில் சுக்கு நூறாகக் கிழிக்கப்பட்ட பணத்தாள்கள் இருந்தன.

இந்தச் செய்தியை அடிப்படையாக வைத்து எடுக்கப்பட்ட அவரின் முதல் படத்தில் கணவன், மனைவி, 10 வயது மகள் என்ற

மூன்று பேர் கொண்ட ஆஸ்திரிய நடுத்தர குடும்பத்தின் சுவாரஸ்யமற்ற, பொருளற்ற வாழ்வைக் காட்டுகிறார். அவர்கள் வாழ்வில் மூன்று ஆண்டுகளில் வெவ்வேறு மூன்று நாட்களில் நிகழும் நிகழ்வுகளைக் காட்டுகிறார் முதல் இரு நாட்களில் நிகழும் நிகழ்வுகள் கிட்டத்தட்ட ஒரே மாதிரி உள்ளன. இது அவர்களின் வாழ்வின் சுவாரஸ்யமற்ற தன்மையையும், வெறுமையையும் காட்டுகிறது. மூன்றாம் நாள் நிகழ்வில், அவர்கள் தங்கள் வங்கிக் கணக்கில் உள்ள எல்லாப் பணத்தையும் எடுக்கின்றனர். தங்கள் வளமான எதிர்காலத்திற்காக ஆஸ்திரேலியா செல்லவிருப்பதாக வங்கியில் சொல்கின்றனர். வீட்டிற்கு வந்த அவர்கள் ஒரு படாடோபமான விருந்து உண்கின்றனர். பின்னர் வீட்டில் உள்ள ஒவ்வொரு பொருளையும் கச்சிதமாக அழித்தொழிக்கின்றனர். அப்போது அவர்கள் எந்த உணர்வையும் காட்டுவதில்லை. தந்தை மீன்தொட்டியை உடைக்கும்பொழுது மட்டும் மகள் வாய்விட்டுக் கதறுகிறாள். பின்னர் தங்கள் பணத்தை சுக்கு நூறாகக் கிழித்து கழிவறைக் குழாயில் போடுகின்றனர். பின்னர் மகள், மனைவி, கணவன் என ஒவ்வொருவராகத் தற்கொலை செய்து கொள்கின்றனர். கடைசியாக கணவன் தற்கொலை செய்துகொள்வதற்கு முன்பு, அவர்களின் பெயர், தற்கொலை செய்துகொண்ட நாள், நேரம் ஆகியவற்றைச் சுவரில் எழுதி வைக்கிறான். பிறகு அவன் தன் பெற்றோருக்கு ஒரு கடிதத்தை எழுதிக் கதவில் ஒட்டி வைத்துவிட்டு தற்கொலை செய்து கொள்கிறான். படத்தின் இறுதியில் பின்வரும் வாசகம் திரையில் காண்பிக்கப்படுகிறது: "கணவனின் பெற்றோர் அது கொலையாக இருக்கலாம் என கருதுகின்றனர். ஆனால் போலீஸ் விசாரணையில் அதற்கான எந்த துப்பும் கிடைக்கவில்லை." ஒரு தேர்ந்த அறுவை சிகிச்சை நிபுணன் போல தன் படங்களில் திரைக்கதையையும், காட்சியமைப்பையும் உருவாக்குபவர் ஹெனக்கே என்பதை முதல் படத்திலேயே நிரூபித்தார்.

மூன்றாண்டுகள் கழித்து 1992ல் தன் இரண்டாவது படமான 'பென்னிஸ் வீடியோ' (Benny's Video) படத்தை எடுத்தார். இப்படமும் இளம் வயதினர் மீதான வீடியோ மற்றும் வீடியோ விளையாட்டின் விபரீத தாக்கத்தை விளக்கும் படம்.

ஹெனக்கேவுக்கு உலக அளவிலான மாபெரும் வெற்றி என்பது 2001ல் அவர் எடுத்த 'தி பியானோ டீச்சர்' படத்தில்தான் கிடைத்தது. இஸபெல் ஹீயூபர்ட் நடித்த இப்படத்திற்கு அந்த ஆண்டு கான்ஸ் திரைப்பட விழாவின் கிராண்ட் ப்ரீ விருது கிடைத்தது. இஸபெல் ஹீயூபர்ட்டுக்கும் சிறந்த நடிகைக்கான விருது கிடைத்தது. பார்வையாளனை மிகவும் சங்கடத்துக்குள்ளாக்கிய ஹெனக்கேவின்

படங்களில் இது ஒன்று. நம்முடைய சமூகத்தில் ஒரு பெண்ணின் அடக்கி வைக்கப்பட்ட பாலியல் உணர்வுகளுக்கு இடம் இல்லை என்பதைச் சொல்லும் படம். நாற்பது வயதைக் கடந்த ஓர் இசை ஆசிரியைக்கும் அவளின் 17 வயது மாணவனுக்கும் இடையே ஏற்படும் உறவின் மூலம் இதை ஹெனக்கே காட்டுகிறார். தனிமனித வக்கிரங்கள், பொறாமை, அடக்கிவைக்கப்பட்ட காம உணர்வு, இதன் காரணமாகத் தன்னையும் மற்றவர்களையும் அழித்தொழிக்கும் மனப்பாங்கு போன்றவற்றை பிரச்சனைக்குரிய காட்சியமைப்பில் ஹெனக்கே அரங்கேற்றியுள்ளார்.

அவரின் இன்னொரு முக்கியமான படம் ‘ஃபன்னி கேம்ஸ்’ (Funny Games). இப்படம் ஒரு வித்தியாசமான திரில் படம். இன்றளவும் இப்படத்தை முதன் முறையாகப் பார்க்கும் பொழுது இதயத் துடிப்பும், ரத்தத் துடிப்பும் அதிகரிக்கும் என்பதில் சந்தேகமேயில்லை. இப்படத்தை நான் முதன் முதலாகப் பார்த்தபொழுது இப்படத்தைப் பார்க்கவும் முடியாமல், வெளியேறவும் முடியாமல் பரிதவித்தேன். படம் எப்போது முடியப் போகிறது? என் உணர்வு அழுத்தங்களிலிருந்து எப்போது வெளியேறப் போகிறேன் என்று படம் முடிவதற்காக படபடப்புடன் காத்திருந்தேன்.

மிக்கேய்ல் ஹெனக்கே இயக்கிய ஃபன்னி கேம்ஸ் திரைப்படத்திலிருந்து ஒரு காட்சி

மனதை உறைய வைக்கும் ஒரு திகில் கதையில் வன்முறைக்கும் பார்வையாளனுக்கும் இடையேயான உறவை அற்புதமாக அலசும் படம்.

ஒரு பணக்காரக் குடும்பம். கணவன், மனைவி, 10 வயது மகன் என தங்களின் ஏரிக்கரை கோடை வீட்டிற்கு விடுமுறைக்காக வருகின்றனர். எழில் மிக்க அந்தச் சூழலில், அங்கொன்றும் இங்கொன்றுமாகப் பெரும் பணக்காரர்களின் கோடை வீடுகள் மட்டுமே உள்ளன. அந்த குடும்பம் வந்த முதல் நாளே அவர்கள் வீட்டிற்கு இரு இளைஞர்கள் கால்ஃப் விளையாட்டு உடையில் வருகின்றனர். மனைவி மட்டும் வீட்டில் இருக்க முட்டை இருந்தால் கடன் வாங்கிச் செல்வதற்காக வந்ததாகச் சொல்கின்றனர்.

பின்னர் இருவரும் எந்தவித நோக்கமும் இன்றி படிப்படியாக அந்த குடும்பத்தினரிடையே தங்களின் விபரீத விளையாட்டைத் தொடங்குகின்றனர். அந்த விபரீத விளையாட்டில் அந்த வீட்டின் நாய், மகன், கணவன், இறுதியாக மனைவி என்று ஒவ்வொருவரையும் கொல்கின்றனர். இறுதியில் இன்னொரு பணக்கார வீட்டுக்கு முட்டை கடன் கேட்டுச் செல்கின்றனர். அத்துடன் படம் முடிகிறது. ஒரு விதத்தில் இப்படம் நவீன சமூகத்தைப் பற்றியது அல்ல, மாறாக தற்போதைய வணிக சினிமாவின் வடிவமைப்பிற்கு எதிரான ஒரு மோதல் என்று சொல்லலாம். குறிப்பாக அமெரிக்கச் சினிமாவில் வன்முறைக் காட்சிகள் காட்டும் விதத்தை, அது பார்வையாளன் மீது ஏற்படுத்துகின்ற பாதிப்பை ஒரு திகில் வடிவில் நக்கல், நையாண்டி செய்யும் படம். படத்தில் வரும் இரு இளைஞர்களும் அவ்வப்போது கேமராவை நோக்கி கண்ணடிப்பார்கள் அல்லது பேசுவார்கள். எங்கள் விபரீத விளையாட்டில் உங்கள் பங்கு என்ன என்பது போல பார்வையாளர்களையும் தங்கள் விளையாட்டில் பங்கு கொள்ள அழைப்பர். ஒரு விதத்தில் இப்படத்தை ஹெனக்கே பார்வையாளனோடு சினிமா வடிவம் குறித்து விளையாடிய விபரீத விளையாட்டு என்றே சொல்லலாம்.

தன்னுடைய சமீபத்திய படமான 'அமோர்'க்கு முன்பு ஹெனக்கே எடுத்த படம் 'வொய்ட் ரிப்பன்' (White Ribbon). இப்படமும் மூன்று ஆண்டுகளுக்கு முன் கான்ஸ் திரைப்பட விழாவில் 'தங்கப்பனை' விருது பெற்றது. தன்னுடைய படங்களுக்காக இருமுறை தங்கப்பனை விருது பெற்றவர்கள் இதுவரை ஏழு இயக்குனர்கள்தான். தற்போது எட்டாவதாக ஹெனக்கே அப்பட்டியலில் சேர்ந்துள்ளார்.

'வொய்ட் ரிப்பன்' படம், முதல் உலகப் போருக்கு முன் ஒரு சிறு ஜெர்மானிய கிராமத்தில் நிகழும் விநோத நிகழ்வுகளைக் காட்டுகிறது.

ஒருவரை ஒருவர் நன்கு அறிந்த அந்த கிராமத்தில் பல மோசமான நிகழ்வுகளுக்கு யார் காரணம் என கிராமமே வியக்கிறது. நிச்சயம் அவர்களில் ஒருவர்தான் இருக்கவேண்டும். இப்படத்தில் நிறைய சிறுவர் சிறுமியர் கதாபாத்திரங்கள் வருகின்றன. பின்னால் வரப்போகும் நாசி இயக்கத்தின் முன்னறிவிப்பாக இந்த சிறுவர் சிறுமியர் பட்டாளம்தான் இந்த நிகழ்வுகளுக்கெல்லாம் காரணமா என்றும் வியக்க வைக்கிறது. ஆனால் கடைசிவரை இந்த நிகழ்வுகளுக்கு காரணம் யார் என்று படத்தில் காண்பிக்கப்படுவதில்லை. சில சமயங்களில் ஒரு சமூகத்தில் ஒரு பிரிவினருக்கு பயமும் பாதுகாப்பின்மையும் ஏற்படும்பொழுது நிகழும் நிகழ்வுகளைக் குறியீடாய்க் காட்டுகிறது இப்படம்.

ஹெனக்கே இன்று உலக கலைப்பட வணிகத்தில் அதிக மதிப்புள்ளவராகத் திகழ்கிறார். காரணம், அவர் எடுத்துக்கொள்ளும் கருப்பொருள்கள் அதற்கும் மேலாக அந்தக் கருப்பொருளை இன்றைய உலக வணிகச் சினிமாவின் வடிவமைப்புக்கு எதிராகக் கையாள்வது.

நல்ல கலைப்படைப்புகள் எப்போதும் வாழ்வை, மனிதனைக் கொண்டாடுவதை மட்டும்தான் செய்ய வேண்டுமா? ஆனால் இன்றைய நவீன சமூகத்தில் மனிதன் படும் பல துன்பங்களுக்கு எது காரணம், யார் காரணம் என்று ஆராய்வது கலைப்படைப்பின் வேலை இல்லையா? இதைத்தான் ஹெனக்கே தான் விற்பன்னராக விளங்கும் சினிமா கலை மூலம் செய்கிறார். அவ்வாறு செய்யும்பொழுது சினிமா மொழியின் எல்லையை, மாயசக்தியை ஒவ்வொரு முறையும் விரிவுபடுத்துகிறார்.

17

இரண்டாம் நூற்றாண்டு உருவாக்கிய இயக்குநர்கள்

ரோமன் போலன்ஸ்கி

கிட்டத்தட்ட 60 ஆண்டுகளுக்கு முன்பு திரைப்படத் துறையில் நுழைந்து இன்னமும் திரைப்படம் எடுத்துக் கொண்டு சர்வதேச அளவில் கலை மற்றும் வணிக ரீதியாகத் தனக்கென ஒரு தனி இடத்தைத் தக்கவைத்துக் கொண்டிருக்கும் இயக்குநர் ஒருவர் இருக்கிறார் என்றால் அது நிச்சயம் ரோமன் போலன்ஸ்கியாகத்தான் இருக்க முடியும்.

இவர் சினிமாவின் முதல் நூற்றாண்டிலேயே திரைப்படம் எடுக்கத் தொடங்கினாலும், தன்னை சினிமாவின் வளர்ச்சியோடு முழுக்க ஐக்கியப்படுத்திக் கொண்டதால், தன்னுடைய சமீப படங்களின் மூலம் சினிமாவின் இரண்டாம் நூற்றாண்டையும் அற்புதமாக பிரதிநிதித்துவப்படுத்துகிறார்.

இவரின் மிக சமீபத்திய படமான "வீனஸ் இன் ஃபர்" (Venus in fur) சென்ற வாரம் நடந்து முடிந்த கேன்ஸ் 2013 திரைப்பட விழாவில் போட்டிப் பிரிவில் கலந்துகொண்ட படமாகும். இப்படம் பிரெஞ்சு மொழியில் எடுக்கப்பட்ட படம். நாற்பது ஆண்டுகளுக்குப் பின் ஆங்கிலம்

ரோமன் போலன்ஸ்கி

அல்லாத ஒரு மொழியில் போலன்ஸ்கி எடுத்துப் படமாகும் இது. பல வருடங்களுக்குப் பின் போலன்ஸ்கியின் மனைவி இமானுவல் சீய்னர் இப்படத்தின் கதாநாயகியாக நடித்துள்ளார். அடுத்த இரண்டு மூன்று மாதங்களில் அமெரிக்காவிலும், ஐரோப்பாவிலும் வெளியாகவிருக்கும் இப்படத்தை போலன்ஸ்கி ரசிகர்களும், உலக சினிமாவின் ரசிகர்களும் வெகுவாக எதிர்பார்த்துக் கொண்டிருக்கின்றனர்.

இப்படமும் போலன்ஸ்கி விற்பன்னராக விளங்கும் சேம்பர் ஒர்க் (Chambar work) எனும் பாணியில் எடுக்கப்பட்டது. ஓரிரு கதைக்களம், மூன்று நான்கு கதாபாத்திரங்களைக் கொண்டு இறுக்கமான திரைக்கதையின் மூலம் ரசிகர்களைக் கட்டிப்போடும் பாணிதான் சேம்பர் ஒர்க் என்பதாகும். இரண்டு மூன்று அறைகளைக் கொடுத்தாலே போதும். அதில் மொத்த உலகையும், சமூகத்தையும் கொண்டு வரும் வித்தகர் போலன்ஸ்கி. இந்த வித்தகத் தன்மைக்கு அடிப்படையாய் இருப்பது படங்களை இயக்குவதில் அவருக்கு மட்டுமே உரிய தனித்ததொரு பாணியாகும். அவர் படம் இயக்கும்பொழுது எல்லாவற்றையும் முடிவு செய்வது அவராகத்தான் இருக்கும். அதேநேரத்தில் மிகச்சிறந்த நடிகர்கள் மற்றும் தொழில்நுட்பக் கலைஞர்களோடு பணிபுரிவார். கேமராவில் எந்த லென்ஸ் போடவேண்டும். படத்தில் கலைப் பொருட்கள், நடிகர்களின் உடைகள், உடல்மொழி, வசன உச்சரிப்பு என எல்லாவற்றையும் அவர்தான் முடிவு செய்வார். படத்தின் இறுதி வடிவத்துக்கும், அதன் தாக்கத்திற்கும் முழுக்காரணமாக விளங்குவார். ஆனாலும் உலகின் மிகச்சிறந்த நடிகர்களும், தொழில்நுட்பக் கலைஞர்களும்

ரோமன் போலன்ஸ்கி இயக்கிய "கார்னேஜ்" திரைப்படத்திலிருந்து ஒரு காட்சி

அவரோடு பணிபுரிய எப்போதும் காத்துக் கொண்டிருக்கிறார்கள். சென்ற ஆண்டு அவர் இயக்கிய "கார்னேஜ்" (Carnage) அவரின் இந்த பாணிக்கு மிகச்சரியான உதாரணமாக இருந்தது.

இப்படம் முழுவதும் கிட்டத்தட்ட ஒரு வீட்டின் வரவேற்பறையில் நிகழும். ஒரு சில நிமிடக் காட்சிகள் மட்டும் அவ்வீட்டின் சமையறை மற்றும் குளியலறையில் நிகழும். படக்கதையின் மொத்த நிகழ்வுகளும் தொடர்ச்சியாக 80 நிமிடங்கள் ஆகும். படத்தின் மொத்த கதாபாத்திரங்கள் நான்கே பேர். வெறும் நான்கு பேரை வைத்துக் கொண்டு, தொடர்ச்சியான 80 நிமிடக் கதையில் தற்போதைய சமூகத்தின், காலகட்டத்தின் போலித்தன்மையை, சுயநலத்தை, பாதுகாப்பின்மையை எத்தனை அழகாகக் கொண்டு வந்திருக்கிறார் என்பது படம் பார்த்தவர்களுக்குத்தான் தெரியும். போலன்ஸ்கியின் மேதமைத்தனத்தோடு, சினிமாவின் இரண்டாம் நூற்றாண்டுக்கே உரிய அம்சங்களும் இதை சாத்தியமாக்கியுள்ளது.

இப்படத்தில் நடித்த நான்கு நடிகர்களும் அற்புதமான நடிகர்கள். கேத் வின்ஸ்லட், கிரிஸ்டோப் வால்ட்ஸ் ஒரு ஜோடியாகவும், ஜீடி டேவிஸ், ஜான் சி ரெய்லி இன்னொரு ஜோடியாகவும் இப்படத்தில் நடித்துள்ளனர். அமெரிக்க சமூகத்தின் நடுத்தர மற்றும் மேல்தட்டு மக்களின் பிரதிநிதிகளாக இரு ஜோடிகளும் வருகின்றனர். இரு

ஜோடிகளின் மகன்களும் ஒரே பள்ளியில் படிக்கின்றனர். பள்ளியில் நடந்த சிறு தகராறில் ஒருவன் இன்னொருவன் பல்லை உடைத்து விடுகிறான். அடித்த பையனின் பெற்றோர்கள் அடி வாங்கிய பையனின் பெற்றோர்களைச் சந்திக்க அவர்கள் வீட்டிற்கு வருகின்றனர். மகன்களின் பிரச்சனையைப் பேசி, சமூக தீர்வு கண்டு உடனடியாகக் கிளம்ப வேண்டும் என்றுதான் அவர்கள் வருகின்றனர். பிரச்சனையைப் பேசி முடித்தபின் கிளம்ப இருந்த ஜோடியை காபி சாப்பிடுங்கள் என்று இன்னொரு ஜோடி சொல்ல, கதவைத் தாண்டிய ஜோடி மீண்டும் உள்ளே வந்து காபி சாப்பிட அமர, அவர்களின் உரையாடல் பல்வேறு தளங்களைத் தொட்டு ஒருவருக்கொருவர் சூடான வாதத்தில் ஈடுபட அடுத்துவரும் 70 நிமிடங்கள் தீபாவளி சரவெடி போல் நெருப்பும் புகையும், சப்தமுமாய் வேகமாய் நகர்கிறது. இந்த சரவெடி ஓட்டத்தில் கிழிக்கப்படுவது அந்த ஜோடிகளின் பல்வேறு போலி முத்திரைகள் மட்டுமல்ல. அவர்கள் பிரதிநிதித்துவப்படுத்தும் சமூகம், காலகட்டத்தின் முகத்திரைகளும்தான். இந்த ஜோடிகளின் மோதல்கள் பல்வேறு நிலைகளில் நிகழ்கின்றன. முதலில் ஒரு ஜோடி இன்னொரு ஜோடிக்கு எதிராக மோதுகிறது. பின்னர் பெண்கள் இருவரும் ஒன்றுசேர்ந்து கொண்டு ஆண்களுக்கு எதிராக மோதுகிறார்கள். பின்னர் ஒரு ஜோடியின் சமூக, பொருளாதார நிலைப்பாடு, இன்னொரு ஜோடியின் சமூக, பொருளாதார நிலைப்பாட்டுக்கு எதிராக மோதுகிறது. இந்த மோதலின் சுவாரஸ்யத்தை எழுத்துக்களால் விளக்க முடியாது. சினிமா ஊடகத்தின் அற்புதமான சக்திகளால் மட்டுமே விளக்கமுடியும் என்ற ரீதியில் போலன்ஸ்கி இதைப் படமாக எடுத்துள்ளார்.

குறைந்த கதாபாத்திரங்கள், சிறிய இடங்கள் ஆனால் ஆழமான பெரிய விஷயங்கள் என்கின்ற போலன்ஸ்கியின் படப்பிடிப்பு பாணி ஆரம்பத்திலிருந்தே அவருக்குக் கைவந்த கலை.

அவருடைய முதல் படமான "நைஃப் இன் த வாட்டர்" (Knife in the Water) படத்திலேயே அவரின் இந்த பாணியைப் பார்க்கலாம். இப்படத்தை அவர் தன் தாய்மொழியான போலிஷ் மொழியில் எடுத்தார். அப்போதைய கிழக்கு ஐரோப்பிய நாடுகள், குறிப்பாக போலந்து, ஹங்கேரி போன்ற நாடுகள் இரண்டாம் உலகப் போருக்குப் பின், போரை அடிப்படையாகக் கொண்ட கதைகளையே படமாக எடுத்து வந்தன. 1962ல் வெளிவந்த போலன்ஸ்கியின் இந்த முதல் படம், யுத்தத்தோடு எந்த சம்பந்தமும் இல்லாமல், தனி மனித உறவுகளின் சிக்கலான உளவியல் மற்றும் பாலியல் அம்சங்களைப் பற்றிய படமாகும். பணக்கார ஜோடி ஒன்று தங்கள் வார இறுதி நாட்களைக் கழிப்பதற்காக

ரோமன் போலன்ஸ்கி இயக்கிய "நைஃப் இன் த வாட்டர்" திரைப்படத்திலிருந்து ஒரு காட்சி

அவர்களின் படகு வீட்டிற்குச் செல்கிறார்கள். அவர்களின் திருமணம் அத்தனை மகிழ்ச்சி நிறைந்ததாக இல்லை என்பது ஆரம்பத்திலேயே தெரிந்து விடுகிறது. படகு வீட்டிற்கு செல்லும் வழியில் வழிப் போக்கனாக நடந்து செல்லும் இளைஞன் ஒருவனைத் தங்கள் காரில் ஏற்றிக்கொள்கிறார்கள். அவனும் அவர்களோடு படகு வீட்டில் தங்குகிறான். கவர்ச்சியான மனைவி நடுவில், ஒரு புறம் செல்வமும், அதிகாரமும் தன் பலம் என நினைக்கும் கணவன். இன்னொரு புறம் இளமையும், சுதந்திரமும் தன் பலம் என நினைக்கும் இளைஞன். இந்த மூவருக்கும் இடையே அமைதியாய் வெடித்தெழும் எரிமலை போல் பொறாமை, போட்டியை பாலியல், உளவியல் ரீதியாகச் சொல்வதுதான் படத்தின் கதை. படம் பெரும்பாலும் நடுக்கடலின் நடுவே ஒரு சிறு படகு வீட்டில் நிகழ்கிறது. அற்புதமான காட்சியமைப்பும், நடுக்கடலின் அமைதி சூழ நடக்கும் இந்த மூவரின் போராட்டமும் படத்தை சர்வதேசத் தரத்திற்கு உயர்த்தியது மட்டுமல்லாமல் என்றென்றைக்கும் இளமையான படமாகவும் மாற்றியது. உலக சினிமா வரலாற்றில், சினிமா மொழியைத் தன் காலத்தைக் கடந்து முன்னோக்கி உபயோகித்த படங்கள் இரண்டு உண்டென்றால், ஒன்று ஆர்சன் வெலஸின் 'சிட்டிஸன் கேன், இன்னொன்று போலன்ஸ்கியின் 'நைஃப் இன் தி வாட்டர்'. ஐம்பது ஆண்டுகளுக்கு முன் சினிமாவின் முதல் நூற்றாண்டின் மத்தியில் எடுக்கப்பட்ட இப்படம், இன்று பார்த்தாலும் ஏதோ நேற்று எடுக்கப் பட்ட படம்போல் அத்தனை இளமையாக, நவீனமாக உள்ளது.

இந்த முதல் படமே, போலன்ஸ்கியை சர்வதேச இயக்குநராக உலகிற்கு அடையாளம் காட்டியது. 1963ஆம் ஆண்டு சிறந்த வெளிநாட்டுப் படத்துக்கான ஆஸ்கர் விருதுக்காக இப்படம் பரிந்துரைக்கப்பட்டது.

மிகச்சிறந்த இயக்குநர்களுக்கு தங்களின் படைப்புகளுக்கு அடித்தளமாய் அமைவது எது என்ற கேள்வி எழும்போது, கதை சொல்லுதல், திரைக்கதை அமைத்தல், இயக்குதல் போன்றவற்றின் மீதான ஆளுமைகளை மீறி முக்கியமான ஏதோ ஒன்று உள்ளது. அது அவர்களின் வாழ்வு மற்றும் உறவு பற்றிய கண்ணோட்டமா?

அல்லது உலகு மற்றும் அரசியல் குறித்த புரிதலா? அல்லது தன் வாழ்வில் தான் சந்திக்க நேரிட்ட கடுமையான அனுபவங்களா? என்ற பல கேள்விகள் எழலாம்.

போலன்ஸ்கியின் வாழ்வை உற்றுநோக்கும்பொழுது, சிறுவயதில் காண நேர்ந்த யூதர்களுக்கு எதிரான இரண்டாம் உலகப் போரின் கொடுமைகள்தான் அவரின் அனுபவங்களாக மாறி, பின்னர் அவரின் அடித்தளங்களாக மாறினவோ என எண்ணத் தோன்றுகிறது.

ரஷ்ய அம்மாவுக்கும், யூத அப்பாவுக்கும் மகனாய் போலன்ஸ்கி பாரிஸ் நகரில் பிறந்தாலும், அவருக்கு மூன்று வயதாகும்போது, அவர் குடும்பம் போலந்தின் கிராக்கோவ் நகருக்கு குடிபெயர்கிறது. அப்போது அங்கு இரண்டாம் உலகப்போர் தொடங்க, ஜெர்மானியப் படைகளால் யூத ரத்தம் உள்ளவர்கள் வேட்டையாடப்படுகின்றனர். கெட்டோ (Ghetto) என்றழைக்கப்படும் இரண்டாம் உலகப்போரின் பிரபலமான சித்ரவதை முகாம் ஒன்று கிராக்கோவ் நகரில்தான் இருந்தது. வெகுவிரைவிலேயே போலன்ஸ்கியின் குடும்பமும், ஜெர்மானியப் படைகளால் யூதக் குடும்பமாக அடையாளம் காணப்பட்டது. ஐந்து வயதில் போலன்ஸ்கி பள்ளியில் சேர்ந்து ஒரு சில வாரங்களே ஆகியிருந்தது. திடீரென ஒரு நாள் எல்லா யூதச் சிறுவர்களும் பள்ளியிலிருந்து நீக்கப்பட்டனர். அவர்கள் யூதச் சிறுவர்கள் எனும் விதமாக அடையாளம் காணப்படுவதற்கு அவர்கள் கையில் நீல அட்டைகள் கட்டப்பட்டன. போலன்ஸ்கியின் கையிலும் அந்த அட்டை கட்டப்பட்டது.

தன் தாய் தந்தையைக் காண வீட்டுக்கு ஓடோடி வந்த ஐந்து வயது சிறுவனுக்கு சாலையில் கண்ட காட்சிகள் ஒன்றுமே புரியவில்லை. ஆண்களும், பெண்களுமாய் ஆயிரக்கணக்கானவர்களை ஜெர்மன் படையினர் ஆட்டு மந்தைகளைப் போல தள்ளிக்கொண்டு செல்கின்றனர். ஒரு கூட்டத்தில் அவன் தந்தையைக் காண்கிறான். தந்தையோடு பேச அவரை நெருங்க முயற்சிக்கும்பொழுது, தந்தை நெஞ்சம் பதைபதைக்கப் போய்விடு, போய் விடு என்று ஜாடை காட்டுகிறார். அம்மாவை அவனால் கண்டுபிடிக்கவே முடியவில்லை. யூத சித்ரவதை முகாமுக்கு அழைத்துச் செல்லப்பட்ட அவனின் அம்மா உடனடியாகக் கொல்லப்பட்ட விவரம், போலன்ஸ்கிக்கு பல வருடங்களுக்குப் பிறகுதான் தெரிகிறது. அம்மா, அப்பா இல்லாமல் அலைந்து திரிந்த போலன்ஸ்கிக்கு அவரின் பெற்றோருக்குத் தெரிந்த கத்தோலிக்க குடும்பம் சில காலம் அடைக்கலம் கொடுக்கிறது. அப்போது சிறுவனாய் கிராக்கோவ் நகர வீதிகளில் கண்ட யூதர்களுக்கு எதிரான கொடுமைகள் சோகமும், பீதியும், இறுக்கமும்

கொள்ள வைத்தன. அவை இன்றளவும் போலன்ஸ்கியின் உள்ளுக்குள் உறைந்து போயிருக்கின்றன. அவற்றின் வெளிப்பாடுகளை யுத்தம் சம்பந்தம் அல்லாத போலன்ஸ்கியின் படங்களில் பல்வேறு நிலைகளில் பார்க்க முடிகிறது. அவர் படங்களில் கோபம், பொறாமை, வன்முறைகள் கதாபாத்திரங்கள் வெளிப்படுத்தும்பொழுது, அவரின் இறுகிய உணர்வுகளை சக்தி வாய்ந்த நிலையில் பார்க்க முடிகிறது.

சிறு வயதில் நிகழ்ந்த நிகழ்ச்சி ஒன்றை பல ஆண்டுகளுக்கு பின் அவரே நினைவு கூர்கிறார்:

> "நான் அப்போது சாலையில் ஒளிந்து, ஒளிந்து நகர்ந்து கொண்டிருந்தேன். ஜெர்மானிய ராணுவம் யூதப் பெண்களைத் துப்பாக்கி முனையால் உந்தித் தள்ளியபடி நடத்திச் செல்கிறது. வரிசையில் உள்ள ஒரு நடுத்தர வயதுப் பெண்மணியால் நடக்க முடியவில்லை. ஜெர்மானியப் படை வீரன் துப்பாக்கிமுனையால் அழுத்தித் தள்ளுகிறான். அவள் அப்படியே கீழே விழுந்து விடுகிறாள். மற்றவர்கள் தொடர்ந்து நடந்து செல்கின்றனர். அவளால் எழுந்திருக்க முடியவில்லை. அவளையே சிறிது நேரம் உற்றுப் பார்த்துக் கொண்டிருந்த ஜெர்மானிய வீரன் தன் கைத்துப்பாக்கியை எடுத்து அவளின் பின்பக்கம் மூன்று முறை சுட்டுவிட்டு மற்றவர்களோடு சேர்ந்து செல்கிறான். அந்தப் பெண்ணின் பின்பக்கத்திலிருந்து இரத்தம் ஆறாய்ப் பெருகி ஓடுகிறது. பீதியில் உறைந்து போன நான் ஒரு சந்தில் ஓடி ஒளிகிறேன். அங்கு வீசிய துர்நாற்றம் என்னை மூச்சடைக்க வைக்கிறது. பீதியிலிருந்தும் மூச்சடைப்பிலிருந்தும் என்னைப் பாதுகாத்துக் கொள்ள கண்களை மூடிக்கொண்டு, கைகளை எலும்புகள் நொறுங்கும் அளவுக்கு மூடிக்கொள்கிறேன். எத்தனை மணி நேரம் அவ்வாறு இருந்தேன் என்று எனக்குத் தெரியாது. ஆனால் என் கை எலும்புகளில் அந்த வலியை இன்றளவும் உணர்கிறேன்."

கத்தோலிக்க நண்பரின் வீட்டில் இருந்தபொழுது அங்கு வந்த பாதிரியார் அவன் கத்தோலிக்கன் இல்லை என்பதைத் தெரிந்து கொள்கிறார். அவர் பல கேள்விகள் கேட்க சிறுவன் போலன்ஸ்கிக்கு பதில் தெரியவில்லை. பாதிரியார் அவன் முடியைப் பிடித்து தரதரவென இழுத்துக் கண்ணாடி முன் நிறுத்துகிறான். இந்த முகத்தைப் பார். நிச்சயம் இவை ஒரு கத்தோலிக்கனுக்கு சொந்தமாக இருக்க முடியாது எனக் கத்துகிறான். இன்றளவும் போலன்ஸ்கி தன் முகத்தைக் கண்ணாடியில் பார்க்கும்பொழுது பாதிரியாரின் குரல் கேட்பதாகக் கூறுகிறார். யுத்த ஆண்டுகள் அவர் உடலில்,

மனதில் ஏற்படுத்திய ஆழமான வடுக்களை அவரின் பல படங்களில் நுட்பமாகப் பார்க்க முடியும். இதில் ஆச்சரியம் என்னவென்றால், யுத்தத்தோடு நேரிடையாக சம்பந்தப்பட்ட அவரின் படம் ஒன்றே ஒன்றுதான். அது 2002ல் அவர் இயக்கிய 'தி பியானிஸ்ட்'. இப்படம் அதே பெயரில் வெளியான நாவலை அடிப்படையாகக் கொண்டது. இரண்டாம் உலக யுத்தத்தின்போது பல நாட்கள் தலைமறைவாய் இருந்த 'ஸ்பில்மான்' என்ற யூத பியானோ கலைஞனைப் பற்றியது. போலன்ஸ்கி ஸ்பில்மான் இருவருமே பின்னாளில் பெரிய கலைஞர்கள் ஆக வேண்டும் என்று விதித்தது போல, இரண்டாம் உலகப் போரின்போது அதிருஷ்டவசமாக சாவிலிருந்து தப்பியவர்கள். அதே நேரத்தில் இருவருமே தங்கள் குடும்பங்களைப் போரில் இழந்தவர்கள்.

இப்படத்தின் முதல் காட்சியைத் திரையிட போலன்ஸ்கி தேர்ந்தெடுத்த நகரம் போலந்தின் தலைநகரான வார்ஸவாகும். இந்த திரையிடலுக்காக போலந்து நாடே பெருமிதம் கொண்டது. பல பழைய கம்யூனிஸ்ட் தலைவர்கள் அத்திரையிடலில் பங்கு பெற்று படத்தை வெகுவாகப் பாராட்டினர்.

1946ல் யுத்தம் முடிந்து போலந்தின் தன் சொந்தக் கிராமத்துக்கு திரும்பியபோது மின்சாரம் இல்லாத ஒரு பழைய கிராமமாகவே இருந்தது. விட்டுப் போன தன் சொந்தங்களுடன் மீண்டும் உறவு ஏற்பட்டது.

பின்னர் மின்சாரம் வந்தவுடன் அவரின் ஒரே பொழுதுபோக்கு சினிமாவாக இருந்தது. காரணம், மற்ற பொழுதுபோக்குகளை விட சினிமா டிக்கெட் மிகமிக மலிவாக இருந்ததுதான். படிப்படியாக சினிமா மீதான அவர் ஆர்வம் பொழுதுபோக்கு என்பதை மீறி அதை உருவாக்கும் செயல்முறைக்குத் தாவியது.

போலந்தின் மூன்றாவது பெரிய நகரமான லூட்ஸ் நகரில் உள்ள தேசிய திரைப்படப் பள்ளியில் 1956ம் ஆண்டு சேர்கிறார். முதலில் நடிப்புக்கலையையும், பின்னர் திரைப்பட இயக்கக் கலையையும் பயிலுகிறார்.

போலந்தின் தலைசிறந்த இயக்குநரான 'ஆந்ரே வாய்தா'வின் 'எ ஜெனரேஷன்' படத்தில் 1954ஆம் ஆண்டு போலன்ஸ்கி ஒரு கதாபாத்திரத்தில் நடிக்கிறார். அடுத்த ஆண்டே தன் முதல் குறும்படமான 'சைக்கிளை' இயக்குகிறார். இப்படமும் அவர் வாழ்வில் நடந்த ஒரு குரூரமான சம்பவத்தை அடிப்படையாய்க் கொண்டது.

போலன்ஸ்கியின் சைக்கிளை விற்றுத் தருவதாக ஒருவன் அழைத்துச் செல்கிறான். சைக்கிளை விற்ற பின் போலன்ஸ்கியை

அடித்துபோட்டு விட்டு பணத்தைக் கொண்டு சென்று விடுகிறான். பின்னர் அவன் மிகப்பெரிய திருடன், கொலைகாரன் என்பதை போலன்ஸ்கி தன் முதல் குறும்படமாக எடுத்தார். பின்னர் 1959ஆம் ஆண்டு திரைப்படக் கல்லூரியிலிருந்து வெளியேறும் வரை பல குறும்படங்களை எடுத்துள்ளார். அவரின் குறும்படங்களின் தொகுப்பு இன்றளவும் டிவிடி வடிவில் கிடைக்கிறது.

போலன்ஸ்கி இன்று உலகின் தலைசிறந்த கலை மற்றும் வணிக இயக்குநராக இருப்பதற்குக் காரணம், அவர் தன் முதல் முழு நீளத் திரைப்படமான 'நைஃப் இன் தி வாட்டர்'க்கு பின் போலந்தை விட்டு வெளியேறியதுதான். தன் முதல் படத்திலேயே போலந்தின் சமூக, அரசியல் சூழல் தனக்கு ஒத்துவராது என்பதை உணர்ந்து கொண்டார்.

தன் அடுத்த மூன்று படங்களை ஆங்கில மொழியில் இங்கிலாந்தில் இயக்குகிறார். அவை 'ரிப்பல்ஷன்' (Repulsion), 'கல் தி சாக்' (Cul de Sac), தி ஃபியர்லெஸ் வேம்பயர் கில்லர்ஸ் (Th;e Fearless Vampire Killers). இப்படங்கள் வணிகரீதியாகவும் வெற்றி பெற்றதால் ஹாலிவுட்டின் பேரமவுண்ட் ஸ்டுடியோ அதிபர் ராபர்ட் இவான்ஸ் அவரை அமெரிக்காவுக்கு அழைக்கிறார். அப்போது பிரபலமாக இருந்த இரா லெபின் எழுதிய திகில் நாவல் 'ரோஸ்மேரி பேபி' யைக் கொடுத்து அதை திரைப்படமாக எடுக்க முடியுமா என அறிய அவரைப் படிக்கச் சொல்கிறார். ஒரே இரவில் அதைப் படித்து முடித்த போலன்ஸ்கி, தானேஅதற்கு திரைக்கதை எழுதி இயக்க விரும்புவதாகச் சொல்கிறார். ஒரே மாதத்தில் அதற்காக 275 பக்கங்கள் கொண்ட திரைக்கதையை எழுதுகிறார். பிரபல ஹாலிவுட் நடிகை மியா ஃபேரோ இதன் கதாநாயகியாக நடித்தார். இப்படம் ஹாலிவுட்டில் மிகப் பெரிய வசூலைக் குவித்தது. இப்படத்தின் மூலம் உலக அளவிலான ஒரு வணிக இயக்குநராகவும் அவர் அங்கீகரிக்கப்படுகிறார். இப்படத்தின் திரைக்கதைக்காக இவரது பெயர் மீண்டும் ஆஸ்கர் விருதுக்குப் பரிந்துரைக்கப்படுகிறது.

அதைத் தொடர்ந்து "அப்பார்ட்மென்ட் ட்ரையாலஜி' என்றழைக்கப்படும் 'சைனா டவுன்' மற்றும் 'தி டெனன்ட்' படங்கள் ஹாலிவுட்டில் இயக்குகிறார். 'சைனா டவுன்' திரைப்படம் 11 ஆஸ்கர் விருதுகளுக்குப் பரிந்துரைக்கப்பட்டது.

இப்படங்களுக்குப் பின் தனிப்பட்ட காரணங்களுக்காக அவர் அமெரிக்காவுக்குத் திரும்பவே இல்லை. ஆனாலும் ஹாலிவுட் நடிகர்களை வைத்து அமெரிக்காவுக்கு வெளியே பல ஆங்கில மொழி பேசும் படங்களை எடுத்தார்.

நட்டாஸியா கின்ஸ்கி நடித்த 'டெஸ்' வால்ட்டர் மெத்யூ நடித்த 'பைரேட்ஸ்' , ஹாரியன் ஃபோர்டு நடித்த 'ஃபிரான்டிக்' போன்றவை இதில் முக்கியமான படங்களாகும்.

90களில் அவர் எடுத்த 'பிட்டர் மூன்' மற்றும் 'டெத் அண் தி மெய்ட்ன்' படத்தின் மூலம் அவர் மீண்டும் தனக்குப் பிடித்த அழுத்தமான இறுக்கமான சேம்பர் வொர்க் பாணிக்குத் திரும்புகிறார். பெரும்பாலும் இத்தகைய படைப்புகளுக்கு அப்போது பிரபலமாக இருந்த நாடகங்களைத் தேர்வு செய்கிறார். இப்படம் மூன்றே மூன்று கதாபாத்திரங்களைக் கொண்டு ஒதுக்குப்புறமான ஒரு வீட்டின் இரு அறைகளில் நடப்பதாகும். பிரபல நடிகர்களான பென் கிங்ஸ்லீயும், சிகோர்னி வீவரும் இப்படத்தில் நடித்துள்ளனர். இவர்களின் மிகச்சிறந்த நடிப்பாற்றலும், படத்தின் அற்புதமான திரைக்கதையும் படம் பார்ப்போரை இருக்கையின் நுனிக்கே அழைத்து வந்துவிடும்.

இதற்காக அவர் படத்தின் அனைத்து அம்சங்களையும், முழுக்க முழுக்க தன் கட்டுப்பாட்டிற்குள் வைத்துக் கொள்ள விரும்பினார். அதற்காக தன் படப்பிடிப்புத் தளங்களை தான் விரும்பிய இடத்தில் அரங்கமாக நிர்மாணித்தார். அவரின் சமீபத்திய படமான 'கார்னேஜ்' ஓர் அமெரிக்க அடுக்குமாடிக் குடியிருப்பில் நடப்பது போன்ற கதை. படம் பார்த்தவர்கள் அது உண்மையான அடுக்குமாடிக் குடியிருப்பு அல்ல. மாறாக பாரிஸ் நகருக்கு வெளியே நிர்மாணிக்கப்பட்ட அரங்கு என்று அடித்துச் சொன்னாலும் நம்ப மாட்டார்கள். காரணம், அந்த அளவுக்கு அச்சு அசலாக அவர் அரங்கையும், அதில் உள்ள பொருட்களையும் நிர்மாணித்ததுதான். அதற்காக அவர் பல தொழில் நுட்ப உத்திகளையும் கையாளுகிறார். உதாரணமாக அமெரிக்க அடுக்குமாடிக் குடியிருப்பின் சன்னல் வெளியே போஸ்டன் நகர் பிரிட்ஜ் தெரிகிறதென்றால் அதை அவர் தன் பாரிஸ் நகர அரங்கில் கிரின்மேட் தொழில்நுட்பம் மூலம் உருவாக்குகிறார். இந்த அடிப்படையில் அவர் முழுக்க முழுக்க சினிமாவின் இரண்டாம் நூற்றாண்டுக்கே உரிய இயக்குநர் எனச் சொல்லலாம்.

18

டிஜிட்டல் சூழலும் சினிமாவின் எதிர்காலமும்

டிஜிட்டல் தொழில்நுட்பம் நாளொரு மேனியும் பொழுதொரு வண்ணமுமாக வளர்ந்து வருவதால், தொழில்நுட்ப ரீதியாக சினிமாவை உருவாக்குவதும் நுகர்வதும் பெருமளவில் மாறிவிட்டது; தொடர்ந்து மாறிக்கொண்டே வருகிறது.

ஒரு விதத்தில் சினிமா நுகர்வில் ஏற்பட்ட தொழில்நுட்ப புரட்சி, சினிமா ரசனையை வளர்க்கப் பெருமளவில் உதவிபுரிகிறது. அதன் பிரதிபலனால் பல தேசிய சினிமாக்கள் தேசங்களைக் கடந்து நிலைத்து நிற்கவும் பாராட்டப்படவும் சாத்தியமானது.

டிவிடியும், சமீப காலமாக ப்ளு ரே (Blue Ray) வும், சினிமா படைப்புகளை உலகின் மூலை முடுக்குகளுக்கெல்லாம் எடுத்துச் செல்வதோடு, சினிமாக் காணலின் தரத்தையும் உயர்த்தியுள்ளன.

சினிமா தயாரிப்பில், பல பழைய இயக்குநர்கள் டிஜிட்டல் தொழில்நுட்பத்தின் அசாத்திய பயன்பாட்டினால், புதிய வித கதைகளைத் தேர்ந்தெடுத்தார்கள். புதுவிதமான கதை சொல்லும் பாணிகளை உருவாக்கினார்கள். ஹாலிவுட்டின் மைக்கேல் மான் போன்ற இயக்குநர்கள் டிஜிட்டல் தொழில்நுட்ப ஒளிப்பதிவின் மூலம் புதுவிதமான இயக்குநராக உருவெடுத்திருக்கிறார்கள்.

இன்னொரு புறம், சினிமா எடுப்பதில் சாத்தியப்பாடுகள் எளிமையாகிப் போனதால் இதுவரை சினிமாவில் நுழைய முடியாதவர்கள் இப்போது பெரும் சிரமமின்றி நுழைய முடிகிறது. ஈரானியத் திரைப்பட இயக்குநர் ஜாஃபர் பனாஹி அரசியல் காரணங்களுக்காக நாட்டை விட்டு வெளியேற முடியாமல் வீட்டுக் காவலில் வைக்கப்பட்டார். அவர் தன் வீட்டிற்குள்ளேயே 'திஸ் இஸ் நாட் எ ஃபிலிம்' (This is not a film) எனும் படத்தை எடுத்தார். அப்படம் இரண்டு அங்குல பென் டிரைவ் (Pen drive) -ல் பதியப்பட்டு, ஒரு கேக்கில் ஒளித்து வைத்து கான்ஸ் திரைப்பட விழாவுக்கே கடத்தப்பட்டது. டிஜிட்டல் சூழலுக்கு முன்னால் 35 எம்.எம். படச்சுருளின் பத்துப் பெட்டிகளை கேக்கில் ஒளித்துக் கடத்துவது என்பது கற்பனை செய்ய முடியாத ஒன்று.

1990ல் துவங்கிய டிஜிட்டல் சூழல், இன்று சினிமாவை முற்றிலும் சூழ்ந்துவிட்டது என்று சொன்னால் அது மிகையில்லை. டிஜிட்டல் யுகத்துக்கு முன் இருந்த படச்சுருள் கேமராக்கள், படத்தொகுப்பு சாதனங்கள், ப்ரொஜக்டர்கள் எல்லாம் என் கண் முன்னே அருங்காட்சிப் பொருள்களாவதை தினசரி காண்கிறேன்.

இன்று இந்தியாவின் பெரும்பாலான ஃபிலிம் லேப்கள் மூடப்பட்டுவிட்டன. இருக்கக்கூடிய ஒரு சில லேப்களும் அடுத்த சில மாதங்களில் மூடப்பட உள்ளன. அடுத்த ஆண்டு துவக்கத்தில் திரைப்பட படச்சுருள் தயாரிக்கும் கோடாக் நிறுவனத்தின் ஒரு லேப் தவிர மற்ற அனைத்து ஃபிலிம் லேப்களும் இந்தியாவிலிருந்து மறைந்துபோகும். இந்தியாவின் அனைத்து திரை அரங்குகளிலும் டிஜிட்டல் ஃபிரொஜக்ஷன் மட்டுமே இருக்கும்.

தினசரி மற்றும் பத்திரிகைத் துறையில் இதுபோன்றதொரு மாற்றம் வர இந்தியாவைப் பொறுத்தவரை பல ஆண்டுகள் ஆகும் என நினைக்கிறேன்.

இந்தியாவின் அனைத்து முன்னணிப் பத்திரிகைகளும் இணையப் பதிப்புகளைவிட அச்சுப் பதிப்பக வடிவில்தான் பிரபலமாக உள்ளன. அமெரிக்காவிலும், ஐரோப்பாவிலும் பல முன்னணிப் பத்திரிகைகள் தங்களின் அச்சுப் பதிப்புகளை முற்றிலுமாகத் துறந்துவிட்ட நிலையில், இணையத்தில் காணக்கூடிய டிஜிட்டல் பதிப்புகளாக மட்டுமே வெளிவருகின்றன. அச்சில் வரக்கூடிய மற்ற பத்திரிகைகளுக்கும் அச்சுப் பதிப்பு வாசகர்களைப் போல் இணையப் பதிப்பு வாசகர்கள் பல மடங்காக உள்ளனர்.

கல்வித் துறையை எடுத்துக் கொண்டாலும் டிஜிட்டல் சூழலின் ஆக்கிரமிப்பு நாளுக்கு நாள் பெருகி வருகிறது. ஆனாலும் கல்வித்

துறை முற்றிலும் டிஜிட்டல்மயமாக பல ஆண்டுகள் ஆகலாம். பல மேற்கத்திய பல்கலைக்கழகங்கள் தங்களின் பிரதான கல்விப் பணிகளை டிஜிட்டல் மயமாக்கி விட்டன.

MOOC என்பது இன்று அமெரிக்க கல்வித்துறையில் பிரபலமாகி வருகிறது. இதன் அர்த்தம் Massive Open Online Courses. இன்று ஸ்டான்ஃபோர்டு (Stanford) பல்கலைக்கழகத்தில் பல பாடப்பிரிவுகளைப் பயில உலகின் எந்தப் பகுதியில் உள்ளவர்களும் இதில் சேர்ந்து கொள்ளலாம். அதுவும் கிட்டத்தட்ட இலவசமாக. சேர்ந்த பின்பு நீங்கள் பயிலும் பாடப்பிரிவின் எல்லா குறிப்புகளையும் இணையம் மூலமாகவே பெறலாம். ஆசிரியர்கள் பாடம் நடத்துவதையும் இணையத்தின் மூலமாகவே பார்க்கலாம். உங்கள் சந்தேகங்களையும் இணையம் மூலமாகவே நிவர்த்தி செய்து கொள்ளலாம். இறுதியில் நீங்கள் பயின்ற பிரிவுக்கு சான்றிதழ் பெற தேர்வெழுத வேண்டும். அந்த தேர்வெழுத நீங்கள் ஒரு கணிசமான தொகையைக் கட்டணமாக செலுத்த வேண்டும். இரண்டாயிரம் பேர் நேரடியாகப் பல்கலைக் கழகத்தில் பயிலுகிறார்கள் என்றால், இரண்டு லட்சம் பேர் இணையத்தின் மூலம் அந்தப்பல்கலைக் கழகத்தில் பயிலுகிறார்கள்.

இன்று மருத்துவத் துறையிலும் டிஜிட்டல் சூழலின் ஆக்கிரமிப்பு பிரதானமாக உள்ளது. நோயாளி ஓர் இடத்தில் இருக்க, மருத்துவர் இன்னொரு இடத்தில் இருக்க இணையங்களின் மூலமாக மருத்துவ ஆலோசனைகளும், சிகிச்சைகளும் நிகழ்கின்றன. இன்று உலகில் ஏற்படும் பல்வேறு நோய்களைக் கண்டறிய 'ஸ்கேன்' எனப்படும் அதிநவீன டிஜிட்டல் தொழில்நுட்பமே பயன்படுத்தப்படுகிறது. சித்த வைத்தியம், ஆயுர்வேதம் போன்ற மாற்று மருத்துவ முறைகள்கூட சிகிச்சைக்கு முன்பு நோய்களை நுட்பமாகக் கண்டறிய இது போன்ற ஸ்கேன் முறையை நம்ப வேண்டியுள்ளது.

மேற்கூறிய எல்லா டிஜிட்டல் சூழலுமே ஒரு விதத்தில் தற்போதைய உலகம் பிரதானமாக சந்தைப் பொருளாதாரத்தால் நடத்தப்படுவதையும் அதற்கு பிரதான கருவியாக சந்தைப் பொருளாதாரம் பயன்படுத்துவது டிஜிட்டல் தொழில்நுட்பமே என்பதையும் விளக்குகிறது. அதே நேரத்தில் இந்த சந்தைப் பொருளாதாரத்திற்கு எதிரான போராட்டத்திலும் ஓரளவு டிஜிட்டல் தொழில்நுட்பம் பயன்படுத்தப்படுகிறது. 80களில் களங்களுக்குச் சென்று மக்களோடு நேரடியாகத் தொடர்புகொண்டு சமூக மாற்றத்திற்காகப் போராடியவர்கள் எல்லாம் இன்று இணையங்கள் மூலம் தங்களைத் தாங்களே சொறிந்துகொண்டு ஒருவித சுயவிளம்பரப் போதையில் திளைக்கும் போராளிகளாக

மாறிவிட்டனர். இன்றைய நிலையில் 18லிருந்து 25 வயதுக்குட்பட்டவர்கள் எல்லாம் டிஜிட்டல் சூழலில் வளர்ந்தவர்களாகவே உள்ளனர். குறிப்பாக பெருநகரங்களிலும், டவுன்களிலும் வளர்ந்தவர்கள் அந்தச் சூழலின் படைப்பாகவே உள்ளனர்.

சமீபத்தில் சென்னையின் பிரபல தனியார் திரைப்படக் கல்லூரிக்கான இந்த ஆண்டு மாணவர்களை தேர்ந்தெடுப்பதற்கான குழுவில் இருந்தபோது இதை நான் பட்டவர்த்தனமாகப் பார்க்க முடிந்தது. முப்பது ஆண்டுகளுக்கு முன்பு திரைப்படக் கல்லூரியில் சேர தேர்வுக்குழு முன் மாணவனாக இருந்தபோது எனக்கும் சினிமாவுக்குமான உறவைச் சொல்ல என் வாய் வார்த்தைகள் மட்டுமே உதவியாக இருந்தன.

இன்று வந்த மாணவர்கள் அனைவருமே தாங்கள் எடுத்த படைப்புகளை, பென் டிரைவிலும், மெமரி கார்டிலும், குறுந்தகட்டிலும், ஹார்ட் டிரைவிலும் கொண்டுவந்தனர். ஒரு மாணவர் தன் படைப்பு இணையத்தில் இருப்பதாகவும் அதை நீங்கள் பார்க்கலாம் என்றும் சொன்னார். எங்களின் தேர்வு அறையில் இணைய வசதி இல்லாததால், அந்தப் படைப்பை எங்களால் பார்க்க முடியாது என்றோம். உடனே அவர் தன் மடிக்கணினியை எடுத்து அதன் மூலம் இணையத்தொடர்பில் தன் படத்தைப் பார்க்க வைத்தார்.

இது எதைக் காட்டுகிறது என்றால், மற்ற வேறெந்தத் துறையையும் விட சினிமாவானது முழுக்க முழுக்க டிஜிட்டல் மயமாகிவிட்டது என்பதைத்தான்.

அதே நேரத்தில் டிஜிட்டல் தொழில்நுட்பத்தால் திரைப்படப் படைப்புகள் நுகர்தலில் எத்தனைதான் மலிந்து போனாலும், அதன் அடிப்படையான சக்தி என்பது குறையவே இல்லை என்பதுதான் மகிழ்ச்சியான விசயம்.

சமீபத்தில் பிரபல ஹாலிவுட் திரைப்பட நடிகர் ஒருவர் சினிமாவின் சக்தியைப் பின்வருமாறு சொன்னார். “ஒருவர் தன் வாழ்வில் பல பிரச்சனைகளுக்குத் தீர்வுகாண முடியாமல் தவிக்கிறார் என்றால், அதற்கு ஒரே அர்த்தம் அவர் தன் வாழ்வில் போதுமான திரைப்படங்களைப் பார்க்காததுதான்.”

இது எந்த அளவுக்கு உண்மை என்பதை நானே பலமுறை பார்த்திருக்கிறேன். மருந்துகளால், மனோதத்துவ மருத்துவர்களால் பலரின் தீர்க்க முடியாத பல பிரச்சனைகளுக்கு சில திரைப்படங்கள் மூலம் தீர்வு கிடைத்துள்ளது.

ஒரு கணவன் மனைவிக்கிடையே இருந்த தாம்பத்திய உறவுப் பிரச்சனைகள் சில வருடங்களுக்குப் பிறகு மனைவி பெர்க்மெனின் கணவன் மனைவி உறவு பற்றிய திரைப்படத்தைப் பார்த்ததும் தீர்ந்துவிட்டதாக கணவனே என்னிடம் கூறியுள்ளார். தந்தையோடு பல வருடங்களாகப் பேசாதிருந்த மகன் ஒரு திரைப்படத்தைப் பார்த்துவிட்டு நெகிழ்ந்து போய் மீண்டும் தந்தையோடு பேசத் துவங்கிவிட்டதாகக் கூறியுள்ளார். கணவனோடு சண்டை போட்டு பிரிந்து சென்ற மனைவி ஒரு திரைப்படத்தைப் பார்த்தபின் மனம் மாறியவளாய், கணவன் பக்க நியாயத்தை உணர்ந்தவளாய் மீண்டும் கணவனோடு சேர்ந்ததை நான் அறிவேன்.

அதே நேரத்தில் வானத்து நட்சத்திரங்களைப் போல் எண்ணிக்கையில் தினமும் பல குறும் படங்களும், நெடும் படங்களும் டிஜிட்டல் தொழில்நுட்பம் காரணமாக வந்துகொண்டே இருக்கின்றன. இவற்றில் ஒரு சில படங்களே வணிக ரீதியாய் பெரும் வெற்றியைப் பெறுகின்றன. மிகச் சில படங்களே வணிக ரீதியாய் நஷ்டமடையாவிட்டாலும் பலரால் சிறந்த கலைப் படைப்பாய் போற்றப்படுகின்றன. இன்றைய வணிகச் சந்தையில் மிகச்சிறந்த கலைப் படைப்புகளுக்கும் ஓர் இடம் இருக்கத்தான் செய்கிறது. அத்தகைய சிறந்த கலைப்படைப்புகள் அவ்விடத்தைச் சென்றடைய அந்த படைப்பை உருவாக்கிய கலைஞனுக்கு சந்தை வணிகத்தின் நுட்பங்கள் தெரிந்திருக்க வேண்டும். அதே நேரத்தில் அந்த நுட்பங்களின் இன்றைய டிஜிட்டல் தொழில்நுட்பம் கொண்டு உபயோகிக்கவும் தெரிந்திருக்க வேண்டும். இல்லையெனில் உங்கள் படைப்பின் மகிமையை உணர்ந்த சக்திவாய்ந்த புரவலர் யாராவது வேண்டும். அவருக்கும் வணிகச் சந்தையின் நுணுக்கங்களும், டிஜிட்டல் தொழில்நுட்ப உபயோகமும் தெரிந்திருக்க வேண்டும்.

இன்றைய டிஜிட்டல் உலகில் சிறந்த கலைப்படைப்பாக விளங்கும் சினிமா, உருவானவுடனே குறிப்பிட்ட காலத்திற்குள் சென்றடைய வேண்டும். இல்லையெனில், பகல் சூரியன் வந்தவுடன் காணாமல் போகும் நட்சத்திரங்கள்போல் வணிகச் சந்தை படைப்புகளால் மிகவேகமாக பின்னுக்கு அடித்துச் செல்லப்படும்.

சமீபத்திய இந்திய சினிமா வரலாற்றில் அற்புத கலைப்படைப்பான ஒரு திரைப்படம், சிறந்த திரைப்படங்களைக் கலைப்படைப்பாக நேசிக்கும் சக்திவாய்ந்த தனி நபர் ஒருவரால் மீட்டெடுக்கப்பட்டு உலகின் கண் முன்னால் பெருமையோடு வைக்கப்பட்டுள்ளது.

அந்த அற்புத கலைப்படைப்பான திரைப்படத்தின் பெயர் 'தி ஷிப் ஆஃப் திஸியஸ்' (The Ship of Theseus). இந்தியிலும்

திரைப்பட இயக்குநர்
ஆனந்த் காந்தி

ஆங்கிலத்திலும் உருவாக்கப்பட்ட இப்படத்தின் இயக்குநர் ஆனந்த் காந்தி. இப்படத்தைப் பார்த்தவுடன் இதன் மகத்துவத்தை உணர்ந்து, இதை உலகுக்கு கொண்டு வந்த புரவலர் கிரண் ராவ் ஆவார். இவர் திரைப்பட இயக்குநரும், நடிகர் அமீர்கானின் மனைவியும் ஆவார்.

தற்போதைய சினிமாத் துறையில் 'மாற்று சினிமா' என்பது ஏதோ சிறு குழுக்களின் வாய்ப் பேச்சாகவும், கனவாகவும் போய்விடுமோ என்ற கவலை பலருக்கு உள்ளது. உலகத் திரைப்பட விழாக்களில் பங்கு பெறும் படங்களைப் பார்க்கும்பொழுது பல அற்புதமான படங்கள் தனி நபர்களால், பல நேரங்களில் படைப்பாளியின் முதல் படைப்பாக, சந்தை வணிகத்திற்கு வெளியே எடுக்கப்பட்ட படங்களாக உள்ளன. நம் நாட்டில் மட்டும் அது ஏன் நிகழ்வதில்லை. ஓரளவு வித்தியாசமான படங்கள்கூட புத்திசாலித்தனமான சில சூட்சுமங்களோடு சந்தை வணிக வரையறைக்குள்தான் எடுக்கப்படுகின்றன.

தற்போதைய வணிகச் சந்தை சினிமாவை வெறுக்கும் நபர்களின் எண்ணிக்கை நாளுக்கு நாள் பெருகிவருகிறது. ஆனாலும் இவர்களை

ஆனந்த் காந்தி இயக்கிய 'தி ஷிப் ஆஃப் திஸியஸ்' திரைப்படத்திலிருந்து ஒரு காட்சி

நம்பி ஒரு மாற்று சந்தை உருவாகாதவரை மாற்று சினிமா என்பது சாத்தியமில்லை என்றே தோன்றுகிறது. தமிழ் சினிமா சூழலைப் பொறுத்தவரை தற்போது இதற்கான சாத்தியப்பாடுகள் இல்லை என்றே தோன்றுகிறது. இந்தி சினிமாவைப் பொறுத்தவரை மாற்று சினிமாவுக்கான மாற்றுசந்தை உருவாவதற்கான முயற்சிகள் தற்போது தெரிகின்றன. அத்தகைய முயற்சியின் முக்கிய நிகழ்வுதான் மும்பை மற்றும் பிற பெருநகரங்களில் வெளியாகி இருக்கும் ஆனந்த் காந்தியின் 'ஷிப் ஆஃப் தீஸியஸ்' திரைப்படம். இப்படத்தை எந்தெந்தப் பெருநகரங்களில் வெளியிடலாம் என தீர்மானிக்க இணையத்தில் ஓர் ஓட்டெடுப்பு நடத்தப்பட்டது. அதன்படி சென்னை தவிர மற்ற பெருநகரங்களில் இப்படம் வெளியிடப்பட்டது. சென்னை நகரிலிருந்து போதுமான எண்ணிக்கையில் சினிமா ஆர்வலர்கள் ஓட்டளிக்காமல் போனதால்தான் இப்படம் சென்னையில் தற்போது வெளியிடப்படவில்லை.

சில மாதங்களுக்கு முன்பு இப்படத்தைப் பார்த்து அதிசயத்துப்போன கிரண் ராவ், இந்த அற்புதமான படத்திற்கு தான் ஏதாவது செய்தே ஆகவேண்டும் என்ற முடிவை எடுத்தார். உடனே அதற்கான வேலையில் இறங்கி UTV நிறுவனத்தோடு சேர்ந்து தன் பெயரில் இப்படத்தை வெளியிட்டார். நல்ல சினிமாவை, உலக சினிமாவை, மாற்று சினிமாவை ஏதோ ஒரு விதத்தில் நேசிக்கும் அனைவரும் இப்படத்தை தற்போது இணையத்தில் சிலாகித்துக் கொண்டிருக்கின்றனர்.

இப்படத்தை எடுத்த ஆனந்த் காந்தியைக் குறித்து சிறிது பார்ப்போம். மும்பையைச் சேர்ந்த இந்த 32 வயது இளைஞனுக்கு தன் இளம் வயதில் சினிமாவின் மீது பெரிதான நாட்டம் ஏதுமில்லை. அறிவியல், தத்துவம், தந்திரம் போன்ற விஷயங்களில்தான் அவரின் நாட்டம் இருந்தது. ஓர் எழுத்தாளனாக வேண்டும் என்பதுதான் அவரின் கனவாக இருந்தது. இருபது வயதுக்கு மேல் ஒரு திரைப்பட இயக்குநர் ஆவதன் மூலம் தான் விரும்பும் எல்லாத் துறைகளிலும் ஏதாவது செய்ய முடியும் என்பதைக் கண்டறிந்தார். ஒரு விநோத முரண்பாடாக சினிமா, டெலிவிஷனோடு கூடிய அவரின் தொடர்பு ஏக்தா கபூரின் ஒரு பிரபல டெலிவிஷன் தொடருக்கான எழுத்தாளராக இருந்ததில் தொடங்கியது. அதோடு கூடவே சில வித்தியாசமான நாடகங்களையும் எழுதினார். மாற்று இந்தியாவுக்கான ஓர் இணையத்திலும் தன் கருத்துகளை எழுதினார். ஒரு கட்டத்தில் இந்தி சினிமா, இந்தி டெலிவிஷனை அர்த்தமற்றதாக உணர்ந்தார். இந்தி சினிமா, இந்திய சினிமா பார்ப்பதை நிறுத்தினார். தான் சமீபத்தில் பார்த்த ஒரே இந்தியப் படைப்பு ஆனந்த்

பட்வர்த்தனின் ஆவணப்படமான 'ஜெய் பீம் காமரேட்' என்கிறார். ஆஸ்திரியாவின் 'மைக்கேல் ஹெனக்கே' மற்றும் ஸ்வீடன் இயக்குநர் ராய் ஆண்டர்சன் ஆகியோரைத் தான் வியக்கும் இயக்குநர்களாகச் சொல்கிறார். மாற்று சினிமாவுக்கான தன் முதல் முயற்சியாக தான் ஈடுபாடு கொண்டிருக்கும் அறிவியல், தத்துவக் கருத்துகளை அலசும்விதமாக 'ரைட் ஹியர் ரைட் நௌ' மற்றும் கண்ட்டினியும் (Continuum) என்ற இரு குறும்படங்களை எடுத்தார். ஆனாலும் அவரை வெகுகாலமாக ஆட்கொண்டிருந்த அறிவியல் மற்றும் தத்துவக் கருத்துகளை வெளிக்கொணர ஒரு முழுநீள திரைப்படம் எடுக்கவேண்டும் என நினைத்தார்.

ஆனந்த் காந்தியின் இந்தத் தேடலின்போது, அவரின் தாத்தா, பாட்டி உடல் நலமில்லாமல் மருத்துவமனையில் இருந்தனர். அவர்களை அருகில் இருந்து பார்த்துக் கொண்டிருந்த ஆனந்த் காந்திக்கு 'ஷிப் ஆஃப் தீஸியஸ்' கதை மனதில் உதித்தது. தனிமனித அடையாளம், மாற்றம், மரணம் குறித்த கேள்விகளாக அமைந்தது இக்கதை. படத்தின் தலைப்பே ஒருவித தத்துவார்த்த விசாரணையின் வெளிப்பாடு. தீஸியஸ் முரண்பாடு என்றழைக்கப்படும் தத்துவத்தை விளக்குவதுதான் 'ஷிப் ஆஃப் தீஸியஸ்' என்கின்ற கோட்பாடு. சிதைந்துபோன கப்பல் ஒன்று அதனின் எல்லா பாகங்களும் மாற்றப்பட்டு மீட்டெடுக்கப்படுகிறது. அப்போது கிரேக்கத் தத்துவவாதி 'ப்ளூட்டார்க்' ஒரு கேள்வி எழுப்புகிறார். "ஒரு பொருளின் எல்லா பாகங்களும் மாற்றப்பட்ட பின், அது அதே பொருளாக இருக்க முடியுமா?" இந்தக் கேள்வியை எழுப்பும் கோட்பாடுதான் 'ஷிப் ஆஃப் தீஸியஸ்' என்பது. ஆனந்த் காந்தி தனது படத்தில் இந்தக் கேள்வியைத்தான் எழுப்புகிறார். இன்று மருத்துவ உலகில் உறுப்பு மாற்று அறுவை சிகிச்சை என்பது பரவலாகி வருகிறது. இதயம், கண்கள், சிறுநீரகம், கல்லீரல் போன்ற அத்தியாவசிய உடல் உறுப்புகள் வேறொரு உடலில் இருந்து

ஒளிப்பதிவாளர் பங்கஜ் குமாருடன்
இயக்குநர் ஆனந்த் காந்தி

எடுக்கப்பட்டு இன்னொரு உடலில் பொருத்தப்படுகின்றன. அதன் மூலம் அவ்வுடலும் அவ்வுடலின் உயிரும் பேணப்படுகிறது. அவ்வாறு மாற்றப்பட்ட பின் அவ்வுடலும், உயிரும் ஏற்கெனவே இருந்த உடலாகவும் உயிராகவும் இருக்க முடியுமா என்ற கேள்வியைத்தான் மூன்று தனித்தனிக் கதைகள் மூலம் ஆனந்த் காந்தி தன் படத்தில் விளக்க முற்படுகிறார்.

முதல் கதையில் அலியா கமால் என்கின்ற பெண் பார்வை இழந்தாலும், பாராட்டப்படும் புகைப்பட நிபுணராக உள்ளார். அவருக்கு மீண்டும் பார்வை பெற கண் மாற்று அறுவை சிகிச்சை நடைபெற உள்ளது. அவருக்குப் புதிய கண் கிடைத்து பார்வையும் பெறுகிறார். ஆனால் அவருக்கு தனக்கு கிடைத்த புதிய பார்வையோடு இணக்கமாகப் போக முடியவில்லை. அதன் விளைவாய் தான் புதிதாய் எடுக்கும் புகைப்படங்களில் அவருக்கு திருப்தியில்லாமல் போகிறது.

இன்னொரு கதையில் அறிவும் ஞானமும் மிக்க ஒரு ஜைன மதத்துறவி வருகிறார். அவர் மிருகவதையைக் கடுமையாக எதிர்க்கிறார். புதிய மருந்து கண்டுபிடிப்புகளுக்காக மிருகங்கள் உபயோகப்படுவதைக் கண்டிக்கிறார். ஆனால் அவருக்கு கடுமையான கல்லீரல் பாதிப்பு ஏற்படுகிறது. அதற்கான சிகிச்சையை மேற்கொள்ள மறுக்கிறார். அவ்வாறு மேற்கொண்டால் அவர் இதுவரை எதை எதிர்த்துப் போராடினாரோ அதற்கு அர்த்தமில்லாமல் போய்விடுகிறது.

மூன்றாவது கதை ஓர் இளம் ஸ்டாக் புரோக்கரைப் பற்றியது. அவர் சிறுநீரக மாற்று அறுவை சிகிச்சை மூலம் புதிய சிறுநீரகத்தைப் பெறுகிறார். பின்னர் ஓர் ஏழை செங்கல் சூளை தொழிலாளி தன் வறுமை காரணமாக அவனின் சிறுநீரகத்தை விற்ற கதையைக் கேள்விப்படுகிறார். அவருக்கு ஒரு பயம் ஏற்படுகிறது. தனக்குப் பொருத்தப்பட்ட சிறுநீரகம் அந்த ஏழைத் தொழிலாளியுடையதோ என சந்தேகப்படுகிறார். அதற்காக அந்தத் தொழிலாளியைக் கண்டுபிடிக்கும் முயற்சியில் இறங்குகிறார். அவ்வாறு கண்டுபிடித்த பின் தனக்குப் பொருத்தப்பட்ட சிறுநீரகம் அந்தத் தொழிலாளியுடையது அல்ல என்று கண்டறிகிறார். ஆனாலும் அந்த தொழிலாளியின் சிறுநீரகம் யாருக்காக வாங்கப்பட்டது என்றறியத் தொடர்ந்து முற்படுகிறார். இறுதியில் அந்தச் சிறுநீரகம் ஸ்டாக்ஹோம் நகரில் உள்ள ஒரு ஸ்வீடன் நாட்டுக்காரருக்குப் பொருத்தப்பட்டுள்ளது என்பதை அறிந்து, அவரைத் தேடி ஸ்டாக்ஹோமிற்கே சென்று அவரை நேரடியாக எதிர்கொள்கிறார்.

இந்த இளம் ஸ்டாக் புரோக்கராக நடித்தது படத்தின் தயாரிப்பாளரான சோஹீம் ஷா. நடிகரான இவர், இப்படத்தில் நடிக்க, நடிகர் தேர்வுக்கு வெறும் நடிகராகத்தான் வருகிறார். ஆனால் படத்தின் கதையைக் கேட்டவுடன், இப்படம் இயக்குநருக்கு முழு சுதந்திரம் கொடுக்கும் நல்ல தயாரிப்பாளர் இல்லாவிட்டால், இப்படம் இயக்குநர் நினைத்த அளவு வராது என்பதை உணர்ந்து தானே தயாரிப்பாளராக உருவெடுக்கிறார்.

இப்படத்திற்கு இது போன்று பல அதிசயங்கள் நிகழ்ந்துள்ளன. முதலில் இரண்டாவது மூன்றாவது கதைகளை மட்டும்தான் எடுப்பதாக இருந்தார். பின்னர் படத்தின் ஒளிப்பதிவாளரும், ஆனந்தின் நெருங்கிய நண்பருமான பங்கஜ் குமாரின் ஆலோசனையின்பேரில்தான் முதல் கதையான பார்வையிழந்த பெண் புகைப்படக் கலைஞரின் 'கதை சேர்க்கப்படுகிறது.

இப்படத்தின் ஒளிப்பதிவு பல உலகத் திரைப்பட விழாக்களில் பாராட்டப்பட்டு பரிசும் கொடுக்கப்பட்டுள்ளது. ஆனந்தும், பங்கஜ்குமாரும் ஒரு விஷயத்தில் ஆரம்பம் முதலே தெளிவாக இருந்தனர். படம் சிக்கலான தத்துவார்த்தக் கதையைக் கொண்டிருந்தாலும் படத்தில் காட்சிகள் வித்தியாசமாகவும், அதே நேரத்தில் அழகியலில் ஒருவித உச்சத்தைத் தொடவேண்டும் என்றும் தீர்மானித்திருந்தனர். அதற்காக இருவரும் ரொம்பவே மெனக்கெட்டிருக்கின்றனர். பல விமர்சகர்கள் இப்படம் கீஸ்லோவ்ஸ்கியையும் தார்க்கோவ்ஸ்கியையும் ஞாபகப்படுத்துவதாக எழுதியுள்ளனர். டோரண்டோ உலகத் திரைப்பட விழாவில் இப்படம் முதன்முறையாகத் திரையிடப்பட்டபோது, அத்திரைப்பட விழா இயக்குநர் இப்படத்தை "இந்தியாவிலிருந்து கண்டுபிடிக்கப்பட்ட அற்புத சினிமா வைரம்" என்று சொல்லியுள்ளார். "வாழ்வை மாற்றும் படங்களுள் இதுவும் ஒன்று" என பிரபல திரைப்பட விமர்சகர் டெரிக் மால்கம் புகழுரை சூட்டியுள்ளார்.

சந்தை சினிமாவில் வெறுப்புக் கொண்ட குழுக்கள் கடந்த மூன்று ஆண்டுகளில் ஓரளவு வளர்ந்துள்ளன. அவர்களுக்குத் தீனி போட இந்தியாவில் மாற்று சினிமா இல்லாத காரணத்தால் அவர்கள் ஐரோப்பிய சினிமா, ஈரானிய சினிமா, அமெரிக்கா டெலிவிஷன் என்று தேடிப் போனார்கள். இதில் ஒரு பிரிவினர் டெலிவிஷனில் காண்பிக்கப்படும் ஹாலிவுட் படங்கள், யூ ட்யூப், TED Talks போன்ற நிகழ்ச்சிகளைத் தேடிப் போயினர்.

மாற்று சினிமாவுக்கான மாற்று சந்தை வருவதற்கான தருணம் நெருங்கிவிட்டதா என்பதுதான் தற்போது நம் முன் நிற்கும் கேள்வி.

'ஷிப் ஆஃப் தீஸியஸ்' படத்தின் வெற்றி அல்லது தோல்வியில் அதற்கான விடை நமக்கு கிடைக்கலாம்.

இந்திய சினிமாவின் நூற்றாண்டு முடிந்து நான்கு மாதங்களுக்குப் பின் தமிழக அரசு அதைக் கொண்டாடும் வகையில் அறிவித்துள்ள நிகழ்ச்சிகள் கேலிக்கூத்தாக உள்ளன. அதேநேரத்தில் சினிமா என்கின்ற கலை குறித்த அவர்களின் புரிதலையும், அறியாமையையுமே அது காட்டுகிறது. சினிமா என்பது சினிமா உலகின் பிரபலங்கள்தான் என்பதே அவர்களின் சினிமா பற்றிய புரிதலின் அடிப்படையாக உள்ளது. கடந்த நூற்றாண்டில் மனித வாழ்வை மாற்றிய முக்கிய கண்டுபிடிப்பான படைப்புக் கலை சினிமா என்பதை எல்லோரும் மறந்து போகிறார்கள். ஆப்பிள் கம்ப்யூட்டர்கள் மற்றும் உலகை உள்ளங்கைக்குள் கொண்டு வந்த ஐ பாட், மற்றும் ஐ ஃபோன் போன்றவற்றை உருவாக்கிய ஸ்டீவ் ஜாப்ஸ் (Steve Jobs) இந்த நூற்றாண்டில் மனிதர்களின் வாழ்வை மாற்றிய முக்கிய மனிதராக ஒரு பிரிவினரால் போன்றப்படுகின்றார். தீவிரமாக யோசிக்கும்பொழுது அவரின் கண்டுபிடிப்புகளெல்லாம் அதிநவீன தொழில்நுட்பக் கருவிகளே. அவர் கணினியையும், இணையத்தையும் ஒன்றுக்குள் ஒன்றாய் மாற்றியதன் மூலம், இந்தத் தலைமுறையின் வசதி படைத்த இளைஞர்களின் வாழ்வை மாற்றத்தான் செய்தார். இதன் பயன்பாடுகளில் பிரதானமாக இருப்பது ஏற்கெனவே உருவாக்கப்பட்ட தகவல்களைத் திரட்டுவது, புகைப்படங்கள், ஓவியம், இசை, சினிமா போன்ற கலைகளையும், அதன் அடிப்படைகளையும் பயன்படுத்திக் கொள்வது. மின்சாரமோ அல்லது சேகரிக்கப்பட்ட மின்சாரமோ (பேட்டரிகள்) இல்லாமல் இந்தக் கருவிகளால் எப்படி செயல்பட முடியாதோ அதே போலத்தான் இலக்கியம், இசை, ஓவியம், நாடகம், சினிமா போன்ற கலைகள் இல்லாமலும் இக்கருவிகளால் (உள்ளடக்கரீதியாக) செயல்பட முடியாது.

19ம் நூற்றாண்டின் இறுதியில் அசையும் பிம்பங்களைப் பதிவு செய்யக்கூடிய சாத்தியப்பாடு திரைப்பட கேமரா என்ற கருவியால் உருவானது. 20ஆம் நூற்றாண்டில் ஏற்பட்ட தொழில்நுட்ப புரட்சியின் காரணமாக, சினிமா பேசத் தொடங்கியது, பாடத் தொடங்கியது, வண்ணமயமானது. 20ஆம் நூற்றாண்டின் இறுதியில் ஏற்பட்ட டிஜிட்டல் தொழில்நுட்ப புரட்சி காரணமாக கேமராவினால் பதிவு செய்யமுடியாத, கற்பனையில் மட்டுமே பார்க்கக்கூடிய காட்சிகளைக்கூட கணினியின் உதவியால் சினிமாவில் உருவாக்க முடிந்தது. 21ஆம் நூற்றாண்டின் தொடக்கத்திலோ டிஜிட்டல் தொழில்நுட்ப புரட்சி காரணமாக பல்வேறு கருவிகளின் மூலமாக மனித வாழ்வில் காற்றுப் புகமுடியாத இடங்களில் கூட சினிமா புகுந்துவிட்டது.

இத்தகைய சூழலில், 21ஆம் நூற்றாண்டின் இறுதியில், சினிமா தனது இரண்டாம் நூற்றாண்டைக் கடக்கும்பொழுது, அது எப்படி இருக்கும், அதன் வளர்ச்சி எப்படி இருக்கும் என்பதை நினைத்துப் பார்க்கவோ, கற்பனை செய்து பார்க்கவோ ஒருவித பயமாகத்தான் உள்ளது. சினிமாவின் இரண்டாம் நூற்றாண்டை மனித சமூகம் கொண்டாடுமா? அப்படிக் கொண்டாடினால் அது எத்தகைய கொண்டாட்டமாக இருக்கும்? போன்ற கேள்விகளுக்கு விடை காண்பது அத்தனை எளிதல்ல. முதல் நூற்றாண்டின் இறுதியிலேயே சினிமா என்பது மறக்கப்பட்டு, சினிமா என்றால் சினிமாவின் பிரபலங்கள், சினிமாவின் தொழில்நுட்பங்கள் என்றாகிவிட்ட நிலையில், சினிமாவின் மூன்றாம் நூற்றாண்டு தொடங்கப்படும் நிலையில் சினிமாவின் அனைத்து அம்சங்களும் மறந்துபோய், தொழில்நுட்பம் என்ற மாபெரும் பூதத்தின் ஒரு ரோமக்கற்றையாக சினிமா மாறிவிடலாம். அப்போது மனிதர்கள் விண்வெளிக் காலனிகளில் வசிக்கத் தொடங்கலாம். அப்போது மனிதன் தன் தினசரி வாழ்வின் பெரும் பகுதியை ஒளி - ஒலி ஊடகத்தின் மூலம்தான் வாழ்வான். அத்தகைய வாழ்வின் தொடக்கப்புள்ளி சினிமா என்பதை மனிதன் முற்றிலும் மறந்திருப்பான். சினிமாவின் மூலகர்த்தாக்களை மறந்திருப்பான். லூமியர் சகோதரர்கள், மீலியே, கிரிஃபித், சாப்ளின், ஐஸன்ஸ்டைன், பெர்க்மென், குரோசாவா, சத்யஜித்ரே, தார்க்கோவ்ஸ்கி... என எல்லோரையும் மறந்திருப்பான்.

உலகின் பெரும்பகுதியில் இன்று மின்சாரம் என்பது அன்றாட வாழ்வில் பின்னிப் பிணைந்த ஒன்றாகிவிட்டது. அதற்காக நாம் தினசரி மின்சாரத்தின் மூலகர்த்தாக்களான பெஞ்சமின் ஃபிராங்ளின், மைக்கேல் ஃபேரடே போன்றோரை நினைத்துக் கொண்டிருக்கிறோமா என்ன? அவர்களின் பெயர்கள் சில பாடப்புத்தகங்களிலும், இணையத்தின் சில தேடல் இயந்திரங்களில் மட்டுமே இருக்கும். ஒருவேளை அப்போதும் சினிமா என்பது அரங்குகளில் காண்பிக்கப்படுமேயானால், அவை கற்பனை செய்ய முடியாத அதிநவீன தொழில்நுட்ப உதவியுடன் உருவாக்கப்பட்ட பிரம்மாண்ட அரங்குகளாக இருக்கலாம். ஒரு காலத்தில் நூற்றுக்கணக்கானோர், ஆயிரக்கணக்கானோர் இப்படித்தான் அமர்ந்து படம் பார்த்தார்கள் என்பதின் அடையாளமாக இருக்கலாம். அதுபோன்ற அரங்குகளில் அமர்ந்து படம் பார்ப்பது என்பது செலவு மிகுந்ததாக இருக்கலாம். விண்வெளிப் பயணம் போல அதுவும் செலவு மிகுந்த கேளிக்கையாகிப் போகலாம்.

எழுத்தாளர்களுக்கும், கலைஞர்களுக்கும் கற்பனைத்திறன் என்பது மிக முக்கியமானதாக இருந்தாலும், அடுத்த நூற்றாண்டில் மனித

வாழ்வு எப்படியிருக்கும் என்று யோசிக்கும் எழுத்தாளர்களும், கலைஞர்களும் வெகுகுறைவுதான். ஆனால் அடிப்படை அறிவியல் வல்லுநர்கள் பலருக்கு அடுத்த நூற்றாண்டில் மனித வாழ்வு என்பது ஆர்வத்துக்குரிய ஒன்றாகும். காரணம் அறிவியல் வல்லுநர்களுக்கு, குறிப்பாக இயற்பியல் வல்லுநர்களுக்கு, மானுடம், மனிதவாழ்வு என்பதெல்லாம் மாபெரும் பிரபஞ்சவியலின் மிகச்சிறிய ஒரு புள்ளிதான்.

நான் இப்புத்தகத்தை எழுதத் தொடங்கியபோது அதன் முதல் அத்தியாயத்தில் 'பேல பெலாஸின்' பேராசிரியருக்கு ஒரு கடிதம் என்ற தலைப்பில் அவர் எழுதிய ஒரு நீண்ட கடிதத்தைப் பிரசுரித்தேன். அதுபோலவே இத்தொடரை தற்போது முடித்துக் கொள்ளலாம் என்ற எண்ணத்தில் 'மிச்சியே காக்கு' (Michio Kaku) என்கின்ற பிரபல இயற்பியல் வல்லுநரின் கட்டுரை ஒன்றின் நீண்ட பகுதியை என் பாணியில் தரலாமென்று நினைக்கிறேன். நியூயார்க் பல்கலைக் கழகத்தில் 'கோட்பாடு இயற்பியல்' போதிக்கும் இவர் இயற்பியல் குறித்து சாதாரண மக்களுக்காக அறிவியல் குறித்து எளிமையான, ஆழமான பிரபல புத்தகங்களை எழுதியவர். அவரின் இந்தக் கட்டுரையின் தலைப்பு "2100ஆம் ஆண்டில் வாழ்வில் ஒரு நாள்".

> ".... இரவு விருந்து கொண்டாட்டத்துக்குப் பின் நீ அயர்ந்து தூங்கிக் கொண்டிருக்கிறாய். திடீரென்று உன் சுவர் திரை ஒளிர்கிறது.
>
> நீ சமீபத்தில் வாங்கிய மென்பொருள் மோலியின் முகம் திரையில் தோன்றி நீ உடனே அலுவலகத்துக்கு செல்ல வேண்டும். மிக முக்கியமான வேலை என்கிறது.
>
> ".... இன்று விடுமுறையாச்சே, இந்த அதிகாலையில் அப்படி என்ன வேலை" என்று முணுமுணுத்தவனாய் குளியலறைக்குச் செல்கிறாய்.
>
> முகம் கழுவி கண்ணாடியில் பார்க்கிறாய். டி.என்.ஏ. (D.N.A), புரொட்டீன்கள் இனங்காணும் நூற்றுக்கணக்கான உணர் வான்கள் (Sensors) கண்ணாடியில் ஒளித்து வைக்கப்பட்டுள்ளன. அவை உடனே வேலை செய்யத் துவங்குகின்றன. உன் உடலின் திரவப்பொருட்களை, திசுப் பொருட்களை, மூச்சுக் காற்றை ஆராய்கின்றன.
>
> குளியலறையிலிருந்து வெளியே வரும் நீ சில வயர்களைத் தலையில் மாட்டிக் கொள்கிறாய். இப்போது மனோத்திறனால்

உன் வீட்டை இயக்க முடிகிறது. வீட்டின் சீதோஷ்ண நிலையை உனக்கேற்றவாறு மாற்றிக் கொள்கிறாய். பிடித்த இசையை ஒலிக்கச் செய்கிறாய். சமையலறையில் உள்ள இயந்திர மனிதனை உனக்குப் பிடித்த காலை உணவைத் தயாரிக்கச் சொல்கிறாய்.

கண்ணில் அணியும் லென்சுகளை (Lenses) மாட்டிக் கொள்கிறாய். இணையத்தோடு தொடர்பு கொள்கிறாய். உன் விழித்திரையில் இணையம் ஒளிர்கிறது. உலகின், கோள்களின் முக்கியச் செய்திகளை காபியை பருகிக்கொண்டே பார்க்கிறாய். அதில் ஒரு செய்தி உன் கண்ணை உறுத்துகிறது.

“பாதாள கால்வாயில் பெரும் உடைப்பு ஏற்பட்டிருப்பதாகவும், அதை உடனே சரி செய்யாவிட்டால் உன் நகரம் நீரில் மூழ்கிப் போகலாம்...” உடனே உனக்குப் புரிந்துவிடுகிறது. எதற்காக அலுவலகத்திலிருந்து அவசர அழைப்பு என்று. அவசரமாக வெளியேறுகிறாய். உன் கார் தானாக வெளிவந்து உனக்காக காத்திருக்கிறது. மனோசக்தியின் மூலம் காரை அலுவலகத்துக்கு போகச் சொல்கிறாய். உன்னுடைய கந்தகக் கார் இணையத்தைத் தொடர்பு கொள்ள, சாலையில் பதிக்கப்பட்டுள்ள கோடிக்கணக் கான சிப்கள் மற்றும் GPS உதவியுடன், உன் கார் அமைதியாக கந்தக ஓடுபாதைக்கு மேலே வேகமாக மிதந்து செல்கிறது. பயணிக்கும் வழியில் காரில் உன் மெயில்களைப் பார்க்கிறாய். எந்தத் தடங்கலும், உராய்வு சத்தமும் இல்லாமல் கார் பயணிக்கிறது. சென்ற நூற்றாண்டின் முற்பகுதியில் உந்துசக்திக்கு தேவையான எரிபொருளுக்கு ஏற்பட்ட நெருக்கடியும் அதற்காக நடந்த யுத்தங்களும் நினைவுக்கு வருகிறது.

மின்சக்தியிலிருந்து காந்தசக்திக்கு மாறிப்போனது உலகு. சூப்பர் கண்டக்டர் நெடுஞ்சாலைகள் திறக்கப்பட்டன. மின்சார யுகம் முடிந்து போய்விட்டதே என சில பெரிசுகள் புலம்பின.

குப்பை மேட்டை உன் கார் கடந்தபோது, பெரும்பாலான குப்பைகள் கணினி மற்றும் இயந்திர மனிதனின் உதிரி பாகங்கள்தான்.

உன் அலுவலகத்துக்கு செல்கிறாய். பெரும் கட்டுமானத் தொழிலின் தலைமை அலுவலகம் அது. உள்ளே நுழையும்போது லேசர் சப்தமின்றி உன் விழித்திரையையும், முகத்தையும் சோதிக்கிறது. ப்ளாஸ்டிக் ஐ.டி. கார்டுகள் மறைந்துபோன பின் உடலே ஐ.டி. கார்டாக மாறிவிட்டது.

மீட்டிங் அறைக்குள் நுழைகிறாய். ஒரு சிலர்தான் அங்கு உள்ளனர். பெரும்பாலோர் வரவில்லை. திடீரென உன் கண்களில் பொருத்தப்பட்டுள்ள லென்சில் வராதவர்களின் உருவங்கள் முப்பரிமாணத்தில் தோன்ற ஆரம்பிக்கிறது. வரமுடியாதவர்கள் ஹோலோகிராபியாக (holography) அங்கு நிலவுகின்றனர்.

கம்பெனி தலைவரின் உருவமும் அவ்வாறே வந்தமர்கிறது. அங்குள்ளவர்களின் விவரங்கள் எல்லாம் உன் கண்ணில் பொருத்தப்பட்டுள்ள லென்சில் தெரியவருகிறது. பலர் மிகப்பெரிய புள்ளிகள் என்பதை உணர்கிறாய்.

அறையின் வெளிச்சம் மங்கலாக, கால்வாயின் உடைப்பு முப்பரிமாணத்தில் தெரிய ஆரம்பிக்கிறது. ஆபத்தான உடைப்புதான். ஆனால் அதற்கு காரணம் உன்னுடைய கட்டுமானக் கம்பெனி அல்ல எனத் தெரியவருகிறது. அதைச் சரி செய்ய சில விசேஷ இயந்திர மனிதர்களை அனுப்ப தீர்மானிக்கப்படுகிறது. அந்த இயந்திர மனிதர்களை வடிவமைக்கும் துறையில்தான் நீ வேலை செய்கிறாய்.

அந்த உடைப்புக்கு காரணமே இயந்திர மனிதன்தான் என்பதை திடீரென உணர்கிறாய். தைரியமாய் இந்தக் கருத்தை உன் கம்பெனித் தலைவருக்கு முன் சொல்கிறாய். எல்லோரும் ஆட்சேபிக்கிறார்கள். அப்படியிருக்காது என எதிர்த்து சொல்கிறார்கள். அவர்களை சமாதானப்படுத்தி கம்பெனித் தலைவர் பேசுகிறார். "... அப்படி நிகழ சாத்தியமுண்டு. நம் நவீன இயந்திர மனிதர்களில் நாம் க்வாண்டம் கம்ப்யூட்டர்களை உபயோகப்படுத்துகிறோம். அவை கிட்டத்தட்ட மனிதனுக்கு இணையான புத்திசாலிகள். அதில் சில கோளாறுகள் ஏற்படும்போது, அவை தறிகெட்டுப் போகலாம். ஆனால் இந்த விஷயம் இந்த அறையை விட்டு வெளியேற வேண்டாம்" என சொல்லி மறைகிறார்.

ஒரு வழியாக கூட்டம் முடிந்து வீடு திரும்புகிறாய். வீட்டின் ஒளிச்சுவரில் மோலி தோன்றி, டாக்டர் ஃப்ரெஎன் உன்னோடு பேசவேண்டும் என செய்தி அனுப்பியிருக்கிறார் என்று சொல்கிறாள். சற்றே சலிப்புடன் டாக்டரை ஒளிச்சுவற்றில் வரவைக்கிறாய். டாக்டர் கடந்த ஆண்டு உனக்கு நிகழ்ந்த மோசமான விபத்துக்கு சிகிச்சையளிக்கப்பட்டு ஓராண்டு முடிவதால் உன்னை மீண்டும் பரிசோதனை செய்யவேண்டும் என்கிறார். பனிமலையில் ஏற்பட்ட அந்த மோசமான

விபத்தில் உன் உடல் பாகங்கள் குறிப்பாக வயிற்றுப் பகுதியில் மோசமாக சிதைகிறது. அதிர்ஷ்டவசமாக உனக்கு பொருந்தக் கூடிய வகையில் மாற்று உறுப்புகள் உருவாக்கப்பட்டு பொருத்தப்படுகிறது. சேதமடைந்த ஒரு கைக்கு பதிலாக இயந்திரக் கை பொருத்திக் கொள்ள நீ மறுத்தாய். அவ்வாறு பொருத்தியிருந்தால் தற்போதுள்ள உன் கையை விட அது பல மடங்கு சக்தி வாய்ந்ததாய் இருந்திருக்கும் என டாக்டர் சொல்கிறார். "என்னை விட்டுவிடுங்கள் டாக்டர். நான் கொஞ்சம் பழைய பஞ்சாங்கம்தான்" என்கிறாய்.

"சரி இப்போது என் பரிசோதனைக்காக அந்த MRI ஸ்கேனரை எடுத்து உன் வயிற்றுப் பகுதியில் வைத்து நகர்த்தவும்" என்கிறார் டாக்டர் ஃரெளன். அவ்வாறு நீ செய்யவும், உன் உள் உறுப்புகள் எல்லாம் சுவர்த் திரையில் முப்பரிமாணத்தில் மிளிர்கின்றன. டாக்டர் ஃரெளன் உன்னிடம் சொல்கிறார். "உன் வயிற்றில் புற்றுநோய் வளர்ந்து வருகிறது."

நீ சற்றே திகைத்துக் கேட்கிறாய். "என்ன? புற்றுநோயா? அதுதான் எப்போதோ ஒழிக்கப்பட்டு விட்டதே. இப்போது அதைப் பற்றி யாரும் பேசுவதுகூட இல்லையே."

"இல்லை. புற்றுநோய் எப்போதுமே குணப்படுத்தப்படவில்லை. அறிவியல் அதோடு ஒரு அமைதி உடன்படிக்கைதான் ஏற்படுத்தியுள்ளது. ஜலதோஷம் போல அது எப்போதுமே குணப்படுத்த முடியாத ஒன்று. ஆனாலும் நீ கவலைப்பட வேண்டாம். உன் புற்றுநோய் செல்களை மரத்துப்போக வைக்க சில நுண்ணுயிர்களுக்கு ஏற்பாடு செய்துள்ளேன். அப்படிச் செய்யவில்லை எனில் நீ அதிகபட்சம் ஏழு ஆண்டுகள்தான் உயிர்வாழ்வாய்" என்கிறார் டாக்டர்.

போதும் ஆளை விடு என்பதுபோல் அங்கிருந்து விலகுகிறாய்.

வாரத்தின் இறுதி நாள். அன்று நீ இணையத்தின் மூலம் புதிதாய் தேர்ந்தெடுத்த காதலியை முதன் முறையாக பார்க்கப் போகிறாய். ஒருவேளை இரவு உணவுக்குப் பின் அவளை வீட்டிற்கு அழைத்து வந்தால் என்ன எனத் தோன்றுகிறது. அப்படியெனில் வீட்டின் பழைய பொருட்களை மாற்ற வேண்டும் எனத் தோன்றுகிறது. நல்ல வேளையாக பெரும்பாலான மேஜை, நாற்காலி, அணிகலன்கள், மென்பொருள் திட்டத்தில் இயங்கும் பொருட்களால் செய்யப்பட்டவை.

உன் வீட்டு சுவர்த் திரையில் உன் பிரதான மென்பொருள் மோலியை அழைக்கிறாய். உன் வீட்டிற்கு பொருந்தக்கூடிய புதிய மேஜை, நாற்காலி அணிகலன்களைக் காட்டச் சொல்கிறாய். மோலி உடனே சமீபத்திய அதிநவீன மேஜை நாற்காலிகளைக் காட்டுகிறது. நீ தேர்ந்தெடுத்தவற்றைக் கொண்டு நீ வெளியே கிளம்புவதற்குள் உன் சமையலறையும், வரவேற்பறையும் புத்தம் புதிதாக மாற்றப்படுகிறது. (இப்போதெல்லாம் முழு வீட்டையே மென்பொருள் திட்டத்தில் இயங்கும் பொருட்களைக் கொண்டு கட்ட முடியும் என்பதை நீ சமீபத்தில் இணையத்தில் பார்த்தாய். உன் கம்பெனியே அதுபோல் ஒரு முழு நகரத்தையே பாலைவனத்தில் கட்ட தீர்மானித்திருக்கிறது...)

உன் காதலியை நீ நல்லதொரு ரெஸ்டாரெண்டில் சந்திக்கிறாய். அவள் தன்னை ஓவியக் கலைஞன் என அறிமுகப்படுத்தி கொள்கிறாள். தற்போது தான் வெப் (Web) வடிவமைப்பு செய்வதாகவும் சொந்தக் கம்பெனி நடத்துவதாகவும் சொல்கிறாள். அவள் காற்றில் விரலால் வட்டம் வரைய அதில் அவளின் சமீபத்திய வடிவமைப்புகள் தோன்றுகின்றன. இதுதான் என் சமீபத்திய படைப்பு என பெருமையாக சொல்கிறாள்.

உடனே நீ "நான் பொறியாளன். நாள் முழுக்க இயந்திர மனிதர்களோடு பணிபுரிகிறேன். பல மிக புத்திசாலித்தனமாக நடந்து கொள்கின்றன. ஆனால் சில நேரங்களில் அவை மிக முட்டாள்தனமாகவும் நடந்து கொள்கின்றன. உன் துறையில் எப்படி? இயந்திர மனிதர்கள் இருக்கிறார்களா?"

உடனே அவள் "நிச்சயமாக இல்லை. என் தொழில் படைப்புத் தொழில். அதன் அடிப்படை கற்பனைத் திறன். அது எந்த நவீன இயந்திர மனிதனுக்கும் கிடையாது. நான் கொஞ்சம் பழைய மனுஷிதான். நான் இயந்திர மனிதர்களைப் பிரதியெடுக்கவும், மற்ற சாதாரண வேலைக்கும்தான் பயன்படுத்திக் கொள்கிறேன். நான் ஆசைப்படுவது, இயந்திர மனிதர்கள் ஜோக் சொல்ல வேண்டும், கவிதை எழுதவேண்டும், இசையமைக்க வேண்டும். அப்படி ஒரு நாள் வருமா?

'இப்போதைக்கு முடியாது. ஒருவேளை அப்படி நிகழலாம்' என மனதிற்குள் நினைத்துக் கொள்கிறாய்.

அடுத்து ஒரு கேள்வி உன் மண்டையைக் குடைகிறது. அவளின் வயது என்னவாக இருக்கும் என்பதுதான். மீதமுள்ள

உன் வாழ்க்கையை அவளோடு கழிப்பது எப்படியிருக்கும் என நினைத்துப் பார்க்கிறாய்.

வீட்டிற்கு வந்ததும் உன் சுவர்த் திரையில் மோலியை அழைக்கிறாய். அவளிடம் நான் உடனே டாக்டர் ஃரெளனைப் பார்க்க வேண்டும் என்கிறாய். டாக்டர் ஃரெளன் திரையில் வருகிறார். நேரடியாக கேள்விக்குப் போகிறாய். “நான் எவ்வளவு காலம் உயிர் வாழ்வேன்?”

உன் வாழ்நாளைப் பற்றி கேட்கிறாயா? அதை சொல்வது கடினம். உன் குறிப்புகள் உன் வயது 72 என்று சொல்கிறது. உன் பிரதான உள்ளுறுப்புகளோ முப்பது வயது என சொல்கிறது. உன் ஜீன்கள் மென்பொருளால் மாற்றப்பட்டுள்ளன. அப்படிச் செய்யப்பட்ட முதல் தலைமுறையைச் சேர்ந்தவன் நீ. உன் தலைமுறையைச் சேர்ந்த பலர் இன்னும் இறக்கவில்லை. எனவே உன் வாழ்நாளைச் சொல்வது கடினம். உன் முப்பது வயதில் நீ முதுமையடைவதை நிறுத்திவிட்டாய் என்கிறார் டாக்டர்.

அப்படியானால், திருமணம் குழந்தை என வாழ்வின் கட்டங்களை எப்படித் தீர்மானிப்பேன்? என்று கேட்கிறாய்.

தற்போது மனிதர்களாகிய நீங்கள் உங்களைப் பரிசோதனைக் குள்ளாக்கியிருக்கிறீர்கள். உன் கேள்விக்கு பதில் கிடையாது என்கிறார் டாக்டர்.

அடுத்த சில மாதங்கள் உன் காதலியோடு இனிமையாகக் கழிகிறது. அவளோடு பல இடங்களுக்குச் செல்கிறாய். வெர்ச்சுவல் ரியாலிட்டி பார்க்குக்கு செல்கிறாய். அங்கு வெர்ச்சுவல் உலகின் மென்பொருள் உன் கண்ணாடி லென்சில் செலுத்தப்படுகிறது. உடனே உன்னைச் சுற்றிய காட்சிகள் மாறுகின்றன. உன்னைச் சுற்றி டைனோசர்கள் ஓடுகின்றன. நீயும் ஓடுகிறாய். ஆங்காங்கே புதர்களின் மறைவிலிருந்து டைனோசர்கள் எகிறி குதிக்கிறது. இன்னொரு விளையாட்டில் விண்வெளியில் பறந்து வேற்றுகிரக மனிதர்களோடு சண்டை போடுகிறாய். இந்த கற்பனை உலகமும், கற்பனை விளையாட்டும் சலித்துப் போகிறது. நீ காதலியோடு ஐரோப்பா சுற்றுலா செல்ல விரும்புகிறாய். உன் சுவர், திரையில் மோலியிடம் அதற்கு ஏற்பாடு செய்யச் சொல்கிறாய். அது பயண டிக்கெட், ஓட்டல்கள், விசேஷ கேளிக்கைகள் என எல்லா விவரங்களையும் உனக்குத் தருகிறது.

ரோம் நகரில் அதன் அழிவுகளூடே நடந்து செல்கிறாய். அப்போது உன் மூக்குக் கண்ணாடி லென்ஸில் பழைய ரோமானியப் பேரரசு உயிர்பெருகிறது. கடைகளில் பொருட்களை வாங்குகிறாய். மொழி புரியாதது பிரச்சனையாகவே இல்லை. அவர்கள் பேசும் மொழி உனது தாய்மொழியில் உன் மூக்குக் கண்ணாடி லென்ஸில் ஒளிர்கிறது. சுற்றுலாக் கையேடு, வரைபடங்களுக்கெல்லாம் வேலையில்லை அப்போது. எல்லாம் உன் மூக்குக் கண்ணாடி லென்ஸிலேயே உள்ளது.

இரவில் ரோம் நகரத்து வானம் பளிச்செனத் தெரிகிறது. நட்சத்திர மண்டலங்கள், சனி கிரகத்தின் வளையங்கள், வால் நட்சத்திரங்கள், பறந்தோடும் எரி நட்சத்திரங்கள்... என எல்லாம் தெளிவாகத் தெரிகின்றன.

உன் காதலியோடு திருமணம், குழந்தை பற்றியெல்லாம் பேசுகிறாய்.

உன் சுவர்த் திரையில் மோலியிடம் உன் குழந்தைக்கான ஜீனைத் தேர்ந்தெடுக்க ஜீன் பட்டியலைக் கேட்கிறாய். அரசாங்கத்தால் அங்கீகரிக்கப்பட்ட ஜீன் பட்டியல் திரையில் மிளிர்கிறது. குணப்படுத்தக்கூடிய பரம்பரை வியாதிகளின் பட்டியலும் திரையில் தெரிகிறது.

உன் குழந்தையின் முக அமைப்பு, நிறம், அழகு ஆகியவற்றை அலசும் மென்பொருள் இருப்பதாக சுவர்த் திரை சொல்கிறது. அந்த மென்பொருள் பதிவிறக்கம் செய்யப்பட வேண்டுமா என கேட்கிறது.

வாழ்க்கையில் கொஞ்சமாவது ரகசியங்கள் இருக்கட்டும். எனக்கு இது வேண்டாம் என்கிறாய்.

உன் காதலி இப்போது உன் மனைவி. அவள் கர்ப்பமாயிருக்கிறாள். அவளைப் பரிசோதித்த மருத்துவர், அவளை நீங்கள் விண்வெளி லிஃப்டில் அழைத்துச் செல்வதால் எந்த ஆபத்தும் இல்லை என உறுதி சொல்கிறார்.

உனக்கு சிறுவயதிலிருந்தே விண்வெளிப் பயணத்தில் ஆசை. ஆனால் பல நேரங்களில் விண்வெளிக் கலங்கள் வெடித்துச் சிதறுவது கண்டு அதில் பயமும் உண்டு. ஆனால் இந்த விண்வெளி லிஃப்ட் வித்தியாசமானது. சிக்கல்கள் ஆபத்துகள் அற்றது. மிகவும் பாதுகாப்பானது. உள்ளே நுழைந்து, அதை இயக்குபவர் ஒரு பட்டனை அழுத்திய உடன், அது மேல்

நோக்கிப் பாய்கிறது. லிஃப்டில் உள்ள திரையில் 10 கி.மீ., 20 கி.மீ., 30 கி.மீ... என மாறிக்கொண்டே வருகிறது.

வெளியே நொடிக்கு நொடி காட்சிகள் மாறிக்கொண்டேயிருக்கின்றன. தடித்த வெண் மேகங்கள் அருகே கடந்துசெல்கின்றன. வானம் நீலத்திலிருந்து ஊதாவாக மாறுகிறது. பின்னர் முழு கறுப்பாக மாறுகிறது. சுற்றிலும் நட்சத்திரங்கள் அழகோடு ஜொலிக்கின்றன. முன்பு பார்த்திராத நட்சத்திர மண்டலங்கள் கண்ணுக்குத் தெரிகின்றன. பூமியிலிருந்து பார்த்தது போல் இப்போது நட்சத்திரங்கள் கண் சிமிட்டுவதில்லை. மாறாக அவை உங்களை வெறித்துப் பார்த்துக் கொண்டிருக்கின்றன. காலம் காலமாக அவை அப்படித்தான் பார்த்துக்கொண்டிருக்கின்றன.

கீழே பூமி புத்தொளியில் தெரிகிறது. கண்டங்களையும், பெருநகரங்களின் ஒளியையும் பார்க்க முடிகிறது.

அமைதியாய் உறங்கும் குழந்தைபோலத் தெரிகிறது பூமி. இதில் எல்லைகளை உருவாக்கி, அதற்காக போராடி மடிந்த மக்களை நினைத்தபோது நம்ப முடியாததாய் இருந்தது. தேசங்கள் இன்னும் இருக்கத்தான் செய்கின்றன. ஆனால் அவற்றின் முக்கியத்துவம் குறைந்து விட்டது.

உன் காதலி உன் தோளில் சாய்கின்ற அத்தருணத்தில் உன் குழந்தை பிறக்கப் போகும் புதிய தலைமுறையைக் குறித்து ஆச்சர்யப்படுகிறாய். மனிதன் கிரக வாழ்க்கையைத் தொடங்கும் முன்பு சந்திக்க வேண்டிய பிரச்சனைகளைக் குறித்து சிந்திக்கிறாய். உன் பின்புறப் பையிலிருந்து ஒரு பழைய புத்தகத்தை எடுக்கிறாய். அதை எழுதியவர் 150 ஆண்டுகளுக்கு முன்பு இறந்து விட்டார். அதில் பின்வருமாறு எழுதியிருந்தது.

வன்முறையின் வேர்கள்:

உழைப்பின்றி வரும் சொத்து

மனசாட்சி இல்லாத சந்தோஷம்

தன்மையற்ற அறிவு

நேர்மையற்ற வியாபாரம்

மனிதம் அற்ற அறிவியல்

தியாகம் இல்லாத பக்தி

கொள்கையற்ற அரசியல்.

எம்.கே.காந்தி."

மேற்கூறிய விஷயத்திற்கும் சினிமாவின் இரண்டாம் நூற்றாண்டிற்கும் என்ன தொடர்பு என படிப்பவர்கள் சிலர் மனதில் குழப்பமும், கேள்வியும் எழலாம்.

நூறு ஆண்டுகளுக்கு முன்பு சினிமா தொடங்கியபோது திரையில் அசைந்த மனிதர்களையும், மரங்களையும் பார்த்து மக்கள் அதிசயித்துப் போனார்கள். அறிவியல், தொழில்நுட்ப வளர்ச்சி காரணமாக சினிமா இன்று எங்கோ போய்விட்டது. கணினிகளும், இணையமும், செயற்கை கோள்களும் உருவான பின்பு உலகம் வாழ்வு மற்றும் பண்பாடு குறித்த அனுபவங்கள் முற்றிலும் மாறிப்போனது.

தற்போது தொழில்நுட்ப வளர்ச்சியின் வேகம் நொடிக்கு நொடி அதிகரித்து வருகிறது. இந்த நிலையில் சினிமா தனது இரண்டாம் நூற்றாண்டை முடிக்கும் சமயத்தில் உலகம் கிட்டத்தட்ட மிச்சியோ காக்ருவின் வர்ணனை போல்தான் இருக்கும். அது ஏதோ அறிவியல் புனைகதை என நினைக்க வேண்டாம். சினிமா தொடங்கியபோது உலகின் ஒரு மூலையிலிருந்து இன்னொரு மூலைக்கு அங்கு நடக்கும் காட்சிகளை நேரலையில் காணலாம் என்பது அறிவியல் புனைகதையாகத்தான் இருந்தது.

இணையமும் தகவல் தொழில்நுட்பமும் வளரும் வேகத்தைப் பார்த்தால் சினிமா என்பது அதில் கரைந்து அடையாளமற்றுப் போகலாம் எனத் தோன்றுகிறது.

ஐ பாட் (I Pad) கருவியை அறிமுகப்படுத்திப் பேசும்பொழுது ஸ்டீவ் ஜாப்ஸ் கூறினார், "தகவல் தொழில்நுட்பம் தற்போது அதன் மழலைப் பருவத்தில்தான் உள்ளது."

அடுத்த நூறு ஆண்டுகளில் சினிமா என்பது நம் புறஉலகமாக, நம் வாழ்க்கை மூழ்கி மிதக்கும் நீர் போல மாறிப் போகலாம். சினிமாவின் அடிப்படையே மனித மூளை உணர்ந்து கொள்ளக்கூடிய ஒரு மாய உலகை உருவாக்கி, அதில் உண்மையான மனிதர்களையும், உறவுகளையும், உணர்வுகளையும் உலவவிட்டதுதான். நம் வாழ்வு மொத்தமும் அத்தகைய மாய உலகில் சஞ்சரிக்கும்போது சினிமா என்பது அர்த்தமற்றுப் போய்விடலாம். அப்போது வரலாறு, வரலாற்றின் தொடக்கப் புள்ளிகளும் மறைந்து போகலாம்.

பிற்சேர்க்கை –1

உள்ளூர் சினிமாவும் உலகத் திரைப்பட விழாக்களும்

2009ஆம் ஆண்டு டிசம்பர் மாதத்தின் மூன்றாவது வாரத்தின் ஒரு நாளில் சென்னை உட்லண்ட்ஸ் தியேட்டரில் முற்பகல் காட்சியில் 'பெட்டிஷன்' (Petition) என்றொரு சீனப்படத்தைப் பார்த்தேன். பார்த்ததும் ஒருவிதமான அதிர்ச்சி. அதே நேரத்தில், காலத்தையும் நிகழ்வுகளையும் பதிவு செய்ய சினிமாவைவிட கூர்மையான ஆயுதம் இருக்க முடியுமா என்ற கேள்வியும் மனதில் எழுந்தது. இப்படம் சென்ற ஆண்டின் 'கான்ஸ்' (Cannes) திரைப்பட விழாவில் அதிகாரப்பூர்வமாகத் திரையிடப்பட்ட படம். இப்படம், மிகச் சாதாரண காமிராவால், தற்போதைய தொழில்நுட்ப நேர்த்தி ஏதும் இல்லாமல் எளிமையாக எடுக்கப்பட்ட ஓர் ஆவணப்படம். ஆனாலும், கான்ஸ் திரைப்பட விழா இதைத் தேர்ந்தெடுக்க காரணம் படத்தில் சொல்லப்பட்ட விஷயம்தான்.

தற்போதைய சீனாவில், சாதாரண மக்கள் நியாயங்களுக்காக, தங்களின் சொந்த வாழ்வில் ஏற்பட்ட அநீதிகளின் தீர்வுக்காக பல வருடங்கள் போராடினாலும், முடிவு கிடைப்பதில்லை என்பதைச் சொல்கிறது படம்.

நீண்ட நெடிய சீனாவின் பல்வேறு பகுதிகளிலிருந்து பிராந்திய நிர்வாகத்தாலும் உள்ளூர் கட்சித் தலைவர்களாலும் பாதிக்கப்பட்ட பல மக்கள் அவர்களுக்கெதிராக மனு கொடுக்க தலைநகர் பீய்ஜிங்கிற்கு பல ஆயிரம் மைல்கள் பயணப்பட்டு வருகிறார்கள். அங்கு அவர்களின் கோரிக்கைகளுக்கு தீர்வோ பதிலோ உடனடியாகக் கிடைப்பதில்லை. பலமுறை அந்த அலுவலகத்துக்கு அவர்கள் செல்ல

வேண்டியுள்ளது. அதற்காக அவர்கள் அங்கேயே அலுவலகத்தின் அருகில், பெய்ஜிங்கின் புறநகர்ப் பகுதியில் தற்காலிகக் குடியிருப்பில் தங்கிவிடுகின்றனர். நாளடைவில் அது ஒரு காலனியாக மாறி, 'பெட்டிஷன் காலனி' என்றே அழைக்கப்படுகிறது. இக்காலனியில் வசிக்கும் சில குடும்பங்களைப் பல ஆண்டுகளாக ஒற்றை ஆளாக இப்படத்தின் இயக்குநர் ஷாவோ லியாங் (Zhoa Liang) படம் பிடித்திருக்கிறார். இறுதியில் 2008ஆம் ஆண்டு பீய்ஜிங்கில் நடந்த ஒலிம்பிக்கின்போது, நகர அபிவிருத்திக்காக பெட்டிஷன் காலனி தரைமட்டமாக்கப்பட்டு, எஞ்சியுள்ள சிலர், புதிதாக கட்டப்பட்ட பாலத்துக்கு கீழே இருளில் வாழ்கின்றனர்.

தோழர் தமிழ்ச்செல்வன், எனக்கிட்ட ஒரு பணியை தள்ளிப் போடுவதற்காக, சென்னை சர்வதேச திரைப்பட விழாவில் கலந்து கொள்வதைக் காரணமாகச் சொன்னேன். அப்படவிழாவையும், அதில் பார்த்த 'பெட்டிஷன்' போன்ற படங்களையும் அவரிடம் பேசியபோது, உலகத் திரைப்பட விழாக்களைப் பற்றி செம்மலருக்காக ஏதாவது எழுதுங்கள் என்று சொல்லி, என் பணியைக் கூடுதலாக்கிவிட்டார்.

உலகத் திரைப்பட விழாக்கள் என்றதுமே, 25 ஆண்டுகளுக்கு முன்பு திரைப்படக் கல்லூரியில் படித்துக் கொண்டிருந்த காலகட்டத்தில், முதன் முதலாக உலகத் திரைப்பட விழாக்களில் கலந்து கொண்டதுதான் ஞாபகத்துக்கு வருகிறது.

அப்போதெல்லாம் உலகத் திரைப்பட விழா என்றாலே டெல்லியில் மட்டுமே நடக்கும். ஓர் ஆண்டு டெல்லியிலும், அடுத்த ஆண்டு இந்தியாவின் பெருநகர் ஒன்றிலும், மீண்டும் அடுத்த ஆண்டு டெல்லியிலும் நடத்தப்படும். டெல்லியில் நடத்தப்படும் விழா போட்டி விழாவாகவும், பெருநகரங்களில் நடத்தப்படும் விழா போட்டியில்லாத விழாவாகவும் நடத்தப்படும். கடந்த ஆறு ஆண்டுகளுக்கு முன், இந்திய உலகத் திரைப்பட விழாவுக்கான நிரந்தர இடம் கோவா என அறிவிக்கப்பட்டு, இப்போது கோவாவில் மட்டுமே அதிகாரப்பூர்வமான இந்திய உலகப்பட விழா நடத்தப்படுகிறது.

கடந்த பத்தாண்டுகளில் பல மாநிலங்கள் தங்களின் தலைநகரங்களில் உலகத் திரைப்பட விழாக்களை நடத்த தொடங்கியுள்ளன. கொல்கத்தா, திருவனந்தபுரம், மும்பை, பூனா, பெங்களூரு, சென்னை, ஹைதராபாத் என்று பல நகரங்கள் இப்போது ஒவ்வொரு ஆண்டும் சர்வதேசத் திரைப்பட விழாக்களை நடத்துகின்றன. இதன் காரணமாக இந்திய அரசின் அதிகாரப்பூர்வ திரைப்பட விழாவிற்கு

கவர்ச்சி குறைந்து விட்டது என்னவோ உண்மைதான். அப்போதெல்லாம் டெல்லி உலகத் திரைப்பட விழாவிற்கு Deligate அட்டை கிடைப்பது குதிரைக் கொம்பாக இருக்கும். சினிமாத் துறையோடு சம்பந்தப்பட்டவர்களுக்கும், திரைப்படக் கல்லூரி மாணவர்களுக்கும், சினிமா பற்றி எழுதுபவர்களுக்கும், பிலிம் சொஸைட்டி இயக்கத்தைச் சார்ந்தவர்களுக்கும் மட்டுமே அனுமதி வழங்கப்பட்டது.

இப்போது நிலைமை அப்படியில்லை. கான்ஸ், பெர்லின், ஸன்டான்ஸ் போன்ற நட்சத்திர உலகத் திரைப்பட விழாக்களைத் தவிர மற்ற திரைப்பட விழாக்களில், பல நேரங்களில் திரையிடலின்போது அரங்கின் இருக்கைகள் நிரம்புவதில்லை.

அந்தக் காலங்களில் டெல்லி திரைப்பட விழா என்றாலே, ஜனவரி மாதத்தின் கடுங்குளிரையும் மீறி, ஒருவிதக் கொண்டாட்டமும், பேரானந்தமும், விஷேசத்தன்மையும் கரைபுரண்டோடும். திரைப்பட விழா தொடங்குவதற்கு மூன்று நாட்களுக்கு முன்பே திரையிடல் தொடங்கிவிடும். மொத்த 17 நாட்களில் தீவிர சினிமா ரசிகர்கள் 60லிருந்து 80 படங்களைப் பார்த்துவிடுவர். நாளொன்றுக்கு 4 5 படங்களைப் பார்த்துவிடுவார்கள். நான் 80களின் ஆரம்பத்தில் கல்கத்தாவில் நடைபெற்ற உலகத் திரைப்பட விழாவில் மிக அதிகபட்சமாக 80 படங்களைப் பார்த்தேன். ஒரு குறிப்பிட்ட நாளில் மட்டும் அதிகபட்சமாக 7 படங்கள் பார்த்தேன். உலகப்பட விழா முடிந்து வீடு திரும்பினால், ஏதோ நீண்ட உலகப் பயணம் மேற்கொண்டு திரும்பியது போல், உடலும் மனமும் களைத்துப் போகும். சகஜ நிலைமைக்குத் திரும்ப ஒரு வாரமாவது ஆகும்.

இதுபோன்ற உணர்வுகளும், பரபரப்பும் இப்போதைய உலகத் திரைப்பட விழாக்களில் அனுபவப்பட முடியாத ஒன்றாகிவிட்டது. பார்ப்பவர்களை அப்படியே கட்டிப் போடும் ஒரு சில படங்களைத் தவிர, பெரும்பாலான திரையிடல்களின்போது ரசிகர்கள் உள்ளே வருவதும் வெளியே செல்வதுமாக இருக்கின்றனர். ஆனாலும், உலகப்பட விழாக்கள் பரவலாக்கப்பட்டுவிட்டதன் காரணமாக, பயன்கள் அதிகம் என்றே சொல்லவேண்டும்.

DVDகளின் வருகையால் உலக சினிமா பார்க்கும் கூட்டம் அதிகமாகிவிட்டது. குறும்படம், ஆவணப்படம் எடுக்கும் இளைஞர்கள், மாணவர்கள் பலர் உலகப் பட DVDக்களைத் தேடிப் போய் வாங்குகின்றனர். இவர்களுக்கு பரவலாக்கப்பட்ட உலகப்பட விழாக்கள் பயனுள்ளதாக அமைகின்றன.

இத்தகைய உலகப்பட விழாக்களை மேலும் பயனுள்ளதாக, சிறு நகரங்களுக்கும், கிராமங்களுக்கும் கொண்டு செல்லவேண்டும். 35mm படச்சுருள் இல்லாவிட்டாலும், தரமான DVDக்களைக் கொண்டு உலகப்பட விழாக்களை இன்னும் பரவலாக்குவது சாத்தியமே. இதற்கு தேவை கொஞ்சம் பணம், நிறைய ஆர்வம் மட்டுமே.

இன்னும் பத்தாண்டுகளில் உலகப் பட விழாக்கள் உள்ளூர்களுக்கு எடுத்துச் செல்லப்படும்போது, அது நம் தேசிய (?) சினிமாவில், பிராந்திய சினிமாவில் பெரும் தாக்கத்தை ஏற்படுத்தத்தான் போகிறது.

முதல் உலகத் திரைப்பட விழா, சினிமா தோன்றி 37 ஆண்டுகளுக்குப் பிறகுதான் நிகழ்ந்தது. முதல் உலகத் திரைப்பட விழாவை நடத்தியவர் யாரென்று பார்த்தால், நமக்கு ஆச்சர்யமாக இருக்கும். இத்தாலிய சர்வாதிகாரி முசோலினிதான் முதல் உலகத்திரைப்பட விழாவை வெனிஸ் நகரில் நடத்தினான். தேசிய சினிமாவை வளர்ப்பதற்காக ஏராளமான நிதி ஒதுக்கப்பட்டது. அதன் ஒரு பகுதியாக உலகத்திரைப்பட விழா நடத்தப்பட்டது. ஒரு விதத்தில் ஹாலிவுட் சினிமாவின் ஆதிக்கத்திற்கெதிராகவும் இப்படவிழா நடத்தப்பட்டது. வேறு மொழிகளிலிருந்து இத்தாலிய மொழியில் டப் (Dub) செய்யப்பட்ட படங்களுக்கு கடுமையான வரியையும் முசோலினி விதித்தான். இப்படவிழாவில் ஒவ்வொரு ஆண்டும் சிறந்த படமாக இத்தாலியப் படத்திற்கே முசோலினி கப் வழங்கப்பட்டது. இப்படவிழா இத்தாலிய சினிமாவை மட்டும் வளர்க்கவில்லை. கூடவே, இத்தாலியின் தோழனாக இருந்த நாஜி ஜெர்மனியின் சினிமாவையும் வளர்த்தது. 1936க்கும் 1942க்கும் இடைப்பட்ட ஆறு ஆண்டுகளில் நான்கு முறை ஜெர்மனியப் படங்கள்தான் சிறந்த அயல்நாட்டுக்கான பட விருதைப் பெற்றன.

முசோலினியைப் போலவே, ஹிட்லரும் சினிமாவின் சக்தியை முழுவதுமாக உணர்ந்திருந்தான். ஆரியனின் உயர்தன்மையைக் காட்டும் விதமாக, ஹிட்லரின் அன்புக்குரிய பெண் திரைப்பட இயக்குநர் லினே ரீபெஃபென்தால் (Lene Riefenstahl) "Olympia, Triumph of a Will l" போன்ற உலகப் புகழ் பெற்ற படங்களை எடுத்தார். அந்தக் காலத்திலேயே பல கேமராக்களைக் கொண்டு, மிகுந்த பொருட்செலவில் தயாரிக்கப்பட்ட படங்கள் அவை. அதற்கான செலவு முழுவதையும் ஹிட்லர்தான் செய்தான்.

1937ஆம் ஆண்டு இத்தாலியத் திரைப்பட விழாவில் ழான் ரெனுவார் இயக்கிய பிரெஞ்சு படமான தி கிராண்ட் இல்யூஷன் (The Grand Illusion) படத்துக்குத்தான் உயர் விருது கிடைக்கும் என

எதிர்பார்க்கப்பட்டது. ஆனால், இத்தாலிய அரசு தன் வீட்டோ அதிகாரத்தைப் பயன்படுத்தி, மீண்டும் உயர் விருதை இத்தாலிய படத்துக்கே அறிவித்தது. இதனால் கோபமடைந்த பிரெஞ்சு திரைப்பட இயக்குநர்கள் தோற்றுவித்ததுதான், இன்று உலகின் நம்பர் ஒன் நட்சத்திர திரைப்பட விழாவாக விளங்கும் 'கான்ஸ்' திரைப்பட விழா.

இந்தியாவைப் பொறுத்தவரை முதல் உலகத் திரைப்பட விழா 1952ஆம் ஆண்டு மும்பையில் நேரு அரசாங்கத்தால் நடத்தப்பட்டது. இதன் துவக்க நிகழ்ச்சியாக சினிமாவைத் தோற்றுவித்த லூமியர் சகோதரர்கள் முதன்முதலில் (1895ல்) பம்பாயில் காட்டிய திரைப்படம் காட்டப்பட்டது. இப்பட விழாவில் காண்பிக்கப்பட்ட படங்கள் இரு வாரங்கள் கழித்து, டெல்லி, கல்கத்தா மற்றும் சென்னைக்கும் கொண்டு செல்லப்பட்டது. இப்படங்களைத் திரையிடுவதற்காக, பெரிய திறந்தவெளித் திரையரங்குகளைக் கட்டுவது ஒரு முக்கியத் திட்டமாக இருந்தது.

இந்தியாவில் முதல் உலகத் திரைப்பட விழா 1952ல் நடத்தப்பட்டாலும், இரண்டாவது உலகத் திரைப்பட விழா என்னவோ 1961ல்தான் டில்லியில் நடத்தப்பட்டது. அடுத்தடுத்த உலகத் திரைப்பட விழாக்கள் சில ஆண்டு இடைவெளி விட்டுத்தான் நடத்தப்பட்டன. 1975ஆம் ஆண்டு ஐந்தாவது உலகத் திரைப்பட விழா டில்லியில் நடைபெற்றபோது தான், அது வருடாந்திர நிகழ்வாக மாறியது.

இன்று இந்தியா முழுதும், பல மாநில அரசுகளும், பல தனியார் அமைப்புகளும் பல உலகப்பட விழாக்களைப் பல இடங்களில் நடத்துகின்றன. ஆவணப்படங்களுக்காக மட்டுமே உலகப்பட விழாக்கள் நடத்தப்படுகின்றன. அதுபோல், குழந்தைகள் படம், பெண்கள் பற்றிய படம், உடல் ஊனமுற்றோரைப் பற்றிய படம், அரவாணிகளைப் பற்றிய படம், HIV நோயாளிகள் குறித்த படம்... என பல பிரிவுகளில் உலகப்பட விழாக்கள் நடத்தப்படுகின்றன.

பெரும்பாலும் இப்படவிழாக்கள் பெருநகரங்களில் மட்டுமே நடத்தப்படுகின்றன. இப்படவிழாக்களை சிறு நகரங்களுக்கும், கிராமங்களுக்கும் கொண்டு செல்வதுதான் அடுத்தக்கட்ட பரவலாக்கச் செயலாக இருக்க முடியும். இப்பணியை அரசாங்கமோ, தனியார் அமைப்புகளோ செய்யும் என எதிர்பார்க்காமல் பண்பாட்டுத் தளத்தில் இயங்கும் முற்போக்கு எண்ணம் கொண்ட கலைஞர்களும் ஊழியர்களும்தான் செய்ய வேண்டும். அடுத்த ஆண்டு ஆண்டிப்பட்டியில் ஒன்றும், கோவில்பட்டியில் ஒன்றுமாக சர்வதேசத் திரைப்பட விழாக்களை நடத்தத் திட்டமிடலாம்.

சினிமாவின் அடிப்படை நோக்கமே உலகை உள்ளூருக்குக் கொண்டுவருவதும், உள்ளூரை உலகுக்குக் கொண்டு செல்வதும்தான். அதுபோல உலகப்பட விழாக்களின் நோக்கமும், உலகப் படங்களை உள்ளூருக்கு கொண்டுவருவதும், உள்ளூர்ப் படங்களை உலகுக்குக் கொண்டு செல்வதும்தான்.

அவ்வாறு உலகப்பட விழாக்களை கிராமங்களுக்கும் சிறு நகரங்களுக்கும் கொண்டு செல்லும்போது, நம்மூரில் படம் எடுப்பவர்கள் ஒன்று உலகத் தரத்துக்கு உள்ளூர்ப் படங்களை எடுப்பார்கள். இல்லையேல், வேறு தொழில் பார்க்க போய்விடுவார்கள்.

பிற்சேர்க்கை -2

திரை இயக்கம்

“கலைஞன் வாழ்வதற்கு ஒரு நெருக்கடி வேண்டும். பூரணத்துவம் இல்லாத உலகினால்தான் கலைஞன் வாழ்கிறான். எல்லாமும் சரியாக உள்ள உலகில் கலைக்கு என்ன வேலை இருக்கமுடியும். அத்தகைய உலகில் மனிதன் ஒருமைப்பாட்டை, சமத்துவத்தைத் தேட மாட்டான். மாறாக வெறுமனே வாழ்ந்துவிட்டுப் போவான். சரியாக அமைக்கப்படாத உலகில்தான் கலை பிறக்கிறது” இப்படிச் சொன்னவர் பிரபல ரஷ்ய திரைப்பட இயக்குநர் ஆந்த்ராய் தார்க்வோஸ்கி.

சமனற்ற உலகை சமன்படுத்த வேண்டும் என்றதொரு சமூக அரசியல் பார்வையில் பிறந்ததுதான் தமிழ்நாடு முற்போக்கு எழுத்தாளர் கலைஞர்கள் சங்கம்.

உலகில் எல்லா நல்ல விஷயங்களுமே சிறுபான்மையினரால்தான் செய்யப்படுகிறது. பாராட்டப்படுகிறது. நல்ல அரசியல், நல்ல இலக்கியம், நல்ல சினிமா என்று எல்லாவற்றுக்கும் பின்னே ஏன் பெரும்பான்மையானவர்கள் செல்வதில்லை என்ற கருத்து எப்போதும் என் மண்டையைக் குடைகின்ற ஒன்று. அது உண்மையெனில், எதற்காக நாம் இத்தனை கஷ்டப்படுகிறோம்! சிறுபான்மையினர் மட்டுமே விரும்பக்கூடிய கலை, அரசியல், இலக்கியம் உருவாக்குவதில் அர்த்தம் ஏதும் உள்ளதா என்கின்ற தர்க்கரீதியான கேள்வி தொடர்ந்து என் மனதில் ஒலிக்கும்.

வரலாற்றை உற்று நோக்கினால் மாபெரும் சிந்தனையாளர்கள், தலைவர்கள், கலைஞர்கள், தங்கள் பணிகளைப் பெரும்பான்மை மக்களை நோக்கியே செய்திருக்கிறார்கள் என்பது தெரியும்.

புத்தர், ஏசு, மார்க்ஸ், லெனின், பிரெஷ்ட், ஷேக்ஸ்பியர், காந்தி, டால்ஸ்டாய், சாப்ளின், சேகுவாரா... என்ற பலரை உதாரணமாக சொல்லலாம். இதில் சில விநோதங்களும் உண்டு. இன்று சேகுவாரா யாரென்று தெரியாத மாணவர்கள்கூட அவர் உருவம் பதித்த டீ ஷர்ட்டை அணிகின்றார்கள்.

எல்லாப் படைப்பாளிகளுக்குமே, தங்கள் படைப்புகள் பெருவாரியான மக்களைச் சென்றடைவதில் தான் உண்மையான திருப்தியும், போதையும் இருக்க முடியும். முற்போக்கு கலைஞர்கள் நிச்சயமாக இதற்கு விதிவிலக்காக இருக்க முடியாது. இங்கு நான் ஒரு விஷயத்தைக் குறிப்பிட்டாக வேண்டும்.

ஸ்பார்ட்டகஸ் நாவலை எழுதி புகழ் பெற்ற அமெரிக்க நாவலாசிரியர் ஹோவர்ட் ஃபாஸ்ட் 1944 முதல் 1957 வரை அமெரிக்க கம்யூனிஸ்ட் கட்சியில் உறுப்பினராய் இருந்த காலகட்டத்தைப் பற்றி தான் எழுதிய 'Being Red' புத்தகத்தில் ஸ்பார்ட்டகஸ் எழுதிய சூழலைப் பற்றியும் பின்னர் அப்புத்தகத்தை வெளியிடுவதில் தான் சந்தித்த பிரச்சனைகளைப் பற்றியும் விளக்குகிறார்.

ஒரு நீண்ட சிறை வாசத்தின் போதுதான் ஸ்பார்ட்டகஸ் எழுத வேண்டும் என்ற எண்ணம் அவருக்கு வருகிறது. சிறை நூலகத்திலேயே ஸ்பார்ட்டகஸ் பற்றிய பல குறிப்புகளை எடுக்கிறார். பின்னர் சிறைவாசம் முடிந்த பின் வீட்டிற்கு வந்ததும் அவர், ஏற்கெனவே படித்த 'Ancient Lowly' என்கின்ற புராதனத் தொழிலாளர் வரலாறு பற்றிய புத்தகத்தை மீண்டும் முழுவதுமாகப் படிக்கிறார். அப்புத்தகம், அவர் கம்யூனிஸ்ட் கட்சியின் தேசியப் பள்ளியில் பயிற்சியை முடித்தபோது அவருக்குப் பரிசாகக் கிடைத்தது. அப்புத்தகத்திலிருந்து தான் அவர் ஸ்பார்ட்டகஸ் கதையைக் கண்டுபிடிக்கிறார்.

எழுதி முடித்த உடன் படித்த தோழர்களும், பதிப்பாளர்களும் வெகுவாய்ப் பாராட்டினார்கள். ஆனால், அப்புத்தகத்தை வெளியிட எந்தப் பிரபல பதிப்பகமும் முன்வரவில்லை. காரணம் அப்போது, அமெரிக்காவில் கம்யூனிஸ்ட் எதிர்ப்பு மெக்கார்த்தியியம் உச்சத்தில் இருந்தது.

இடதுசாரிகள் பதிப்பகம் ஒன்று அப்புத்தகத்தை வெளியிட முன்வந்தது. ஆனால் அவருக்கு அதில் விருப்பமில்லை. காரணம் அவரே சொல்கிறார், "எனக்குத் திமிர் அதிகம். என் புத்தகத்தைப் பெரிய பதிப்பகங்கள்தான் வெளியிட வேண்டும் என்றிருந்தேன். அப்போதுதான் பெரிய அளவில் மக்களைச் சென்றடையும். ஏனெனில் அப்போது என் புத்தகங்கள் 83 மொழிகளில் உலகெங்கும்

படிக்கப்பட்டது". பெரிய பதிப்பகங்கள் மெக்கார்த்தியியத்துக்கு பயந்து ஸ்பார்ட்டகஸை வெளியிட முன்வராததால், ஹோவர்ட் பாஸ்டே பதிப்பாளர் ஆகிறார். 600 பிரதிகளுக்கு ஏற்கெனவே அவரிடம் ஆர்டர் இருந்தது. தன் கையிலிருந்த கடைசிக் காசையும் செலவழித்து 'டைம்ஸ்' பத்திரிகையில் 5000 டாலர் செலவில் முழுப்பக்க விளம்பரம் தருகிறார். பின்னர் 50000 பிரதிகள் வெளியிட்டு மூன்றே மாதங்களில் 48,000 பிரதிகளை விற்றுவிடுகிறார். பத்தாண்டுகளுக்குப் பிறகு கிரிக்டக்ளஸ் ஸ்பார்ட்டகஸைத் திரைப்படமாக எடுக்கிறார். அதன் பின்னர் பல நாடுகளில் ஸ்பார்ட்டகஸ் பல லட்சம் பிரதிகள் விற்பனையானது வேறு விஷயம்.

இதை நான் ஏன் குறிப்பிடுகிறேன் என்றால், எந்த ஒரு படைப்பாளியும், தன் பணியும் படைப்பும் பெரும்பாலான மக்களைச் சென்றடைவதையே விரும்புவான். இங்கே கூடியுள்ள எல்லா எழுத்தாளர்களையும், கலைஞர்களையும் ஒன்றிணைப்பது எது? நம் சிந்தனை, நம் கனவு, நம் நோக்கம்தான். சமனற்ற இந்த சமூகத்தை சரி செய்து சமத்துவத்தைக் கொண்டு வர விரும்புகிறோம். இன்றைய நவீன சந்தைப் பொருளாதார உலகு, தனது ஊடகங்களின் மூலம் தெரிந்தே, திட்டமிட்டு எல்லா மனித மனங்களிலும் பேராசையை ஊட்டுகிறது. இதை எதிர்க்கவும், மனித மனங்களை மகோன்னத விஷயங்களை நோக்கித் திருப்பவும், மனித மனங்களில் மாற்றத்தை ஏற்படுத்தவும் நாம் போராட வேண்டியுள்ளது.

இந்தப் போராட்டத்திற்கு அரசியல், தொழிற்சங்க தளங்களைக் காட்டிலும், பண்பாட்டுத் தளமே சிறந்ததாக இருக்கும்.

இதற்காகத்தான் நாம் கதை எழுதுகிறோம். கட்டுரை வாசிக்கிறோம், நாடகம் போடுகிறோம், பாடல் பாடுகிறோம், ஓவியம் வரைகிறோம், நமக்கு முன்னே பல ஆண்டுகளாக இருந்த பல பண்பாட்டு அரசியலில் இயக்கங்களின் தொடர்ச்சியாகத்தான் நம் சங்கம் தோன்றியது. நம் எழுத்தாளர் சங்கத்திற்கு இன்று வயது வெறும் 36 தான். இந்த 36 ஆண்டுகளில் பண்பாட்டுத் தளத்தில் இறங்கி பெரும்பாலான மக்களின் வாழ்வில் ஊடுருவுவதற்கு எத்தகைய கருவிகளை நாம் கையில் எடுத்தோம் என திரும்பிப் பார்த்தால், எழுத்து, நாடகம், இசை போன்றவற்றை நாம் ஓரளவு தாராளமாகவே கையில் எடுத்திருக்கிறோம்.

தமிழ்நாட்டில் கதை படிப்பவர்கள், நாடகம் பார்ப்பவர்கள் மற்றும் இசை கேட்பவர்களை விட சினிமா பார்ப்பவர்கள் நிச்சயம் அதிகம். கடந்த 36 ஆண்டுகளில் சினிமாவை எத்தனை முறை, எந்த அளவு நாம் கையில் எடுத்திருக்கிறோம் எனத் திரும்பிப் பார்ப்போம்.

கதை, கவிதைகளிலிருந்து நாடகத்தை, வீதி நாடகத்தை கையில் எடுத்தபோது நம் இயங்குதளம் விரிவடைந்தது. பின்னர் கலை இரவு என்கின்ற கதம்ப நிகழ்ச்சியை நாம் அறிமுகப்படுத்தியபோது, நம் இயங்குதளம் மேலும் விரிவானது. அதுவரை வராதவர்களெல்லாம் நம் இயக்கத்திற்குள் வந்தனர்.. ஆனால் நம்மால் கலை இரவு என்ற ஒன்றிலிருந்து அடுத்த கட்டத்துக்கு முன்னோக்கிப் போக முடியவில்லை.

அப்போதுதான நாம் சினிமாவைக் கையிலெடுக்க நினைத்தோம். சினிமாவைக் கையிலெடுப்பது ஒன்றும் புதிதல்ல 20 ஆண்டுகளுக்கு முன்பே, திருநெல்வேலி பகுதியில் தெரு சினிமா இயக்கம் என்ற பெயரில் பல உலக சினிமாக்களைப் பல கிராமங்களுக்கும், சிறு நகரங்களுக்கும் கொண்டு சென்றிருக்கிறீர்கள். அப்போது ஏற்பட்ட அனுபவம், பிரச்சனைகள் குறித்து தோழர் தமிழ்ச்செல்வன் பலமுறை நம்மிடம் பேசியிருக்கிறார்.

இந்தத் தெரு சினிமா இயக்கம் ஒரு சில பகுதிகளில் மட்டும் குறுகிய காலம் இருந்துவிட்டு மறைந்துபோனது. அதற்கு நியாயமான காரணங்களும் இருந்தன. 16mm படச்சுருள்களில்தான் படங்களைத் திரையிட வேண்டியிருந்தது. நாம் விரும்பும் உலகப் படங்கள் 16 mm சுருளில் கிடைப்பது அத்தனை சுலபமல்ல. அதைத் திரையிடுவதிலும் பல தொழில்நுட்பச் சிக்கல்கள் இருந்தன.

நாடகங்கள், கலை இரவுகளைப் போல், சினிமாவை நம் இயக்கம் எப்போதுமே தீவிரமாகக் கையாண்டதில்லை. மேற்கூறிய விஷயங்கள் அல்லாமல், பல்வேறு காரணங்களால் பத்தாண்டுகளுக்கு முன்புவரை சினிமா நமக்கு சுலபமாகக் கையாள முடியாத ஊடகமாகவே இருந்தது. நம்மால் முடிந்ததெல்லாம் யாராவது அபூர்வமாக முக்கிய சமூகப் பிரச்சனைகளைக் குறித்தோ, உழைக்கும் வர்க்கம் குறித்தோ, இடதுசாரி அரசியல் சாயல்களுடனோ படம் எடுத்தால் அப்படங்களை நாம் மனமாரப் பாராட்டினோம். அப்படத்தின் கலைஞர்களைக் கூப்பிட்டுக் கௌரவித்தோம். தற்போது திரைப்பட இயக்குநர்கள், கலைஞர்கள் பங்கு பெறாத நம் கலை இரவுகள் அபூர்வம் என்றே சொல்லவேண்டும். ஆரம்பத்தில் இரு படத் தயாரிப்புகளோடு நம் இயக்கத்தைச் சேர்ந்த சிலர் தங்களை இணைத்துக் கொண்டு கையையும், மனதையும் சுட்டுக் கொண்டது சில மூத்த தோழர்களுக்கு இன்னமும் நினைவில் இருக்கலாம்.

ஆனால், கடந்த ஐந்து ஆண்டுகளில் தொழில் நுட்பம் குறிப்பாக டிஜிட்டல் தொழில்நுட்பப் புரட்சி காரணமாக எல்லாம் தலைகீழாய் மாறிப் போனது. டிஜிட்டல் தொழில்நுட்பம் பல வேலைகளை

இலகுவாக்கிவிட்டது. இன்று புத்தகப் பதிப்புகள் பெருகிவிட்டது மட்டுமல்ல, அவற்றின் தரமும் பல மடங்கு கூடிவிட்டது. டிஜிட்டல் மலிவு விலை வீடியோ கேமராக்களின் வருகையால் பலர் இயக்குநர் என்ற அடைமொழியோடு குறும்படம், ஆவணப்படம் ஏன் முழுநீளத் திரைப்படங்கள் கூட எடுக்கக் கிளம்பிவிட்டனர். குறிப்பாக நம் திரை இயக்கத்துக்கு இரண்டு தொழில் நுட்பங்கள் உத்வேகம் தந்தன. ஒன்று DVD என்றழைக்கப்படும் அடர்தகடுகள் முக்கியமான இந்திய மற்றும் உலகப் படங்கள் மிகச் சுலபமாக, மிக மலிவாக அடர் தகடுகளில் கிடைக்கிறது. இன்னொன்று LCD Projector எனப்படும் DVD யை பெரிய அளவில் திரையிட உதவும் கருவி. ஒரு கட்டத்தில் ஒரு லட்சம் ரூபாய்க்கு மேல் இருந்த இந்த ப்ரொஜெக்டர்கள் இன்று 25 ஆயிரம் ரூபாய்க்குக்கூட கிடைக்கிறது.

திரை இயக்கம் என்று நாம் நினைத்துத் திட்டமிட்டது உலக சினிமாவை, உன்னத சினிமாவை தமிழ்நாட்டின் உள்ளூர்களுக்குக் கொண்டு செல்ல வேண்டும் என்பதுதான். அதற்காக நாம் மண்டலவாரியாக சிறப்பு முகாம்களை நடத்தி, திரை இயக்கத்தை எப்படிக் கொண்டு செல்லவேண்டும் என்று திட்டமிட விரும்பினோம். எனக்குத் தெரிந்தவரை ஏழு மண்டலங்களில் ஐந்து மண்டலங்களில்தான் அத்தகைய பயிற்சி முகாம்களை நடத்த முடிந்தது.

தமிழ்நாட்டின் எல்லா ஊர்களிலும் திரை இயக்கம் ஒரு பதிவு செய்யப்பட்ட கழகமாகச் செயல்பட வேண்டும். இந்தக் கழகங்கள் அந்த ஊர் மக்களுக்கு முக்கியமான இந்திய, உலகத் திரைப்படங்களைத் தொடர்ச்சியாகத் திரையிட வேண்டும். திரைப்படங்களைத் தமிழில் புரிந்துகொள்ள, தமிழில் அறிமுகமும், தேவைப்பட்டால் நேரடி வர்ணனையும் விவாதமும் நடத்தப்பட வேண்டும். இப்பணிகளைச் செய்ய நம் தோழர்களுக்கு பயிற்சி அளிக்கவேண்டும்.

இப்பணிக்காக நூற்றுக்கணக்கான வீடியோ ப்ரொஜெக்டர்களை சொந்தமாக வாங்க வேண்டும். திரையிடுவதற்கான படங்களைக் கொண்ட ஒரு DVD ஆவணப் பாதுகாப்பகத்தை மைய அளவிலும், மாவட்ட அளவிலும் ஏற்படுத்த வேண்டும்.

முடிந்த இடங்களில் DVD திரையிடலுக்கான குறைந்த செலவிலான, அதே நேரத்தல் தொழில் ரீதியிலான அரங்கங்கள் கட்ட வேண்டும். இந்தப் பணிகளில் நம் இயக்கத்துக்கு வெளியே உள்ள மாணவர்களை, இளைஞர்களைக் குறிப்பாக சினிமா ஊடகத்தில் ஆர்வமுள்ளவர்களைச் சேர்த்துக் கொள்ள வேண்டும்.

ஊர்ஊராகப் பயணம் செய்து அற்புதமான உலகத் திரைப்படங்களைத் திரையிட ஒரு 'வீடியோ ஜாதா' தமிழ்நாட்டின் ஐந்து முனைகளிலிருந்து நடத்தப்பட வேண்டும். ஐந்து முனைகளிலிருந்து புறப்பட்ட இந்தத் திரைஇயக்கப் பேரணி ஒரு மையப்புள்ளியில் சந்தித்து அங்கு ஒரு மாபெரும் உள்ளூர் உலகத் திரைப்பட விழா நடத்தப்படவேண்டும். அவ்விழாவிற்கு உலகப் புகழ் பெற்ற இயக்குநர் ஒருவரை, ஈரானிய திரைப்பட இயக்குநரை சிறப்பு விருந்தினராக வரவழைக்க வேண்டும்.

இப்படியெல்லாம் தமிழ்ச்செல்வனின் கனவுகள் விரிந்தபோது, அது என்னையும் தொற்றிக்கொண்டது. அதனால்தான் திரை இயக்கத்துக்காக தோழர்கள் எப்போது கூப்பிட்டாலும் எங்கு கூப்பிட்டாலும் சென்று வந்தேன்.

இப்படி உலக சினிமாவை உள்ளூர்களுக்குக் கொண்டு செல்வது என்பது ஒன்றும் புதிய விஷயமல்ல. நமக்கு முன்பு பலர் இதை செய்திருக்கிறார்கள். 1930களிலிருந்தே இதுபோன்ற திரைப்படக் கழகங்கள் பல ஐரோப்பிய நாடுகளில் ஆர்வம் கொண்ட இளைஞர்கள் மற்ற நாடுகளின் சினிமாவைப் பார்த்து ரசித்தார்கள். இதன்மூலம் சினிமா வரலாற்றில் பல புதிய இயக்கங்கள் தோன்றின. நியூவேவ் சினிமா இயக்கம் பிரான்சிலும், நியோ ரியலிஸ சினிமா இயக்கம் இத்தாலியிலும் தோன்ற இதுபோன்ற திரை இயக்கங்கள் முக்கிய காரணமாக இருந்தன. இதுபோன்ற இயக்கங்களால் சினிமாவில் ஆர்வம் கொண்ட பல இளைஞர்கள் பின்னாளில் புகழ்பெற்ற திரைப்பட இயக்குநர்களாகவும் மாறினார்கள்.

இந்தியாவில் இதுபோன்ற இயக்கங்களைத் துவக்கியவர்களில் முக்கியமான நபர்கள், இரண்டு பேர். ஒருவர் இயக்குநர் சத்யஜித் ரே. இன்னொருவர் பேராசிரியர் சத்தீஷ் பகதூர். இவர் 1950களின் முற்பகுதியில் ஆக்ரா பல்கலைக்கழகத்தில் சமூக விஞ்ஞானப் பேராசிரியராக இருந்தார். சினிமா மீதான தன் ஆர்வம் காரணமாக ஆக்ரா பல்கலைக்கழகத்தில் ஒரு ஃபிலிம் சொசைட்டியைத் தொடங்கினார். இந்தியாவில் ஒரு கல்வி நிலையத்தில் தொடங்கப்பட்ட முதல் ஃபிலிம் சொசைட்டி என்றே இதைச் சொல்லலாம். அவர் நடத்திய பிலிம் சொசைட்டிக்கு இங்கிலாந்தைச் சேர்ந்த பிரபல எழுத்தாளரும் சினிமா விமர்சகருமான மேரி செட்டனை (Maric Seton) வரவழைத்தார். இந்த மேரி செட்டன் தான், ரஷ்ய திரைப்பட இயக்குநர் ஐஸன்ஸ்டைன் மற்றும் இந்தியத் திரைப்பட இயக்குநர் சத்யஜித் ரே அவர்களின் வாழ்க்கை வரலாற்றை எழுதியவர். அவரோடு ஏற்பட்ட தொடர்பால் சத்திஷ் பகதூர் இந்தியாவின்

முதல் சினிமா ரசனைப் பேராசிரியராக மாறினார். 1967ல் சத்திஷ் பகதூர் முதன் முதலாக நடத்திய ஒரு மாத சினிமா ரசனை பயிற்சிப் பட்டறையில் பங்கு பெற்ற கே.வி.சுப்பண்ணாதான் உலக சினிமாவை கிராமங்களுக்குக் கொண்டு சென்றதில் இந்தியாவில் முன்னோடியாவார். சத்தீஷ் பகதூரின் ஒரு மாத திரைப்பட ரசனைப் பயிற்சி வகுப்புக்குப் பின் அவர் சொன்னார்: "அந்தப் பயிற்சி வகுப்பில் எனக்கு அறிமுகப்படுத்தப்பட்டது வெறும் சினிமா அல்ல. வாழ்க்கையில் நான் செய்யவேண்டிய முக்கியப் பணியும் எனக்கு அங்குதான் அறிமுகப்படுத்தப்பட்டது."

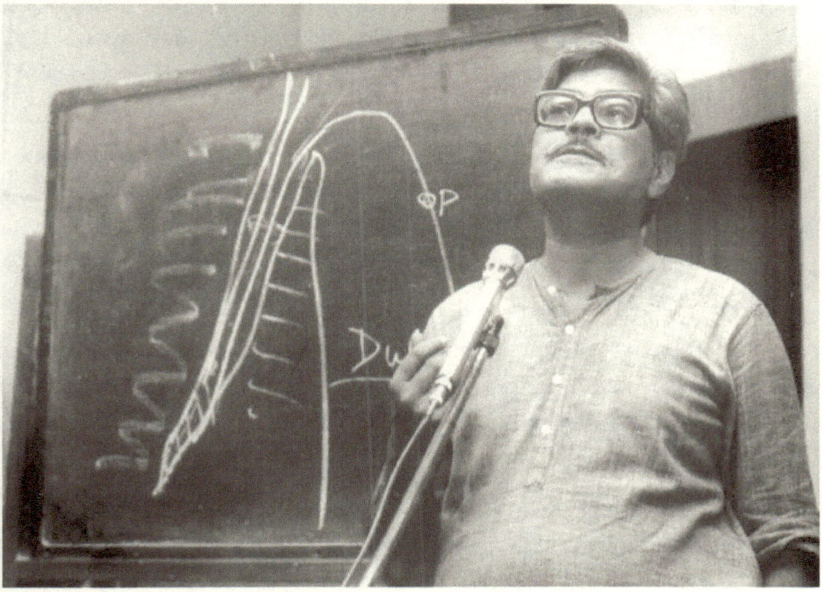

பேராசிரியர் சத்தீஷ் பகதூர்

அவரின் இந்த அறிக்கையின் தொடர்ச்சியாக அடுத்த ஆண்டே கர்நாடக மாநிலத்தின் ஹிமோகா மாவட்டத்தைச் சேர்ந்த தன் கிராமமமான ஹெகடுவில் சுப்பண்ணா சத்தீஷ் பகதூரை அழைத்து 10 நாள் திரைப்பட ரசனை வகுப்பை நடத்தினார். அதனைத் தொடர்ந்து தனது கிராமத்திலும் சுற்று வட்டாரத்திலும் கிராம மக்களுக்கான திரை இயக்கம் ஒன்றை ஆரம்பித்தார். அதன் மூலம் சத்திஜித் ரே, குரோசோவா, டிசிக்கா போன்ற உலகப் படங்கள் நேரடி வர்ணனையுடன் காண்பிக்கப்பட்டது. வெகு விரையிலேயே ஹெகடு கிராம மக்களுக்கு உலக சினிமாவும் உன்னத சினிமாவும் உள்ளூர் சினிமாவாகிப் போனது. அவரின் இந்தத் திரை இயக்க முயற்சியின் வெற்றியைக் காண இந்தியாவின் பல பகுதிகளிலிருந்தும்,

உலகின் சில பகுதிகளிலிருந்தும் கலைஞர்களும் சமூகவியல் விற்பன்னர்களும் ஹெகடு கிராமத்திற்கு வந்தனர். அவர் வருடா வருடம் நடத்திய பண்பாட்டுத் திருவிழாவில் சினிமா, நாடகம், வாசிப்பு என அமர்க்களப்பட்டது. சுப்பண்ணாவின் இந்த பண்பாட்டுப் பணிக்காக ஆசியாவின் நோபல் பரிசு என்றழைக்கப்படும் மகசேச விருது வழங்கப்பட்டது.

70களின் துவக்கத்தில் கே.வி.சுப்பண்ணா செய்த பணியைத்தான் கிட்டத்தட்ட 25 ஆண்டுகள் கழித்து நாம் துவக்கியுள்ளோம்.

ஆனால் அவர் செய்த பணிக்கும் நாம் செய்கின்ற பணிக்கும் முக்கிய வித்தியாசம் உள்ளது. அவர் உலக சினிமாவில் வசீகரிக்கப்பட்டு அதை கிராம மக்களுக்கு, தன் சொந்த கிராம மக்களுக்குக் கொண்டு சென்றார்.

நம் திரை இயக்கத்திற்கு இதற்கும் அப்பாற்பட்டு முக்கிய நோக்கம் உள்ளது. அது தார்க்கோவ்ய்கி கூறியது போல சமூகத்தை சமன்படுத்துவதற்காக நாம் மேற்கொண்டுள்ள அரசியல், சமூக பண்பாட்டுப் பணியின் ஒரு பாகமாகத்தான் நாம் திரை இயக்கத்தைத் தொடங்கியுள்ளோம்.

நாம் கனவு காண்கின்ற, காண விரும்புகின்ற புதிய சமுதாயத்திற்கு சினிமா என்கின்ற மாபெரும் கலை பற்றிய சரியான புரிதல் வேண்டும் என்கின்ற எண்ணத்தில் இந்தத் திரை இயக்கத்தைத் தொடங்கியுள்ளோம்.

நம் சங்கத்தின் இயக்கப் பணிகளில் குறிப்பாக முக்கியப் பிரச்சனைகள் குறித்த விவாதங்களிலும் கூட்டங்களிலும் சினிமாவை விவாதத்துக்கான ஒரு கருவியாகப் பயன்படுத்த வேண்டும்.

செம்மலரில் வரும் என்னுடைய சினிமாவின் இரண்டாம் நூற்றாண்டு தொடரில் பல முக்கிய சமூகப் பிரச்சனை மற்றும் சர்வதேச நிகழ்வுகள் குறித்த படங்களைக் குறிபிட்டுள்ளேன். சமீபத்தில் ராஜீவ் காந்தியின் கொலையில் குற்றஞ்சாட்டப்பட்ட மூவரின் தூக்குத் தண்டனையை ரத்து செய்ய வேண்டும் என்று எழுந்த போராட்டங்களிலும் விவாதங்களிலும் மரண தண்டனையையே எடுக்க வேண்டும் என்று பரவலாக சொல்லப்பட்டது. அத்தகைய விவாதத்திற்கு போலந்து நாட்டுப் படமான கீவ்ஸ்லோவ்ஸ்கியின் 'A Short Film About Killing' பெரும் உதவியாக இருந்திருக்கும்.

நான் வகுப்பு எடுக்கும் சில திரைப்படக் கல்லூரிகளில் இப்படத்தைத் திரையிட்டதன் மூலம் 'மரணதண்டனை' ஒழிக்கப்பட

வேண்டிய காட்டுமிராண்டித்தனமான தண்டனை என்கின்ற விவாதம் மாணவர்களிடையே நடந்தது.

தீண்டாமை பற்றிய மாநாட்டில் தோழர் தமிழ்ச்செல்வன் 'அம்பேத்கர்' படத்தை தேடிப் பிடித்துத் திரையிட்டார்.

எல்லா விவாதங்களுக்கும், எல்லா கூட்டங்களுக்கும் கருப்பொருளுக்கு வலு சேர்க்கும் வகையில் சரியான திரைப்படங்களை உபயோகிக்க வேண்டும்.

திரை இயக்கம் என்பது நல்ல திரைப்படங்களை மக்களிடம் கொண்டு செல்வது மட்டும்தானா? இந்த டிஜிட்டல் உலகில், உருவாக்குவதும் அழிப்பதும் ஊடகமே என்றாகிப்போன நிலையில், முக்கியப் பிரச்சனைகளை, நிகழ்வுகளை மக்களிடையே எடுத்துச்செல்ல நாமும் இந்த ஊடகங்களை உபயோகித்துப் படங்கள் எடுக்க வேண்டாமா? நான் சொல்வது வியாபார ரீதியான முழுநீளத் திரைப்படங்களை அல்ல. மாறாக, எரியும் பிரச்சனைகளை, முக்கிய நிகழ்வுகளை, அற்புத மனிதர்களை பற்றியெல்லாம் படம் எடுக்க யாருக்கும் அக்கறையில்லை. அதை நாம்தான் எடுக்கவேண்டும். தமிழ் நாட்டில் பிரச்சனைகளுக்கும், நிகழ்வுகளுக்குமா பஞ்சம்? தமிழ்நாட்டுக்கே உரிய சிக்கலான சாதிப் பிரச்சினைகள், ஊழல்கள், தனி மனிதர்களின் அதீத பேராசை காரணமாக விளைநிலங்களெல்லாம் கட்டிடங்களாக மாறுகின்ற அவலநிலை, திருநங்கைகள் பற்றி நம் பார்வை... இப்படி எத்தனையோ உள்ளன.

இப்படங்களை ஏனோதானோ என்று எடுக்காமல், நம் கருத்தோடு மோதல் இல்லாத தொழில்ரீதியான கலைஞர்களின் துணைகொண்டு எடுக்க வேண்டும். இதற்கான செலவைத் திரை இயக்கத்தின் செலவாகக் கருதி அதை நாம் திரட்டியாக வேண்டும்.

இப்படங்கள் அங்கீகரிக்கப்பட்டு பேசப்படும்பொழுது அடுத்தடுத்த படங்களுக்கு நிதி திரட்டுவது கடினமான பணியாக இருக்காது. குறைந்த செலவில், நியாயமான முறையில் குறும்படங்கள், நெடும்படங்கள், ஆவணப்படங்களை இயக்கம் சார்பாக எடுப்பது இன்று சாத்தியமே.

பல நாடுகளில் கம்யூனிஸ்ட் இயக்கங்களும், மக்கள் இயக்கங்களும் தங்களின் அரசியல், பண்பாட்டுப் பணியின் ஒரு பாகமாக இதுபோன்ற படங்களை எடுத்துக் கொண்டிருக்கின்றன. 1930களிலேயே உலகப் புகழ்பெற்ற ழான் ரெனுவாரின் ஒரு படத்தைத் தயாரித்தது பிரெஞ்சு கம்யூனிஸ்ட் இயக்கம் தான். உங்களில் எத்தனை பேருக்கு இது தெரியும் எனத் தெரியாது. இந்த வாரம்

சீன கம்யூனிஸ்ட் கட்சி ஒரு பிரம்மாண்ட திரைப்படத்தைத் தயாரித்து வெளியிட்டுள்ளது. சீனக் கம்யூனிஸ்ட் கட்சி தோற்றுவிக்கப்பட்டு 90 ஆண்டுகள் நிறைவடைந்ததையொட்டி எடுக்கப்பட்ட படம் இது. Founding a Party என்றழைக்கப்படும் இப்படம் பல நூறு கோடி செலவில் மிகப் பிரம்மாண்டமாக எடுக்கப்பட்டுள்ளது. சீனா, ஹாங்காங், தய்வான், சிங்கப்பூர் என பல நாடுகளைச் சேர்ந்த சீன மொழி பேசும் 176 திரை நட்சத்திரங்கள் இப்படத்தில் நடித்திருக்கிறார்கள்.

இப்படத்திற்கு விளம்பரதாரராக பிரதான நிதியுதவி செய்தது யார் தெரியுமா? நிவி என்றழைக்கப்படும் ஜெனரல் மோட்டார்ஸ் கம்பெனியும் காடிலாக் கார் பிரிவும் தான். இது ஒரு விநோதம்தான். நாம் வாழ்கின்ற தாராளமயமாக்கப்பட்ட பொருளாதாரச் சூழ்நிலையில் இந்த விநோதங்கள் சாதாரணமாகிவிட்டன.

இறுதியாக நான் சொல்வது இதுதான்: ‘சினிமா ஒரு அற்புதக் கலை. எல்லாக் கலைகளையும் அது தன்னகத்தே உள்ளடக்கியிருக்கின்ற ஒரு காரணத்தினாலேயே அது ஒரு சக்திமிக்க புதிய கலையாய்த் திகழ்கிறது.

சினிமாவின் அழகியல் ஈடு இணையற்றது. அது ஒரு விஷயத்தை நமக்குத் தரும்பொழுது அதை நம்மால் அனைத்து உணர்வுகளினூடே எடுத்துக் கொள்ள முடிகிறது.

இதனால்தான் கண்பார்வை இல்லாமலேய சிறந்த எழுத்தாளராகவும், பல சமூகப் பிரச்சனைகளுக்காகவும், கல்வி முறை மாற்றத்திற்காகவும் போராடிய அற்புத மனுஷி ஹெலன் கெல்லர் ஒருமுறை சொன்னார்:

“கடவுள் எனக்கு மூன்று நாட்கள் மட்டும் பார்க்கக்கூடிய சக்தியைக் கொடுத்தால், முதல் நாள் முழுவதும் என்னோடு இருந்த அற்புத மனிதர்களைப் பார்த்து மகிழ்வேன். இரண்டாம் நாள் வண்ண மலர்களையும், எழில்கொஞ்சும் இயற்கை காட்சிகளையும் கண்டு மகிழ்வேன். மூன்றாம் நாள் முழுக்க அற்புதமான திரைப்படங்களைக் கண்டு மகிழ்வேன்”.

■

www.ingramcontent.com/pod-product-compliance
Lightning Source LLC
LaVergne TN
LVHW042307051026
849519LV00012B/2864
* 9 7 8 9 3 8 3 6 6 1 4 0 4 *